मिडास टच

मिडास टच

काहीच उद्योजक श्रीमंत का होतात आणि इतर अपयशी का ठरतात?

डोनाल्ड जे. ट्रम्प

रॉबर्ट टी. कियोसाकी

प्रस्तावना : मार्क बर्नेट

अनुवाद : **संजय विष्णू तांबट**

MANJUL

मंजुल पब्लिशिंग हाउस

MANJUL
मंजुल पब्लिशिंग हाउस

पुणे संपादकीय कार्यालय
फ्लॅट नं. 1, पहिला मजला, समर्थ अपार्टमेंट्स,
1031 टिळक रोड, पुणे – 411 002

व्यावसायिक आणि संपादकीय कार्यालय
दुसरा मजला, उषा प्रीत कॉम्प्लेक्स, 42 मालवीय नगर, भोपाळ – 462 003

विक्री आणि विपणन कार्यालय
7/32, अंसारी रोड, दर्यागंज, नवी दिल्ली – 110 002
www.manjulindia.com

वितरण केंद्रे
अहमदाबाद, बंगळुरू, भोपाळ, कोलकाता, चेन्नई,
हैदराबाद, मुंबई, नवी दिल्ली, पुणे

डोनाल्ड जे. ट्रम्प आणि रॉबर्ट टी. कियोसाकी लिखित
मिडास टच या मूळ इंग्लिश पुस्तकाचा मराठी अनुवाद

Midas Touch – Why Some Entrepreneurs Get Rich and Why Most Don't by Donald J. Trump and Robert T. Kiyosaki – Marathi Edition

प्रथम मराठी आवृत्ती रिच डॅड ऑपरेटिंग कंपनी, एलएलसीच्या सहयोगाने
2015 साली प्रकाशित

प्रस्तुत दुसरी मराठी आवृत्ती 2020 साली प्रकाशित

ISBN : 978-81-8322-546-5

मराठी अनुवाद : संजय विष्णू तांबट

मुद्रण व बाइंडिंग : मणिपाल टेक्नॉलॉजीज लिमिटेड, मणिपाल

अर्पणपत्रिका

जे संघर्ष करतात, प्रयत्नांची पराकाष्ठा करतात आणि अखेर यशस्वी ठरतात, अशा आजच्या सर्व उद्योजकांना; तसेच इतर लोक ज्यांना अडथळे मानतात, तिथे संधी शोधणाऱ्या उद्याच्या उद्योजकांना अर्पण...

*धाडसाने कृती करणाऱ्या आणि आर्थिक विश्वावर
आपला अनोखा ठसा उमटवणाऱ्या, स्वतःचा मिडास टच मागे ठेवणाऱ्या
सर्व द्रष्ट्यांना हे पुस्तक अर्पण.*

ऋणनिर्देश आणि लेखकांचे दोन शब्द

उद्योजकतेचे प्रशिक्षण देणे हा आमचा आयुष्यभराचा ध्यास आहे. आमच्या या प्रयत्नांत योगदान देणाऱ्या सर्वांचे आम्ही आभार मानतो. आमच्या अनुभवांवर आधारित असलेले हे पुस्तक त्यांच्या सहकार्याशिवाय पूर्ण होऊ शकले नसते.

आमचे जय आणि पराजय, आमचे यश आणि अपयश यांविषयीही आम्ही कृतज्ञ आहोत. कारण आयुष्यातील चढउतारांशिवाय व्यक्तिगत आणि व्यावसायिक प्रगती साधत नाही. त्याला सामोरे गेल्याशिवाय आज आम्ही जिथे आहोत, तिथे पोहोचू शकलो नसतो.

मेरेडिथ मॅक्इव्हर आणि कॅथी हिस्ले यांनी संपादनात केलेल्या साह्याबद्दल त्यांचे विशेष आभार. द ट्रम्प ऑर्गनायझेशनमधील ॲलेन वेसेलबर्ग, मायकेल कोहेन, ऱ्होना ग्राफ, जोनाथन ग्रॉस आणि कॅसी केनेडी; तसेच रिच डॅड कंपनी आणि प्लेटा पब्लिशिंगमधील माईक सुलिव्हन, मरियन व्हॅन डाइक, अनिता रॉड्रिगेझ, मायकेल ज्यो, ऱ्होंडा हिचकॉक व मोना गॅम्बेट्टा यांचेही विशेष आभार. त्यांचे संघटित प्रयत्न आणि उद्योजकीय अंतर्दृष्टीमुळेच *मिडास टच*चे स्वप्न प्रत्यक्षात उतरू शकले.

नावीन्याचा शोध घेत, धोके पत्करत आणि अनंत अडथळ्यांवर मात करत स्वत:बरोबरच आपले, कुटुंबाचे आणि जगातील अब्जावधी लोकांचे आयुष्य अधिक चांगले करण्यासाठी धडपडणाऱ्या सर्व उद्योजकांचेही मनापासून आभार.

उद्योजकतेपेक्षा अधिक उदात्त असे जगात काही नाही. त्यामुळे तुमचे प्रयत्न, तुमचे यश आणि जगाला तुम्ही देत असलेले योगदान यांबद्दल आम्ही तुम्हाला सलाम करतो.

प्रस्तावना

– मार्क बर्नेट

उद्योजकांना एकाच एका ध्येयाने पछाडलेले असते. आपल्याला कोठे जायचे आहे, यावर त्यांची नजर खिळलेली असते. ही एकाग्रता इतकी तीव्र असते की, कोणतीही गोष्ट त्यांना अगर त्यांच्या योजनांना त्या मार्गापासून परावृत्त करू शकत नाही.

डोनाल्ड यांना प्रत्यक्ष भेटण्यापूर्वी खूप दिवस आधी मी त्यांचे *द आर्ट ऑफ द डील* हे पहिले पुस्तक वाचले. त्यावेळी लॉस एंजेलिसच्या सागरकिनाऱ्यावर मी टीशर्ट विकत असे. मध्ये वेळ मिळेल तसा मी हे पुस्तक वाचत होतो. मला त्यात एक गोष्ट विशेष भावली ती म्हणजे, व्यवसायासंबंधी कोणतेही प्रशिक्षण न घेतलेल्या माझ्यासारख्या व्यक्तींसाठी ते पुस्तक लिहिले होते. स्थावर मालमत्ता उद्योग क्षेत्रातील बादशहाच असलेल्या डोनाल्ड ट्रम्प यांच्याविषयी माझ्या मनात एक प्रकारची भीती व दराराच होता. या व्यक्तीला आपण आयुष्यात कधी एकटे भेटण्याची तर सोडाच; पाहण्याचीसुद्धा संधी आपल्याला मिळेल, असे वाटले नव्हते. त्यांच्याबरोबर भागीदारीत व्यवसाय करण्याची कल्पना तर मी कधीच केली नव्हती.

पराभूत मनोवृत्तीची व्यक्ती आपण कशी ओळखू शकतो, याबाबतची, डोनाल्ड यांनी *द आर्ट ऑफ द डील*मध्ये दिलेली एक गोष्ट माझ्या चांगलीच लक्षात आहे. त्यांच्या मते, धुळीने माखलेल्या मोटारीवर 'विक्रीसाठी' अशी पाटी लावणारी व्यक्ती म्हणजेच पराभूत मनोवृत्तीची व्यक्ती. हे तर सहज पटण्यासारखे आहेच, पण अनेक व्यवसायांमध्ये अनेक लोक अशाच प्रकारे व्यवहार करत असतात याचेही आश्चर्य वाटते.

जगातील अनेक देशांमध्ये रॉबर्ट यांची सुमारे तीन कोटी पुस्तके विकली गेली आहेत. लोकांना हवा असलेला किंवा ऐकण्याची इच्छा आहे, असा संदेश निश्चितच त्यांच्याकडे आहे. ते स्वत:ला प्रथमत: शिक्षक मानतात आणि माझ्या मते डोनाल्ड हेसुद्धा शिक्षकच आहेत. अमेरिकेतील दूरचित्रवाणी वाहिनीवरील *द ॲप्रेंटिस* ही त्यांची मालिका लोकांना चार चांगल्या गोष्टी शिकवते आणि तेच तिच्या यशाचे गमक आहे, असे मला वाटते. त्यामुळेच ही मालिका लोकप्रिय आहे आणि दीर्घ काळपर्यंत सुरू आहे. या दोन शिक्षकांकडे, व्यवसाय-उद्योग क्षेत्रातील या दोन दिग्गजांकडे आपल्या सर्वांसाठी एक संदेश आहे.

मिडास टच या पुस्तकात म्हटल्याप्रमाणे उद्योजकता ही सध्याच्या काळातील एक प्रकारची जबाबदारी बनली आहे किंवा ती तशी असायला हवी. त्यामुळेच हे पुस्तक अतिशय कालसुसंगत आहे. रोजगार निर्माण करण्याची प्रतिभा असलेले लोक आम्हाला हवे आहेत. ज्यांच्याकडे उद्योजक बनण्यासाठीची कौशल्ये किंवा क्षमता आहेत, त्यांनी समाजाला भरीव योगदान देण्यासाठी त्या कौशल्यांचा विकास करायला हवा. त्यासाठी, दोन

सर्वस्वी भिन्न पार्श्वभूमीतून पुढे आलेल्या आणि दोन वेगळे दृष्टिकोन असलेल्या अतिशय यशस्वी उद्योजकांचे हे पुस्तक वाचकांसाठी गुरूमंत्रच आहे.

ज्यांना कोणाला उद्योजकतेच्या क्षेत्रात पाऊल ठेवायचे आहे, त्यांनी या पुस्तकाची ओळन्‌ओळ वाचली पाहिजे.

उद्योजकांकडे तीव्र इच्छाशक्ती आणि एखाद्या गोष्टीवर लक्ष केंद्रित करण्याची क्षमता असते. डोनाल्ड यांच्या या क्षमता मी खूप पूर्वीच पाहिल्या आहेत. रॉबर्ट यांच्याकडेही अशीच गुणसंपदा आहे. या दोघांचीही इच्छाशक्ती आपल्या डोळ्यांत भरणारी आहे. ते कधीही थांबत नाहीत आणि त्यांनी साध्य केलेले यश उल्लेखनीय आहे. त्यामुळे ते काय म्हणताहेत हे समजून घेण्यासाठी तुम्ही वेळ काढाल, अशी आशा मला वाटते.

उपोद्घात

स्वप्नाळू... की उद्योजक?

एक उद्योजक होता. लहानपणापासूनच कोणत्याही गोष्टीचे तंत्र समजून घेण्याची त्याला सवय होती. जग बदलण्याची संधी आपल्यापुढे उभी आहे, असे त्याला एकदा जाणवले. जगभरातल्या लोकांचे आयुष्य अधिक चांगले बनवण्याचा मार्ग त्याला दिसला. त्या मार्गाने तो निघाला. स्वत: श्रीमंत होण्यासाठी नाही; तर चाकोरीत अडकलेल्या लोकांना नवा मार्ग दाखवण्याचे आपले स्वप्न साकार करण्यासाठी.

आपली कल्पना प्रत्यक्षात उतरवण्यासाठी त्याला अनेक आव्हानांना सामोरे जावे लागले. आपल्या स्वप्नातील उत्पादनाच्या असंख्य प्रतिकृती तो बनवत राहिला – प्रत्येक वेळी त्यात छोटीशी का होईना सुधारणा करत गेला – त्यातून, संघर्ष करत, त्याचा उद्योग उभारत गेला. पण, त्याचे स्वप्न – त्याची ध्येयदृष्टी पाहू न शकणाऱ्या लोकांशी त्याचा खरा संघर्ष होता. त्यांना जग आहे तसेच दिसत होते. त्याच्या पलीकडे जाऊन पाहण्याची आणि आपली दृष्टी विस्तारण्याची त्यांची तयारी नव्हती. लढाया तर प्रत्येक पावलागणिक लढाव्या लागल्या, पण तो पुढे जातच राहिला. तो स्वत:ला तपासत राहिला. त्याला अनेक गोष्टींचा त्याग करावा लागला. मुख्य प्रवाहातून तो अनेकदा बाहेर फेकला गेला. तो खूप वेळा हरला – अपयशी ठरला. पण 'प्रत्येक अपयश ही नव्याने सुरुवात करण्याची – आणखी हुशारीने पुढे जाण्याची संधी असते', असे मानत राहिला.

शालेय जीवनात तो काही फार चांगला विद्यार्थी नव्हता. तो खूपच कमी शिकला. पण कोणतीही गोष्ट कशी चालते, हे समजून घेण्याची त्याची सतत धडपड असे. घड्याळे उघडून – त्याचे भाग सुटे करून ते पुन्हा जोडणे हा त्याचा फावल्या वेळातला छंद होता. त्याच्याकडे कोणतीही पदवी नव्हती, मात्र, कौशल्ये आजमावण्यासाठी तो रात्रशाळेत गेला. त्याचे मन आणि बुद्धी तल्लख होती. आणि अखेरीस तो आपली कला इतरांना शिकवणारा एक आवडता शिक्षक बनला. त्याच्यासारखेच उत्साही असलेले विद्यार्थी त्याच्या भोवती जमू लागले. प्रकल्पांवर काम करण्यासाठी आणि त्यातूनच संपूर्ण प्रक्रिया त्याच्याकडून शिकण्यासाठी ते रात्री उशिरापर्यंत स्वेच्छेने थांबू लागले. प्रतिभावान लोक आकर्षित करण्याची आणि इतरांबरोबर काम करण्याची त्याची क्षमता अद्भुत आणि हेवा वाटावी अशी होती. त्याला माहीत नसलेल्या गोष्टी ज्या लोकांना माहीत आहेत, अशा लोकांना त्याने आपल्या अवतीभोवती आपल्या व्यवसायात जमा केले.

त्याच्या उत्पादनावर विश्वास बसलेल्या लोकांकडून आर्थिक गुंतवणूक मिळवण्यास तो यशस्वी झाला. परंतु, त्याच्या स्वप्नावर – त्याच्या ध्येयदृष्टीवर लोकांचा विश्वास नेहमीच होता असे नाही. त्यांचा फक्त पैशावरच डोळा असल्याने तो अनेकदा अस्वस्थ, उद्विग्न झाला. एका टप्प्यावर तर त्यानेच उभ्या केलेल्या व त्याचेच नाव असलेल्या

कंपनीतून त्याची हकालपट्टी झाली. दुसरा कोणी असता, तर त्याने कधीच धीर सोडला असता आणि एखादी नोकरी पत्करली असती.

काही वर्षे आधी त्याने एका नामवंत कंपनीतली चांगल्या पगाराची सुरक्षित नोकरी सोडली होती. उद्योजकतेतून फार काही चांगले उत्पन्न मिळत नव्हते. त्यामुळे त्याच्या कुटुंबाला अनेकदा राहत्या जागा बदलाव्या लागल्या आणि स्वस्त राहणीमान असलेल्या परिसरात स्थलांतरित व्हावे लागले. आश्चर्याची बाब म्हणजे तो नोकरी करत असताना त्याच्या जगविख्यात मालकाकडूनच त्याला स्वत:चा उद्योग-व्यवसाय सुरू करण्याची प्रेरणा मिळाली. लहानपणापासून त्यांचा आदर्श त्याच्या नजरेसमोर होता. आणि एके दिवशी अगदी काही मिनिटांकरता का होईना, त्यांना भेटण्याची संधी त्याला मिळाली. ती संधी अचूक साधत त्याने मोजक्या शब्दांत त्याची नाविन्यपूर्ण कल्पना त्यांच्यासमोर मांडली. समोरच्या गृहस्थाने टेबलावर आपली मूठ आपटत ठामपणे सांगितले, 'तरुण माणसा, हीच ती गोष्ट आहे. तुझ्याकडे ती आहे. ती सोडू नकोस.'

निष्ठेने साथसोबत करणाऱ्या पत्नीला तो उद्योजक म्हणाला, 'त्यांनी टेबलावर आपटलेली मूठ माझ्यासाठी हजारो शब्दांपेक्षा अर्थपूर्ण आहे. पुढच्या वर्षी कदाचित तुला माझा फार सहवास लाभणार नाही.' प्रत्यक्षात घडले असे की, यश मिळायला त्याला एकापेक्षा अधिक वर्षे, काही दशके वाट पाहावी लागली.

उत्तरे अशी सहज आर्किमिडीजला लाभलेल्या 'युरेका' क्षणांमधून मिळत नाहीत. हेन्री फोर्ड यांनाही तशी ती मिळाली नाहीत. त्यांनी सभोवतालच्या जगाचे निरीक्षण केले आणि आपली संधी व जीवनाच्या उद्देशापर्यंत ते हळूहळू पोहोचले. उद्योजक एखाद्या नव्या तंत्रज्ञानाचा संशोधक असण्याची गरज नाही, हे त्यांनी दाखवून दिले. त्यांना मिळालेले अफाट यश त्यापेक्षाही अधिक मूल्यवान अशा गोष्टीतून आले – ती म्हणजे ब्रँड – वैशिष्ट्यपूर्ण अशी ओळख. त्या काळात प्रचलित असलेल्या, ग्राहकांसाठी खास बनवण्यात येणाऱ्या मोटारी हेन्री फोर्ड यांच्या जगाकडे पाहण्याच्या दृष्टिकोनाशी जुळत नव्हत्या. त्याकाळी फक्त श्रीमंतांनाच परवडू शकेल, अशा प्रकारची दर्जेदार सुविधा व आराम त्यांना प्रत्येकाला द्यायचा होता.

त्यांना जग बदलण्याची इच्छा होती. इंधनाच्या ज्वलनातून मिळणाऱ्या ऊर्जेवर चालणारे इंजिन (कम्बशन इंजिन) व त्यावर आधारित एकसारख्या मोटारींचे उत्पादन करणारा कारखाना हे त्यामागचे सूत्र होते. त्यांचे आदर्श व एके काळचे मालक थॉमस अल्वा एडिसन यांनाही ही गोष्ट पटली. त्यामुळेच त्यांनी टेबलावर जोरदार मूठ आपटत हेन्री फोर्ड यांना प्रोत्साहन दिले. त्यांच्यात तीव्र ऊर्जेचा संचार घडवला आणि अनेक अपयशांचा सामना करत वर्षानुवर्षे चिकाटीने प्रयत्न करण्याची प्रेरणा दिली.

हेन्री फोर्ड यांनी मोठे स्वप्न पाहण्याचे धाडस केले. एका रविवारी चर्चमधील प्रार्थनेदरम्यान धर्मोपदेशकाचे वचन त्याने ऐकले- ''तुमची गाडी अवकाशातील ताऱ्याकडे न्या.'' त्यांनी बहिणीला सांगितले की, मी हेच करणार आहे. सन १८९३मध्ये घडलेली ही घटना. त्यानंतर दहा वर्षांनी २३ जुलै १९०३ रोजी, शिकागोतील एक दंतवैद्य डॉ. अर्न्स्ट फेनिंग यांनी फोर्ड मोटार कंपनीचे पहिले मॉडेल 'ए' खरेदी केले.

हेन्री फोर्ड यांनी ते साध्य केले होते. ते आता फक्त स्वप्न पाहत नव्हते; तर एक उद्योजक बनले होते.

अनुक्रमणिका

चारित्र्याची ताकद
दुर्भाग्य बदला सुभाग्यात

यशाचा 'फोकस'
यशस्वी होईपर्यंत मार्ग सोडू नका!

ब्रँडओळख
तुमची ओळख, तुमची मूल्ये

नातेसंबंधांची घडण
वाईट भागीदारांसमवेत तुम्ही
चांगला व्यवसाय उभारू शकत नाही

छोट्याच; तरीही महत्त्वाच्या गोष्टी
यशस्वी उद्योजक करतात;
पण इतरांचे दुर्लक्ष होते अशा कळीच्या गोष्टी

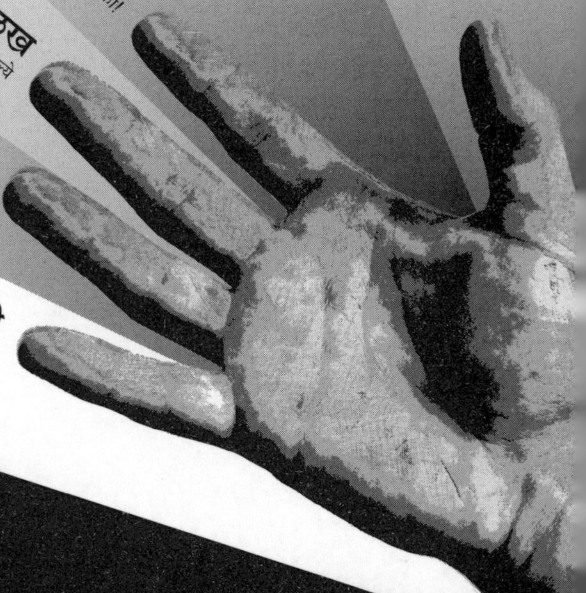

तुमचा मिडास टच

विकसित करण्यासाठीचे मार्गदर्शन

डोनाल्ड जे. ट्रम्प आणि रॉबर्ट टी. कियोसाकी

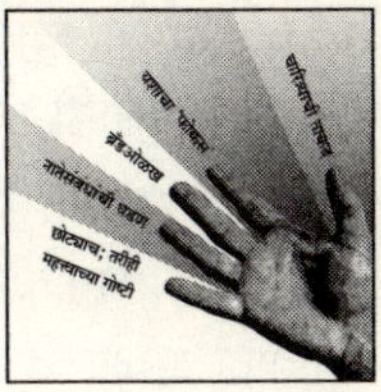

विषयप्रवेश

उद्योजक वेगळे असतात

हे पुस्तक, उद्योजक आणि ते इतरांपेक्षा वेगळे कसे असतात, यांविषयी सांगणारे आहे. जे स्वत: उद्योजक आहेत किंवा ज्यांना उद्योजक बनायचे आहे, अशांसाठी हे पुस्तक आहे.

महाविद्यालयातल्या प्राध्यापकांनी विद्यार्थ्यांना उद्योजकता शिकवण्यासाठी लिहिलेले हे पाठ्यपुस्तक नाही. ते कोणतेही गुलाबी चित्र वाचकांपुढे उभे करत नाही. यशाकडे जाण्याच्या पायऱ्या किंवा नियोजनबद्ध मार्गही ते सांगत नाही. असे दोन्ही प्रकार अवास्तव असतात आणि हे पुस्तक प्रत्यक्ष वास्तव मांडणारे आहे. याचे कारण ज्या उद्योजकांनी यश मिळवले, जे अपयशी ठरले आणि जिंकण्यासाठी जे पुनःपुन्हा लढले, यशस्वी होईपर्यंत झुंजत राहिले अशांनी लिहिलेले हे पुस्तक आहे. आणि या पुस्तकात आम्ही अगदी खुलेपणाने आमच्या कहाण्या सांगितल्या आहेत.

स्वप्ने पाहण्याची, जिंकण्याची, हरण्याची आणि पुन्हा जिंकण्याची, पुन्हा प्रयत्न करण्याची *उद्योजकांची क्षमता* म्हणजे खरी उद्योजकता. तो उद्योजकतेचा आत्मा आहे. उद्योग-व्यवसायात असलेल्या इतरांपासून उद्योजकाचे वेगळेपण दर्शवणारे ते वैशिष्ट्य आहे. ज्यांना उद्योजक व्हायची इच्छा आहे आणि जे उद्योजक बनू शकतात, त्यांच्यातील फरकही हाच आहे.

या पुस्तकाच्या लेखनाची प्रक्रिया जवळपास तीन वर्षे सुरू होती. फक्त उद्योजकच खऱ्या नोकऱ्या, खरे रोजगार तयार करू शकतात, यावर आमचा विश्वास असल्यानेच आम्ही या पुस्तकावर परिश्रम घेणे सुरू ठेवले. सध्याचे जग प्रचंड प्रमाणातील बेकारी, बेरोजगारी अनुभवत असताना त्याला खरी गरज रोजगार निर्माण करण्याचीच आहे.

'दीर्घकालीन बेरोजगारी' समाजात अस्वस्थता निर्माण करते. त्यातूनच क्रांती जन्माला येते. मध्य-पूर्वेत २०११मध्ये झालेले उठाव, दंगली त्याच्याच निदर्शक होत्या. लोकांची काम करण्याची इच्छा आहे, त्यांच्याकडे क्षमता आहे, रोजगारासाठी ते आसुसलेले आहेत; पण त्यांना संधीच नाही. अशा परिस्थितीत उठावांचा भडका उठणारच. मोठ्या प्रमाणातील बेरोजगारीने ग्रासलेल्या समाजात हे लोक राहत होते. देशातून होणारी निर्यात मंदावली, तर काय होईल या विचाराने चीनसारख्या देशांचाही थरकाप उडतो. लक्षावधी बेरोजगारांची फौज उभी राहण्याच्या शक्यतेनेही ते धास्तावतात. अमेरिकेच्या सरकारलाही अशीच चिंता

सतावते आणि त्यामुळेच रोजगार निर्माण करण्यासाठी नवे कायदे, कार्यक्रमांची ते घोषणा करते व त्यासाठी अब्जावधी डॉलर्स खर्च करण्याची तयारी ठेवते.

पण समस्या ही आहे की, कोणतेही सरकार – आपले किंवा इतरांचे – खरा रोजगार निर्माण करू शकत नाही. फक्त उद्योजकच ते करू शकतात. फक्त उद्योजकच भविष्य पाहू शकतात आणि ते प्रत्यक्षात उतरवू शकतात. त्यासाठी जोखीम पत्करण्याची, हरण्याची आणि जिंकण्याची व असे अनेकदा करण्याची त्यांची तयारी असते. या प्रक्रियेत ते जगभरातील लोकांसाठी नवे उद्योग आणि नव्या संधी निर्माण करतात.

दुसरी समस्या ही आहे की, शाळा–महाविद्यालये उद्योजक घडवत नाहीत, घडवू शकत नाहीत. नोकरदार, कर्मचारी तयार करण्याच्या दृष्टीने शाळा–महाविद्यालयांची रचना करण्यात आली आहे. त्यामुळेच लोक म्हणतात की, 'चांगली नोकरी मिळवायची असेल, तर शाळेत जा.' त्यामुळे बहुतांश विद्यार्थी – अगदी एमबीए पदवीधरही, अखेर नोकरदारच बनतात, ते उद्योजक बनत नाहीत. शाळा–महाविद्यालयांमधून दरवर्षी लक्षावधी विद्यार्थी बाहेर पडतात. शिक्षणासाठीच्या कर्जाचे त्यांच्यावर प्रचंड ओझे असते. पण ते चांगल्या नोकऱ्याही शोधू शकत नाहीत. आजमितीला असंख्य तरुण आणि म्हातारे लोक नोकऱ्यांच्या शोधात आहेत किंवा त्यांना आपल्या नोकऱ्या जाण्याची धास्ती वाटते आहे. आम्हाला नवे रोजगार निर्माण करणारे, नवे व्यवसाय उभे करणारे उद्योजक मोठ्या संख्येने हवे आहेत.

सन २००७मध्ये जगातील आर्थिक बाजारपेठ कोसळली. जागतिक महामंदीपेक्षा हा धक्का मोठा होता. त्यानंतर अर्थव्यवस्था पूर्वपदाला येईल, याची अनेक जण आतुरतेने वाट पाहत आहेत. अर्थव्यवस्था पुन्हा उभारी घेईलही; पण ती जुनी, पूर्वीसारखी अर्थव्यवस्था नसेल. औद्योगिक युगातील जुनी अर्थव्यवस्था आता मरणपंथाला लागली आहे आणि माहिती युगातली नवी अर्थव्यवस्था उदयाला येत आहे. या नव्या अर्थव्यवस्थेचे – नव्या जागतिक अर्थव्यवस्थेचे नियम सारखे असणार नाहीत. आणि आयुष्यभर सुरक्षित नोकरीची हमी, निवृत्तीवेतन व अनुषंगिक लाभ, कामगार संघटना अशा औद्योगिक युगातल्या जुन्या कल्पनाही नव्या माहिती युगात टिकणार नाहीत, टिकू शकणार नाहीत.

'फॉर्च्युन *500*' या जगभरातील आघाडीच्या कंपन्यांच्या यादीतील अनेक व्यवसाय औद्योगिक युगात जन्माला आले होते. ते आता मागे पडत आहेत. सध्याच्या पेचप्रसंगातून उद्याच्या 'फॉर्च्युन *500*' कंपन्या व व्यवसाय उदयाला येत आहेत. उद्योजकतेचे नवे युग आणि उद्योजकांचा नवा वर्ग त्यांचे नेतृत्व करणार आहे.

अशा उद्योजकांसाठी आणि असे उद्योजक बनण्याची महत्त्वाकांक्षा बाळगणाऱ्यांसाठी हे पुस्तक आम्ही लिहीले आहे. हे पुस्तक व्यावसायिक जगताची माहिती देण्यासाठी नाही. एक यशस्वी उद्योजक बनण्यासाठी काय केले पाहिजे, हे सांगण्यासाठी त्याचा जन्म आहे.

एक उद्योजक म्हणून गेल्या काही दशकांमध्ये आम्ही मिळवलेले यश, आमचे अपयश, आमचे विचार, आमच्या श्रद्धा हे सर्व आम्ही तुम्हाला खुलेपणाने सांगत आहोत. दहापैकी नऊ उद्योजक अपयशी होत असताना आम्ही यशस्वी का झालो, हे तुम्ही त्यातून शिकाल. लौकिक यशाच्या आणि संपत्तीच्या पलीकडे कसे जायचे, आपल्या उद्योगाचे

रूपांतर आंतरराष्ट्रीय ब्रँड असलेल्या व्यवसायात कसे करायचे याचे अनुभव आम्ही तुम्हाला सांगू इच्छितो. अनेक उद्योजकांचे ते स्वप्न असते, परंतु प्रत्येकाला त्यात यश मिळत नाही. असे यश साध्य करण्यासाठीच्या कळीच्या गोष्टी आम्ही तुमच्याशी बोलणार आहोत. त्याहून महत्त्वाचे म्हणजे इतर अनेक जण निराश होऊन मागे फिरत असताना आम्ही अधिकाधिक मोठ्या आव्हानांना सामोरे कसे गेलो, हे हितगुज तुमच्याशी साधायचे आहे. आम्ही एकत्रितपणे लिहिलेले हे दुसरे पुस्तक आहे. हात लावाल त्या गोष्टीचे सोन्यात रूपांतर कसे करायचे - त्यासाठी उद्योजकतेचा 'मिडास टच' आम्ही कसा मिळवला, हे या पुस्तकात आम्ही तुम्हाला सांगणार आहोत आणि तुम्हालाही अशी मिडास टचची किमया कशी साधेल, याचा मंत्र तुम्हाला देणार आहोत.

या पुस्तकाची विभागणी पाच प्रकरणांमध्ये करण्यात आली आहे. हे प्रत्येक प्रकरण मिडास टच संपादन केलेल्या हाताच्या पाच बोटांचे प्रतिनिधित्व करते. त्यांचे रूपक त्यातून उलगडण्यात आले आहे. प्रत्येक प्रकरणात आम्ही आमचे व्यक्तिगत अनुभव, गोष्टी सांगितल्यानंतर सारांशरूपाने प्रमुख मुद्दे दिले आहेत. त्यानंतर लक्षात ठेवायच्या आणि करावयाच्या गोष्टी आम्ही सांगितल्या आहेत. तुमच्या आयुष्यात तुम्हाला करता येतील, अशा प्रत्येक प्रकरणाच्या शेवटी दिलेल्या कृती तुम्हाला नक्कीच उपयोगी पडतील.

यशाचे स्वप्न पाहणाऱ्या प्रत्येक उद्योजकासाठी अत्यावश्यक पाच महत्त्वाचे घटक या पाच बोटांमधून व्यक्त होतात. यशस्वी उद्योजक होण्यासाठी त्यावर प्रभुत्व मिळवणे गरजेचे आहे. कोणत्याही शाळेत त्याबद्दलचे शिक्षण दिले जात नाही.

उद्योजकतेचा मिडास टच असलेला हात हे एक आदर्श रूपक आहे. उद्योजक म्हणून यशस्वी होण्यासाठीची महत्त्वाची गुणसंपदा त्यातून ध्वनित होते. प्रत्येक बोट प्रतिनिधित्व करत असलेल्या गुणांची साधना करा, त्यावर प्रभुत्व मिळवा म्हणजे काही उद्योजक अतिशय यशस्वी का होतात व बहुतांश अपयशी का ठरतात, याचे मर्म तुम्हाला समजेल.

अंगठा हा उद्योजकाच्या चारित्र्याचे सामर्थ्य दर्शवतो. शून्यातून विश्व उभे करताना अपरिहार्यपणे येणारी हार-जीत, आशा-निराशा यांचा सामना करणे व त्यावर मात करणे चारित्र्याच्या अशा भक्कम आधाराशिवाय शक्य नसते. उद्योजकतेच्या अनवट, न धुंडाळलेल्या वाटा संकटांनी भरलेल्या असतात.

तर्जनी - अंगठ्याशेजारचे बोट हे यशाचा तुम्ही किती एकाग्रतेने, विचलित न होता पाठपुरावा करता त्याचे निदर्शक आहे. ध्येयाची दिशा दाखवणारे ते बोट इंग्रजी 'फोकस' शब्दातील आद्याक्षरांमधून अर्थपूर्णरीत्या व्यक्त होते. 'फॉलो वन कोर्स अनटिल सक्सेसफुल' *(F O C U S)* हा या फोकसचा मंत्र 'उठा, जागे व्हा आणि ध्येय प्राप्त झाल्याशिवाय थांबू नका', या वचनासारखाच आहे. यशस्वी होण्यासाठी उद्योजकांनी आपल्या शक्ती अशा 'फोकस' करण्याशिवाय गत्यंतर नाही.

मधले बोट हे पंजातील सर्वांत लांबसडक बोट असते. ते तुमच्या ब्रँडविषयी सर्व काही सांगते. तुमच्या मूल्यांचे - तुम्ही कशासाठी पाय रोवून उभे आहात - याचे प्रतिबिंब त्यात असते. असा स्वत:चा भरभक्कम ब्रँड निर्माण केल्याशिवाय आणि जगाला त्याचे दर्शन घडवल्याशिवाय खराखुरा मिडास टच तुम्हाला साध्य होऊ शकणार नाही.

नव्या नात्याची निजखूण सांगणारी अंगठी ज्यात घातली जाते, ती अनामिका. करंगळीशेजारचे हे बोट तुमच्या भागीदारांशी असलेल्या नातेसंबंधांवर भाष्य करते. व्यवसायात यशस्वी होण्यासाठी चांगला भागीदार व सहकारी मिळवणे आवश्यक आहे. असा चांगला भागीदार आपण कसे बनायचे आणि यशासाठी आवश्यक विविध नात्यांचा गोफ कसा विणायचा, याचे भान हे बोट देते.

शेवटचे बोट म्हणजे करंगळी. ती छोट्या, तरीही अतिशय महत्त्वाच्या ठरू शकणाऱ्या गोष्टींची आठवण करून देते. त्याचा अर्थ फक्त लहानसहान तपशिलावर विजय मिळवण्यापुरता मर्यादित नाही. अनेकदा छोट्याच गोष्टींचे मोठ्या गोष्टींमध्ये रूपांतर होते आणि तुमच्या व्यावसायिक यशाचे गणितच बदलून जाते. तुमचे ग्राहक, तुमचा व्यवसाय याच्या विकासात अशी मोठी बनू शकणारी लहान गोष्ट कोणती हे शोधायला तुम्ही या पुस्तकाच्या माध्यमातून शिकाल.

तुम्हाला लक्षात येईल की, यातील प्रत्येकच घटक आपापल्या परीने महत्त्वाचा आहे. त्यांचा एकत्रित विचार व वापर केल्यास ही शक्ती अनेक पटीने वाढते. त्यासंबंधीची जागृती, आवश्यक कौशल्ये संपादन करणे, त्यासाठीचे शिक्षण व ज्ञान मिळवणे यातून तुमच्या हातात जी शक्ती येते, ती खरा 'मिडास टच' देणारी अद्भुत शक्ती असते. या हाताचा स्पर्श, त्यातून प्रकट होणारे तेज काही निराळेच असते. उद्योजकतेचे असे तेज आपले जग उजळवण्यास उपयोगी ठरू शकते. खरेच, प्रचंड बेरोजगारी, नोकऱ्यांमधील असुरक्षितता, आर्थिक असुरक्षितता या जागतिक समस्यांवर मात करण्यासाठी जगाला असे अनेक उद्योजक हवे आहेत व ते मोठ्या संख्येने हवे आहेत. असा 'मिडास टच' लाभलेल्या यशस्वी उद्योजकांची आम्हाला नितांत आवश्यकता आहे.

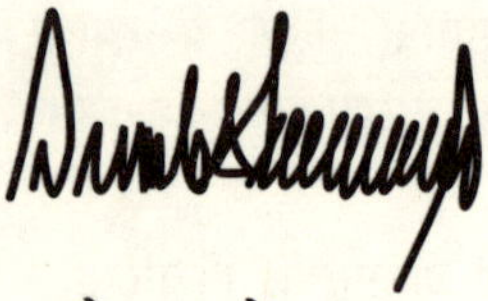

डोनाल्ड जे. ट्रम्प

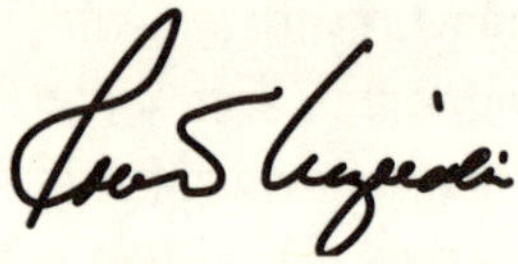

रॉबर्ट टी. कियोसाकी

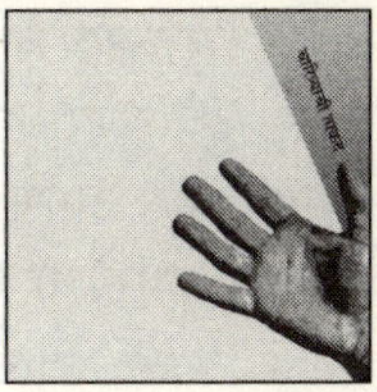

प्रकरण पहिले

मिडास टच देणाऱ्या हाताचा अंगठा : चारित्र्याची ताकद

'आयुष्य हे धार लावणाऱ्या दगडासारखे असते. ते तुमचा भुगा करते की, तुम्हाला आणखी चमकदार बनवते, हे तुम्ही कशाचे बनले आहात, त्यावर ठरते.'

– अनामिक

दुर्दैवाचे सुदैवात रूपांतर करण्याची किमया

रॉबर्ट कियोसाकी

सन २०००च्या प्रारंभी मी ऑस्ट्रेलियातील एका दुर्गम भागात होतो. नागरी वस्त्यांपासून दूर असलेल्या या ठिकाणी मी काही मित्रांसमवेत सुटीची मजा अनुभवायला गेलो होतो. जगातील अत्यंत सुंदर अशा प्रदेशांपैकी हा एक भाग आहे. तेथे पोचण्यासाठीच मला जवळपास आठवडा लागला होता.

एका संध्याकाळी माझा सॅटेलाइट फोन खणखणला. अमेरिकेतील फिनिक्समध्ये असलेली माझी पत्नी किम फोनवर बोलत होती.

ती उत्सुकतेने म्हणाली, ''माहीत आहे काय झालं? ओप्राच्या निर्मात्यांचा फोन आला होता. ओप्राला तिच्या शिकागोतील कार्यक्रमात तुम्हाला सहभागी करून घ्यायचे आहे.''

''अरे वा. मस्तच! पण मीच का?'' मी उत्तरलो.

''तिला तुमच्या आयुष्याविषयी आणि तुमच्या *रिच डॅड, पुअर* डॅड पुस्तकाविषयी चर्चा करायची आहे.''

''छान! मला त्यासंबंधीची माहिती वेळोवेळी देत राहा,'' मी पुढे सांगितले.

''तुम्ही पुढच्या काही दिवसांतच कार्यक्रमासाठी दाखल व्हावे, अशी तिची इच्छा आहे,'' किमने सांगितले.

''पुढच्या काही दिवसांत?'' मी नाखुषीनं म्हणालो. ''मी नुकताच इथे आलो आहे. इथे येण्यासाठी मला किती दिवस लागले, हे तुला माहिती आहे? दोन दिवसांचा विमानप्रवास आणि चार दिवस मोटारीचा प्रवास, आपल्याला कार्यक्रमाची आखणी थोड्या नंतरच्या तारखेला करता येणार नाही का?''

''नाही. त्यांच्या सर्व प्रश्नांची उत्तरे देताना मी मेटाकुटीला आले आहे. तुझी कहाणी खरी आहे, याची खातरजमा करण्यासाठी निर्मात्यांनी रिच डॅडच्या मुलाशीही संपर्क साधला. तुझे दोन्ही डॅड खरे आहेत का, याची चौकशी त्यांनी केली. ते अतिशय उत्सुक आहेत आणि त्यांना तू आता इथे हवा आहेस'', असे सांगताना किमने थोडा श्वास घेतला. ती म्हणाली, ''ही संधी तू दवडू नकोस. लगेच परतीच्या प्रवासाला लाग. सिडने विमानतळावर प्रवासाची नवीन तिकिटं तुझी वाट पाहत असतील.''

सहा दिवसांनी मी शिकागोत दाखल झालो.

ओप्राचा कार्यक्रम तिच्या स्वतःच्या हार्पो प्रॉडक्शन्सच्या स्टुडिओतूनच प्रसारित झाला. प्रतीक्षा कक्षातून एका तरुण सुंदर सहायकाने मला स्टुडिओकडे नेले. ओप्राच्या कार्यक्रमात सहभागी तिचे चाहते व प्रेक्षक आधीच स्थानापन्न झाले होते.

स्टुडिओतील वातावरण अतिशय भारलेले होते. ओप्राचे चाहते तिच्या आगमनाची उत्सुकतेने वाट पाहत होते. मी तेथे का आहे, हेच क्षणभर मी विसरून गेलो. शो बिझनेसमधील सर्वाधिक प्रभावशाली महिलेसमवेत मी दूरचित्रवाणीवर दिसणार आहे, हेच मी विसरून गेलो. ओप्रा विनफ्रेचा कार्यक्रम अमेरिकेतच सुमारे दोन कोटी प्रेक्षक पाहतात, हे मला माहिती होते. याशिवाय जगातील दीडशेहून अधिक देशांमध्ये हा कार्यक्रम प्रसारित होतो.

स्टुडिओचे निरीक्षण करत असताना व्यासपीठाच्या मध्यभागी मला दोन खुर्च्या दिसल्या. ही दुसरी खुर्ची कोणासाठी आहे, असा विचार क्षणभरच माझ्या मनात आला. ही दुसरी खुर्ची माझ्यासाठी होती, हे जाणवताच मी थरारलो.

तेवढ्यात ओप्रा विनफ्रे स्टुडिओत दाखल झाली. तिच्या स्वागतासाठी टाळ्यांचा प्रचंड कडकडाट झाला. ओप्राचे प्रत्यक्ष दर्शनही अतिशय प्रभावी व भारदस्त होते. स्टुडिओतील आणि दूरचित्रवाणीच्या प्रेक्षकांना उद्देशून ओप्राने थोडी प्रस्तावना केली आणि मग सहायकाने माझ्या हाताला स्पर्श करून हळुवारपणे विचारले, ''जाऊ या ना?''

मी एक दीर्घ श्वास घेतला आणि मनाशीच विचार केला, ''आता सराव करण्याची वेळ निघून गेली आहे.''

साधारण तासाभराने हा कार्यक्रम संपला. प्रेक्षकांनी पुन्हा टाळ्यांचा कडकडाट केला आणि ओप्राने दूरचित्रवाणीच्या जगभरातील प्रेक्षकांना अभिवादन करत त्यांचा निरोप घेतला. दूरचित्रवाणीचे कॅमेरे बंद झाले आणि ओप्रा माझ्याकडे वळली. स्मितहास्य करत ती म्हणाली, ''रिच डॅड, तुमच्या पुस्तकाच्या दहा लाखांहून जास्त प्रती मी आताच विकल्या आहेत.''

त्या वेळी, *रिच डॅड, पुअर डॅड* हे पुस्तक मी स्वतःच प्रकाशित केले होते. याचा अर्थ त्याच्या विक्रीतून मिळणाऱ्या नफ्यात कोणा प्रकाशकाची भागीदारी असणार नव्हती. मी गणितात फारसा हुशार नसलो तरीही मला पैशांचा हिशेब नक्कीच समजतो. खर्च वजा जाता

मला पुस्तकाच्या प्रत्येक प्रतीमागे पाच डॉलरचा फायदा मिळत होता. ओप्राने वर्तवलेला अंदाज खरा मानला, तर माझ्या पुस्तकाच्या दहा लाख प्रती खपणार होत्या. म्हणजे मी केवळ एका तासात ५० लाख डॉलर्सची कमाई केली होती. त्यावर कर द्यावा लागला, तरी हा फायद्याचा सौदा होता. हा दिवस माझ्यासाठी अनेक प्रकारे भाग्यशाली होता. मला त्या दिवशी त्याची जाणीव झाली नाही; पण मी एका तासात एक जगप्रसिद्ध व्यक्ती बनलो होतो. आणि तुम्हाला कदाचित ठाऊक असेल की, पैशापेक्षा प्रसिद्धीची नशा जास्त असते.

मी *रिच डॅड, पुअर* डॅड स्वतःच प्रकाशित केले. कारण अनेक प्रकाशकांनी ते प्रसिद्ध करण्याचे नाकारले. बहुतेक प्रकाशकांनी नम्र शब्दांत, त्यांना या पुस्तकात जराही रस नाही, हे मला सांगितले. दोन प्रकाशक तर मला इंग्रजीच्या शिक्षकांसारखेच भासले. मी चांगले लिहायला कसे शिकले पाहिजे, याचे धडेच त्यांनी मला दिले. एक प्रकाशक म्हणाले, ''तुमची गोष्ट अनेक विसंगतींनी भरलेली आहे. कोणताच वाचक त्यावर कधीही विश्वास ठेवणार नाही.'' आर्थिक विषयांवरची पुस्तके प्रकाशित करणारे एक जण म्हणाले, ''तुम्ही जे सांगताय, ते तुमचे तुम्हालाच कळत नाही.'' *रिच डॅड, पुअर* डॅड मधल्या ''तुमचे घर ही तुमची संपत्ती (ॲसेट) नाही'' या विधानावर त्यांचा रोख होता. अर्थात, अमेरिकेतील गृहकर्जांशी संबंधित सबप्राइम पेचप्रसंगानंतर, लक्षावधी रुपयांची दिवाळखोरी जाहीर झाल्यानंतर आणि अनेक घरांच्या किमती त्यांच्या गहाणखतापेक्षाही खूप खाली आल्यानंतर कदाचित या प्रकाशकांनी त्याचा पुन्हा विचार केला असावा.

पण हे नकारही मी अभिमानाने मिरवले. मी आणि माझी पत्नी किमने पुस्तकाच्या एक हजार प्रती स्वतःच छापल्या आणि एप्रिल १९९७मध्ये माझ्या वाढदिवसाला प्रसिद्ध केल्या.

सन १९९७ ते २००० या काळात *रिच डॅड, पुअर* डॅडला मौखिक प्रसिद्धी मिळाली. अनेक मित्रांनी त्यांच्या मित्रांना, मित्रांनी त्यांच्या कुटुंबातील सदस्यांना हे पुस्तक भेट दिले. यामुळे हे पुस्तक हळूहळू *न्यू यॉर्क टाइम्सच्या* सर्वाधिक खपाच्या पुस्तकांच्या यादीत समाविष्ट झाले. खासगीरीत्या किंवा स्वयंप्रकाशित असे हे एकमेव पुस्तक त्या यादीत होते. या यादीत रिच डॅड पाहूनच बहुधा ओप्राच्या निर्मात्यांनी माझ्याशी मुलाखतीसंदर्भात संपर्क साधला. या कार्यक्रमाचा व त्यामुळे लाभलेल्या प्रसिद्धीचा मला नक्कीच फायदा झाला. त्यानंतर दहा वर्षांनी – म्हणजे २०१०पर्यंत *रिच डॅड, पुअर* डॅड च्या सुमारे दोन कोटी २० लाख प्रती विकल्या गेल्या. जगभरातील शंभराहून अधिक देशांमध्ये हे पुस्तक गेले. पन्नासपेक्षा अधिक भाषांमध्ये या पुस्तकाची भाषांतरे झाली. ही ओप्राच्या कार्यक्रमाची ताकद होती.

ओप्राचा कार्यक्रम प्रसारित झाल्यानंतर पाठोपाठ वृत्तपत्रे, प्रसारमाध्यमांचे प्रतिनिधी माझ्याकडे आले. अनेकांना माझी ही दोन पित्यांची गोष्ट आवडली. काही थोडे लोक त्याबद्दल अजूनही साशंक होते. त्यांनी पुस्तकावर खरपूस टीकाही केली.

अपयशातूनच जातो यशाचा मार्ग

दूरचित्रवाणीच्या अनेक कार्यक्रमांनी आणि नियतकालिकांमधील अनेक लेखांनी माझ्या हाती अचानक, रातोरात यशाचे घबाड लागल्याचा शिक्का मारला. प्रत्येक वेळी हे शब्द वाचताना मी हसतो. हे पुस्तक प्रकाशित होण्याआधी मी जगाच्या दृष्टीने एक नगण्य,

दुर्लक्षित अशी व्यक्ती होतो आणि ओप्राच्या कार्यक्रमामुळे मी एका तासात जगप्रसिद्ध व्यक्ती झालो, ही गोष्ट खरी आहे. पण माझे यश एका रात्रीत मिळालेले यश - ओव्हरनाइट सक्सेस नक्कीच नाही. सन २०००मध्ये मी ५३ वर्षांचा होतो. याचा अर्थ जवळपास ५३ वर्षे मी यशापासून खूप दूरच होतो.

विजेच्या दिव्याचा शोध लावणारे आणि जनरल इलेक्ट्रिक कंपनीचे संस्थापक थॉमस एडिसन एकदा म्हणाले होते, ''मी अपयशी झालेलो नाही. कामाच्या दृष्टीने अयोग्य अशा दहा हजार गोष्टी मला सापडल्या आहेत.''

एडिसन यांचे हे विधान अनेक लोक यशस्वी उद्योजक का बनू शकत नाही, यावर झगझगीत प्रकाश टाकते. अनेक उद्योजक मिडास टच मिळवण्यात अपयशी का ठरतात, याचे स्पष्टीकरणही त्यातून मिळते. सोप्या शब्दांत सांगायचे तर, अनेक लोक यशस्वी होण्यात अपयशी ठरतात; कारण ते पुरेसे अपयशी होण्यात अपयशी ठरतात.

उद्योजकतेच्या मिडास टचचा विचार करताना हाताचा अंगठा तुमची भावनिक प्रगल्भता आणि चारित्र्याची ताकद याचे प्रतिनिधित्व करतो. अंगठ्याच्या मदतीशिवाय इतर चार बोटांना कोणत्याही गोष्टीची मजबूत पकड घेता येत नाही. त्याचप्रमाणे चारित्र्याची ताकद आणि भावनांची प्रगल्भता असल्याशिवाय रोजच्या जगण्यातली आव्हाने, आयुष्यातले चढउतार, हार-जीत आदी गोष्टींचा सामना करता येत नाही. आणि उद्योजकांसाठी तर रोजचा दिवसच अशा आव्हानांनी भरलेला असतो.

तुमच्यात काय कमी आहे?

अनेक लोक म्हणतात की, नव्या उद्योजकांसमोर दोन मुख्य अडथळे असतात. ते म्हणजे -

१. भांडवलाची कमतरता

२. व्यवसायातील सच्च्या - खऱ्याखुऱ्या अनुभवांची कमतरता

मला विचाराल, तर माझ्या अनुभवाच्या आधारे मी आणखी एका गोष्टीची भर घालेन -

३. भावनिक प्रगल्भता आणि चारित्र्याची ताकद यांची कमतरता

या सर्वांत भावनिक प्रगल्भता आणि चारित्र्याची ताकद या गोष्टींच्या कमतरतेमुळेच अनेक लोक उद्योजक बनू शकत नाहीत, असा माझा विश्वास आहे.

जगात अशा असंख्य हुशार, उच्चशिक्षित व प्रतिभासंपन्न लोकांचा भरणा आहे की, ज्यांना देवाने दिलेल्या या प्रतिभेचा - अलौकिक देणगीचा विकास करता येत नाही. एखादा विद्यार्थी यशस्वी होण्याची शक्यता सर्वाधिक आहे, असा अनेकांना विश्वास वाटतो, तो खरेच यशस्वी होतो का? ज्यांना आयुष्यात दुःख, यातना, विश्वासघाताच्या प्रसंगांचा अनेकदा सामना करावा लागला आहे, जे आपल्या अपयशाचा ठपका इतरांवर ठेवतात किंवा आपल्याला चांगल्या सुरुवातीसाठी पूरक वातावरणच नव्हते, अशी खंत बाळगतात, असे अनेक लोक आपल्याला माहीत असतात. आपल्याला असेही लोक ठाऊक असतात की, त्यांच्याकडे लक्षावधी रुपये कमावण्याच्या उत्तम कल्पना आहेत; पण आळशीपणाने गादीवर लोळण्यातच ते दिवस घालवतात. आपल्याभोवती असेही लोक असतात की, जे

भविष्याच्या स्वप्नांमध्येच मशगूल असतात; पण त्या दिशेने आज त्यांचे एक पाऊलही पुढे पडत नाही. लक्षावधी लोक असे आहेत की, ज्यांना जग बदलण्याची इच्छा आहे; मात्र स्वत:चे आयुष्य घडवण्यातही ते असमर्थ ठरतात. अनेक लोक असेही असतात की, खोटे बोलणे, चोऱ्या करणे, लोकांना ठकवणे हाच त्यांचा धंदा असतो; पण आपण जगातील सर्वांत प्रामाणिक लोक आहोत, असा त्यांचा विश्वास असतो.

भावनिक प्रगल्भता आणि चारित्र्याची ताकद दर्शवणारा मजबूत अंगठा ज्यांच्याकडे नाही, असे लोक त्यांच्या हातात मिडास टचचे सामर्थ्य आणू शकत नाहीत.

मला त्या वेळीच हे माहिती असते, तर...

उद्योजक होण्याची प्रबळ इच्छा असणाऱ्या लोकांशी, गटांशी मी अनेकदा बोलतो. त्यावेळी मी सुरुवातीलाच सांगतो की, "मला किती गोष्टी माहीत नाहीत, हे मला आधीच माहिती असते, तर कदाचित मी सुरुवातच केली नसती." मी असेही सांगतो की, "पुढे किती परिश्रम करावे लागणार आहेत, हे मला आधीच ठाऊक असते, तर मी कदाचित उद्योजकतेची सुरुवात केली नसती." उद्योजक होऊ पाहणाऱ्या या लोकांना निराश न करता तेजस्वी भविष्याची स्वप्ने त्यांना दाखवण्यासाठी मी पुढे म्हणतो, "मला याचा आनंद आहे की, मला अनेक गोष्टी माहिती नव्हत्या. तशा त्या माहिती असत्या, तर कदाचित मी आजच्यासारखा यशस्वी उद्योजक बनू शकलो नसतो." पुढे मी त्यांना माझ्या अपयशाच्या गोष्टी सांगतो. कारण माझ्या यशाचा मार्ग अपयशातूनच पुढे गेलेला आहे.

पुढे वाचूच नका!

पुढील पानांमध्ये मी माझ्या आयुष्यातले खरेखुरे अनुभव सांगितले आहेत. त्यात अपयश आहे आणि व्यथाही आहेत. पण मी तुम्हाला माझ्या दु:खाबद्दल आणि अपयशांबद्दल का सांगावे? उत्तर सोपे आहे. जर माझे अपयश आणि व्यथा यांना बिचकून तुम्ही उद्योजक होण्यापासून परावृत्त झालात, तर मी तुमच्यावर मोठे उपकार केल्यासारखेच होईल.

उद्योजक बनण्याची क्षमता जवळपास सर्वांकडेच असते. परंतु, प्रत्येकालाच काही उद्योजक बनण्याची गरज नाही. आयुष्य जगण्याचे त्यापेक्षाही सोपे मार्ग असतात.

काही जणांसाठी आयुष्य आणि यश अगदी सहजसोपे असते. मात्र, अशी माणसे मला माहिती नाहीत. माझा श्रीमंत पिता – रिच डॅड नेहमी म्हणतो की, "यशासाठी त्याग करावा लागतो!" मला आतापर्यंत असा एकही यशस्वी माणूस भेटला नाही की, ज्याला त्या यशासाठी मोठा त्याग करावा लागला नाही. उदाहरणार्थ, उत्तम डॉक्टर होण्यासाठी डॉक्टरांना वेळ, पैसा, ऊर्जा आणि नातेसंबंधांची किंमत चुकवावी लागते. उच्च प्रतीचे खेळाडू, चित्रपटांमधील तारेतारका, संगीताचे साधक, राजकीय नेते आणि सामाजिक क्षेत्रात नेतृत्व करणाऱ्यांनाही यशाची किंमत मोजावीच लागते. व्यवसाय-उद्योग क्षेत्रातील यशही त्याला अपवाद नाही.

कोणत्याही यशासाठी त्याग करणे हीच त्याची किंमत असते. दुर्दैवाने अशी किंमत मोजायची अनेकांची तयारी नसते. यशस्वी होण्यापेक्षा सर्वसाधारण पातळीवर मौजमजेचे सुरक्षित आयुष्य जगणे त्या मानाने सोपे असते.

माझ्या मूर्खपणाचे किस्से

अल्बर्ट आइनस्टाईन एकदा म्हणाले होते, ''दोनच गोष्टी अनंत, अमर्याद आहेत – पहिली म्हणजे विश्वाचा पसारा आणि दुसरी म्हणजे माणसाचा मूर्खपणा. आणि मला पहिल्या गोष्टीबद्दल तितकी खात्री वाटत नाही.''

आइनस्टाईन यांच्या या वक्तव्याचे मी मूर्तिमंत उदाहरण आहे. माझ्या मूर्खपणाला सीमाच नाही.

मी समुद्राच्या लाटांवर सर्फिंग करणाऱ्यांसाठी नायलॉन आणि वेलक्रोची वेगळी पाकिटे बनवण्याचा माझा पहिला व्यवसाय 'रिपर्स' नावाने सुरू केला. तो पुढे वाढलाही. पण या व्यवसायात मी काय मूर्खपणा केला, त्याची काही उदाहरणे पुढे दिली आहेत. खरे तर 'रिपर्स'च्याही आधी मी काही छोटे व्यवसाय केले. पण या नायलॉन पाकिटांच्या उद्योगातून मला जसे आंतरराष्ट्रीय पातळीवर पोचता आले, तसे त्यांच्या बाबत घडले नाही. मजेची गोष्ट म्हणजे मला नायलॉनच्या पाकिटांचा उद्योग करायचाच नव्हता. माझ्या निव्वळ मूर्खपणामुळेच मी त्या व्यवसायात पडलो.

पहिला किस्सा : मूर्ख माणूस आणि त्याचे पैसे

उद्योजक बनायचे, तर विक्री कौशल्य अंगी बाणवणे ही सर्वांत पहिली गोष्ट आहे, हे अनेकांना ठाऊक आहे. कारण *विक्री* म्हणजेच उत्पन्न. मला माल कसा विकायचा हे माहिती नव्हते. त्यामुळे माझ्या रिच डॅडच्या म्हणण्यानुसार मी वयाच्या सव्वीसाव्या वर्षी झेरॉक्स कॉर्पोरेशनमध्ये नोकरी मिळवली. मला त्याची यंत्रे आवडत होती म्हणून नाही, तर विक्री कौशल्य शिकवण्याची उत्तम यंत्रणा झेरॉक्स कंपनीकडे होती म्हणून. मला त्या प्रशिक्षणात रस होता. मला माल विकण्यामध्ये फारशी गती नव्हती. पण मी त्याचा अभ्यास केला, सराव केला, जास्तीच्या प्रशिक्षण वर्गांना बसलो. त्यामुळे हळूहळू सुधारणा होत मी ते कौशल्य आत्मसात केले. तीन वर्षांत मी कंपनीच्या सर्वाधिक विक्री करणाऱ्या प्रतिनिधींच्या गटात सामील झालो. त्यातून मला चांगले पैसेही मिळू लागले. त्यामुळे १९७४ ते १९७६ या काळात मी सुमारे २७ हजार डॉलर्सची घसघशीत बचत केली. त्या काळाच्या दृष्टीने हे बक्कळ पैसे होते. त्यातून मला माझा व्यवसाय सुरू करायचा होता.

पण म्हणतात ना, 'एक मूर्ख आणि त्याचे पैसे यांची फारकत होतेच!'. खरेच, मी मूर्ख होतो आणि माझे पैसे लवकरच गायब झाले. इतके पैसे मी कसे घालवले त्याचा हा किस्सा.

एका मित्राने माझ्याशी संपर्क साधून विचारले की, त्याच्या कंपनीत मला गुंतवणूक करायची आहे का? गुंतवलेल्या पैशांवर एका महिन्यात तब्बल वीस टक्के व्याज मिळण्याचे आमिष त्याने मला दाखवले. माझा हा मित्र जॉन एक अतिशय यशस्वी उद्योजक होता ('होता' हा शब्द इथे लक्षात घ्या), त्यामुळे मला भरवसा वाटला की, तो हुशार आहे, यशस्वी आहे. तीस दिवसांसाठी तो माझ्या पैशांची नक्कीच काळजी घेईल. शिवाय २० टक्के परताव्याचा लोभ मला सुटला होता. त्यामुळे मी त्याच्याकडे विश्वासाने पैसे दिले. त्या बदल्यात त्याने मला एक हमीपत्र दिले.

महिन्याभराने मी जॉनला फोन केला. माझे २७ हजार डॉलर्स आणि त्याचे ५४०० डॉलर्स इतके व्याज घ्यायला कधी येऊ, अशी विचारणा मी केली. तुम्हाला अंदाज आलाच असणार, त्याप्रमाणे त्याच्याकडे ते पैसै नव्हतेच. त्याबद्दल जॉनने त्याच्या कंपनीचा मुख्य वित्त अधिकारी व लेखापाल स्टॅनले याच्यावर ठपका ठेवला.

जॉन म्हणाला की, 'मी स्टॅनला जास्त माल खरेदी करण्यास बजावले होते. त्यामुळे आम्ही विक्रेत्यांकडे जास्त माल पाठवू शकलो असतो आणि भरभक्कम नफा कमवू शकलो असतो. पण स्टॅनने त्यातून जुन्या देण्यांची परतफेड केली. त्यामुळे आता आमच्याकडे ना माल आहे, ना पैसा, ना फायदा. स्टॅनले मी सांगितल्याप्रमाणे वागला असता, तर मी तुझे पैसे नक्कीच परत करू शकलो असतो.'

जॉनने दिलेले स्पष्टीकरण व्यवसाय क्षेत्राचा विचार करता पटण्यासारखे होते. पण माझ्या पोटात गोळाच आला. मी फटकन् काही बोलणार होतो. पण मी गप्प राहिलो आणि त्याने सांगितलेल्या गोष्टीवर विश्वास ठेवला. खरे तर, मी जॉनच्या सांगण्यावर विश्वास ठेवला कारण मला त्यावर विश्वास ठेवणे भागच होते. मी जॉनवर विश्वास ठेवायलाच हवा होता. तसे मी केले नसते, तर मला माझे पैसे कधीच परत मिळाले नसते.

जॉनचा लेखापाल स्टॅनलेला काही रिच डॅडची शिकवण माहीत नव्हती. पण एकटा स्टॅनलेच काही अंधारात चाचपडत नाही. अनेक लोक व्यवहारात स्टॅनलेसारखेच वागतात. ते पैशांसाठी काम करतात, ते मिळाले की पहिल्यांदा देणी भागवतात आणि जमले तर थोडी बचत करतात. त्यामुळे अनेक लोक हाता-तोंडाची गाठ घालत पगाराची वाट पाहत दिवस घालवतात. उद्योजकाला मात्र आणखी संपत्ती निर्माण करण्यासाठी हाती असलेला पैसा कसा वापरायचा याचे ज्ञान असले पाहिजे. जाहिरात, विपणन, विक्रीवाढीच्या योजना, विक्री आणखी वाढावी यासाठी प्रतिनिधींना प्रोत्साहन भत्ता असे हे मार्ग असतात.

पण संकटाच्या काळात लोक नेमके उलटे वागतात. उदाहरणार्थ, मालाला उठाव नसतो, विक्री फारशी चांगली नसते, तेव्हा उत्पन्नही कमी असते. तेव्हा लोक स्टॅनलेसारखेच वागतात. पैशांची बचत करू पाहतात किंवा जुनी देणी भागवतात. त्यातून आणखी मोठी आपत्ती ओढवते. कठीण काळात उत्पन्न आणि विक्री खालावलेली असताना हुशार उद्योजक विक्रीवाढीच्या योजना, विपणन-प्रसिद्धीवर आणखी भर देतात. प्रसंगी त्यासाठी बाजारातून आणखी पैसे उभे करतात. विक्री वाढली, पैशांची आवक वाढली की, मग ते जुनी देणी, उधार पैसे परत करतात.

सन २००७मध्ये जेव्हा जागतिक अर्थव्यवस्था कोलमडायला सुरुवात झाली, तेव्हा बहुसंख्य लोकांनी स्टॅनलेचाच मार्ग पत्करला. त्यांनी खर्चात कपात केली, कर्जाच्या परतफेडीला प्राधान्य दिले. पैसे वाचवण्याचा प्रयत्न केला. पण लोक अशा पद्धतीने पैसे हातात राखून ठेवू लागले की अर्थव्यवस्था आणखी मंदावते. नंतर केव्हातरी अर्थव्यवस्था पुन्हा सुधारू लागते, तेव्हा स्टॅनलेसारखे वागणारे लोक आणि उद्योग मात्र मागे पडतात. संकटाच्या काळात उमेदीने प्रयत्न करणाऱ्या, जास्त खर्च करणाऱ्या उद्योगांच्या ते खूपच मागे राहतात.

दुसरा किस्सा : (मूर्खपणाच्या) इतिहासाची पुनरावृत्ती

माझे पैसे कसे परत मिळू शकतील, याची मी जॉनला विचारणा केली. तेव्हा त्याने सांगितले की, मी आणखी पैसे गुंतवले पाहिजेत. आता तुम्ही नक्कीच असा विचार केला असणार की, मी जॉनच्या भूलथापांना पुन्हा बळी पडलो नसणार. पण मी पुन्हा त्याच्यावर विसंबून आणखी पैसे दिले. पुढच्या तीन महिन्यांत मी मित्र, नातेवाइकांकडून सुमारे ५० हजार डॉलर्स उभे केले. जॉन आणि त्याच्या बुडत्या व्यवसायाला आधार देण्याचा माझा हा प्रयत्न होता. पण तुम्ही अंदाज केल्याप्रमाणे मी जॉनकडे पैसे दिल्यानंतर त्याला तितक्याच वेगाने पाय फुटले.

पण पैसे कसे उभे करायचे? त्याचे उत्तर, तुम्ही सराव केला पाहिजे, हेच आहे. झेरॉक्समध्ये विक्रीकौशल्याचे प्रशिक्षण घेताना मी शिकलो की, तुम्ही शंभर जणांशी संपर्क साधला, तर साधारण दहा जणांकडून प्रतिसाद मिळतो. या दहातलाही एखादाच तुमच्या विक्रीच्या गळाला लागतो.

जॉनसाठी पैसे उभे करण्यासाठी मी व्यवसायाचा एक सुबक आराखडा बनवला. त्यानुसार प्रसिद्धीचे फलक तयार केले. प्रसिद्धीसाठी पत्रके छापून घेतली. मी दारोदार हिंडलो. झेरॉक्समध्ये घेतलेल्या धड्याप्रमाणेच मी असंख्य जणांशी संपर्क साधला आणि माझे उद्दिष्ट साध्य केले.

त्या वेळी जॉनची कंपनी माइकच्या आकाराचा, दोरीला लटकणारा साबण विकत असे. अंघोळ करताना गाणाऱ्या लोकांसाठी ते आकर्षक उत्पादन होते. मी जॉनच्या कंपनीसाठी गुंतवणूकदार मिळवले.

पुढे जाण्यापूर्वी मी पुन्हा एक गोष्ट अधोरेखित करतो की, विक्रीचे कौशल्य हे उद्योजकासाठी आवश्यक सर्वांत महत्त्वाचे कौशल्य आहे. तुम्हाला विक्री करता येत नसेल, तर तसे कौशल्य असलेला भागीदार तुम्ही मिळवला पाहिजे.

माझे मित्र व नातेवाइकांनी पैसे व त्यावरचे २० टक्के व्याज परत करण्यासाठी तगादा सुरू केला, तेव्हा मी झेरॉक्स कंपनीत अजूनही काम करत होतो. जसजशी माझी भीती वाढत होती, तसतशी माझी हुशारीही लयाला जात होती.

मी फारच भोळसट होतो. अगदी ढिसाळपणे चालवल्या जाणाऱ्या व्यवसायासाठी व त्याच्या मालाच्या विक्रीसाठी मी पैसे उभे करत होतो, हा माझा मूर्खपणाच होता. पण मला ते लक्षात येत नव्हते. मी अजाणतेपणे एका फसवणुकीच्या व्यवहारात – 'पॉन्झी' योजनेत सहभागी झालो होतो. अमेरिकेतल्या बर्नी मॅडॉफच्या अब्जावधी डॉलर्सच्या घोटाळ्याची ती छोटी आवृत्तीच होती. पण सुदैवाने मी गुंतवणूकदारांचे सर्व पैसे परत करू शकलो.

सावकाश आणि सातत्यपूर्ण प्रयत्नांनी शर्यत जिंकता येते, आयुष्यात अशा मोठ्या संधी थोड्याच येतात. त्या क्षुल्लक कारणांत वेळ घालवून दवडू नका.

तिसरा किस्सा : संचालक मंडळावर वर्णी

मी पुन्हा एकदा मूर्खपणा सिद्ध केला. माझे पैसे परत मिळण्यासाठी त्याला कशी मदत करू, असा सल्ला मी जॉनलाच विचारला. त्याने मला कंपनीतच भागीदार होण्यास सांगितले. म्हणजे मी कंपनीला वाचवण्यात मदत करू शकेन आणि पैसेही परत मिळवू शकेन,

असा शहाजोगपणाचा सल्ला त्याने दिला. आणि मग काय? मी त्याचा सल्ला मानला. दिवसा मी झेरॉक्स कंपनीसाठी काम करत होतो. ते संपले की, मी धावपळ करत जॉनच्या होनोलुलूतल्या कार्यालयात जाऊ लागलो. जॉनचा व्यवसाय वाचवण्यासाठी मी रात्रीचा दिवस करून योजना आखू लागलो.

उद्योजकांना आठवड्याचे सातही दिवस, दिवसाचे चोवीस तास काम करावे लागते. अनेकदा महिनोन्‌महिने, वर्षसुद्धा जणू फुकटच राबावे लागते. उद्योजक विनामोबदला अनेक तास काम करतो आणि इथेच तो नोकरदारापासून वेगळा ठरतो.

असे अनेक तास विनामोबदला काम करत राहणे, सराव करत राहणे, यावर कोणत्याही गोष्टीतील यश अवलंबून असते. उदाहरणार्थ, व्यावसायिक गोल्फपटू खूप वर्षे अभ्यास आणि सराव करतात *मगच* त्यांना मिळालेच तर पैसे मिळतात.

त्यामुळेच दिवसाची नियमित नोकरी सांभाळून उर्वरित वेळात व्यवसाय उभारण्यासाठी झटत राहणे, हा उत्तम मार्ग ठरतो. कदाचित तुमचे याबाबतचे विचार वेगळे असू शकतील. पण मग तुम्हाला खूप काळापर्यंत विनामोबदला काम करावे लागेल.

चौथा किस्सा : अंधुक प्रकाशातील आशा

जवळचे सगळे पैसे केव्हाच संपले होते. जॉन, स्टॅनले आणि मी खूपच अस्वस्थ झालो होतो. आम्ही निराशेने घेरलो होतो. अशातच सागरलाटांवर सर्फिंग करणाऱ्यांसाठी नायलॉन आणि वेलक्रोची पाकिटे तयार करण्याची कल्पना पुढे आली. आम्ही नौकानयन करणारे आणि सर्फिंग करणारे असल्यामुळे आधीपासून नायलॉनची पाकिटे वापरतच होतो. शिडाच्या जुन्या नावांच्या शिडाचे कापड वापरून आम्ही पाकिटे शिवत होतो.

अशा पाकिटांना चांगली मागणी मिळू शकेल, असा विचार जॉनच्या मनात आला. नायलॉनपासून तयार केलेली पाकिटेच आमचा व्यवसाय बुडण्यापासून वाचवू शकतील, असा विश्वास त्याला वाटला. मला जॉनइतकी त्याची खात्री वाटत नव्हती. तरीही आम्ही त्यानुसार व्यवसायाची योजना आखली. अशा तऱ्हेने नायलॉन पाकिटांचा व्यवसाय सुरू करणारे आम्ही पहिले होतो.

या सर्व धडपडीचा एक फायदा झाला. मी सर्वस्वी नव्या उत्पादनाची रचना करायला, त्याचे उत्पादन आणि सुबक पॅकिंग करायला व त्याची बाजारात विक्री करायला शिकलो. हा धडा माझ्यासाठी खूप महागडा; पण अनमोल होता. मला असा अनुभव पुन्हा घेण्याची बिलकूल इच्छा नाही. पण या भयंकर अनुभवातून मला *कॅशफ्लो* या खेळाची कल्पना सुचली. त्यातून भांडवल उभारणीचे, पैशांच्या गुंतवणुकीचे अप्रत्यक्ष शिक्षण अनेकांना मिळत आहे.

पाचवा किस्सा : ताणतणाव आणि भीती

जॉनचा अंदाज चुकीचा ठरला. नायलॉनच्या पाकिटांचा व्यवसाय तितका फायदेशीर व आकर्षक नव्हता. आता आम्ही कर्जाच्या भाराखाली आणखी दबले गेलो होतो आणि केव्हाही कोसळून पडू अशा टप्प्याला आलो होतो.

अशा आत्यंतिक निराशेच्या क्षणी मी, जॉन आणि स्टॅनले यांना नायलॉनच्या एका नव्या उत्पादनाची कल्पना सांगितली. हे उत्पादन माझ्या कल्पनेतून साकारले होते. जॉन आणि स्टॅनले हे खलाशी आणि सर्फिंग करणारे होते. मला धावणे जास्त आवडायचे. धावपटूंची एक समस्या होती. धावत असताना चाव्या, ओळखपत्र, पैसे कुठे ठेवायचे हा प्रश्न त्यांना असायचा. धावपटूंसाठीच्या शॉर्ट पँटस्‌ना त्या वेळी खिसे नव्हते. तसेच, या वस्तू बुटांमध्ये किंवा मोजांमध्ये ठेवणेही शक्य नव्हते. त्यावर उपाय म्हणून धावपटूंच्या बुटांच्या नाडीलाच छोटेखानी पाकिट जोडण्याची कल्पना मला सुचली.

आम्ही पूर्ण दिवाळखोरीत निघालो होतो आणि तशातच न्यू यॉर्क शहरातील क्रीडादिनाच्या शर्यतीचे औचित्य साधून आम्ही ''रिपर्स शू पॉकेट'' या नव्या उत्पादनाचा शुभारंभ केला.

आश्चर्य म्हणजे या उत्पादनाला चांगला प्रतिसाद मिळाला. क्रीडासाहित्य उद्योगात त्या वर्षी आमचे उत्पादन सर्वोत्तम नव्या उत्पादनांपैकी एक ठरले. *रनर्स वर्ल्ड, प्लेबॉय, जेंटलमन्स क्वार्टरली* अशा नियतकालिकांनीही या उत्पादनाचे कौतुक केले.

उद्योजकांना ताणतणावाचे व भीतीचे व्यवस्थापन करणे, त्यावर मात करायला शिकणे अत्यावश्यक आहे. अत्याधिक ताण आणि भीती यांमुळे उद्योजक अधिक निर्मितीशील, सर्जनशील बनले पाहिजेत. त्यांनी वेगाने शिकले पाहिजे आणि व्यवसाय, त्याच्याशी संबंधित लोकांविषयीचे ज्ञान आत्मसात केले पाहिजे.

दुसऱ्या शब्दांत सांगायचे, तर उद्योजकांनी अतिशय वेगात शिकणे अंगवळणी पाडले पाहिजे. त्यांना नव्या ज्ञानाची, नाविन्याची आणि नवनवीन कल्पनांची ओढ लागली पाहिजे. भीती ही उद्योजकासाठी शिकण्याची प्रबळ प्रेरणा असते. भीतीमुळे तुम्ही गळपटून जात असाल, तर तुम्ही दिवसभराची एखादी नोकरीच शोधणे बरे.

याचे खरे मर्म हे आहे की, उद्योजक मोठा झाला- वाढला, तरच त्याचा व्यवसाय वाढत जातो.

सहावा किस्सा : फसवणूक आणि कर्जाचा डोंगर

लवकरच आम्ही आमची पाकिटे जगभरात विकू लागलो. आम्हाला आंतरराष्ट्रीय पातळीवर यश मिळाले. पण तरीही आमची कंपनी अजून कोलमडण्याच्याच स्थितीत होती. आमच्याकडे आता मोठ्या प्रमाणात पैसा येत होता; परंतु त्यापेक्षाही जास्त प्रमाणात तो बाहेर जात होता. अशा स्थितीत शेवटचा उपाय म्हणून पुन्हा एकदा पैसे उभे करण्यासाठी जॉनने मला सांगितले. आणि मी पुन्हा पैसे गोळा केले. मला अजूनही तो दिवस स्पष्टपणे आठवतो. मी एका गुंतवणूकदाराने दिलेला एक लाख डॉलर्सचा धनादेश घेऊन कार्यालयात आलो. जॉन आणि स्टॅनले यांनी माझे हसून स्वागत केले आणि माझे आभार मानले.

काही दिवसांनंतर मी शिकागो शहरातल्या क्रीडासाहित्य विक्रीच्या प्रदर्शनासाठी गेलो. तेथे मी आमच्या रिपर्स उत्पादनांची विक्री करत होतो. प्रदर्शन संपल्यानंतर मी होनोलुलूला आमच्या कार्यालयात त्याची माहिती देण्यासाठी फोन केला.

आमची रिसेप्शनिस्ट जाना फोनवर होती. फोनवर बोलताना ती रडत होती.

मी विचारणा केली, ''काही वाईट घडले आहे का?''

ती धीर करून म्हणाली, ''मला तुम्हाला सांगताना खूप वाईट वाटतंय – जॉन आणि स्टॅन यांनी आजच कंपनी बंद केली आहे. होते–नव्हते ते पैसे त्यांनी घेतले आणि आता ते शहर सोडून निघून गेले आहेत. ते कुठे आहेत, हेही मला माहीत नाही.''

हे ऐकून त्या वेळी मला हृदयविकाराचा झटका आला नाही. म्हणजे माझी खात्री आहे की, मला यापुढे कधीच हृदयविकाराचा झटका येणार नाही. तो धक्का इतका मोठा होता की, शरीरावर वीज कोसळल्यासारखीच माझी स्थिती झाली. कोणीतरी जोराने लाथा मारत असल्याची कळ माझ्या मनात उमटली. फोनवरचे हे संभाषण कदाचित माझ्या आयुष्यातील सर्वांत वाईट काळाकडे चालू असलेल्या घसरणीची सुरुवात होती.

मी उद्‌ध्वस्त झालो होतो. अशा ढासळलेल्या मन:स्थितीतच मी शिकागोतील लेक शोअर ड्राइव्हवरच्या हॉटेलमधील खोलीत परतलो. गॅलरीत उभा राहून समोर पसरलेल्या मिशिगन तलावाकडे मी किती तरी वेळ पाहत राहिलो. मी पुन्हा पुन्हा स्वत:ला एकच प्रश्न विचारत राहिलो – ''मी इतका मूर्खपणा कसा काय करतो?''

जॉन आणि स्टॅन धोका देऊन गेले होते. त्यांनी त्यांची कर्जे चुकती केली होती. माझ्या डोक्यावर आता सुमारे दहा लाख डॉलर्सच्या कर्जाचा डोंगर उभा होता. हे पैसे मी मित्र, नातेवाईक, इतर ओळखीच्या गुंतवणूकदारांकडून जमा केले होते. माझ्याकडे आता नोकरी नव्हती, व्यवसाय–उद्योग नव्हता, घर नव्हते. बायकोही मला सोडून गेली होती. माझ्याकडचे पैसे संपल्यावर तिनेही मला सोडले. क्रेडीट कार्डावरचे देणे चुकवण्यासाठी मला माझे घरही विकावे लागले होते. कारण मला क्रेडीट कार्ड्स पुन्हा वापरायला हवी होती.

मी उंच कातळकड्याच्या टोकाशी येऊन उभा होतो. पुढे जाण्याचा आता कोणताही मार्ग नव्हता. माझा जीवनरसच आटून गेला होता. शरीर–मनाच्या सर्व शक्ती संपल्या आहेत, असे मला वाटत होते. पुन्हा पुन्हा तोच प्रश्न. ''मी इतका मूर्ख कसा ठरलो?''

जॉन आणि स्टॅन यांच्याशी भागीदारीत व्यवसाय करू नको, असे रिच डॅडने मला वारंवार बजावले होते. ''ते महाठग आहेत, विदूषक आहेत'', असे तो सतत सांगत होता. पण समस्या ही होती की, मला त्याचा हा सल्ला ऐकण्याची इच्छाच नव्हती. मी जॉन आणि स्टॅनबद्दलच्या त्यांच्या सावधगिरीच्या इशाऱ्याकडे सोयीस्कर दुर्लक्ष केले. रिच डॅडने मला सांगितले होते, ''तुम्हाला जेव्हा काहीतरी फुकट हवं असतं तेव्हाच कुणीतरी ठग तुम्हाला फसवू शकतो.''

शिकागोतील त्या हॉटेलच्या खोलीत बसून मी रिच डॅडचे शब्द हळूहळू मनात रिचवत गेलो. मी स्वत:लाच प्रश्न विचारता झालो, ''मला अस्तित्वातच नसलेल्या गोष्टींतून काय हवे होते?'' या प्रश्नाचे उत्तर मी शोधत होतो. ते उत्तर मला मिळाले, तर मी का फसवलो गेलो, याचा शोधही मला लागणार होता.

मला माझ्या प्रश्नाचे ठोस उत्तर मिळाले आहे, असे म्हणायला मला आवडले असते. पण इतक्या वर्षांनंतरही मी स्वत:साठी शोधलेले उत्तर महणजे, ''मी आळशी आहे. त्यामुळेच मी फसवला गेलो.''

फसवणुकीला आळशीपणा कसा कारणीभूत होतो, याचे काही नमुने पुढे दिलेल्या उदाहरणांमध्ये तुम्हाला दिसतील :-

- सुरक्षित नोकरीवर विश्वास ठेवणारे नोकरदार
- मतदारांच्या हितसंबंधांची निगुतीने जपणूक करू अशा राजकारण्यांच्या आश्वासनावर विसंबून मतदान करणारे मतदार
- आर्थिक गुंतवणूकदारांच्या सल्ल्यावर विसंबून समभाग, रोखे आणि म्युच्युअल फंडांमध्ये दीर्घ मुदतीची गुंतवणूक करणारे गुंतवणूकदार
- शाळेमध्ये उत्तम गुण मिळाले की, आयुष्यात सुरक्षित नोकरीची हमी लाभते, असे मानणारे लोक
- ''माझे पुस्तक खरेदी करा आणि रातोरात करोडपती व्हा'' किंवा ''आमची औषधे घ्या आणि व्यायामाशिवाय दहा किलो वजन घटवा'', अशा भूलथापांना बळी पडणारे लोक
- पुढे दिलेली विधाने खरी आहेत, असे मानणारे लोक
  - ''आम्हाला पैशांची गरज नाही. आम्ही प्रेमावरच जगू शकतो!'' (तुम्ही तुमच्या आईवडिलांकडे राहत असता, तोवरच हे शक्य आहे.)
  - ''मला लॉटरी लागणार आहे.'' (किंवा माझ्यावर वीज कोसळणार आहे!)
  - ''माझा आणि माझ्या नवऱ्याचा एकमेकांवर आत्यंतिक विश्वास आहे.'' (या अंधविश्वासामुळे मी लाखो डॉलर्स गमावले.)
  - ''बँकेमध्ये ठेवलेल्या पैशांसारखे सुरक्षित.'' (याचा अर्थ ते तितकेसे सुरक्षित नाहीत!)
  - ''सरकार आमचे प्रश्न सोडवील.'' (तुम्ही संकटात आहात.)

मला खात्री आहे की, तुम्ही या विधानांमध्ये नक्कीच भर घालू शकाल.

तुम्हाला ठाऊक नाही की, तुम्हाला काय माहीत नाही!

रिच डॅडने मला जॉन आणि स्टॅनले यांच्याविषयी सावधगिरीचा इशारा दिला. पण मला थांबवण्याचा प्रयत्न केला नाही. उलट तो म्हणायचा, ''लहान मुलांना गरम तव्याला हात लावेपर्यंत चटका म्हणजे काय हे कळत नाही.'' म्हणून त्याने मला गरम तव्याला हात लावू दिला.

रिच डॅडचा खरा धडा म्हणजे : ''तुम्हाला ठाऊक नाही की, तुम्हाला काय माहीत नाही!'' उद्योजक फार चटकन शिकतात. तो म्हणतो, एखाद्या व्यक्तीने नोकरी सोडली आणि त्याने उद्योजक बनायचे ठरवले की, ''त्याला माहिती नसलेल्या गोष्टी तत्काळ समोर उभ्या ठाकतात.''

नव्याने सुरू होणारे दर दहापैकी नऊ व्यवसाय पहिल्या पाच वर्षांतच घसरणीला लागतात. कारण आपल्याला काय माहिती नाही याची जाणीव उद्योजकाला घाबरवते. त्याने

शाळेत जरी उत्तम गुण मिळवले असले, तरी आपल्याला अनेक गोष्टी माहीत नाहीत, ही जाणीव त्याच्या व्यवसायाला धोका निर्माण करते.

महाठग माणसे थोर शिक्षकच असतात!

रिच डॅड मला नेहमी सांगायचा की, ''तुम्ही व्यवसाय सुरू करताक्षणी तुम्हाला फसवणारे स्त्री-पुरुष - महाठग समोर येतात.'' हे महाठग वाईट किंवा दुष्ट असतात, असे तो म्हणत नाही. त्याच्या मते असे लोक तुमच्यावर एक प्रकारे उपकारच करत असतात. तुम्हाला उद्योगासाठी आवश्यक धडे शिकवण्यासाठीच ते येतात. त्यामुळेच तो नेहमी म्हणतो की, ''महाठग - तुम्हाला फसवणारे लोकच थोर शिक्षक असतात.'' पुढे तो हे सांगायला विसरत नाही, ''तुम्ही त्यांच्यासारखे मात्र बनू नका.''

''उद्योजकांचे सर्वांत महत्त्वाचे काम म्हणजे त्यांच्याकडे काम करणाऱ्या लोकांचे खऱ्या जगापासून संरक्षण करणे'', असे रिच डॅडने मला शिकवले. उद्योग-व्यवसायाचे जग हे अतिशय विरोधी, विखारी आणि धोकादायक असते, असे त्याला यातून सुचवायचे असते. उद्योजक म्हणून माझी घडण होत असताना माझ्या कर्मचाऱ्यांचे वास्तव जगापासून संरक्षण कसे करावे, हा धडा मी शिकलो.

हा धडा शिकण्यासाठी मी अतिशय उत्सुक होतो. मी माझ्या वडिलांना पाहिले होते. ते अतिशय सचोटीचे, कष्ट करणारे आणि उच्च शिक्षित शिक्षक होते. ते कुशल प्रशासक होते. परंतु, शाळेच्या सुरक्षित जगातून बाहेर पडल्यानंतर त्यांची अवस्था केविलवाणी झाली. अमेरिकेतील हवाई प्रांताच्या लेफ्टनंट गव्हर्नरपदाची निवडणूक त्यांनी रिपब्लिकन पक्षाच्या वतीने लढवली. ही निवडणूक ते हरले आणि वयाच्या पन्नाशीतच बेरोजगार झाले. आयुष्यभराच्या बचतीतून आणि निवृत्तीनंतर मिळालेल्या पैशांतून त्यांनी एका प्रसिद्ध आइस्क्रीम कंपनीचे प्रतिनिधी म्हणून दुकान सुरू केले. त्यात त्यांना तोटा सहन करावा लागला आणि त्यांनी सारे काही गमावले. थोडक्यात सांगायचे, तर ते जोपर्यंत शिक्षण व्यवस्थेत होते, तोवर ते सुरक्षित आयुष्य जगत होते. वयाच्या पाचव्या वर्षापासून ते या जगातच होते. या व्यवस्थेबाहेर त्यांनी पहिले पाऊल टाकले ते वयाच्या पन्नाशीत. पण व्यवसाय-उद्योगाच्या खऱ्या जगाने त्यांना कच्चे खाऊन टाकले. एका वर्षाच्या आत आयुष्यभराची कमाई ते गमावून बसले.

त्यामुळेच उद्योजकतेच्या जगात भावनिक प्रगल्भता आणि चारित्र्याची ताकद या अत्यावश्यक गोष्टी आहेत.

मर्फीचा नियम

आपल्यापैकी बहुतेकांनी मर्फीच्या नियमासंबंधी ऐकले असेल. तो म्हणतो, ''जी गोष्ट चुकीची ठरण्याची शक्यता आहे, ती चूकच ठरणार आहे.'' अनेक उद्योजक अपयशी ठरतात कारण आपल्याला काय माहीत नाही, हे त्यांना ठाऊकच नसते. तसेच, ज्या गोष्टी त्यांना माहीत असायला हव्यात, त्या समजून घेण्यासाठी ते पुरेसे अपयशी ठरायलाही अपयशी ठरतात. दुसऱ्या शब्दांत सांगायचे, तर यश हे अपयशातूनच पुढे येते; योग्य उत्तरे पाठ करून नाही.

त्यामुळेच माझ्या वडिलांसारखे अनेक तथाकथित हुशार, चलाख, उच्च शिक्षित लोक व्यवसायात यश मिळवू शकत नाहीत. ते शाळांच्या सुरक्षित जगात कदाचित हुशार असतील; पण व्यवसायाच्या जगात मात्र ते तितकेसे चलाख नसतात.

यशाची व्याख्याच निराळी आहे!

शालेय यश म्हणजे चुका न करणे. तुमचे प्रगतीपुस्तक परिपूर्ण असले की, तुम्हाला सर्वांत वरची श्रेणी मिळते. पण व्यवसायाच्या जगातले चित्र याच्या नेमके उलट आहे.

तुम्ही व्यवस्थापनाचे शिक्षण देणाऱ्या कोणत्याही एमबीए अभ्यासक्रमांचे उदाहरण घ्या. त्यांचे सर्व प्रयत्न चुका न करणे आणि जोखीम कमीत कमी राखणे, यावर केंद्रित असतात. त्यामुळेच एमबीएची पदवी घेतलेले फारच थोडे जण प्रत्यक्षात उद्योजक बनतात. बहुतांश लोक व्यवस्थापनाची पदवी घेतात, ती बहुधा उच्च पगाराची नोकरी मिळवण्यासाठीच. कायद्याचे शिक्षण आणि वाणिज्य पदवीधारकांकडेही असेच चित्र असते. चुका न करण्याचेच प्रशिक्षण त्यांना दिले जाते आणि त्यासाठीच त्यांना पगार दिला जातो.

उद्योजकांच्या विश्वात यशस्वी होण्यासाठी अपयशी ठरण्याची, त्यातून शिकण्याची, सुधारणा करण्याची आणि जे शिकलो आहोत, ते पुन्हा वापरून पाहण्याची नितांत आवश्यकता असते. विशेषत: सुरुवातीच्या टप्प्यांत तर ते फारच महत्त्वाचे असते. तुम्ही अपयशी होता, शिकता, पुन्हा अपयशी होता, शिकता. तुमच्या हातात उद्योजकतेचा मिडास टच विकसित करण्याचा मार्गही हाच आहे.

त्यामुळेच सुरुवातीला मी नायलॉन पाकिटांच्या व्यवसायात केलेल्या चुकांची यादी सादर केली. डोनाल्ड ट्रम्प यांचा मी त्यासाठीच आदर करतो. मी त्यांचे पहिले पुस्तक वाचले ते – द *आर्ट ऑफ द डील*. त्यांचे पुढचे पुस्तक द *आर्ट ऑफ कमबॅक* मला त्यापेक्षाही जास्त आवडले. ते खूपच प्रभावी पुस्तक आहे. आपण काय चुका केल्या, त्यातून काय शिकलो आणि पुन्हा उभारी कशी घेतली, याचे अनुभव डोनाल्ड यांनी त्यात सांगितले आहेत. त्यातून त्यांच्या व्यक्तिमत्त्वाची ताकद मला दिसली.

दुर्दैवाचे सुदैवात रूपांतर करण्याची किमया

फुटक्या नशीबाचे भाग्यात रूपांतर करण्याची क्षमता हे उद्योजकांसाठी बहुधा सर्वांत महत्त्वाचे असे कौशल्य आहे. हे साधण्यासाठीसुद्धा भावनिक प्रगल्भता आणि चारित्र्याची ताकद आवश्यक असते.

आपण सारेच जण चुका करतो. चुकणे महत्त्वाचेही असते. कारण आपण अपयशी ठरतो, तेव्हा भावनिक प्रगल्भता मिळवण्याची, विकसित करण्याची ती संधीही असते. त्यातूनच चारित्र्याची ताकद वाढवता येते.

वाईट अनुभवातून स्वत:ला मोठे करण्यात जॉन आणि स्टॅनले अपयशी ठरले, याचे एक कारण त्यांनी संकटांचा सामना करण्याऐवजी खोटारडेपणा केला, स्वत:ला व इतरांनाही फसवले आणि परिस्थितीपासून पळ काढला हे आहे. दुसऱ्या शब्दांत सांगायचे तर कठीण

परिस्थितीत, त्यांचे खरे स्वरूप पुढे आले. जेव्हा वाईट गोष्टी घडल्या, तेव्हा त्यांनी त्या परिस्थितीचे रूपांतर आणखी वाईट गोष्टींमध्ये केले.

मी या दोघांपेक्षा स्वत:ला मोठा समजत नाही किंवा स्वत:ला संत म्हणवून घेण्याचाही माझा प्रयत्न नाही. मी एका चांगल्या कुटुंबात जन्माला आलो, पण माझ्या आईवडिलांचे उच्च विचार, नीतिमूल्ये, चारित्र्याची शिकवण मी नेहमीच अमलात आणली असे नाही. माध्यमिक शाळेत असेपर्यंत मी एक चांगला मुलगा होतो. मला दारूचे किंवा अमली पदार्थांचे व्यसन नव्हते. पण मी घर सोडण्याची वाट पाहत होतो. घरातून बाहेर पडल्याक्षणी मी आईवडिलांनी दिलेल्या शिकवणीच्या विपरीत वागायला सुरुवात केली. मी अनेकदा तुरुंगात जाऊ शकलो असतो.

पण मी उद्योजक बनण्याचा प्रयत्न सुरू केला, तेव्हा मला आईवडिलांनी दिलेली मूल्ये, चारित्र्याची शिकवण याकडे वळणे भाग पडले. याचा अर्थ आता मी खोटे बोलणार नव्हतो, कोणाला फसवणार नव्हतो किंवा चोरी करणार नव्हतो. मी संकटात सापडलो, तरीही या गोष्टी आता करणार नव्हतो. माझी भावनिक प्रगल्भता आणि चारित्र्याची ताकद वाढवण्यासाठी मी पुढे येतील त्या संधी अचूक साधल्या. त्या वाया घालवल्या नाहीत.

जेव्हा मी गुंतवणूकदारांचे पैसे गमावले, तेव्हा रिच डॅडने मला त्यांच्याशी संवाद साधायला, त्यांची माफी मागायला प्रवृत्त केले. मी त्यांना त्यांचे पैसे परत मिळवून देईन, असे आश्वासन दिले. ते पूर्ण करायला मला जवळजवळ सहा वर्षे लागली.

संकटापासून दूर पळण्याऐवजी मी स्वत:ची कंपनी उत्तम उभारावी, असा सल्ला मला रिच डॅडने दिला. भाऊ जॉन आणि मित्र डेव्ह यांच्या मदतीने मी रिपर्स कंपनी भंगारातून बाहेर काढली आणि माझा व्यवसाय पुन्हा उभारला. चुका दुरुस्त करताना आणि उद्योगाची फेरउभारणी करताना मी खूप काही शिकलो. मी चुकांपासून पळ काढला असता, तर ही संधी गमावली असती.

आता वेगाने शिकले पाहिजे, याची जाणीव मला झाली. कारण मी आळशी होतो. मी शाळेमध्ये फार काही चांगली कामगिरी केलेली नव्हती. आताही मी जरी एक कच्चा विद्यार्थी असलो आणि माझे वाचनही कच्चे असले, तरी मी व्यवसाय-उद्योगासंबंधी अनेक पुस्तके, लेख सतत वाचतो. चर्चासत्रांना हजेरी लावतो. या सर्वांतून मी काही गोष्टी शिकलो, त्या अशा :-

- *प्रत्येक चुकीमध्ये एक शहाणपणाचा मोती असतो.*

  डॉ. आर. बकमिन्स्टर फुलर हे मला लाभलेल्या सर्वोत्तम शिक्षकांपैकी एक आहेत. जगातील बुद्धिमान व्यक्तींमध्ये त्यांची गणना होते. ते म्हणतात, ''चुका मान्य केल्या नाहीत, तर त्या पाप बनतात.'' एखाद्या चुकीबद्दल जेव्हा मी भयंकर अस्वस्थ होतो, तेव्हा मी झालेल्या चुकीची जबाबदारी स्वीकारतो. इतरांवर ती चूक ढकलणे शक्य असतानाही मी माझी जबाबदारी झटकत नाही. त्यानंतर मी अशा चुकांमधून शहाणपण शिकवणारा मोती शोधतो. तो मोती मिळाला की, मी आणखी जोराने पुढे जातो. त्यातून मला आणखी ऊर्जा मिळते.

- *दोष देणे म्हणजे 'दुर्बल होणे!'*
  मला अनेक अयशस्वी, फारसे आनंदी नसलेले उद्योजक भेटतात. ते त्यांच्या चुकांबद्दल सतत कोणाला ना कोणाला दोषी ठरवत असतात. ते स्वत:च्या चुकांमधून फारसे शिकत नाहीत आणि स्वत:च्या अनुभवातून मोठेही होत नाहीत. अशा चुकांमध्येच अधिक चांगल्या भविष्याकडे नेणारे शहाणपण दडलेले असते, हे त्यांना समजत नाही. इतरांवर आरोप करणे हे सर्वांत मोठे पाप आहे.

- *चुकांना सामोरे जा आणि त्या मान्य करा!*
  अनेक लोक त्यांच्या चुकांभोवतीच घोटाळत राहतात आणि त्या केल्याबद्दल खेद व्यक्त करतात. किंवा बऱ्याचदा आपण कधीच चुका करत नाही, असा आव ते आणतात आणि वारंवार त्याच चुका करत राहतात. काही जण त्यांनी केलेल्या चुकांबद्दल खोटे बोलत राहतात आणि गुन्हेगारासारखे वर्तन करतात. हे सर्व जण वाईट अनुभवाचे रूपांतर त्यापेक्षाही खराब अनुभवात करतात. एखाद्या व्यक्तीने चूक केली आणि ती लपवण्यासाठी तो खोटे बोलला, इतरांना दोषी ठरवत त्याचे समर्थन करत राहिला किंवा चूक झालीच नाही, असे भासवत राहिला, तर तो आणखी खोल गर्तेत जातो. अशा व्यक्ती प्रगती करत नाहीत. अमेरिकेचे माजी अध्यक्ष बिल क्लिंटन त्याचे एक उदाहरण आहेत. व्हाइट हाऊसमधील उमेदवार तरुणीशी त्यांनी प्रेमसंबंध ठेवले. त्याबद्दल ते खोटे बोलले. ते अमेरिकेचे एक महान अध्यक्ष बनू शकले असते. परंतु, आता त्यांची प्रतिमा नीतिमत्ता ढासळलेले, पत्नीला फसवणारे आणि दूरचित्रवाणीवरही त्याबद्दल खोटे बोलणारे अध्यक्ष अशी झाली आहे. स्वत:च्या चुकांना सामोरे जाणे आणि त्या मान्य करणे याला मोठे धैर्य लागते. खोटे बोलण्यात कोणतेच शौर्य नाही.

चुकांमधून शिकणे ही मिडास टचची साधना

शाळा, महाविद्यालयांमध्ये चुका करणे हे वाईट समजले जाते. जे विद्यार्थी कमीत कमी चुका करतात, त्यांना हुशार मानले जाते. परंतु, उद्योग-व्यवसायाच्या जगात चूक करणे, ती मान्य करणे आणि त्यापासून धडा घेत दुर्दैवाचे रूपांतर सुदैवात करायला शिकणे हे यशासाठी अत्यंत आवश्यक आहे. आइनस्टाईन यांनी म्हटले आहे की, ''दोनच गोष्टी अमर्याद आहेत- विश्वाचा पसारा आणि मूर्खपणा!'' त्यात मी भर घालून असे म्हणेन की, ''मानवाची शिकण्याची क्षमताही अनंत, अमर्याद आहे.''

एक उद्योजक म्हणून तुमच्या चुका तुमच्या व्यवसायाचे नुकसान करू शकतात, त्याचप्रमाणे तुमच्या कर्मचाऱ्यांनी केलेल्या चुकाही नुकसानकारक ठरू शकतात. अनेकदा तुम्ही कर्मचाऱ्यांना चुकांची जबाबदारी घ्यायला व त्यापासून शिकायला सांगता, त्यांना सुधारण्याचा तुमचा प्रयत्न असतो, पण ते मग कंपनीच सोडण्याचा निर्णय घेतात, नवी नोकरी शोधतात आणि त्यांनी केलेल्या चुकांची किंमत तुम्हाला मोजावी लागते. अशा अनुभवांमुळेच अनेक उद्योजक त्यांचा व्यवसाय विशिष्ट मर्यादेतच ठेवण्याचा आणि कर्मचाऱ्यांची संख्या कमीत कमी राखण्याचा प्रयत्न करतात. एखाद्या उद्योजकाकडे जर

नेतृत्व करण्याची किंवा माणसांना सांभाळण्याची क्षमता नसेल, तर त्याचे कर्मचारी जमेची बाजू बनण्याऐवजी त्याच्यावरचे ओझेच होतात.

परिस्थिती बिकट झाली तर काही कर्मचारी गुन्हेगार बनून संकटात आणखीनच भर घालतात. तुमची पाठ फिरली किंवा तुम्ही मिळवलेल्या पैशांवर त्यांचा हक्क आहे, अशी त्यांची भावना बनली की, असे होऊ शकते. व्यावसायिक जगतात अनेक बदमाश आणि ठग लोक आहेत. गुन्हेगारी जगात दोन प्रकार असतात- हिंसक गुन्हे आणि पांढरपेशी गुन्हे. हिंसक गुन्ह्यांमध्ये पाशवी शक्तीचा - शस्त्रांचा वापर होतो, त्यात कोणीतरी बळी जातो, हयात होतो. परंतु, 'पांढरपेशी' गुन्ह्यांमध्ये खोटारडेपणा, फसवणूक, चोरी, अकार्यक्षमता अशा गोष्टी असतात. त्यात कोणाला इजा होत नाही किंवा शस्त्रही वापरले जात नाही. त्यामुळे ते सिद्ध करणे तितकेच अवघड असते. निराळ्या शब्दांत सांगायचे, तर व्यावसायिक जगात तुम्हाला सर्वांत मोठे गुन्हेगार दिसतील, ते सभ्य, प्रामाणिक, उच्चशिक्षित वगैरे भासतील; परंतु त्यांच्यात भावनिक प्रगल्भता आणि चारित्र्याचा अभाव तुम्हाला आढळेल. मनासारख्या गोष्टी घडल्या नाहीत की, ते गुन्हेगार बनतात.

माझ्या आयुष्यात मी हिंसक स्वरूपाच्या गुन्ह्यांमध्ये काहीच गमावलेले नाही. माझा पैसा बळकावला, तो शाळांमध्ये हुशार गणल्या गेलेल्या लोकांनी. ते हुशार, चलाख लोक होते. पृथ्वीच्या पाठीवर आपल्यापेक्षा हुशार कोणीच नाही, असा त्यांचा विश्वास होता. आपण चुकूच शकत नाही, त्यामुळे चूक मान्य करण्याचा प्रश्नही येत नाही, असा त्यांचा दावा होता. ही बुद्धिमत्ता नव्हे! हा निव्वळ उर्मटपणा आहे आणि चारित्र्यातला मोठा दोष आहे. उद्धट माणसे कोणाकडून अभिप्राय घेऊ शकत नाहीत, स्वत: शिकत नाहीत, बदलत नाहीत आणि सुधारतही नाहीत. त्यामुळे या गतिमान जगात ते मागे पडतात.

लष्करी प्रशिक्षणामध्ये सर्वांत महत्त्वाची गोष्ट शिकवली जाते, ती म्हणजे - अभिप्राय घेणे. लष्कराच्या प्रशिक्षण केंद्रात दाखल झाल्या क्षणापासून तुम्हाला तुमच्याबद्दलचा अभिप्राय तोंडावर सांगितला जातो. अनेक हुशार, तरुण मुलांना असा अभिप्राय सहन होत नाही. ते रडतात, भेकतात, कोलमडून पडतात आणि सोडून निघून जातात, केवळ प्रत्यक्ष अभिप्राय मिळण्याच्या तणावाने.

उद्योजक सततच लोकांचा अभिप्राय आजमावत असतात. विशेषत: ग्राहक, बँका, कर्मचारी, विक्री प्रतिनिधी अशा अनेकांचे परखड अभिप्राय मिळाल्याशिवाय उद्योजक व्यवसायासंबंधी योग्य निर्णय घेऊ शकत नाहीत.

उद्योजकांच्या भोवती होयबांची किंवा लांगूलचालन करणाऱ्यांची गर्दी असेल, तर त्यांचा व्यवसाय मोठ्या संकटात सापडणार, हे निश्चित.

मार्गदर्शक सखा

सार्वजनिक क्षेत्रातल्या कंपन्यांना शेअर बाजारात नोंदणी करण्यापूर्वी संचालक मंडळाची यादी सादर करणे बंधनकारक असते. तशी गरज तुम्हालाही भासेल. तुमच्याकडे बाकी काही नाही, फक्त कल्पना आहे; तरीही तुम्हाला चांगल्या सल्लागारांची गरज असते. व्यवसायासाठी तुम्हाला किमान तीन सल्लागार हवेत. हिशेब व आर्थिक व्यवहार पाहणारा

लेखापाल, वकील आणि मार्गदर्शक - मेंटॉर. तुम्ही ज्या व्यवसाय-उद्योग क्षेत्रात प्रवेश करू इच्छिता, त्या क्षेत्रातील यशस्वी उद्योजक मार्गदर्शक म्हणून तुम्हाला मिळाला तर उत्तमच. उदाहरणार्थ, तुम्हाला उपाहारगृह सुरू करायचे आहे, ज्यांनी स्वत:चे उपाहारगृह चालू केले अशा यशस्वी उद्योजकांशी बोलून त्यांना तुमचे मार्गदर्शक होण्यासाठी विचारणा करा.

मी आणि डोनाल्ड - आम्हा दोघांकडेही प्रशिक्षण देणाऱ्या व मित्रत्वाने मार्गदर्शन करणाऱ्या व्यक्ती होत्या. आम्हाला दोघांनाही उद्योजकतेचा अनुभव असलेले रिच डॅड होते.

अनेक नवे उद्योजक बहुधा एक मोठी चूक करतात, ती म्हणजे एखाद्या यशस्वी उद्योजकाचा सल्ला घेण्याऐवजी ते एखाद्या अनुभवी नोकरदाराचा सल्ला घ्यायला जातात. या दोघांच्या विश्वात दोन ध्रुवांचे अंतर असते.

जाता जाता एक मोलाचा सल्ला

मर्फीचा नियम सांगतो की, ''जी गोष्ट चुकीची ठरण्याची शक्यता आहे, ती चूकच ठरणार आहे.'' पीटरच्या तत्त्वाशी त्याची सांगड घाला. हे तत्त्व सांगते की, ''अधिकारांच्या उतरंडीत प्रत्येक कर्मचारी त्याच्या अकार्यक्षमतेच्या पातळीपर्यंत वर सरकतो!''

अनेक उद्योग-व्यवसायांचा विकास होत नाही, याचे कारण संबंधित उद्योजक त्यांच्या अकार्यक्षमतेच्या पातळीपर्यंत येऊन थांबतात. उद्योजकांना खऱ्या अर्थाने मोठे होण्यासाठी ही अकार्यक्षमतेची पातळी ओलांडून पुढे जाण्याची आवश्यकता आहे. याचा अर्थ त्यांनी आणखी चुकांमधून आणखी शिकले पाहिजे. कदाचित त्यासाठी त्यांना आणखी दहा हजार चुका कराव्या लागतील. विजेच्या दिव्याचा शोध लावण्यासाठी आइनस्टाईनने केलेल्या अनेक चुकांबद्दल त्यांचे जे मत होते तसेच.

पीटरचे तत्त्व समजून सांगण्यासाठी मी गोल्फचे उदाहरण देतो. समजा, एखादा गोल्फ खेळाडू सातत्याने ७२ आकडा कमावतो. अशा खेळाडूला 'पार गोल्फर' किंवा 'स्क्रॅच गोल्फर' म्हणून ओळखले जाते. गोल्फ खेळाच्या जाणकारांना हे माहिती आहे की, पार गोल्फर आणि व्यावसायिक गोल्फ खेळाडूंमध्ये काही फटक्यांचेच अंतर असले तरी ते दोन्ही खूप वेगळे असतात. आपण असे समजू की, व्यावसायिक गोल्फ खेळाडूंना व्यावसायिक स्पर्धांमध्ये टिकून राहण्यासाठी सातत्याने ७० मिळवायचे आहेत. पण कोणत्याही गोल्फपटूला याची जाणीव असते की, सातत्याने ७० मिळवणे आणि सातत्याने ७२ मिळवणे यात किती अंतर असते!

हा दोन फटक्यांचा फरक म्हणजे उद्योजकतेचा मिडास टच आहे.

फुटके नशीब नसते, तर...

डोनाल्ड ट्रम्प

रॉबर्टने गोल्फचा संदर्भ देऊन त्याच्या लेखनाचा समारोप केला. दोन स्ट्रोक्सचा – दोन फटक्यांचा फरक मिडास टचची जादू घडवतो हे त्याने दिलेले उदाहरण अतिशय चपखल आहे. गोल्फ ही माझी आवड असल्याने ते माझ्या मनालाही भावणारे आहे. गोल्फ आणि त्याची मैदाने विकसित करण्याची माझी आवड अनेकांना माहिती आहे.

स्कॉटलंडमधल्या ॲबर्डीन इथे मी एक गोल्फचे मैदान विकसित करत आहे. पाच वर्षे युरोप पालथा घालून दोनशेच्या वर ठिकाणांना भेटी देऊन अखेर मी गोल्फसाठीचे हे आदर्श ठिकाण शोधले. मी धीर ठेवून अशा ठिकाणाचा शोध घेतला कारण मला अगदी परिपूर्ण जागा हवी होती. आणि अखेर ती मला सापडली. स्कॉटलंडमधील द ट्रम्प इंटरनॅशनल गोल्फ लिंक्सचे विकसन आता सुरू आहे. पाच वर्षे जागा शोधण्यात घालवल्यानंतर ती मिळवण्यासाठीही मला खूप वर्षे वाटाघाटी कराव्या लागल्या. विशेषत: पर्यावरणाशी संबंधित, यातून पार होताना मी भूगर्भ व भूरचनाशास्त्राचा (जिओमार्फोलॉजी) जवळपास तज्ज्ञच झालो आहे. ही जागा सागरकिनाऱ्यावर आहे आणि त्यात वाळूच्या नैसर्गिक टेकड्याही तयार झालेल्या आहेत. ही जागा विकसित करण्यासाठी मला काही जणांचा उत्साही पाठिंबा मिळाला. पण काही गटांचा तितकाच तीव्र विरोधही झाला. या सगळ्या घडामोडी एखाद्या महाकाव्याचा विषय व्हाव्या, इतक्या रंजक आहेत. इतक्या की, मी ज्या अडथळ्यांतून पार झालो, त्या प्रवासावर एका स्कॉटिश लेखकाने जाडजूड पुस्तकही लिहीले. (डेव्हीड ईवेन यांनी लिहिलेल्या या पुस्तकाचे शीर्षक *चेजिंग पॅराडाइज* असे आहे. ''डोनाल्ड ट्रम्प अँड द बॅटल फॉर द वर्ल्डस् ग्रेटेस्ट गोल्फ कोर्स'' असे त्याचे उपशीर्षक आहे. गोल्फ या खेळाविषयी किंवा कथांची आवड असणाऱ्यांनी ते जरूर वाचावे.)

स्कॉटलंडमधील व्यवसाय-उद्योग क्षेत्रातील नेते, सरकारचे समर्थक, स्थानिक लोक अशा अनेक घटकांशी मला बोलणी करावी लागली. मला तीव्र विरोधाचा सामना करावा लागला, तेव्हा सर शॉन कॉनेरीसुद्धा माझ्या समर्थनासाठी मैदानात उतरले. काही लोकांना जणू खात्रीच होती की, मी या भूप्रदेशाचा विकास नाही, तर वाटोळे करायलाच आलो आहे.

हा आंतरराष्ट्रीय पातळीवरील चर्चेचा व हितसंबंधाच्या लढाईचा विषय बनला. त्याचे बरेवाईट दोन्ही परिणाम झाले. या जागेत घर असलेल्या आणि ते सोडण्यास नकार देणाऱ्या एका व्यक्तीची कहाणी अमेरिकेतील एका प्रसिद्ध नियतकालिकाने छापली. ही व्यक्ती एकदम प्रसिद्धीच्या झोतात आली. हे घर त्या जागेत राहिले असते किंवा नसते, तरी त्याचा माझ्या प्रकल्पावर फारसा परिणाम होणार नव्हता. पण घरमालकाला भरपूर प्रसिद्धी मिळाली. मात्र, त्याचबरोबर आमच्या प्रकल्पाचीही प्रसिद्धी झाली.

या प्रकल्पाचा पर्यावरणविषयक अहवाल चांगला दोन जाडजूड पुस्तकांएवढा झाला. त्यात पर्यावरणासंबंधी ज्या काही चिंता व्यक्त केल्या होत्या, त्यावर उपाय शोधण्याबरोबरच व्यावसायिक प्रश्नांची गुंतागुंतही आम्हाला सोडवायची होती. स्कॉटलंडमधील या ठिकाणाला

ऐतिहासिक महत्त्व होते. अशा सर्व गोष्टींची दक्षता घेत मला हा प्रकल्प साकारण्यासाठी सुमारे एक अब्ज ब्रिटिश पौंड लागणार होते. या प्रकल्पाचा एक मोठा फायदा असा की, त्यातून ६२३० तात्पुरत्या आणि १४४० कायमस्वरूपी नोकऱ्या निर्माण होणार होत्या.

आम्ही या जागेचा पर्यावरणाच्या आणि व्यवसायाच्या दृष्टीने अतिशय सखोल व तपशीलवार अभ्यास केला. स्कॉटिश नॅशनल हेरिटेज या संस्थेबरोबर आम्ही अनेक तास काम केले. त्यांच्याकडून अनेक बारकावे समजून घेतले. स्कॉटलंडमधील ट्रम्प इंटरनॅशनल गोल्फ लिंक्स प्रकल्प किती मोठा आहे, याची थोडी कल्पना येण्यासाठी तुम्हाला पुढील माहिती उपयोगी ठरू शकेल. या प्रकल्पात गोल्फच्या मैदानांव्यतिरिक्त गोल्फचे प्रशिक्षण देणारी एक संस्था, ५०० घरे, ४५० खोल्या असलेले हॉटेल, ३६ गोल्फ व्हिलाज, कर्मचाऱ्यांसाठी ४५० घरे आणि ९५० सदनिका इत्यादींचा समावेश आहे. ही सर्व बांधकामे आणि परिसर यांचा विकास करणे हे प्रचंड काम होते आणि ते कोणा येरागबाळ्याने करण्यासारखे नव्हते.

या सर्व प्रक्रियेतून जात असताना मी सतत सकारात्मक दृष्टिकोन बाळगला. हा प्रकल्प पूर्ण करण्याचे कौशल्य व अंगभूत चिकाटी माझ्याकडे आहे, याची मला जाणीव होती. रॉबर्ट 'मिडास टच'साठी ज्या आवश्यक गोष्टी मानतो, त्यात याचा नक्कीच समावेश आहे. हा प्रकल्प साकारण्यासाठी मला अनेक आव्हानांना तोंड द्यावे लागेल, त्यात अनेक वर्षे खर्ची पडतील, हे मी गृहित धरले होते. मात्र मला हेदेखील माहीत होते की, माझ्याकडे चिकाटीने सतत परिश्रम करण्याची क्षमता होती, आणि या सर्वाचे फलित म्हणून मी जगातले एक सर्वोत्तम गोल्फ मैदान विकसित करू शकेन. त्यातून परिसरावर वाईट परिणाम होण्याऐवजी तिथल्या आर्थिक उलाढालीला चालनाच मिळणार असल्याचे मला माहिती होते. मला त्याची आधीच ओढ लागली होती. माझा या प्रकल्पावर विश्वास होता. शॉन कॉनेरी यांचेही मला इथे आभार मानायला हवेत. ते जाहीरपणे माझ्या पाठीशी उभे राहिल्याने अनेक लोकांना हा प्रकल्प समजून घेण्यात आणि स्कॉटलंडच्या नागरिकांना त्याचा काय फायदा होईल, हे जाणून घेण्यात रस निर्माण झाला.

या सर्व काळात माझे इतरही अनेक महत्त्वाचे प्रकल्प आणि आवडीच्या गोष्टी सुरू होत्या. परंतु, हा प्रकल्प मी कधीच मागे ठेवला नाही किंवा रेंगाळू दिला नाही. सुदैवासाठी ही गोष्ट महत्त्वाची असते. तुम्हाला मोठे यश मिळवायचे असेल, तर कोणत्याच गोष्टीकडे दुर्लक्ष करणे किंवा त्या मागे ठेवणे परवडणारे नाही. प्रत्येक गोष्ट महत्त्वाची असली पाहिजे.

लोकांना असेही वाटत असेल की, माझ्याकडे ही सर्व कामे करण्यासाठी उत्तम लोकांचा चमू आहे. (आणि ही गोष्ट खरीही आहे.) तरीही मी सर्व गोष्टींमध्ये लक्ष घालतो. या प्रकल्पाचे बारीकसारीक सर्व तपशील मला माहीत आहेत. मी स्कॉटलंडला अनेकदा भेटी दिल्या, त्या मौजमजेसाठी नाही. मी कामाच्या ठिकाणी गेलो, ठेकेदारांशी चर्चा केली, स्थानिक अधिकाऱ्यांना भेटलो. स्कॉटिश नॅशनल हेरिटेजच्या अधिकाऱ्यांकडून काही बाबी समजावून घेतल्या. या काही फावल्या वेळात करण्याच्या गोष्टी नाहीत. या प्रकल्पाचा विचार केला, तर त्याचे यश हे रातोरात मिळालेले नाही. त्यासाठी खर्ची पडलेला प्रत्येक क्षण मोलाचा आहे.

चुका होतात, बदल घडतात!

तुमच्यापैकी ज्यांना उद्योजक बनण्याची इच्छा आहे किंवा ज्यांना आधीचाच व्यवसाय खूप मोठ्या प्रमाणात वाढवायचा आहे, त्यांच्यासाठी ही गोष्ट अतिशय महत्त्वाची आहे - प्रत्येक क्षण मोलाचा आहे. त्याशिवाय तुम्ही तुमचा प्रभाव वाढवू शकणार नाही.

माझा अंगठ्याचा मूलभूत नियम असा आहे त्यात कोणताही शब्दच्छल नाही. तुम्ही एखाद्या प्रकल्पासाठी दिलेला वेळ हाताच्या बोटांवर मोजू शकत असाल, तर तुम्ही पुरेसा वेळ त्यासाठी दिलेला नाही, हे लक्षात घ्या. आपण यापुढे आता काम करू शकत नाही, असे वाटेपर्यंत कोणत्याही प्रकल्पावर तुम्ही काम केले पाहिजे. तुम्हाला प्रचंड विरोधाचा सामना करावा लागेल, खूप निराशावाद झेलावा लागेल आणि नन्नाचा पाढा ऐकत राहावे लागेल. त्यातून काही उत्तम निष्पन्न होण्याआधी तुम्हाला वाईट स्थितीचा सामना करावा लागेल.

पण मिडास टच मधल्या अंगठ्याचा अर्थ तुमच्या लक्षात असेल - भावनिक बुद्धिमत्ता आणि चारित्र्याची ताकद - तर तुम्ही तुमचे उद्दिष्ट नक्कीच साध्य कराल. माझ्या व्यवसायात १९९०च्या दशकाच्या सुरुवातीला खूप मोठे आर्थिक चढउतार आले. अनेकांना वाटते, तसा मी दिवाळखोरीत मात्र गेलो नव्हतो. परंतु माझ्यावर अब्जावधी डॉलर्सचे कर्ज होते, ही बाब खरी आहे. ती माझ्यासाठी फारशी चांगली स्थिती नव्हती. मी दुर्दैवाच्या फेऱ्यात अडकलो आहे, असे म्हणणे सोपे होते. तरीही मी या स्थितीकडे त्या नजरेने पाहिले नाही.

अर्थव्यवस्था आणि बांधकाम क्षेत्र विशिष्ट चाकोरीतून जाते, हे मला माहीत होते. परंतु, न्यू यॉर्कमध्ये जे घडले, त्याने अनेक लोक उद्ध्वस्त झाले. बांधकामे आणि जागांच्या किमती वेगाने खाली आल्या. संपूर्ण शहरासाठीच हा संकटाचा काळ होता. मीही त्यात अडकलो होतो. अनेक लोकांचे व्यवसाय त्यात नेस्तनाबूत झाले. माझी सर्वांत मोठी चूक ही झाली की, माझे व्यवसायातले लक्ष विचलित झाले. मी भरकटलो. मी पॅरिसमधल्या फॅशन शोला हजेरी लावत होतो; पण माझी व्यवसायावरची पकड ढिली झाली होती. पैशाचा पुरवठा व्यवस्थित झाला की, सर्व काही ठीक होईल, या भ्रमात मी वावरत होतो. माझे वडील एकदा म्हणाले होते की, तू ज्याला हात लावतोस, त्याचे सोने होते. आणि मी ते शब्दश: खरे मानून चाललो होतो. व्यवसाय त्याच्या गतीने ठीक चालला होता. त्यामुळे आपल्याला त्यात फार लक्ष घालायची गरज नाही, असे मला वाटले. त्याप्रमाणेच मी त्याकडे दुर्लक्ष केले. पण व्यवसायाची चाके उलटी फिरायला लागली, तो खाली खालीच जाऊ लागला, तेव्हा मी खडबडून जागा झालो.

सुदैवाने मी व्यवसायावर पुन्हा लक्ष केंद्रित करू शकलो आणि माझे भाग्य पुन्हा उजळले. खरे तर मोठ्या नुकसानीनंतरच मी व्यवसायात आणखी यशस्वी झालो. मी स्वत:ला खूप भाग्यवान समजत होतो आणि माझी अजूनही तशी समजूत आहे. सांगायची गोष्ट अशी की, मोठ्या नुकसानीचा सामना केल्यानंतरही मी आत्मविश्वास गमावला नाही, स्वत:कडे बघण्याची माझी नजर तशीच राहिली. ही गोष्ट एखाद्या बुडबुड्यासारखी क्षणिक असल्याचे मी मानले आणि त्याला फारसे महत्त्व दिले नाही. गोल्फ खेळताना चेंडू एखाद वेळी वाळूत जातो. पण निष्णात खेळाडूला तो त्यातून बाहेर कसा काढायचा आणि

गोलात अचूक कसा मारायचा हे माहीत असते. तो बिचकून जात नाही. त्याचप्रमाणे मी व्यवसायाच्या खेळात पुन्हा उभारी घेऊ शकतो, त्यासाठी आवश्यक कौशल्ये माझ्याकडे आहेत, असा माझा ठाम विश्वास होता.

मी अजूनही चुका करतो का? हो, नक्कीच. परंतु, मोठ्या आर्थिक नुकसानीला सामोरा जाताना जसा विचार केला, तसाच मी आजही करतो. मी इतर कोणाला दोष न देता मलाच त्यासाठी जबाबदार धरतो. मी ज्या परिस्थितीत आहे, त्याला सर्वस्वी मीच जबाबदार आहे, असे मी मानतो. मी संपूर्ण जबाबदारी घेतो. रॉबर्ट म्हणतो त्याप्रमाणे मिडास टच देण्याचा तो एक मार्ग आहे. प्रत्येकजण चुका करतो. परंतु, या चुकांकडे तुम्ही कसे पाहता आणि त्यापासून काय शिकता, ही गोष्ट सर्वांत महत्त्वाची असते. हा भावनिक प्रगल्भतेचा आणि बळकट चारित्र्याचा भाग आहे.

जबाबदारीची तीव्र जाणीव, हा फार मोठा गुण आहे. ही जाणीव तुम्हाला प्रचंड शक्ती देते, तुम्हाला समर्थ बनवते. केलेल्या सर्व चांगल्यावाईट कृत्यांची जबाबदारी तुम्ही स्वीकारता तेव्हा तुमचा प्रभाव व कार्यक्षमता अनेक पटींने वाढते. व्यवसायात आणि रोजच्या आयुष्यातही ही गोष्ट अंगिकारण्याचा प्रयत्न तुम्ही करा. तुम्ही ज्या गोष्टीला हात घालाल त्या गोष्टीची जबाबदारी स्वीकारता, तेव्हा ती गोष्ट असामान्य करण्याची ताकद तुमच्या हातात आल्याची जाणीव तुम्हाला होते. माझ्या दृष्टीने अशा तऱ्हेच्या नियंत्रणाची, जबाबदारीची जाणीव हाच यशाचा खरा मंत्र आहे.

माझी 'वेस्ट साइड' कहाणी

'ट्रम्प' या ब्रँडमुळे, त्याला असलेल्या वलयामुळे माझ्यासाठी सगळ्या गोष्टी सुरळीत झाल्या असणार, माझे यशही त्यामुळेच आहे, असे तुम्हाला वाटू शकते. पण माझ्या ह्या ब्रँडवर आणि माझ्या संघटनेवर माझे नेहमीच नियंत्रण होते, असे नाही. योग्य काळ आणि वेळ हासुद्धा त्यात महत्त्वाचा घटक आहे. खूपदा असे झाले की, मला प्रकल्प सुरू होण्यासाठी खूप संयमाने वाट पहावी लागली. अनेक गोष्टी मनाप्रमाणे घडण्याची प्रतीक्षा करावी लागली. तुमचा कदाचित विश्वास बसणार नाही; परंतु हडसन नदीच्या किनाऱ्यावरचे 'ट्रम्प प्लेस'चे बांधकाम सुरू करण्यासाठी मला तब्बल वीस वर्षे वाट बघावी लागली. इतकी दीर्घ काळ वाट पाहण्याची तुमच्यापैकी किती जणांची तयारी असू शकेल? वीस वर्षांच्या काळात येणाऱ्या अडचणींचा, चढउतारांचा सामना करताना तुमच्यापैकी किती जणांची श्रद्धा अढळ राहील? हा खूप मोठा काळ होता. परंतु, ही जागा विकसित करण्यासाठीचे माझे स्वप्न पक्के होते आणि ते पूर्ण करायचेच हा माझा ध्यास होता. हे सोपे होते का? नक्कीच नाही. परंतु, त्यासाठी प्रतीक्षा करणे तितकेच मोलाचे होते. त्यामुळे माझा निर्धार आणखी पक्का झाला आणि त्याने मलाही अधिक कणखर बनवले.

ही कहाणी १९७४ला सुरू झाली. पेन सेंट्रल रेलरोडच्या लगतचे वेस्ट साइड रेल्वे यार्ड खरेदी करण्याचे मी तेव्हा ठरवले. तेव्हा न्यू यॉर्क शहर फारसे भरभराटीला आले नव्हते. त्यामुळे ही नदीला लागून असलेली जागाही मला अतिशय कमी किमतीत मिळू शकत होती.

त्या वेळी मी ट्रम्प टॉवर, कमोडोर/हयात हॉटेलचे नूतनीकरण अशा इतर प्रकल्पांमध्ये गुंतलेलो होतो. वेस्ट साइडची ही जागा मिळवण्यासाठी मला स्थानिक लोकांच्या रोषाचा व विरोधाचा सामना करावा लागला. त्यांना नदीलगत 'ट्रम्प प्लेस' व्हायला नको होते. तसेच, हा प्रकल्प आर्थिकदृष्ट्या फायदेशीर होण्यासाठी सरकारचे अनुदान मिळणे आवश्यक होते. परंतु, मी ज्या प्रकारचा गृहप्रकल्प बांधू इच्छित होतो, त्यासाठी अशी सवलत देण्याबाबत सरकारचे मत प्रतिकूल होते. त्यामुळे माझी चांगलीच कोंडी झाली होती. हा प्रकल्प होण्याची शक्यता धूसर वाटल्याने त्यासंबंधीची योजना १९७९मध्ये मी सोडून दिली. त्यामुळे न्यू यॉर्क शहर प्रशासनाने रेल्वेची ही जागा दुसऱ्याला विकली.

माझ्या सुदैवाने या खरेदीदारांना न्यू यॉर्क शहराचा काहीच अनुभव नव्हता. तसेच, शहरातील बांधकामासंबंधीचे नियम-उपनियम, त्यानुसार केलेले विभाग, याची त्यांना काहीच माहिती नव्हती. न्यू यॉर्कसारख्या शहरात अशा बांधकामांसंबधीचे नियम किचकट व गुंतागुंतीचे होते. त्यामुळे या बांधकाम व्यावसायिकांकडून अनेक चुका झाल्या आणि अखेर त्यांना ही जागा विकणे भाग पडले. त्यांनी १९८४मध्ये मला फोन केला आणि या जागेत मला अजूनही रस आहे का, अशी विचारणा केली. ही जागा दहा कोटी डॉलर्सला विकत घेण्याची तयारी मी दर्शवली. याचा अर्थ मॅनहटनसारख्या मध्यवर्ती परिसरात नदीकाठची जागा मला दहा लाख डॉलर्स प्रतिएकर भावाने मिळू शकत होती. हा माझ्यासाठी फायद्याचा सौदा होता. तरीही मी अद्याप ही जागा विकसित करण्याच्या जवळही पोहोचलो नव्हतो.

सन १९८४ ते १९९६ या काळात जे काही घडले, त्याने माझ्या संयमाची आणि चिकाटीची परीक्षा पाहिली. शहरातल्या अनंत बावळटपणाच्या अडचणींचा सामना मला करावा लागला. व्यवसायातले शहाणपण अनुभवातूनच येते. या वेळेपर्यंत मी अनेक अनुभव गाठीस बांधले होते. त्यातून आलेल्या शहाणपणातून मी प्रतिकूल गोष्टींचेही रूपांतर माझ्या फायद्यात केले.

न्यू यॉर्क शहर १९९०च्या दशकातही फारसे बदललेले नव्हते. त्यात सुधारणा मात्र होत होत्या. शहराच्या त्या वेळच्या स्थितीमुळे मला ही जागा हव्या असलेल्या बांधकाम विभागात परिवर्तित करता आली. त्याचा मला फायदाच झाला. शहरातील आर्थिक वातावरण सुधारत होते, अशा वेळी बांधकाम सुरू करण्याचा लाभ मला मिळणार होता. ही योग्य वेळ होती. मी संयमाने आणि चिकाटीने वाट पाहिली नसती, तर ही वेळ मला साधता आली नसती. न्यू यॉर्क शहर नियोजन आयोगाने त्यावेळी मंजुरी दिलेला हा सर्वांत मोठा बांधकाम प्रकल्प होता, हे इथे लक्षात घ्या. त्या अंतर्गत हडसन नदीच्या काठावर १६ बहुमजली निवासी इमारती उभ्या राहणार होत्या. आम्ही १९९६मध्ये या प्रकल्पाचे भूमिपूजन केले आणि त्याचे अभूतपूर्व परिणाम मिळाले.

वेस्ट साइड हा भाग त्यावेळी न्यू यॉर्क शहरातला एक अंधारलेला, दुर्लक्षित भाग होता. ट्रम्प प्लेसमुळे त्याचे रूपांतर आता चैतन्याने वाहणाऱ्या जागेत झाले आहे. या ठिकाणीच मी न्यू यॉर्कवासीयांसाठी २५ एकर जागेवर उद्यान उभारले. ही जागा मी शहराला देणगी स्वरूपात भेट दिली. शहरवासीयांसाठी सायकलींचा वेगळा मार्ग, खेळ आणि सहलींसाठीची ठिकाणे, सामुदायिक कार्यक्रमांसाठी मोकळी जागा अशा सुविधा मी तेथे विकसित केल्या.

त्यामुळे ही एकेकाळची दुर्लक्षित जागा आता लोकांच्या नेहमीच्या भेटीगाठीची जागा झाली आहे. शहर प्रशासन, रहिवासी, आमची कंपनी व ब्रँड अशा सर्वांसाठीच ही फायद्याची अशी स्थिती आहे. चिकाटीचे फळ मला निश्चितच मिळाले.

उद्योजक बनू इच्छिणाऱ्यांना रॉबर्टने हा मार्ग किती खडतर असू शकतो, याची जाणीव करून दिली आहे. आणि तुम्ही जिद्द न सोडता, समोर यश दिसत नसतानाही वाटचाल करत राहणे खरोखरच अवघड असते. मी ते समजू शकतो. मी पहिल्यांदाच फक्त एकट्याने प्रकल्प हातात घेतला, तेव्हा मला अतिशय बिकट परिस्थितीतून जावे लागले. हे सर्व सोडून द्यावे, असा विचारही माझ्या मनात आला. पण मी तसे केले नाही, याचा मला आता आनंद आहे. कारण ते माझे पहिले मोठे यश ठरले आणि त्यामुळे मॅनहटनच्या नकाशावर एक विकसक म्हणून मला स्थान मिळाले.

द ग्रँड हयात हॉटेल

न्यू यॉर्क शहरातील ग्रँड हयात हॉटेलचे नाव तुम्ही कदाचित ऐकले असेल. ग्रँड सेंट्रल स्टेशनच्या ते अगदी जवळ आहे. त्याच्या आरशांनी चकाकणाऱ्या चार भिंती आता गजबजलेल्या मॅनहटन परिसराच्या सौंदर्यात भरच घालतात. मात्र, १९७०च्या दशकात अशी स्थिती नव्हती. हा परिसर अतिशय बकाल होता. ग्रँड सेंट्रल स्टेशनमधून तुम्हाला न्यू यॉर्क शहरात जायचे-यायचे असेल, तरच लोक या परिसरातून जात असत. अन्यथा या परिसरात येणेच ते टाळत होते. स्थानकाच्या शेजारीच जुने द कमोडोर हॉटेल होते. ते मोडकळीला आलेले हॉटेल नुसते पाहणे हाही त्रासदायक अनुभव होता. सर्वच परिसरात एक प्रकारची निराशा भरून राहिली होती आणि गुन्ह्यांना आमंत्रण देत होती.

या परिसराचे चित्र पालटू शकते आणि त्यासाठी मोठ्या बदलाची आवश्यकता आहे, असा विश्वास मला होता. माझ्या दृष्टीने त्याचे पहिले पाऊल म्हणून कमोडोर हॉटेल विकत घेणे आणि त्याची नव्याने उभारणी करणे हे होते. मला आठवते की, मी या प्रकल्पाचा गांभीर्याने विचार करत आहे यावर माझ्या वडिलांचादेखील विश्वास बसला नव्हता. ते म्हणाले, ''क्रायस्लर बिल्डिंगही आता दिवाळखोरीत निघाली आहे. अशा वेळी कमोडोर हॉटेल विकत घेण्याचा विचार करणे म्हणजे बुडत्या टायटॅनिक जहाजाचे प्रवासाचे तिकिट काढण्यासारखे आहे.'' या प्रकल्पात गुंतवणूक करणे धाडसाचे आहे, याची जाणीव आम्हा दोघांनाही होती. परंतु, या हॉटेलची फेरउभारणी केल्यानंतर या परिसराचे चित्र बदलेल, शहरातील तो अतिशय दिमाखदार भाग बनू शकेल, याची मला खात्री होती. आणि तसे व्हायलाही हवे होते. मी हे चित्र डोळ्यासमोर उभे करू शकत होतो. त्यामुळेच योग्य मार्गाने जात असल्याचा विश्वास मला वाटत होता. हा आत्मविश्वास माझ्यासाठी महत्त्वाचा होता. त्यानेच मला पुढे जाण्याचे बळ दिले.

या हॉटेलची मालकी तेव्हा पेन सेंट्रल रेलरोडकडे होती. मी त्याच्या खरेदीसाठी वाटाघाटी सुरू करण्याच्या वर्षभर आधी त्यांनीच हॉटेलचे रंगरूप पालटण्याचे प्रयत्न केले होते. त्यासाठी सुमारे २० लाख डॉलर्स खर्ची पडले होते; पण त्याचा कोणताही चांगला व दृश्य परिणाम दिसत नव्हता. या हॉटेलची आणखी दुरुस्ती आणि सौंदर्यीकरण आवश्यक

होते, हे स्पष्टपणे दिसत होते. मालकांकडे अजून ६० लाख डॉलर्सची कराची थकबाकी होती. त्यामुळे हॉटेल विकण्याच्या निर्णयावर ते आले होते. या गोष्टी विचारात घेता हे हॉटेल मला साधारण एक कोटी डॉलर्सपर्यंत विकत मिळू शकणार होते. पण त्याआधी हा गुंतागुंतीचा सौदा कसा करायचा, याची आखणी करणे मला भाग होते. मला पैशाचा पुरवठा करणारे कोणी गुंतवणूकदार, बँकर हवे होते. हॉटेल व्यवसायातील एखाद्या कंपनीकडून मला ते चालवण्यासंबंधी हमी घेणे आवश्यक होते. त्याचबरोबर न्यू यॉर्क शहर प्रशासनाकडून मला करामध्ये सवलत हवी होती. या सगळ्या गोष्टी गुंतागुंतीच्या होत्या आणि या वाटाघाटींमध्ये काही वर्षे गेली.

वाटाघाटी सुरू असतानाच जुन्या हॉटेलचे अतिशय सुंदर, भव्य वास्तूत रूपांतर करू शकेल, असा एखादा प्रतिभावान वास्तूरचनाकार मी शोधत होतो. डेर स्कट याच्या रूपाने मला असा तरुण वास्तूरचनाकार मिळाला. माझा दृष्टिकोन, माझे स्वप्न तो समजून घेऊ शकत होता. मला या संपूर्ण वास्तूला चारी बाजूंनी अतिशय चकाकते, लखलखते रूप द्यायचे होते. वाटाघाटी पूर्णत्वाला जातील का याची मला अद्याप खात्री नव्हती. तरीही मी या स्वप्नाने भारलेला होतो. मला या परिसराचे रंगरूप पालटायचे होते. त्यामुळे डेर स्कटशी मी त्यासंबंधी चर्चा केली. प्रकल्पाचे आरेखन व नकाशे करण्याचे काम मी त्याच्यावर सोपवले. कोणत्याही परिस्थितीत आम्ही तयार असायला हवे म्हणून.

प्रकल्पाचे बांधकाम एकूण १५ लाख चौरस फुटांचे होते. या भव्य हॉटेलमध्ये १४०० खोल्या असणार होत्या. त्याची देखभाल करणे साधे काम नव्हते. त्यासाठी मला निष्णात हॉटेल व्यावसायिकाची गरज होती. त्यामुळे या व्यवसायातील चांगल्या सेवेसाठी प्रसिद्ध अनुभवी नावांची मी यादी केली. त्यातून हयात हे नाव माझ्या यादीत पहिल्या क्रमांकावर आले. त्यांना या प्रकल्पात रस असू शकेल, अशी आशा मला वाटत होती. मात्र, तोपर्यंत हयातचे न्यू यॉर्क शहरात एकही हॉटेल नव्हते. माझा अंदाज बरोबर ठरला. त्यांनी या प्रकल्पामध्ये रुची दाखवली. या प्रकल्पात बरोबरीचे भागीदार म्हणून आम्ही करार केला. बांधकाम पूर्ण झाल्यानंतर हॉटेल चालवण्याची संपूर्ण जबाबदारी हयात समूहाने स्वीकारली.

आता माझ्याकडे वास्तुरचनाकार होता, हॉटेल व्यवसायातील भागीदार होता आणि खर्चाचा साधारण अंदाज मी काढला होता. पण या मोठ्या प्रकल्पाला भांडवल पुरवण्यासाठी कोण तयार होईल, हे अद्याप अधांतरी होते. तसेच, शहर प्रशासन त्यासाठी लक्षावधी डॉलर्सची सवलत देईल का, याबाबतही शंका होती. मी त्यावेळी फक्त २७ वर्षांचा होता. त्यामुळे या वाटाघाटी करण्यासाठी व प्रकल्प मार्गी लावण्यासाठी बांधकाम क्षेत्रातील एखाद्या अनुभवी दलालाचा शोध घेण्यास मी सुरुवात केली. या प्रकल्पाची प्रसिद्धी आणि समाजात चांगली प्रतिमा निर्माण करण्यासाठीही त्याचा उपयोग होणार होता.

एका पाठोपाठ एक अडथळ्यांवर मात करत हा प्रकल्प मी पुढे नेत होतो. पण एक मोठा तिढा आमच्यासमोर उभा राहिला. तो सोडवल्याशिवाय प्रकल्प साकारणे अशक्य होते. पतपुरवठा आणि भांडवलाची हमी मिळाल्याशिवाय न्यू यॉर्क शहर प्रशासन करसवलतीचे आश्वासन देण्यास तयार नव्हते, तर दुसऱ्या बाजूने करसवलतीचे आश्वासन असल्याशिवाय बँका भांडवलाच्या पुरवठ्यासाठी एक पाऊलही पुढे टाकायला तयार नव्हत्या. हा तिढा

सोडवण्यासाठी मी सर्व परीने प्रयत्न करून पाहिले. न्यू यॉर्क शहराची झालेली बिकट अवस्था मी बँकांपुढे मांडली. ती सुधारण्यासाठी मदत करणे हे त्यांचे कर्तव्य कसे आहे; ते निभावले नाही, तर भविष्यातील अवस्थेला तेही कसे जबाबदार ठरतील, असे आवाहन मी करून पाहिले. पण कशाचाही फायदा झाला नाही.

शहरातील जवळजवळ प्रत्येक बँक व पतपुरवठादाराशी मी बोललो, त्यांना आर्थिक मदतीचे आवाहन केले. अखेर एका बँकेने या प्रकल्पात रस दाखवला. त्यानंतर प्रत्यक्ष करार करण्यासाठी आमच्या प्रदीर्घ चर्चा झाल्या. त्यासाठी अनेक तास खर्ची पडले. या वाटाघाटी चांगल्या सुरू होत्या आणि त्याचे चांगले फळ मिळेल, अशी आशा बळावली. पण अचानक त्यापैकी एकाची मर्जी फिरली. त्याच्या मनात काय आले कोणास ठाऊक? प्रकल्पाशी संबंधित नसलेला भलताच मुद्दा त्याने उपस्थित केला. वाटाघाटी ठप्प झाल्या. या अचानक पवित्र्याने आम्ही चकित झालो, भांबावलो. या अधिकाऱ्याचे मन वळवण्यासाठी शक्य तो प्रत्येक युक्तिवाद केला. पण त्याचा काही उपयोग झाला नाही. हा गृहस्थ काही ऐकून घ्यायलाच तयार नव्हता. माझा संयम संपला. मी माझ्या सल्लागाराला आणि मध्यस्थाला म्हटले की, ''हा करार आपण फेकून देऊ या!''

यापुढे जाणे आता शक्य नाही, त्यापासून मागे फिरणेच इष्ट, असं वाटणारा काही मोजक्या प्रसंगांपैकी एक असलेला असा शरणागतीचा विचार माझ्या मनात आला. मी थकलो होतो. पण माझा मध्यस्थ, वकील, सल्लागार असलेला जॉर्ज रॉस माझ्यामागे ठामपणे उभा राहिला. रॉस द *ॲप्रेंटिस* मालिकेतही प्रसंगी सल्लागाराची भूमिका करतो. आता मागे फिरायचे नाही, असे त्याने मला बजावले. या प्रकल्पासाठी मी किती प्रयत्न केले, किती वेळ घालवला, याची जाणीव त्याने मला करून दिली. त्याचे म्हणणे योग्य होते. त्याने मला रोखठोक सवाल केला की, ''आता पळपुटेपणा का करायचा?'' मी पळपुटा नव्हतो. त्याचा प्रश्न माझ्या जिव्हारी लागला. मी प्रकल्पातून माघार घेण्याचा विचार मनातून काढून टाकला. केवळ उद्योजक बनण्याची इच्छा बाळगणारा, अशी प्रतिमा मला नको होती. हा माझ्या आयुष्यातला सर्वाधिक निराशेचा क्षण होता. इतक्या खाली मी कधीच गेलो नव्हतो. अशाही काही थोड्या प्रसंगांना तुम्हाला सामोरे जावे लागतेच.

या खोल गर्तेतून मी आणखी मजबूत इराद्याने बाहेर पडलो. हा अवनतीचा क्षण माझ्यासाठी आयुष्याला वळण देणारा निर्णायक क्षण बनला. हा प्रकल्प पूर्ण करायचाच असा दृढ निश्चय मी केला. आता मी माझी व्यूहरचना बदलली. मी शहर प्रशासनाकडे मोहरा वळवला. बँकाकडून पतपुरवठ्याचे आश्वासन नसतानाही हा प्रकल्प शहरासाठी कसा महत्त्वाचा आहे, हे प्रशासनाला समजावून सांगण्याचे प्रयत्न मी केले. न्यू यॉर्क शहरात हॉटेल सुरू करण्यासाठी हयात समूह उत्सूक होता. मात्र, जोपर्यंत शहर प्रशासन मालमत्ता करामध्ये सवलत देत नाही, तोपर्यंत प्रकल्प व्यवहार्य ठरू शकत नव्हता. त्याचा खर्च अफाट वाढणार होता आणि तो पूर्ण करणे अशक्य ठरणार होते.

न्यू यॉर्क शहर प्रशासनापुढे मी अतिशय प्रभावी मुद्दा मांडला. त्यामुळे प्रकल्पाशी संबंधित सर्वांना फायदेशीर करार करण्यास ते तयार झाले. प्रशासनाने आम्हाला प्रकल्पातील भागीदार करून घेतले. त्यानुसार मला मालमत्ता करामध्ये ४० वर्षे सवलत मिळणार होती.

मी कमोडोर हॉटेल एक कोटी डॉलर्सला विकत घेणार होतो. त्यातील ६० लाख डॉलर्स प्रशासनाला कराच्या थकबाकीपोटी मिळणार होते. हॉटेलचे नव्या स्वरूपातील बांधकाम पूर्ण झाल्यानंतर मी ते शहर प्रशासनाला फक्त एक डॉलर किमतीने विकणार होतो आणि प्रशासन लगोलग ते मला ९९ वर्षांच्या भाडेपट्ट्याने देणार होते.

हे तुम्हाला ऐकतानाच अतिशय विचित्र आणि गुंतागुंतीचे वाटेल. पण परिस्थितीही तशीच गुंतागुंतीची होती. पण सर्वांसाठी हा करार सोयीचा ठरला. या करारानंतर मला दोन वित्तीय संस्थांकडून भांडवल मिळाले. त्यानंतर नव्या दिमाखात उभे राहिलेले ग्रँड हयात हॉटेल अतिशय यशस्वी ठरले. १९८०मध्ये त्याचे उद्घाटन झाले. त्यातून ग्रँड सेंट्रल आणि न्यू यॉर्क शहराच्या मध्य वस्तीच्या विकासाला चालना मिळाली. आजही या परिसरातले हे एक देखणे हॉटेल आहे.

हा प्रकल्प पूर्ण करताना मला दुर्दैवी परिस्थितीचा सामना करावा लागला, हे तुम्हाला मान्य होईल. पण मी अडचणींवर मात करण्याचे उपाय शोधत राहिलो आणि अखेर सर्व काही सुरळीत झाले. रॉबर्ट म्हणतो त्याप्रमाणे अनेकदा पुढे कोणते अडथळे उभे राहणार आहेत व परिस्थिती किती कठीण होणार आहे, हे आपल्याला माहीत नसते. परंतु, उद्योजकतेचा मिडास टच मिळवायचा असेल, तर काहीही झाले, तरी तुम्ही मार्ग सोडता कामा नये. मलाही काही वेळा असे वाटते की, सर्व गोष्टी सहज, सुरळीत व्हाव्यात. पण प्रत्यक्षात तसे घडत नसते.

विश्वसुंदरी (मिस युनिव्हर्स) आणि अमेरिकासुंदरी (मिस यूएसए) या स्पर्धांसाठी मी जेव्हा एनबीसीबरोबर (नॅशनल ब्रॉडकास्टिंग कॉर्पोरेशनशी) पहिल्यांदा भागीदारी केली, तेव्हा या स्पर्धांना फारसा प्रतिसाद नव्हता. विविध दूरचित्रवाणी वाहिन्यांनी प्राइम टाइममध्ये स्पर्धेचे प्रसारण करावे, अशा स्थितीत त्या पोहोचल्या नव्हत्या. त्याला फार प्रेक्षक नव्हते, प्रायोजकही नव्हते. या गोष्टींकडे मी व्यवसाय म्हणून (सुंदर स्त्रियांकडे पाहायचे सोडून!) का पाहतो, म्हणूनही अनेकांनी आश्चर्य व्यक्त केले. पण त्यात मी व्यवसायाची मोठी संधी पाहिली. नीट आयोजन केले, तर सौंदर्यस्पर्धा यशस्वी होतील, असा विश्वास मला होता. मिस यूएसए २०११ स्पर्धांना प्रसारणाच्या वेळी सर्वाधिक पसंती मिळाली. त्या आता महत्त्वाच्या राष्ट्रीय व आंतरराष्ट्रीय स्पर्धा मानल्या जातात आणि त्या सौंदर्यस्पर्धांच्या उच्च दर्जाच्या मापदंड बनल्या आहेत. काही लोक म्हणतात की, ''हं, तुमचं भाग्य उजळलं.'' पण त्यात भाग्य आणि सुदैवापेक्षाही बरेच काही आहे. या स्पर्धेचे स्वरूप आम्ही सुधारले. त्यासाठी चांगल्या निर्मात्यांना पाचारण केले. उच्च गुणवत्तेशी कोठेही तडजोड केली नाही. त्यामुळेच या सौंदर्यस्पर्धांचे मूल्य वाढले. आमच्या या प्रयत्नांचा सर्वांनाच फायदा झाला. यश हे कधीच योगायोगाने मिळत नाही. जी गोष्ट अगदी मरणपंथाला टेकली आहे, तिच्यात नव्याने प्राण फुंकणे, ती जिवंत व रसरशीत करणे यातले यश अनोखे असते. त्यातून मिळणाऱ्या आनंदाची तुलनाच होऊ शकत नाही.

एखाद्या गोष्टीचा कायापालट करण्यात मोठे आव्हान असते. मग ते एखाद्या परिसराचे, इमारतीचे किंवा एखाद्या कार्यक्रमाचे असो. परिस्थिती कशी आहे, यावरच डोळे खिळवण्याऐवजी ती कशी बनू शकते, हे स्वप्न पाहणे म्हणजे उद्योजकतेचा मिडास टच

मिळवणे. ही गोष्ट माझ्यासाठी आरशासारखी स्वच्छ आहे. त्यामुळे मी कधीही कोणत्याही आव्हानांकडे पाठ फिरवलेली नाही. मी प्रत्येक प्रकल्पाकडे सकारात्मकतेने पाहतो. ते करताना माझे भावनांवर नियंत्रण असते; पण तो प्रकल्प पूर्ण होईपर्यंत माझ्या उत्साहात खंड पडू देत नाही. हा समतोल साधणे महत्त्वाचे आहे.

प्रतिकूलतेतून अनुकूलतेकडे...

'ट्रम्प इंटरनॅशनल हॉटेल अँड टॉवर शिकागो' या माझ्या प्रकल्पाला *ट्रॅव्हेल+लीजर* नियतकालिकाने अमेरिका व कॅनडातील प्रथम क्रमांकाचे हॉटेल म्हणून गौरवले आहे. अतिशय उत्कृष्टरीत्या बांधलेल्या इमारतीची ही प्रशंसाच आहे. पण हा प्रकल्प उभारतानाही अनेक अडचणी आल्या, त्यासाठी अनेक महिने झगडावे लागले. उदाहरणार्थ, आम्ही पाया खोदायला सुरुवात केल्यानंतर तीन महिन्यांनी लक्षात आले की, शिकागो नदीचे पाणी बांधकामाच्या ठिकाणी पाझरत आहे. बांधकामाचा पाया नदीच्या पातळीपेक्षा खाली होता. नदीच्या पात्राभोवती उभारलेली जुनी संरक्षक भिंत कुचकामी ठरत होती आणि हा आमच्यासाठी चिंतेचा विषय होता. ही भिंत टिकेल का, अशी भीती आम्हाला वाटू लागली. ही भिंत आणि वॅबॅश अॅव्हेन्यू पुल जिथे एकत्र येत होता, त्या कोपऱ्यातूनच पाण्याची गळती होत होती. त्यातून भविष्यात गंभीर स्थिती उद्‌भवू शकत होती. या समस्येवर मात करण्यासाठी आम्हाला खूप प्रयत्न करावे लागले आणि अतिशय दक्षता घ्यावी लागली.

आम्ही इमारतीसाठी वास्तूरचनेचा जो आराखडा बनवला होता, त्यातील त्रुटी नंतर पुढे आल्या. आम्ही सुरुवातीला १४ मजल्यांचे बांधकाम ठरवले होते. त्यासाठी मजबूत पोलादी चौकटीचा पाया घालणार होतो आणि त्यावर उच्च दर्जाच्या कॉंक्रीटची इमारत उभी करणार होतो. वास्तूरचनेवर अखेरचा हात फिरवताना आमच्या लक्षात आले की, जगभरात पोलादाच्या किमती प्रचंड वाढत आहेत. चीनमधील औद्योगिक विकासाच्या झपाट्यामुळे तिथली पोलादाची मागणी वाढली होती. त्याचा परिणाम जागतिक बाजारपेठेवर झाला होता.

आम्हाला वास्तुरचनेचा फेरविचार करणे भाग पडले. आता आम्ही संपूर्ण कॉंक्रीटच्या इमारतीचा आराखडा तयार केला. त्यामुळे आमचे लक्षावधी डॉलर्स वाचले आणि बांधकाम साहित्याचा पुरवठाही सोपा झाला. एका अर्थाने पोलादाच्या वाढलेल्या किमतीमुळे बसलेला धक्का आमच्यासाठी फायद्याचाच ठरला.

या प्रकल्पाचे बांधकाम पूर्वनियोजित वेळापत्रकाप्रमाणे होऊ शकले नाही. तो पूर्ण करताना आमच्या संयमाची कसोटी लागली. मी २०००मध्ये या प्रकल्पाचा बांधकाम आराखडा तयार करण्यास सुरुवात केली. प्रत्यक्षात २००५मध्ये बांधकाम सुरू झाले. त्यानंतरही प्रकल्पात अनेक अडचणी आल्या. त्यावर मात करत आम्ही पुढे गेलो. तुम्हाला ही इमारत पाहण्याची संधी मिळाली, तर लक्षात येईल की, त्यासाठी केलेले परिश्रम कसे सार्थक आहेत. ज्या काही 'दुर्दैवी गोष्टी' होत्या त्या आमच्यासाठी फायद्याच्याच ठरल्या आहेत.

माझ्या कौटुंबिक पार्श्वभूमीमुळे मी स्वतःला भाग्यवान समजतो. माझे पालक माझ्यासाठी आदर्श होते. माझे वडील हेच माझे मार्गदर्शक व मित्र बनले. त्यांच्याकडून मला

मिळालेल्या शिक्षणाची तुलना होऊ शकत नाही. ते महान शिक्षक होते. मला प्रारंभापासूनच अशी अनुकूलता व फायदे मिळाल्यामुळे मी स्वत:कडून खूप अपेक्षा ठेवतो. त्यातून विपरीत परिस्थितीचे भाग्यात रूपांतर करण्यास मी शिकलो. हे करणे निश्चितच शक्य आहे, हे मी अनुभवातूनच शिकलो.

काम तर झालेच पाहिजे!

काही वेळा मला माझ्या खराब नशिबाशी नाही, तर दुसऱ्याच कोणाच्या तरी दुर्दैवाशी झुंजावे लागते. अनेकदा दुसऱ्यांचे प्रश्न समजून घेणे ही योग्य संधी सापडण्याची गुरुकिल्ली असू शकते. न्यू यॉर्क शहर प्रशासनाने १९८०मध्ये सेंट्रल पार्कमधील वोलमन स्केटिंग रिंक ही बर्फावरचे स्केटिंग व संबंधित खेळांसाठीची सुविधा दुरुस्त करण्याची आणि नूतनीकरणाची घोषणा केली. ही सुविधा न्यू यॉर्कमधील लहानथोर सर्वांच्या आकर्षणाचे केंद्र होती. हे काम सहा वर्षे चालले. त्यासाठी सुमारे १ कोटी २० लाख डॉलर्स खर्ची पडले. तरीही ही सुविधा जनसामान्यांसाठी खुली होऊ शकली नाही. त्यामुळे १९८६मध्ये शहर प्रशासनाने या स्केटिंग सुविधेचे पुन्हा नूतनीकरण करण्याची घोषणा केली. प्रशासनाने ठरवलेली कोणतीच उद्दिष्टे तोवर पूर्ण झाली नव्हती. मी सहा वर्षे हा खेळ पाहत होतो. माझ्या घरातून वोलमन रिंकचे दृश्य रोजच माझ्या नजरेस पडत असे.

यासाठी स्वत:च काही केले पाहिजे, असे मी ठरवले. न्यू यॉर्कवासीयांना आणि शहराला भेट देणाऱ्यांना अशी चांगली सुविधा न मिळणे म्हणजे पैसे वाया घालवण्यासारखेच होते. मी तत्कालीन महापौर एड कोच यांना त्यासंबंधी पत्र लिहिले. सहा महिन्यांत स्केटिंग सुविधेचे नूतनीकरण करण्याचा प्रस्ताव मी त्यांच्यापुढे ठेवला. त्यासाठी प्रशासनाला एक पैसाही खर्च करावा लागणार नाही, असे त्यात लिहिले. न्यू यॉर्क शहराला आणि नागरिकांना ही सुविधा भेट स्वरूपात देण्याचा माझा मनोदय होता.

मात्र, महापौरांनी माझा प्रस्ताव आणि प्रामाणिकपणाची खिल्ली उडवली. त्यांनी माझे पत्र न्यू यॉर्कमधल्या वृत्तपत्रांकडे विनोद म्हणून प्रसिद्धीला दिले. मात्र, हा उद्योग त्यांच्याच अंगलट आला. पत्रकारांनी आणि सर्वसामान्य नागरिकांनी माझी बाजू उचलून धरली. वृत्तपत्रांमधून प्रसिद्ध झालेल्या प्रतिक्रिया चांगल्याच तिखट होत्या. एका वृत्तपत्राने लिहिले की, ''शहर प्रशासन कोणत्याच कामाचे नाही, ते काहीच करू शकत नाही, हे शहर प्रशासनाने सिद्ध केले आहे.''

दुसऱ्याच दिवशी महापौर कोच यांच्या भूमिकेत बदल झाला. आता शहर प्रशासन माझ्याकडे ही जबाबदारी सोपवण्यास इच्छुक होते. प्रशासनातील अधिकाऱ्यांशी माझी चर्चा झाली. या प्रकल्पासाठी पैसा उभा करण्याचे आणि सहा महिन्यांत स्केटिंगची सुविधा उपलब्ध करण्याचे आश्वासन मी दिले. त्यानुसार डिसेंबर १९८६मध्ये ही सुविधा सुरू होणे अपेक्षित होते. मी काम पूर्ण केले, आणि त्याचा वापर झाला तर प्रशासन त्यासाठीचा खर्च मला परत करणार होते. हा खर्च साधारण ३० लाख डॉलर्सपेक्षा कमी असणार होता. प्रकल्पावर अंदाजापेक्षा जास्त खर्च झाला, तर त्याची जबाबदारी माझ्यावर राहणार होती. आता वोलमन रिंक पुन्हा सुरू करण्याच्या विचाराने मी उल्लसित झालो होतो.

ही सुविधा विशिष्ट मुदतीत निर्माण करण्याचे काम आव्हानात्मक होते. हे मैदान सुमारे एक एकराचे होते. त्यासाठी सुमारे २२ मैल लांबीचे नळ आणि ३५ हजार पौंड वजनाची दोन मोठी शीतकरण यंत्रे (रेफ्रिजरेशन) लागणार होती. स्केटिंगचे साहित्य आणि खेळाडूंना विश्रांती घेण्यासाठीची इमारतही नादुरुस्त होती. तिथले छत गळत होते. हा प्रकल्प योग्य रीतीने पूर्ण करण्यासाठी शहर प्रशासनाकडे कल्पकतेचा आणि नेतृत्वाचा अभाव होता. ही जबाबदारी आता मी स्वीकारल्याने त्यात सक्रिय लक्ष घालणे आवश्यक होते. मी अनेक तज्ज्ञांशी चर्चा केली. बर्फावरच्या स्केटिंगची सर्वोत्तम सुविधा बांधू शकणारे लोक शोधले. मी स्वत: या कामाची प्रगती रोज तपासत होतो. मी बांधकामाच्या ठिकाणी उपस्थित राहत होतो आणि माझ्या खिडकीतूनही मी कामे सुरू असलेली पाहू शकत होतो.

साधारण दोन महिने उलटले. मी दिलेल्या मुदतीत चांगले काम उभे करू शकलो नाही, तर तोवर मिळालेल्या प्रतिष्ठेला धक्का लागण्याची भीती अधूनमधून डोके वर काढायला लागली. माध्यमेही कामावर नजर ठेवून होती. पण मी लक्ष विचलित होऊ दिले नाही. स्केटिंगची सर्वोत्तम आणि सुंदर सुविधा उपलब्ध करणे हेच एक लक्ष्य होते. हे स्वप्न प्रत्यक्षात उतरल्यावर अनेकांचे भाग्य उजळणार होते. शहर प्रशासन आणि शहरवासीय सहा वर्षांपासून दुर्दैवाच्या फेऱ्यात अडकले होते. पण ही स्थिती पालटण्याचा माझा निर्धार होता.

पाच महिने झाले आणि ठरलेल्या मुदतीच्या एक महिना आधीच आणि अंदाजापेक्षा कमी खर्चात मी काम पूर्ण केले. मी जबाबदारी यशस्वीपणे पेलली होती. त्याचा मला अभिमान वाटत होता. ख्रिसमसची सुटी सुरू होण्याच्या आधीच स्केटिंगची सुविधा खुली झाल्याने शहरवासीयांच्या आनंदाला भरते आले होते. पेगी फ्लेमिंग, डोरोथी हॅमिल, स्कॉट हॅमिल्टन आणि इतर नामवंतांच्या उपस्थितीत उद्घाटनाचा अतिशय भव्य व शानदार समारंभ झाला. वोलमन स्केटिंग रिंक खुली झाल्याचे अपूर्व समाधान मला होते. या प्रकल्पातून मिळालेला सर्व फायदा मी उद्यान विभाग आणि इतर संस्थांना देणगीदाखल दिला. अत्यंत खालावलेल्या स्थितीचे सुस्थितीत रूपांतर करण्याचे – शहरवासीयांचे भाग्य बदलण्याचे हे एक उदाहरण आहे. हाच उद्योजकतेचा मिडास टच आहे.

चारित्र्याची ताकद हेच सार

आतापर्यंत आम्ही सांगितलेल्या गोष्टी उद्योजकतेचा मिडास टच निर्माण करण्यासाठी व्यक्तिमत्त्वाची ताकद – चारित्र्याची ताकद किती महत्त्वाची आहे, हेच दर्शवतात. हाताचा अंगठा त्याचे प्रतीक आहे. कारण हा अंगठाच आपल्याला वस्तूंची पकड घेण्यास आणि परिस्थितीवर नियंत्रण मिळवण्यास सक्षम बनवतो. या अंगठ्यामुळेच पंजाचे रूपांतर हातात होते आणि मनुष्य इतर प्राण्यांपासून वेगळा ठरतो. प्रतीकात्मकदृष्ट्या पाहिले, तरी हा अंगठा उद्योजकाच्या सामर्थ्य मिळवण्याच्या प्रयत्नांचे निदर्शक ठरतो. इतर लोक परिस्थितीपासून लपण्याचा, पळण्याचा, दूर जाण्याचा प्रयत्न करतात किंवा अपयशाबद्दल इतरांना दोषी ठरवतात, तेव्हा उद्योजकच परिस्थितीवर ठाम पकड घेतो. संकटाच्या किंवा आव्हानात्मक परिस्थितीचे विजयात रूपांतर करण्याची अनोखी क्षमता यशस्वी उद्योजकांना त्यातूनच मिळते.

विजयाची निश्चित हमी दिली, तर अनेक लोक उद्योजक बनतील. स्वत:चेच बॉस बनणे किती छान असू शकते, असे काही लोक म्हणताना तुम्ही ऐकले असेल. आपल्या सोयीनुसार, वेळेनुसार काम करायचे, आपल्याला हव्या त्या पद्धतीने काम करायचे, हे ऐकायलाच किती छान वाटते. तर, स्वत:चा व्यवसाय उभा करण्यातून मिळणारे समाधान, त्यातून लाभणारी संपत्ती, प्रसिद्धी यामुळे काही इतर लोकांना उद्योजकतेचा मार्ग आकर्षक वाटतो. पण हाय! ती दारुण अपयशाची भीती असते ना! नाही तर हेही उद्योजक बनले असते.

बहुतांश लोक उद्योजक न बनण्याचेही हेच एक प्रमुख कारण आहे. जिंकण्याच्या इच्छेपेक्षाही हरण्याची, अपयशाची भीती त्यांच्यावर भारी ठरते. दुर्दैवाने आयुष्य हे चढउतारांनी भरलेले असते. याचा अर्थ तुम्हाला जिंकण्याची इच्छा असेल, तर तुम्ही हारही स्वीकारली पाहिजे. या दोन्हीच्या मधले आयुष्य जगणे अशक्य असते. आपल्याला आवडो वा नावडो, आयुष्य तुम्हाला ठोसे मारते. ते फक्त जिंकण्याचेच असतील अशी इच्छा धरणे अवास्तव आहे. मिडास टच लाभलेले उद्योजक इतरांपेक्षा वेगळे कसे ठरतात? तर हरल्यानंतरही खचून न जाता ते पुन्हा उभे राहतात, चुकांपासून शिकतात आणि पुढे जातात. चुकांपासून शिकल्याने येणारे शहाणपण अनमोल असते, त्यातून पुढची आव्हाने झेलण्यासाठी आणखी बळ मिळते, हे यशस्वी उद्योजकांना माहीत असते. अनेक लोकांसाठी अपयश हे पुढच्या अपयशाचे कारण बनते; त्याच वेळी मिडास टच असणारे उद्योजक मात्र अपयशातून अधिक शहाणे होऊन बाहेर पडतात.

वर्गातले आणि जीवनातले शिक्षण

इथे एक गमतीचा विरोधाभास मी तुम्हाला सांगतो : शाळा-महाविद्यालयांमध्ये अ श्रेणी मिळवणारे विद्यार्थी सर्वांत हुशार समजले जातात. पण ते सगळे अतिशय श्रीमंत उद्योजक का बनत नाहीत? कारण हे अ श्रेणीचे विद्यार्थी वर्गातले विजेते असतात. कमीत कमी चुका केल्यामुळे आणि कमीत कमी अपयशी ठरल्यामुळे ते जिंकतात. चुका करणे आणि अपयश हे वाईट असते, हे त्यांच्या मनावर ठसते. त्यामुळे सर्वोत्तम कामगिरी करण्याचा ते प्रयत्न करतात. परंतु उद्योजकतेच्या खऱ्या जगात याच्या नेमके उलटे चित्र असते. जे जास्तीत जास्त चुका करतात आणि त्या चुकांपासून तितक्याच वेगाने शिकतात, तेच इथे विजेते ठरतात. अशा लोकांना व्यावसायिक जग चांगली फळे देतो.

याचा अर्थ एवढाच की, पारंपरिक शैक्षणिक अभ्यासक्रमात आपण जिथे चुकण्याची शक्यता असू शकते, अशा आव्हानांपासून आपल्याला दूर ठेवण्याचा प्रयत्न केलेला असतो किंवा अशा आव्हानांना अतिशय काळजीपूर्वक आणि बिचकतच सामोरे जाण्याचा प्रयत्न तिथे असतो. ते काही फारसे चांगले नसते. त्यामुळे अशा आव्हानात्मक परिस्थितीत काही लोक गळफटून जातात किंवा त्यांना ठोस निर्णय घेताच येत नाहीत. त्यामुळे बहुतांश लोक आयुष्यभर धोके पत्करणे टाळतात, यात काही आश्चर्य वाटत नाही. असे लोक महिन्याच्या महिन्याला पगाराचा धनादेश देऊ शकणारी सुरक्षित नोकरी शोधतात. स्वत:चा व्यवसाय आणि त्यातून मिळणाऱ्या संपत्तीपेक्षाही त्यांना असे चाकोरीतले सुरक्षित आयुष्य बरे वाटते. तुम्हाला असेच आयुष्य जगायचे असेल, तर त्यात वावगे काही नाही.

दुसरीकडे बहुतांश उद्योजक अ श्रेणी मिळवणारे नसतात. त्यांना आव्हानांना सामोरे जायला आवडते. चुका, आशानिराशेचा खेळ, अपयश, माघार घ्यावी लागणे अशा गोष्टी होणारच हे त्यांना माहीत असते आणि ते त्यांचा स्वीकार करतात. चुकांवर मात करायला शिकणे हे आव्हानच त्यांना जगाच्या वर्गातले शिक्षण वाटते आणि चांगले उद्योजक बनण्याचा त्यांचा मार्गही तोच असतो.

याचा अर्थ उद्योजकांना अपयशी होण्याची इच्छा असते, असा नव्हे. तशी इच्छा त्यांना नसते. परंतु, आव्हानांना सामोरे जाण्याचे ते टाळत नाहीत. उद्योजकांना याची जाणीव असते की, ते चुकू शकतात, पुढे धोकेही असू शकतात; पण त्यातून ते अधिक शहाणे, अनुभवी आणि श्रीमंत बनणार आहेत. उद्योजकांमध्ये आणि इतरांमध्ये हाच मुख्य फरक असतो.

व्यवसायाविषयी, व्यवस्थापनाविषयी शिक्षण देणाऱ्या अनेक संस्था विद्यार्थ्यांना धोके कमी कसे करायचे, याचे प्रशिक्षण देतात. अ श्रेणी मिळवणाऱ्या अनेक विद्यार्थ्यांना धोका पत्करणे म्हणजे काही तरी वाईट आहे, असे वाटत असते. पण उद्योजक मात्र त्याकडे आव्हान म्हणून पाहतात. इतर सर्व जण जे धोके टाळू पाहतात, त्यांना सामोरे जाणे ही त्यांच्यासाठी संधी असते. धोक्यांना, आव्हानांना सामोरे जाताना त्यांच्या नवनिर्मितीला चालना मिळते. हे आपल्या आत्मशक्तीलाच आव्हान आहे, असे ते मानतात. त्यामुळेच उद्योजक जेव्हा जिंकतात, तेव्हा कामगिरी फत्ते केल्याचे अपूर्व समाधान त्यांना मिळते. त्यातून त्यांची उमेद, ताकद आणखी वाढते. जेव्हा चुका होतात आणि त्या होणारच, तेव्हा उद्योजकाचे खरे व्यक्तिमत्त्व उभारी घेते. त्यातून त्यांची प्रगती होते.

तुमच्यासाठी काही प्रश्न

हे सर्व वाचल्यानंतर, आपल्याकडे असा मिडास टच उद्योजक बनण्याची क्षमता आहे का, किमानपक्षी आपण साधे उद्योजक तरी बनू शकू का, त्यासाठी आवश्यक व्यक्तिमत्त्वाची - चारित्र्याची ताकद आपल्याकडे आहे का, असे प्रश्न तुम्हाला पडलेले असू शकतात. त्यासाठी तुम्ही स्वत:ची कामगिरी तपासली पाहिजे, तुमच्या अंतरंगात डोकावले पाहिजे. या आत्मपरीक्षणात तुम्हाला पुढील काही प्रश्नांची मदत होऊ शकते.

- तुम्ही अपयश कसे स्वीकारता?
- तुम्ही भीतीला कसे सामोरे जाता?
- एखादा प्रकल्प कधी सुरू होईल याची खात्री नसताना त्यासाठी कोणत्याही मोबदल्याशिवाय वर्षानुवर्षे कष्ट करण्याची तुमची तयारी आहे का?
- तुमची कधी फसवणूक झाली आहे का?
- अशा फसवणुकीला तुमचा प्रतिसाद काय होता?
- दबावाखाली काम करतानाही तुमची विश्वासार्हता कायम राहते का? की, परिस्थिती खालावल्यावर तुम्ही लोकांच्या पाठीत खंजीर खुपसता?
- इतरांनी केलेल्या चुकांची किंमत तुम्हाला मोजावी लागते, तेव्हा तुम्ही कसा विचार करता? तुम्ही मित्रावर किंवा कुटुंबातील सदस्यावर आगपाखड करू शकतो का?

- तुम्ही उदार आहात की लोभी आहात?
- तुमच्याकडचे पैसे संपलेले असतात, तेव्हा तुम्हाला काय वाटते?
- तुमच्याकडचे पैसे संपले, तर तुम्ही काय करता?
  - आईला फोन करता?
  - बाबांना फोन करता?
  - सरकारच्या मदतीची अपेक्षा करता?
  - नोकरी शोधू लागता?
  - शाळा-महाविद्यालयात पुन्हा शिकायला जाता?
  - तुमच्या आर्थिक दुस्थितीबद्दल इतरांना दोषी ठरवता?

तुम्हाला स्वत:ला या प्रश्नांची उत्तरे देता येत नाहीत किंवा आपण स्वत:च्या बाबतीत तितके वस्तुनिष्ठ नाही, असे वाटले, तर एखाद्या मित्राची मदत तुम्ही घ्या. त्यासाठी रोखठोक बोलणारा मित्र शोधा. तुम्हाला यशस्वी उद्योजक व्हायचे असेल, तर रोखठोक व परखड अभिप्राय स्वीकारण्याची तुमची तयारी पाहिजे. नाही तर तुम्ही एखादी चाकोरीतली नोकरी बघा. कणखर व्यक्तिमत्त्व असल्याशिवाय लोक असा थेट अभिप्राय पचवू शकत नाहीत. अभिप्राय महत्त्वाचा असतो कारण कोणताही व्यवसाय म्हणजे असे अनेक अभिप्राय देण्याघेण्याची मोठी यंत्रणा असते. तुम्ही स्वत:ला कितीही महान समजत असाल, पण तुम्हाला मिळणारा अभिप्राय तसाच असेल, याची खात्री नसते. तो स्वीकारायला मनाची ताकद लागते. तुम्ही बाजारपेठेत उतरवलेले उत्पादन ग्राहकांना पसंत पडले नाही, तर ते खरेदीच करणार नाहीत. हा अभिप्राय आहे. कंपनीचा खर्च अफाट आहे; पण त्या मानाने उत्पन्न अगदीच तुटपुंजे आहे. हा अभिप्राय आहे. तुम्ही कर्मचाऱ्याला एखादे काम करायला सांगता आणि तो भलतेच काही तरी करतो. हा अभिप्राय आहे. तुमचा अतिशय विश्वासातला भागीदारच तुमच्या संपत्तीवर डल्ला मारतो. हा अभिप्रायच आहे. तुम्ही बँकेकडे केलेली कर्जाची मागणी नाकारली जाते. हासुद्धा अभिप्रायच असतो.

तेव्हा जो परखडपणे तुमच्याबद्दलची मते मांडेल, असा मित्र शोधा. त्याने सांगितलेले कितीही कटू, वेदनादायक असले, तरी तुम्हाला ते स्वीकारता आले पाहिजे. आपले व्यक्तिमत्त्व आणखी प्रभावी करण्याची ही संधी आहे, या दृष्टीनेच तुम्ही त्याकडे पाहिले पाहिजे. असा जितका अभिप्राय मिळेल, तो तुम्ही मिळवला पाहिजे. आणि आम्ही अनेकदा म्हणतो त्याप्रमाणे, बाजारपेठेत मिळणाऱ्या अभिप्रायापेक्षा मित्रांकडून मिळणारा अभिप्राय सुलभ आणि स्वस्त असतो.

एखादे उच्च प्रतीचे उत्पादन तयार करणे, पैसे मिळवणे, शिक्षण घेणे किंवा व्यवसायाच्या उत्तमोत्तम योजना आखणे, यापेक्षाही यशस्वी उद्योजक बनणे अधिक कष्टाचे असते, हे तुम्हाला हे पुस्तक वाचताना ध्यानी येईल. महान उद्योजक बनण्यासाठी उत्तम बुद्धिमत्ता लागते. पण ही बुद्धिमत्ता वेगळी आहे. आपण साचेबद्धपणे ज्यांना हुशार ठरवतो, त्यांच्यासारखी ही बुद्धिमत्ता नाही.

बुद्धिमत्तेचे सात विविध प्रकार सांगितले आहेत. त्यातील एका प्रकारात उत्तमता मिळवा आणि उद्योजकतेचा मिडास टच मिळवण्याची पायाभरणी करा.

बुद्धिमत्तेचे सात प्रकार

प्रा. हॉवर्ड गार्डनर हे जगप्रसिद्ध मानसशास्त्रज्ञ आणि शिक्षणतज्ज्ञ आहेत. हार्वर्ड ग्रॅज्युएट स्कूल ऑफ एज्युकेशन इथे ते अध्यापनाचे काम करतात. विकासाचे मानसशास्त्र आणि आकलन क्षमता या विषयांचा त्यांचा विशेष अभ्यास आहे. बुद्धिमत्ता एकाच प्रकारची नसते, तर तिची किमान सात प्रकारांमध्ये विभागणी करता येते, असे मत अभ्यासाअंती त्यांनी मांडले. त्यातील एक विशेष प्रकारची बुद्धिमत्ता उद्योजकतेचा मिडास टच मिळवण्यासाठी आवश्यक आहे. ही बुद्धिमत्ता संपादन केल्याशिवाय तुम्हाला 'मिडास टच' मिळवता येणार नाही.

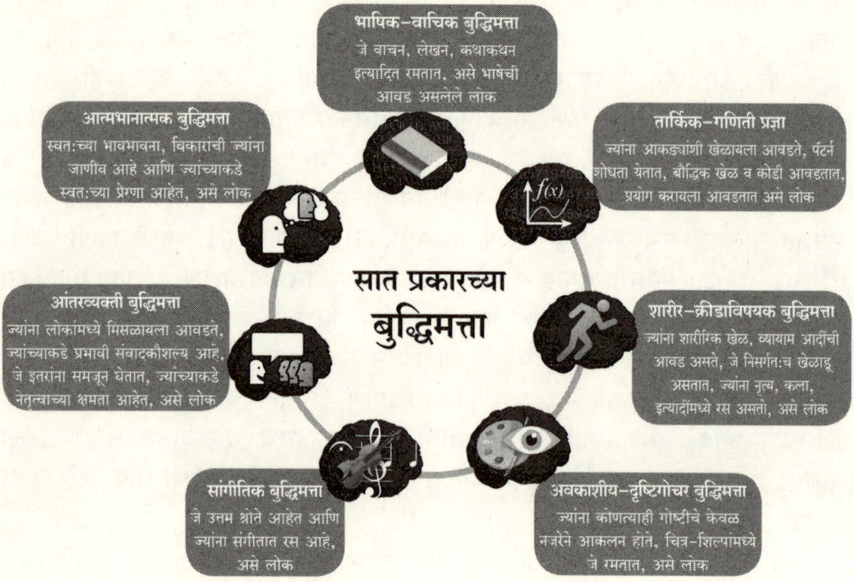

हॉवर्ड गार्डनर यांनी वर्णन केलेल्या सात प्रकारच्या बुद्धिमत्ता.
पूर्वपरवानगीने पुन:प्रकाशन. सर्व हक्क राखीव.

लोकांकडे विविध प्रकारच्या बुद्धिमत्ता असतात, शिकण्याचे, माहितीवर प्रक्रिया करण्याचे त्यांचे मार्गही भिन्न असतात, असा गार्डनर यांचा विश्वास आहे. तुम्ही त्यांच्याशी सहमत असा किंवा नसा; पण अशा एखाद्या किंवा अनेक क्षेत्रांमध्ये गती असलेले लोक आपल्याला सभोवताली दिसतात. गार्डनर त्यांनाच बुद्धिमत्ता म्हणतात. उत्तम संगीतज्ञ किंवा खेळाडू असलेले लोक आपल्याला माहीत असतात. गणितामध्ये ज्यांची प्रज्ञा धावते किंवा जे सुंदर रचना करतात, असेही लोक आपल्या माहितीचे असतात.

गार्डनर यांनी सांगितलेल्या सात प्रकारच्या बुद्धिमत्तांपैकी एक बुद्धिमत्ता उद्योजक म्हणून यश मिळवण्यासाठी खूप महत्त्वाची आहे. या बुद्धिमत्ता उपजतच असतात, असे नाही. त्या माणसाला प्रयत्नपूर्वक संपादन करता येतात. उद्योजकतेच्या संदर्भात त्यांचा विचार करण्यापूर्वी या सर्वच प्रकारच्या बुद्धिमत्ता थोड्या आणखी समजून घेऊ या. उद्योजक म्हणून यशासाठी त्यातली कोणती सर्वाधिक महत्त्वाची आहे, याचा अंदाज तुम्हाला करता येईल का?

भाषिक-वाचिक बुद्धिमत्ता

शाळा-महाविद्यालयांमध्ये पुढे असणाऱ्या अ श्रेणीच्या विद्यार्थ्यांकडे बहुतांश वेळा ही भाषिक-वाचिक बुद्धिमत्ता असते. ते उत्तम वाचक आणि लेखक असतात. नामवंत व्यक्तींची वचने ते सहजपणे उद्धृत करतात. परीक्षांमधले निबंधलेखन म्हणजे त्यांच्या हातचा मळ असतो. भाषिक क्षमता असलेले असे लोक व्यवसायात वकिली किंवा संबंधित क्षेत्रांमध्ये चमक दाखवू शकतात.

तार्किक-गणिती प्रज्ञा

यांना आकड्यांशी खेळायला आवडते, गणितातील कूटप्रश्न सोडवण्यात त्यांना मजा वाटते. तुम्ही कॅल्क्युलेटरवर गुणाकार-भागाकार कराल, त्याचे उत्तर ते तुम्हाला चटकन- अगदी दशांश स्थळांपर्यंत अचूक सांगू शकतील.

हेसुद्धा साधारण अ श्रेणी मिळवणारे असतात. त्यातील अनेक जण उच्च शिक्षणात चमकतात. संशोधन-अध्यापनाच्या क्षेत्रात ते रमतात. ते शिक्षक, प्राध्यापक, उत्तम संशोधक बनतात. विद्यापीठांबरोबरच महापालिका, सरकारी खात्यांतही त्यांना कामाची संधी असते. गणितात गती असलेले विद्यार्थी हिशेब, संगणक, अभियांत्रिकी इत्यादींमध्ये कारकीर्द घडवतात.

शारीर-क्रीडाविषयक बुद्धिमत्ता

अनेक धावपटू व खेळाडूंकडे या प्रकारची बुद्धिमत्ता असते. अशा प्रतिभावान व्यक्ती व्यावसायिक क्रीडापटू किंवा उत्तम नर्तक होतात. आरोग्य, क्रीडा व आनुषंगिक क्षेत्रांकडे त्यांचा स्वाभाविक कल असतो.

अवकाशीय–दृष्टिगोचर बुद्धिमत्ता

या प्रकारची बुद्धिमत्ता असलेल्या व्यक्ती बहुतेक वेळा कला क्षेत्राकडे वळतात. त्या कलाशिक्षण घेतात आणि त्यातील काही यशस्वी चित्रकार, कलाकार बनतात. वास्तूरचना, गृहसजावट, ग्राफिक आर्टिस्ट, संकेतस्थळांचे विकसक अशा क्षेत्रांत त्यांना संधी असते.

सांगीतिक बुद्धिमत्ता

संगीतात गती असलेले विद्यार्थी रॉकस्टार बनण्याचे किंवा प्रसिद्ध वाद्यवृंदात मुख्य गायक बनण्याचे स्वप्न पाहतात. विविध वाद्यांशी त्यांचे सूरताल जुळतात. ते स्वत: उत्तम श्रोते असतात. संगीताचे त्यांना उत्तम ज्ञान असते. आपण स्वत:ही कधी मैफली गाजवाव्यात असे त्यांचे स्वप्न असते. कला सादर करतानाचा भावसमाधीचा आनंद त्यांना मिळतो. संगीत व ललित कला क्षेत्रात त्यांना संधी असते.

आंतरव्यक्ती बुद्धिमत्ता

राजकीय नेते, धर्मप्रसारक, विक्रेते, जाहिरात निर्माते अशा व्यक्तींना प्रभावी संवादकौशल्याची गरज असते. लोकांमध्ये मिसळणे, त्यांच्याशी नाती जोडणे, मित्र मिळवणे, सभा गाजवणे, इत्यादी गोष्टी त्या सहजपणे करतात. हे लोकांची आवड असलेले लोक असतात.

आत्मभानात्मक बुद्धिमत्ता

आंतरव्यक्ती बुद्धिमत्ता म्हणजे इतरांबराबेर संवाद साधण्याची तुमची क्षमता, तर आत्मभानात्मक बुद्धिमत्ता म्हणजे स्वत:बरोबर संवाद साधण्याची तुमची क्षमता. अशी बुद्धिमत्ता असलेल्या व्यक्तींचे स्वत:च्या विचारांवर नियंत्रण असते.

आत्मसंवादाशी संबंधित या बुद्धिमत्तेचे वर्णन अनेकदा भावनिक बुद्धिमत्ता म्हणूनही केले जाते. भीती, राग, दु:ख, प्रेम, लोभ, मत्सर अशा भावनांच्या नियंत्रणाची ही क्षमता आहे. उदाहरणार्थ, तुम्हाला खूप भीती वाटते, तेव्हा तुम्ही घाबरून पळ काढता की, तुम्ही स्वत:ला धीर देता, संयमाने परिस्थितीचा मुकाबला करण्यास स्वत:ला बजावता? राग येतो, तेव्हा तुमचे त्यावर नियंत्रण असते की, डोके फिरल्यासारखे तुम्ही काहीही बोलता आणि नंतर त्याबद्दल पश्चात्ताप करता? ही व्यक्तीव्यक्तींच्या भावनिक बुद्धिमत्तेची उदाहरणे आहेत.

आत्मभान देणाऱ्या या बुद्धिमत्तेला यशाची बुद्धिमत्ता म्हणूनही संबोधता येईल. कारण यश मिळवण्यासाठी इतर बुद्धिमत्तांच्या जोडीला हिची गरज असतेच असते. उदाहरणार्थ, एखाद्या व्यक्तीची भाषिक-वाचिक प्रतिभा अमाप आहे; परंतु भावनिक बुद्धिमत्ता किंवा आत्मभानाशिवाय ती उत्तम अभ्यास करू शकणार नाही आणि अशी क्षमता नसलेल्या इतर विद्यार्थ्यांसारखीच अनुत्तीर्ण होईल. खेळाडूंना शारीरिक शक्तीची देणगी मिळालेली असते, परंतु त्यांनी सरावाचा कंटाळा केला आणि स्वत:वर नियंत्रण राखले नाही, तर स्पर्धांमध्ये यश मिळवण्यापासून ते दूर राहतात.

सांगीतिक बुद्धिमत्ता किंवा इतर बुद्धिमत्तांच्या बाबतही असेच सांगता येईल. गोल्फ खेळाविषयीच्या समालोचनात तुम्ही कदाचित ऐकले असेल, की गोल्फ हा मुख्यत: मनाचा खेळ आहे. ज्याचे मनावर नियंत्रण असते, तो उत्तम गोल्फ खेळू शकतो. त्या अर्थाने गोल्फ खेळाडूकडे आत्मसंवादाची बुद्धिमत्ता हवी, त्यामुळेच या क्षमतेला यशाची बुद्धिमत्ता म्हटले जाते.

उद्योजकतेचा मिडास टच मिळवण्याच्या साधनेत आत्मसंवादाची बुद्धिमत्ता हा अंगठा आहे. व्यावसायिक जगात उद्योजकांना इतरांच्या पुढे राखणारी ही बुद्धिमत्ता आहे. अनेक लोकांना जे करण्याची भीती वाटते किंवा जे करण्याची इच्छा नसते, अशा गोष्टी करण्याची मानसिक ताकद उद्योजकाला आत्मभानातूनच मिळते. शाळेत खूप हुशार असलेले विद्यार्थी, प्रत्यक्ष व्यवहारात – वास्तव जगात अपयशी ठरल्याची उदाहरणे तुम्हाला कदाचित माहीत असतील. त्यांच्याकडे भाषिक किंवा गणिती प्रज्ञा असू शकेल; परंतु वास्तव जगातील आव्हानांचा सामना करण्यासाठी आवश्यक भावनिक नियंत्रण, आत्मसंवादाची बुद्धिमत्ता त्यांच्याकडे नसावी.

धूम्रपान, मादक द्रव्ये अशी व्यसने असलेल्या बहुतांश जणांकडे अशी आत्मसंवादाची शक्ती कमी आढळते. दुसऱ्या शब्दांत सांगायचे, तर व्यसनांवर आणि वाईट सवयींवर मात करण्यासाठी आत्मभान आणि आत्मसंवादाची मोठी क्षमता आवश्यक असते.

आत्मसंवादाची क्षमता व्यक्तींना धीर आणि संयम बाळगायलाही शिकवते. तात्कालिक भोगलालसेपेक्षा दीर्घ परिश्रम व चिकाटीतून मिळणाऱ्या फळाची गोडी चाखण्यास ती शिकवते. आत्मसंवादात उण्या ठरणाऱ्या व्यक्तींमध्ये इच्छाशक्तीही कमी असते. त्यांना

तत्काळ सुख व उपभोग हवा असतो. त्यामुळेच थोडेसे निराश वाटले की, ते खरेदीत मन रमवण्याचा प्रयत्न करतात. कंटाळा आला की, काहीतरी अबरचबर खातात. उद्विग्नता आली की, त्यांना दारूची नशा हवी असते. अभ्यासापेक्षा टीव्ही पाहण्यात ते वेळ घालवतात. त्यामुळेच खडतर, आव्हानात्मक प्रसंगांचा सामना करण्याची वेळ आली की, ते पळ काढतात. त्यांचा राग अनावर होतो. जिथे तोंड गप्प ठेवण्याची आवश्यकता असते, तिथे ते इतरांवर दोषारोप करत काहीबाही बोलतात.

त्यामुळे उद्योजकतेच्या साधनेत आत्मभान व आत्मसंवादाची बुद्धिमत्ता म्हणजेच भावनिक बुद्धिमत्ता म्हणजेच यशाची बुद्धिमत्ता आवश्यक असते, हे एव्हाना तुमच्या लक्षात आले असेल. कोणत्याही उद्योजकासाठी ही बुद्धिमत्ता सर्वांत महत्त्वाची आहे.

तुम्ही आत्मभानात्मक बुद्धिमत्ता विकसित करू शकता?

या प्रश्नाचे उत्तर निसंदिग्धपणे हो, असेच आहे. त्यात दुमत असूच शकत नाही. पण इथे 'कॅच २२' अशी स्थिती निर्माण होते. कारण आत्मभान-आत्मसंवादाची बुद्धिमत्ता विकसित करण्यासाठी आत्मभान व आत्मसंवादाची बुद्धिमत्ता आवश्यक असते. तुम्ही उद्योजक म्हणून जितक्या आव्हानांचा सामना कराल, तितकी अशी आव्हाने पेलायची तुमची ताकद वाढते. त्यातून तुमचे आत्मभान सुधारते, आत्मसंवादाची क्षमता वाढते. तुमची आत्मभानात्मक बुद्धिमत्ता जितकी वाढेल तितके चांगले उद्योजक तुम्ही बनाल. त्यामुळेच उद्योजक बनणे ही व्यक्तिमत्त्व विकासाची आयुष्यभर चालणारी शिक्षणप्रक्रिया आहे. या भूमिकेतूनच तुमच्या हाताच्या अंगठ्याकडे पाहा. तुम्ही भविष्यात कोणत्याही आव्हानांना सामोरे जाल, तेव्हा व्यक्तिमत्त्व आणि चारित्र्याची ताकद आणखी वाढवण्याची ही संधी आहे, या दृष्टीनेच त्याकडे पाहा. त्यातूनच तुमचा मिडास टच निर्माण होईल.

लक्षात ठेवायचे मुद्दे / करावयाच्या गोष्टी

हाताचा अंगठा हे सामर्थ्याचे प्रतीक आहे. एक उद्योजक बनण्यासाठी तुम्हाला व्यक्तिमत्त्वाचे – चारित्र्याचे सामर्थ्य हवे असते. शाळकरी चलाखपणा आणि प्रत्यक्ष आयुष्यातला चलाखपणा ह्या दोन वेगवेगळ्या गोष्टी आहेत.

- बुद्धिमत्ता सात प्रकारच्या आहेत. उद्योजकांसाठी आत्मभानात्मक किंवा आत्मसंवादाच्या बुद्धिमत्तेची सर्वाधिक आवश्यकता आहे. तुमच्याकडे आत्मभान व आत्मसंवादाची प्रभावी कौशल्ये असतील, तर तुम्हाला मागे खेचू पाहणाऱ्या मनाला तुम्ही समवाजून सांगू शकता. त्यावर तुमचे यश अवलंबून असते.
- तुम्हाला हवा असो किंवा नसो, अभिप्राय मिळणारच. तेव्हा उद्योजक बनण्यासाठी अभिप्राय स्वीकारण्याची मानसिकता कायम ठेवा आणि त्यापासून शिकण्याचा प्रयत्न करा. यशस्वी उद्योजक अभिप्रायाचे स्वागत करतात आणि त्याचा आपल्या फायद्यासाठी लाभ उठवतात.

- उद्योजक बनणे म्हणजे झटपट श्रीमंत होण्याची योजना नाही. या प्रवासात तुम्हाला त्याग करावा लागतो. अशा खडतर स्थितीतही पुढे जाण्यासाठी चारित्र्याचे सामर्थ्य आवश्यक असते.

- तुम्ही शाळेत हुशार ठरलात म्हणजे वास्तव जगातही हुशार ठराल असे नाही. रस्त्यावरच्या जगण्यातून-संघर्षातून मिळणारी ताकद व कणखरपणा यशस्वी उद्योजक बनण्यासाठी आवश्यक असतो.

- सामर्थ्य म्हणजे उद्धटपणा, नीच वृत्ती, किळसवाणे वर्तन किंवा दुसऱ्यांवर दबाव टाकणे नाही. तर सामर्थ्य म्हणजे विधायक वृत्ती, शिस्त, निर्धार आणि जबरदस्त स्वप्रेरणा. तुम्ही तुमच्यातले हे स्वत्व जागवा.

- बाजारपेठा व व्यावसायिक जगात रोज कोणाची तरी भरती होते किंवा हकालपट्टी होते. मात्र, मिडास टच लाभलेले उद्योजक पुन्हा उभारी घेतात, अंग झटकून कामाला लागतात आणि ध्येयाच्या दिशेने वाटचाल करत राहतात.

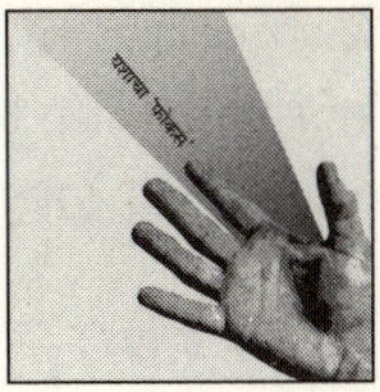

प्रकरण दुसरे

तर्जनी

'फोकस'

'तुमच्या हातातील कामावर सर्व विचार केंद्रित करा. सूर्याचे किरण एका बिंदूवर केंद्रित झाल्याशिवाय त्यात जाळण्याची शक्ती येत नाही.'

– अलेक्झांडर ग्रॅहम बेल

संघर्ष, व्यवसाय आणि आयुष्यातील एकाग्रता

रॉबर्ट कियोसाकी

जून १९७१मधील एक दिवस. मी चालत माझ्या हेलिकॉप्टरच्या दिशेने गेलो. या वेळी हेलिकॉप्टरबाबत काहीतरी वेगळे मला जाणवले. मी आधीची दोन वर्षे ज्याचा सराव करत होतो, तसे हे हेलिकॉप्टर नव्हते. त्या दिवशी माझ्या हेलिकॉप्टरला हवेतून जमिनीवर मारा करणारी क्षेपणास्त्रे जोडली होती, बाजूला वैमानिकाला मारा करता येण्यासारख्या चार मशिनगन्स होत्या त्याशिवाय मशिनगन्स घेतलेले आणखी दोन जवान होते. मी ज्या खऱ्या कारणासाठी लढाऊ वैमानिकाचे प्रशिक्षण घेत होतो, ते आता थोडे जास्तच खरे होत होते. माझे हेलिकॉप्टर बदलले होते. त्याचा अर्थ मलाही बदलणे भाग होते.

त्या क्षणापर्यंत, मी एक सहवैमानिक, एक अधिकारी, अशा एकूण तिघांसह आणि कोणत्याही शस्त्रास्त्रांविना हेलिकॉप्टर उडवत होतो. दोन बाजूला दोन क्षेपणास्त्रे, सहा मशिनगन्स, दारुगोळ्याचा साठा आणि पाच जवानांना घेऊन हेलिकॉप्टर चालविणे हे फारच वेगळे होते. हे हेलिकॉप्टर वेगळे होते ते केवळ वजनाने जड झाले होते म्हणून नव्हे, तर त्याचा प्रतिसादही संथ झाला होता. याचा अर्थ मला विचारांनी हेलिकॉप्टरच्या पुढे असणे आवश्यक होते. वळणाचा किंवा हालचालींचा आधीच विचार करून त्यानुसार काय करायला हवे ते आधीच ठरविणे आवश्यक होते. हे हेलिकॉप्टर चालवणे हा अतिशय आव्हानात्मक

व कसोटी पाहणारा अनुभव होता. माझे हेलिकॉप्टर आता फक्त प्रशिक्षणासाठीचे हेलिकॉप्टर राहिले नव्हते. त्या दिवशी त्याचे रूपांतर लढाऊ हेलिकॉप्टरमध्ये झाले होते आणि संघर्षासाठी आता मलाही सिद्ध व्हावे लागणार हे मला माहिती होते.

युद्धस्य कथा

वैमानिक बनण्यासाठी मला अमेरिकेच्या फ्लोरिडा राज्यातील पेन्साकोला येथील नेव्हल एअर स्टेशनमध्ये दोन वर्षांचे खडतर प्रशिक्षण घ्यावे लागले. एप्रिल १९७१मध्ये मला नौसैनिकांसाठीचा मानाचा सुवर्णपंख असलेला बिल्ला देण्यात आला. तो दिवस माझ्यासाठी एक सर्वांत अभिमानाचा व आनंदाचा दिवस होता. या पदवीप्रदानानंतर मी कॅलिफोर्नियातील कँप पेंडलटन इथल्या तळावर पुढच्या प्रशिक्षणासाठी दाखल झालो. सॅन दियागोपासून ५० मैलांवर असलेल्या मरिन कॉर्प्स या तळावर हे प्रशिक्षण देण्यात आले.

पेन्साकोला इथल्या प्रशिक्षणानंतर माझ्या अनेक सहकाऱ्यांकडे सैनिकांची वाहतूक करणाऱ्या हेलिकॉप्टर्सचे संचालन सोपवण्यात आले. वाहतूक हेलिकॉप्टर्सच्या वैमानिकांचे उड्डाण माझ्यासारख्या लढाऊ वैमानिकापेक्षा वेगळे असते. ते सीएच-४६ सी नाइट, सीएच-५३ सी स्टॅलियन यासारखी आकाराने प्रचंड असलेली हेलिकॉप्टर्स चालवतात. या हेलिकॉप्टर्सना जॉली ग्रीन जायंट म्हणूनही संबोधले जाते. आमच्यापैकी फक्त काहींनाच ह्युए गन्स आणि ह्युए कोब्रासारखी लढाऊ हेलिकॉप्टर्स चालवण्याचे काम देण्यात आले होते.

पेंडलटन तळावर माझी प्रारंभीच ज्या वैमानिकांशी ओळख झाली, ते नुकतेच व्हिएतनाम मधून परतले होते. फ्लोरिडातील माझ्या प्रशिक्षक वैमानिकांपेक्षा ते वेगळे होते. मला लढाऊ हेलिकॉप्टर्सचे प्रशिक्षण देणारे इथले प्रशिक्षक जास्त गंभीर व शांत होते आणि फारसे क्षमा करणारे किंवा नम्र नव्हते. मी नौदलाचा प्रशिक्षित वैमानिक असूनही, माजी युद्ध सैनिक असलेले माझे प्रशिक्षक मला काहीही माहीत नसल्यासारखेच वागवत होते. एप्रिल ते जून या काळात माझी अनेक प्रकारे कसोटी पाहण्यात आली. धोक्याच्या परिस्थितीचा सामना मी कसा करतो, हे आजमावण्यात आले. अगदी अशक्य वाटतील अशा गोष्टी करण्यास मला सांगण्यात आले. नव्या वैमानिकाने प्रशिक्षणाचा एखादा टप्पा पार केला की, त्याच्या हेलिकॉप्टरमध्ये आणखी क्षेपणास्त्रे, गन्स चढवण्यात येत आणि त्याला पुढच्या टप्प्यातील अवघड प्रशिक्षण देण्यास सुरवात केली जाई. वैमानिकाला जर तो टप्पा जमला नाही, तर त्याची रवानगी कचेरीतील कारकूनी कामांसाठी केली जायची.

अभिनेता टॉम क्रुझ याच्या *टॉप गन* चित्रपटाचे बरेचसे चित्रीकरण कँप पेंडलटन इथल्या मीरामार नेव्हल एअर स्टेशनवर झाले. हा तळसुद्धा सॅन दियागोच्या उत्तरेला आहे. *टॉप गनमध्ये* हॉलीवूडच्या पद्धतीने फिल्मी चित्रण असले, तरी विमानांच्या हवेतल्या हवेत होणाऱ्या लढाईची तीव्रता त्यातून लक्षात येते. या वातावरणात तुम्ही फक्त चांगले वैमानिक असणं पुरेसं नसतं.

पेंडलटन तळावर आम्हाला हवेतून जमिनीवर मारा करण्याचे प्रशिक्षण देण्यात आले. त्यासाठी आम्हाला अतिशय कमी उंचीवरून हेलिकॉप्टर चालवण्यास शिकवण्यात आले.

आकाशातल्या विमानांशी सामना करण्यापेक्षा जमिनीवरील शत्रूशी लढण्याचे प्रशिक्षण तिथे आम्हाला देण्यात आले. हे प्रशिक्षण अतिशय खडतर व जीवघेणे होते. ते वेगाने आत्मसात करणेही आवश्यक होते. नंतर मला समजले की, व्हिएतनाममध्ये हेलिकॉप्टर वैमानिकाचा स्वत:चा बचाव करू शकण्याचा सरासरी कालावधी ३१ दिवस होता. युद्धाच्या अनुभवाने शत्रू सरावला आणि शत्रूकडे आधुनिक शस्त्रेही आली, तसा हा कालावधी पुढे आणखी कमी झाला.

जागते रहो!

क्षेपणास्त्रे आणि गन्सने सिद्ध लढाऊ विमान चालवणे हा माझ्यासाठी 'जागे व्हा' असा इशारा देणारा दिवस होता. त्या दिवसापर्यंत मी एक कच्चा विद्यार्थी होतो. प्राथमिक-माध्यमिक शाळा, सैनिकी आणि वैमानिक प्रशिक्षण केंद्र इथवरच्या प्रवासात मी अतिशय सामान्य विद्यार्थी होतो. माझी कामगिरी सुमार म्हणावी अशीच होती.

आता मला कळते की, मी सामान्य होतो, कारण मी अतिशय आळशी होतो आणि कंटाळा करायचो. पण तेव्हा मला हेही माहीत होते की, शालेय शिक्षणव्यवस्थेतील गुणवत्तेचा आलेख सामान्यपणे घंटेच्या आकाराचा असतो. त्यानुसार प्रत्येक वर्गातील विद्यार्थ्यांची वर्गवारी हुशार, सामान्य आणि कच्चा अशी होते. काही थोडे हुशार विद्यार्थी एका टोकाला असतात तर थोडे कच्चे विद्यार्थी दुसऱ्या टोकाला असतात. मध्यावर असलेले बहुतांश विद्यार्थी सामान्य गुणवत्तेचे असतात.

मध्यावर राहण्यात मला आनंद होता. आणि त्यामुळे मी अभ्यासही फार करत नव्हतो. मध्यावर राहण्यासाठी काय करायला हवे हे मी शोधून काढले. मला दोन गोष्टी करायला हव्या होत्या :

१. माझ्यापेक्षा अधिक ढ कोण आहे, हे शोधणे. जोपर्यंत माझ्यापेक्षाही कच्चे विद्यार्थी होते, तोपर्यंत काळजी करण्याचे काही कारण वाटत नव्हते.
२. शिक्षकांना कोणत्या गोष्टी महत्त्वाच्या वाटतात, ते शोधायचे, तेवढेच मुद्दे पाठ करायचे आणि त्या आधारावर परीक्षा द्यायची.

अभ्यास आणि निरीक्षणाच्या या पद्धतीमुळे बऱ्याचदा मी सामान्य 'क' श्रेणीतला विद्यार्थी राहिलो. मी जे केले त्याचा मला अभिमान वाटतो असे नाही; पण त्यामुळे फारसा अभ्यास न करता मी शाळेतून पुढे सरकलो. जून १९७१मध्ये, शस्त्रास्त्रांनी भरलेल्या लढाऊ विमानामधून मी जेव्हा बाहेर आलो, तेव्हा माझा 'क' दर्जा तिथल्या तिथे संपून गेला. 'क' श्रेणीतलाच विद्यार्थी राहिलो असतो तर मी स्वत:चा आणि इतर सैनिकांचा जीव धोक्यात घातला असता.

त्यानंतर सहा महिन्यांतच - जानेवारी १९७२मध्ये मी व्हिएतनामच्या युद्धक्षेत्रात दाखल झालो. व्हिएतनामच्या किनाऱ्यावरच्या विमानवाहू युद्धनौकेवर माझी नेमणूक झाली. त्यानंतर काहीच आठवड्यांनी, 'दा नांग'च्या उत्तरेला, या परिसरातून मी विमान नेत असताना डोंगरमाथ्यावर लपलेल्या शत्रूसैनिकांनी माझ्या विमानाच्या दिशेने गोळ्या झाडल्या.

माझ्या विमानावरील अधिकाऱ्याची व्हिएतनाममध्ये युद्धआघाडीवरची ही तिसरी नेमणूक होती. त्याने माझ्या हेल्मेटवर टकटक केली आणि माझे तोंड त्याच्याकडे वळवून घेऊन तो म्हणाला, ''या कामगिरीतली वाईट बाजू तुला माहीत आहे का?''

मी ''नाही'' म्हणून मान डोलावली.

अधिकारी हसला तर नाहीच पण मोठ्यांदा म्हणाला, ''आज आपल्यापैकी कोणीतरी एकच घरी जाणार आहे. एकतर शत्रू किंवा आपण. दोघेही काही घरी पोहोचणार नाहीत!''

उद्योजकांनो, याची नोंद घ्या

जेव्हा उद्योजक विश्वासाने उडी घेऊन त्यांचा उद्योग-व्यवसाय सुरू करतात, तेव्हा त्यांची स्थिती शस्त्रास्त्रे घेऊन युद्धआघाडीवर जाणाऱ्या लढाऊ वैमानिकासारखीच असते. युद्धातही उद्योजकतेप्रमाणेच नुसते चांगले असणे पुरेसे ठरत नाही. त्यामुळेच व्यवसाय सुरू केल्यानंतर पहिल्या पाच वर्षांतच दहापैकी नऊ उद्योग बुडतात. मी जर माझी 'क' श्रेणी विद्यार्थ्याची वृत्ती कायम ठेवली असती, तर आज डोनाल्ड ट्रम्प यांच्या जोडीने हे पुस्तक लिहू शकलो नसतो. पहिली गोष्ट म्हणजे मी जिवंत राहू शकलो नसतो. दुसरी गोष्ट म्हणजे डोनाल्डला 'सामान्य' कामगिरी बिलकूल सहन होत नाही.

उद्योजक बनण्यासाठी तुम्ही नौसैनिक बनून युद्धासाठी सज्ज राहिले पाहिजे असे मी म्हणत नाही. हेलिकॉप्टरमध्ये झालेले बदल आणि त्यानुसार माझ्यात झालेले बदल यांचे उदाहरण मी दिले, याचे कारण माझ्या जगण्यातला तो सच्चा अनुभव आहे. शिवाय, उद्योजक बनण्यासाठी एखाद्या कर्मचाऱ्याला कोणत्या स्थित्यंतरातून जावे लागते याचे ते उत्तम रूपक आहे. उद्योजक म्हणून स्वतःला घडवताना प्रत्येकाला अशा स्थित्यंतरातून जावे लागते. सुरक्षित नोकरीची हमी, वेळेवर मिळणारा पगार, इतर आर्थिक फायदे, निवृत्तीवेतनाची खात्री अशा जगातून लोक जेव्हा बाहेर पडतात, तेव्हा तेही एका वेगळ्या विमानातून एका निराळ्या जगात प्रवेश करत असतात. अशा जगात, जिथे काही थोडेच टिकून राहतात आणि त्यातीलही थोडेच यशस्वी होतात.

'फोकस'वर 'फोकस'!

आळशीपणाबरोबरच एकाग्रतेचा अभाव असल्याने मी शाळेमध्ये चांगली कामगिरी करू शकलो नाही. 'एडीडी' (अॅटेन्शन डेफिसिट डिसऑर्डर) या इंग्रजी शब्दाची व्याख्या तुम्ही कोशात पाहिलीत, तर माझेच चित्र तिथे तुम्हाला दिसेल. कधीकधी तर माझी एकाग्रता एखाद्या झुरळापेक्षाही कमी होती. ज्या विषयांमध्ये मला रस नाही, त्यांच्याकडे मी लक्ष देऊच शकत नव्हतो. माझ्यासाठी शाळा ही एक अतिशय कंटाळवाणी जागा होती. तिथे जाण्याचा मला तिटकारा होता. जेव्हा केव्हा संधी मिळेल तेव्हा समुद्राच्या लाटांवर सर्फिंग करायला मला आवडायचे. सर्फिंगसाठीचा बोर्ड घेऊन मी तयारच असायचो. कमीत कमी लाटांना तरी माझे लक्ष वेधून घेता येत होते.

साध्या वैमानिकाकडून लढाऊ वैमानिकाकडे झालेला प्रवास माझ्यासाठी फायदेशीर ठरला. मला सच्चा विद्यार्थी बनावे लागले. मला आता शिकणे भाग होते. मला लक्ष एकाग्र

करणे आवश्यकच होते. तेही केवळ माझे आयुष्य सुरक्षित ठेवण्यासाठी नव्हे; तर माझ्या सहकाऱ्यांच्या आणि त्यांच्या कुटुंबासाठीही ते आवश्यक होते. लाटांवरच्या सर्फिंगने जसे मला एकाग्र होणे भाग पाडले, तसेच संघर्षानेही मला एकाग्रता शिकवली. रणभूमीत सर्वोत्तम तेच टिकते. त्या दृष्टीने पाहायचे झाल्यास, युद्धामुळे माझ्यातील सर्वोत्तम ते बाहेर आले. त्याचबरोबर उद्योजकतेनेही माझ्यातल्या सर्वोत्तम गोष्टी बाहेर आणल्या.

एकाग्रता हीच शक्ती

'फोकस' किंवा 'एकाग्रता' हा अगदी साधासोपा शब्द आहे. कदाचित या साधेपणामुळेच त्याचा नेहमी गैरवापर होतो, अनादर होतो. तो योग्य रीतीने समजूनच घेतला गेलेला नाही. एकाग्रता ही शक्ती आहे, हेच लोकांच्या लक्षात येत नाही. ज्यांना एकाग्रता साधते, ते हातातील कामावर सर्व शक्ती एकवटू शकतात. यशासाठी एकाग्रता अत्यावश्यक आहे आणि जे लोक एकाग्रता साधू शकतात, तेच यशस्वी होतात.

आयुष्याची दिशा भरकटलेले अनेक लोक आपल्या पाहण्यात असतात. त्यांच्याकडे एकाग्रतेचा अभाव असतो. मार्ग खडतर व्हायला लागला की, पळ काढणारे लोकही आपल्याला माहीत असतात. जवळचे पैसे संपणे यासारख्या गोष्टीही त्यांना पुढे जाण्यापासून रोखतात. अनेक लोक तर अपयशाच्या निव्वळ भीतीनेच गारठतात. सुरवातीचे पहिले पाऊल पुढे टाकायलाच ते बिचकतात.

विशेष आहार किंवा डाएट ठेवण्याच्या बाता मारणारे, पण समोर चॉकलेट केक दिसताच निर्धार ढळणारे लोक आपल्याला माहीत असतात. व्यायामाच्या बाबतीतही अनेकजण असेच वागतात. जेमतेम आठवडाभर व्यायाम करून सोडून देतात आणि मग अंगदुखी घालवण्यासाठी मदिरेला जवळ करतात.

अनेकांना खरेतर खूप श्रीमंत होण्याची इच्छा असते. परंतु आपल्याकडे काही पैसेच नाहीत, अशा बहाण्याने ते पुढे काही करत नाहीत. न आवडणारी नोकरी सोडून देण्याची अनेकांची मनोमन इच्छा असते; परंतु 'देणी चुकवायला लागतात', अशी सबब सांगून ते रोज आठ तास मान मोडून काम करत राहतात. एखाद्या माणसाची एकाग्रता साधण्याची क्षमता ही त्याच्या सुख, संपत्ती आणि आरोग्यात प्रतिबिंबित होत असते. आयुष्यात जे हवे आहे, ते साध्य करण्यासाठी सर्व शक्ती एकवटण्याची क्षमता महत्त्वाची असते.

तुमच्या साध्यावर लक्ष एकवटा

लोक अशी एकाग्रता मिळवू शकतात. आहे त्या एकाग्रतेत सुधारणा करू शकतात. मी त्याचे जिवंत उदाहरण आहे. वैमानिकाचे प्रशिक्षण यशस्वीपणे पूर्ण करणे मला एकाग्रतेशिवाय शक्य नव्हते. लढाऊ वैमानिकासाठी आवश्यक एकाग्रता माझ्याकडे होती, असे मला वाटत नाही. जंगलाच्या जराशीच वरून शक्तिशाली हेलिकॉप्टर उडवायचे, आणि त्याचवेळी, आपल्याला मारायला टपलेल्या, खाली लपलेल्या मशिनगनधारी शत्रूवर लक्ष ठेवायचे, या सगळ्यासाठी टोकाची एकाग्रता लागते. जर शत्रूची एकाग्रता माझ्यापेक्षा जास्त असेल तर तो घरी परतणार, मी आणि माझे सहकारी नाही, हे नक्की होते. हीच एकाग्रतेची शक्ती मी

आज व्यवसायावर, आहारावर आणि व्यायामावर केंद्रित करतो. मी एखादी गोष्ट करणार आहे, असे जेव्हा जाहीर करतो, तेव्हा एकाग्र होण्याची माझी क्षमताच माझे काम पूर्ण करते.

आपण सगळे वेगवेगळ्या गोष्टींवर लक्ष केंद्रित करतो. तेच आपल्यातले वेगळेपण आहे. अनेकजण उद्योजक होण्यात अपयशी ठरतात, याचे कारण सुरक्षितता हेच त्यांच्या आयुष्याचे प्राथमिक उद्दिष्ट असते. केवळ नोकरीची हमी हवी असल्याने, अनेक 'अ' श्रेणीचे विद्यार्थी चांगले गुण मिळवण्यावर लक्ष केंद्रित करतात. बऱ्याचशा नोकरदारांना कामाच्या ठरावीक वेळा, ठरावीक वेतन, ठरावीक फायदे, आठवड्याला सुटी आणि निवृत्तीची हमी हवी असते. त्यांच्यातील सर्वोत्तम गोष्टी या सुरक्षित जगात पुढे येतात. परंतु, इतरांमधील सर्वोत्तम क्षमता अनिश्चित, असुरक्षित जगातच पणाला लागतात.

जानेवारी १९७३मध्ये मी युद्धावरून परत आलो. व्हिएतनाममधले माझे वर्ष संपले होते. आता पुढे काय करायचे, यासंबंधी मी वडिलांना सल्ला विचारला. मी पुन्हा महाविद्यालयात जावे, पदव्युत्तर शिक्षण घ्यावे, जमल्यास पीएच.डी. मिळवावी आणि एखादी सरकारी नोकरी मिळवावी, असे त्यांनी मला सुचवले. दुसऱ्या शब्दात सांगायचे तर, सुरक्षित नोकरी आणि निवृत्तीची खात्री यावर भर दे असा त्यांचा सल्ला होता. मी त्याला तत्काळ नकार दिला. अशा वातावरणात माझा आत्मा गुदमरेल, याची मला खात्री होती. हे म्हणजे उर्वरित आयुष्यासाठी शाळेत अडकवून घेणे आणि शाळा सुटण्याची घंटा कधी होते याची वाट पाहत बसण्यासारखे होते. अनेक वर्षांचे प्रयत्न आणि प्रत्यक्ष युद्धाचा अनुभव यांनी मी ते आता मागे टाकले होते.

त्या कल्पनेला माझा नकार ऐकल्यानंतर, एखाद्या विमानकंपनीत नोकरी करण्याचा सल्ला त्यांनी मला दिला. माझे बरेच सहकारी तेच करत होते. तोही मला पटला नाही. मी म्हणालो, ''बाबा, तसे करणे म्हणजे माझ्यासाठी तरी पुन्हा मागे जाण्यासारखे आहे. विमान कसे उडवायचे हे मला माहीत आहेच. युद्धात सहभागी होणे मला आवडले. युद्धभूमीवरून मी जिवंत परत आलो. आता विमानकंपनीसाठी विमान चालवणे म्हणजे बस चालवण्यासाठी घरी परतण्यासारखे आहे.'' त्यावर वडिलांनी नाखुशीने मान हलवली. ती नाराजी माझ्यावर नाही हेही मला कळत होते. त्या बिचाऱ्यांना माझ्या सुरक्षित भविष्याची चिंता वाटत होती. त्यामुळे पुन्हा एक गोष्ट स्पष्ट झाली की, त्यांचा 'फोकस' हा माझ्या 'फोकस' पेक्षा वेगळा होता.

द हर्ट लॉकर या चित्रपटाने २००९मध्ये 'अकादमी पुरस्कार' मिळवला. त्यात इराकहून परतलेल्या एका तरुण सैनिकाची कथा मांडली आहे. स्फोटके शोधून ती निकामी करणारा तो तंत्रज्ञ असतो. ते काम युद्धभूमीवरचे सर्वांत धोकादायक असे काम मानले जाते. युद्धभूमीवरून तथाकथित सुरक्षित नागरी जगात परतल्यानंतरही त्याची अस्वस्थता संपत नाही. चित्रपटातील शेवटच्या दृश्यात, तो काही महिन्यांनी पुन्हा बाँबशोधक पथकाचा विशेष पोशाख घालून इराकच्या दिशेने निघतो, असे दाखवले आहे.

मी जेव्हा सुरक्षित नागरी जगात परतलो, तेव्हा मलाही पुन्हा युद्धभूमीवर परतावे, आफ्रिकेत एखाद्या लढाईत भाडोत्री सैनिक म्हणून सहभागी व्हावे किंवा अमेरिकेच्या 'सीआयए' गुप्तचर संस्थेच्या आशिया खंडातील कामगिरीसाठी वैमानिक व्हावे, असे

वाटले. या नागरी जगातील सुरक्षित नोकरीच्या मागे धावण्याने माझी घुसमट होईल आणि त्यात माझा बळी जाईल, अशी भीती मला वाटत होती. ते टाळण्यासाठीच मी उद्योजक बनण्याचा निर्णय घेतला.

'फोकस'चा अर्थ

'फोकस' या इंग्रजी शब्दाचा अर्थ - 'फॉलो वन कोर्स अनटिल सक्सेसफुल' (यशस्वी होईपर्यंत मार्ग सोडू नका!) असा लावायला मला आवडतो.

या दीर्घ रूपातील माझे दोन आवडते शब्द - अनटिल सक्सेसफुल (यशस्वी होईपर्यंत) हे आहेत. हाताच्या तर्जनीने दर्शवला जाणारा फोकस, उद्योजकतेचा मिडास टच हातात विकसित करण्यासाठी, आवश्यक आहे. आणि तुमच्यात जे जे काही सर्वोत्तम आहे, ते बाहेर आणण्यासाठी तुम्ही फोकस करणे किंवा लक्ष एकाग्र करणे अत्यावश्यक आहे.

एकाग्रता ही, *कालपरत्वे विकसित होणारी आणि मोजली जाणारी* एक शक्तीसुद्धा आहे. उदाहरणार्थ, न्याहारीपासून दुपारच्या जेवणापर्यत विशेष आहारावर राहणे माझ्यासाठी सोपे आहे. परंतु, प्रदीर्घ काळ विशेष आहारावर राहण्यातूनच तुमची खरी एकाग्रता लक्षात येते. मी अनेकदा विशेष आहारावर राहिलो, माझे वजन घटवले, परंतु कालांतराने वजन पुन्हा वाढले, आणि मला पुन्हा वजन घटवण्यासाठी प्रयत्न करावे लागले. ठरवलेल्या उद्दिष्टांवर दीर्घ काळपर्यंत लक्ष एकाग्र न करता आल्याने असे घडते.

आर्थिक बाबतीतही हेच घडते. लोक श्रीमंत होतात आणि ती श्रीमंती घालवूनही बसतात. काळाबरोबर फोकस गमावणाऱ्यांची उदाहरणे द्यायची झाली तर, ती म्हणजे लॉटरीचे विजेते किंवा क्रीडा क्षेत्रातले खेळाडू. व्यावसायिक स्पर्धांमध्ये भरपूर पैसा कमावण्यासाठी अनेक व्यावसायिक खेळाडू, अनेक वर्षे बराच सराव करतात. परंतु निवृत्तीनंतर पाच वर्षांतच त्यांची आर्थिक स्थिती डबघाईला आलेली असते. असे खेळाडू खेळावर लक्ष केंद्रित करतात; परंतु त्यांच्या आर्थिक चातुर्यावर मात्र त्यांचे दुर्लक्ष होते.

या पुस्तकाच्या पहिल्या प्रकरणात आपण चारित्र्याची ताकद व त्याचे प्रतिनिधित्व करणाऱ्या हाताच्या अंगठ्याबद्दल बोललो. त्यात मी माझ्या अपयशाच्या काही गोष्टीही सांगितल्या. अशा वेळी माझ्याकडे एकाग्रतेची शक्ती नसती, तर मी केव्हाच पळ काढला असता. दुसऱ्या शब्दांत सांगायचे, तर अनेक उद्योजक अपयशी ठरतात, याचे कारण त्यांच्याकडे हाताच्या अंगठ्याने दर्शवली जाणारी व्यक्तिमत्त्वाची ताकद नसते तसेच एखादी गोष्ट पूर्णत्वाला जाईपर्यंत त्यावर लक्ष केंद्रित करण्याची शक्तीही नसते.

एकाग्रतेचा आणखी एक अर्थ, *उद्दिष्ट सफल झाल्यानंतरही* मिळालेले यश टिकवून ठेवणे, हासुद्धा आहे. याचा अर्थ कष्टपूर्वक मिळवलेले पैसे, सांभाळताही आले पाहिजेत किंवा कमी केलेले वजन प्रयत्नपूर्वक टिकवता आले पाहिजे.

तुम्हाला खाली पाडण्यासाठी शत्रू पराकाष्ठा करत असतानाही, आम्हा वैमानिकांना आमच्या उद्दिष्टांवर लक्ष केंद्रित करावे लागत असे. एकाग्रता तुम्हाला संयम बाळगण्याची, स्पष्ट विचार करण्याची आणि ठोस कृती करण्याची शक्ती देते. आमचे विमान आणि त्यातील कर्मचारी-जवान विमानवाहू नौकेवर पुन्हा सुरक्षित परतेपर्यंत आमची एकाग्रता

आम्ही जराही कमी होऊ देत नाही. अशीच एकाग्रता व्यवसाय क्षेत्रातही लागते. व्यवसायातून पैसे मिळतात, म्हणून केवळ हे जग सुरक्षित आहे, असे नाही.

लक्षावधी लोक यशापासून वंचित राहतात, याचे कारण त्यांच्याकडे एखाद्या उद्दिष्टावर लक्ष एकवटण्याची शक्ती नसते. जेव्हा लोक एकाग्रचित्त असतात, तेव्हा 'मला शक्य नाही', 'मी प्रयत्न करेन', 'मी हे उद्या करेन', 'कदाचित' असे शब्दप्रयोग त्यांच्या कोशात नसतात. एकाग्रता याचा अर्थ 'करू किंवा मरू' वृत्ती आणि एखादी गोष्ट पूर्ण होण्यासाठी जितका वेळ लागेल, तितका देण्याची तयारी. परिस्थिती आव्हानात्मक बनते, तेव्हा अनेकांची एकाग्रता हरपते आणि ते पळ काढतात. ते काहीतरी सोपे शोधू पाहतात. सर्वांत वाईट म्हणजे काही लोक सुरुवातच करत नाहीत. 'मी प्रयत्न करेन', 'उद्या बघू' अशा शब्दांच्या पगड्याखालीच ते राहतात.

ज्या लोकांकडे एकाग्रतेचा अभाव असतो, त्यांची दिशाही भरकटलेली असते, हे तुम्हाला कधी जाणवलं आहे का? ते एका गोष्टीकडून दुसरीकडे असे भटकत राहतात. भरीला भर म्हणून, गुंतवणूक जगतात, बरेच तथाकथित अर्थतज्ज्ञ उच्च कामगिरी असलेल्या जमेच्या गोष्टींवर भर देण्याऐवजी लोकांना गुंतवणुकीमध्ये वैविध्य ठेवण्याचा सल्ला देतात. त्यामुळे अनेकांना त्यांच्या गुंतवणुकीवर उच्च परतावा मिळत नाही किंवा वित्तीय बाजारपेठ कोसळली, तर त्यांना पहिला फटका बसतो. पुन्हा, त्यांच्याकडे एकाग्रतेचा अभाव असतो.

वस्तुस्थिती : आयुष्य सोपे नाही!

आयुष्य हे अगदी सोपे आहे, यावर प्रगाढ विश्वास असल्यानेही अनेक लोक जीवनात अपयशी ठरतात. त्याचमुळे, ते आयुष्यात नेहमी सोपा मार्गच निवडतात. त्यातल्या त्यात सोपा सल्ला ते स्वीकारतात. लहान, साध्य करायला सोपी उद्दिष्टेच ते नजरेसमोर ठेवतात. त्यामुळे हे लोकही लहानच राहतात. माझा रिच डॅड नेहमी म्हणतो, ''यशस्वी लोक नेहमी त्यांच्यापेक्षा मोठ्या उद्दिष्टांवर लक्ष केंद्रित करतात. एखाद्या व्यक्तीचे दहा डॉलर्सचे लक्ष्य असेल, तर पुढच्या वेळी तो शंभर डॉलर्सचे लक्ष्य ठेवेल. जेव्हा त्याच्याकडे शंभर डॉलर्स असतील, तेव्हा पुढच्या वेळी तो हजार डॉलर्सचे लक्ष्य ठेवेल. मोठ्या उद्दिष्टांवर लक्ष केंद्रित केले की, लोकही मोठे होतात.''

मात्र, मूर्खांसारखी स्वप्ने न बघण्याचा सल्लाही रिच डॅडने दिला. अनेक लोक त्यांच्या कुवतीपेक्षा कितीतरी मोठी उद्दिष्टे ठरवतात, तसे करणे मूर्खपणाचे ठरते, असे रिच डॅडला म्हणायचे आहे. ज्यांना पैशांबद्दल काही माहीत नाही आणि कोट्यधीश होण्याचे स्वप्न पाहतात, अशा लोकांबद्दल मी बोलत आहे. कोणतेही ज्ञान नाही, कोणतीही योजना नाही; पण काही चमत्काराने ते घडेल. रिच डॅड म्हणतो, ''शिक्षण, योजना, मार्गदर्शक आणि प्रत्यक्ष कृतीशिवायच्या स्वप्नांनी लोक भ्रामक होतात, त्यांना स्वप्नाळू असेही म्हटले जाते.''

मी जेव्हा माझ्या पहिल्या व्यवसायात सर्वस्व गमावले, तेव्हा गुंतवणूकदारांकडून जमा केलेले जवळपास दहा लाख डॉलर्स परत करणे, हे माझे पहिले उद्दिष्ट होते. मी पहिल्यांदा लहान गुंतवणूकदारांवर लक्ष केंद्रित केले, त्यांचे पैसे फेडले, त्यानंतर थोडे मोठे

गुंतवणूकदार, असे करत गेलो. आमच्या योजनेतल्या, त्या काही सुरुवातीच्या पायऱ्या होत्या. त्या मोठ्या खड्ड्यातून बाहेर यायला मला अनेक वर्षे लागली. पण मोठ्या गुंतवणूकदारांचे पैसे परत करताना आमच्या क्षमता पणाला लागल्या आणि आम्ही अधिक शहाणे झालो. मी आणि किमने मिळून त्यावर एक ध्वनीफीत आणि कार्यपुस्तिका तयार केली. हाऊ वुई गॉट आउट ऑफ बॅड डेब्ट? (आम्ही कर्जाच्या विळख्यातून बाहेर कसे पडलो?) आमचे सूत्र अवलंबणाऱ्या लोकांसाठी ती होती.

माझे आणि किमचे लग्न १९८६मध्ये झाले. त्या वेळी कोट्यधीश बनण्यावर आमचा भर नव्हता. कोट्यधीश बनणे हे जरी आमचे स्वप्न होते तरी, आम्ही गुंतवणुकीतून महिन्याला सुमारे शंभर डॉलर्स मिळतील, इतकेच मर्यादित उद्दिष्ट ठेवले. ते पूर्ण झाल्यावर आम्ही महिन्याला एक हजार डॉलर्स, नंतर दहा हजार डॉलर्स असे आमचे उद्दिष्ट वाढवत नेले. ही पहिली उद्दिष्टे अगदीच छोटी होती असे कदाचित वाटेल, आता मी जे बोलतो आहे, त्याच्या विरुद्धही ते असल्याचे वाटू शकेल. परंतु, त्यावेळी आम्ही दहा लाख डॉलर्स कर्जाच्या ओझ्याखाली दबलेलो होतो. त्यातून बाहेर पडून महिन्याला शंभर डॉलर्स मिळवणे, हे उद्दिष्टही आमच्यासाठी तेव्हा खूप मोठे होते.

सांगायचा मुद्दा हा की, मी आणि किम दोघांनीही स्वप्ने पाहिली; परंतु आमचे लक्ष कधी विसरलो नाही. आम्ही मोठे होत गेलो, तशी आमची उद्दिष्टेही आम्ही वाढवत नेली. किंबहुना आमच्या एकाग्रतेमुळेच आमचा विकास होत गेला. जे लोक सुखासीन असतात किंवा आहे त्याच स्थितीत समाधान मानतात अथवा लहान झेप घेतात, त्यांनाच एकाग्रतेचा अभाव परवडण्यासारखा आहे.

एकाग्रतेसाठी शिक्षण हवे

व्हिएतनामच्या युद्धात सहभागी व्हावे लागणार आहे, हे समजल्यानंतर मी आयुष्यात पहिल्यांदा खरा विद्यार्थी बनलो. मला शिकण्याची इच्छा निर्माण झाली कारण मला शिकणे भागच होते. तिथे फक्त माझाच नव्हे, तर माझ्या सहकाऱ्यांचा जीवही टांगणीला लागणार होता. आज एक उद्योजक म्हणून जगताना तीच भावना माझ्या मनात आहे. माझ्या कर्मचाऱ्यांचा रोजगार सुरक्षित ठेवणे, हे माझे सर्वांत महत्त्वाचे काम आहे. मी जेव्हा तसे करण्यात अपयशी ठरतो, आणि अनेकदा मी तसा ठरलोही; माझ्यातला एक अंश मरतो.

शाळेत मी कच्चा विद्यार्थी होतो. अभ्यास करत नसे आणि बऱ्याचदा गोष्टी बिघडवून ठेवत असे. परंतु व्यवसायात मला कच्चा विद्यार्थी राहणे परवडणारे नाही. मला सतत अभ्यास करणे, पुस्तके वाचणे, चर्चासत्रांना जाणे आणि नवनव्या कल्पना शोधणे आवश्यक आहे. सर्वांत महत्त्वाचे म्हणजे मी शहाण्या स्त्रीपुरुषांचा – म्हणजेच शिक्षकांचा शोध घेतो.

सर्व प्रशिक्षक सारखे नसतात हे मला पेंडलटन तळावर जाणवले. ते वेगवेगळ्या प्रकारचे असतात. फ्लोरिडातील केंद्रात प्रशिक्षकांनी मला हेलिकॉप्टर चालवायला शिकवले. पेंडलटनच्या तळावरील प्रशिक्षकांनी मला मारायला आणि मरणासाठी तयार राहायला शिकवले. हेलिकॉप्टर चालवण्याच्या प्राथमिक कौशल्याहून खूप काही अधिक शिकणे मला भाग पडले.

पेंडलटनच्या तळावर गिरवलेले धडे आजही माझ्यासोबत आहेत. त्यामुळेच मी आता शिक्षक अतिशय काळजीपूर्वक निवडतो. माध्यमिक शाळेत माझे शिक्षक कोण असतील, हे ठरवण्याचा मला अधिकार नव्हता. मला वाईट शिक्षक मिळाले किंवा ज्यांच्याबद्दल मला आदर वाटत नाही, असे शिक्षक मिळाले, तर मी अडचणीत सापडत असे. शाळेत माझा वेळ तर वाया गेलाच; पण वाईट शिक्षकांमुळे माझी बुद्धी, माझे विचार आणि माझी कृती – सारेच बिघडवून ठेवले. आज, मी तसे होऊ देत नाही. एक उद्योजक म्हणून मी माझे शिक्षक काळजीपूर्वक, अतिशय काळजीपूर्वक निवडतो. ज्यांच्यासमवेत मी माझा वेळ व्यतीत करतो आणि ज्यांचे म्हणणे मी ऐकतो अशा माणसांच्या निवडीबाबत मी अतिशय सावध राहतो.

डोनाल्ड ट्रम्प हे एक असे शिक्षक आहेत ज्यांच्याबद्दल मला आदर आहे, मला ज्यांच्याकडून काही शिकावेसे वाटते आणि ज्यांच्यासारखे व्हावेसे वाटते. त्यामुळेच मला त्यांच्या सहवासात राहायला आवडते. माझ्या शाळेतले अनेक शिक्षक या निकषावर अपात्र ठरतात. ते वाईट होते, असे मला म्हणायचे नाही. परंतु, मला त्यांच्यासारखे बनायचे नव्हते, हे निश्चित.

आपल्याला व्हिएतनामला जावे लागणार, याची मला जेव्हा जाणीव झाली, तेव्हाच मरिन कॉर्प्स तळावरील प्रशिक्षक हे या युद्धाचा अनुभव घेतलेले का आहेत, हे माझ्या लक्षात आले. व्हिएतनाममध्ये 'मरा किंवा मारा' हा एकच नियम होता. तिथे या प्रशिक्षकांनी जे केले, तेच ते आम्हाला शिकवत होते. ते शब्दशः युद्धातून पार झाले होते आणि आम्हाला त्याबद्दल सांगायला, शिकवायला आले होते.

मागे वळून पाहताना, पेन्साकोला तळावरचे प्रशिक्षकही मला आता महाविद्यालयातील प्राध्यापकांसारखे वाटतात. पहिल्या प्रकारचे प्रशिक्षक आम्हाला विमान उडवायला शिकवत होते, तर दुसऱ्या प्रकारचे प्रशिक्षक विद्यार्थ्यांना चांगला कर्मचारी बनण्याचे शिक्षण देत होते. पेंडलटन तळावरचे प्रशिक्षक आम्हाला लढायला आणि मारायला शिकवत होते – विमान चालवायला शिकवण्यापेक्षा हे खूपच निराळे होते. त्यामुळेच मी आता प्रशिक्षक निवडताना ज्यांना उद्योजकतेच्या आणि गुंतवणुकीच्या जगातला खराखुरा अनुभव आहे, त्यांची निवड करतो.

तुमच्या आयुष्याचे ध्येय एकदा स्पष्ट झाले, की तुम्ही तुमचे प्रशिक्षक निवडण्यावर लक्ष केंद्रित केले पाहिजे. तुम्हाला जे हवे आहे, ते शिकवण्यास संबंधित प्रशिक्षक योग्य आहेत, याची खात्री तुम्ही केली पाहिजे. तुम्हाला जे लक्ष्य गाठायचे आहे, ते त्यांनी आधी गाठलेले असले पाहिजे आणि त्या क्षेत्रातले अनुभव त्यांना सांगता आले पाहिजेत. त्यामुळेच, माझी रिच डॅड कंपनी आजमितीला प्रशिक्षक, मार्गदर्शक निवडताना ते व्यवसाय-उद्योग क्षेत्रात यशस्वी आहेत ना हे आधी तपासते. ते हे आयुष्य जगले आहेत आणि अजूनही जगताहेत.

जाता जाता...

लढाऊ हेलिकॉप्टरचा वैमानिक बनण्याने मला एकाग्रता आत्मसात करायला शिकवले. माझ्या शंका, माझी भीती आणि मर्यादांच्या पलीकडे जायला शिकवले. त्या संघर्षात

शिकलेले धडे मी आज उद्योजकतेच्या क्षेत्रात वापरतो. मी निर्भय बनलो आहे, असे नाही. इतर कोणालाही वाटते, तशी मलाही खूप भीती वाटते. धैर्य म्हणजे भीतीचा अभाव असे नाही. धैर्य ही आत्मिक ताकद आपल्या सर्वांकडे असते. भीतीवर आपण किती प्रमाणात विजय मिळवू शकतो, त्यावर आपल्या जगण्याचा पोत ठरतो. धैर्याला एकाग्रतेची जोड मिळाली, तर आपण जे आहोत त्याच्या पलीकडे जाऊ शकतो. आपल्याला जे साध्य करायचे आहे, ते मिळवू शकतो आणि आपल्याला जसे बनायचे आहे, तशी व्यक्ती आपण बनतो.

एमबीएची पदवी घेऊन चांगले उद्योजक बनलेले पदवीधर माझ्या बघण्यात फारसे नाहीत. डोनाल्ड त्याला अपवाद आहेत. व्यवस्थापनाचे अनेक पदवीधर सुरक्षित नोकरी मिळवण्यावर लक्ष केंद्रित करतात. त्यांचे लक्ष बड्या कॉर्पोरेट कंपन्यांमध्ये मुख्य कार्यकारी अधिकारी (सीईओ) किंवा मुख्य वित्तीय अधिकारी (सीएफओ) अशी पदे मिळवण्याकडे असते. तोच जर त्यांच्या निवडीचा उद्देश असेल, तर एमबीएचे शिक्षण त्यांनी जरूर घ्यावे.

मात्र, अनेक महान, यशस्वी उद्योजकांकडे एमबीएची पदवी नाही, हे तुम्हाला एव्हाना माहीत झाले असेल. त्यातील अनेकांनी तर महाविद्यालयीन शिक्षणही पूर्ण केलेले नाही. मायक्रोसॉफ्टचे संस्थापक बिल गेट्स, ॲपलचे संस्थापक स्टीव्ह जॉब्स, जनरल इलेक्ट्रिकचे संस्थापक थॉमस एडिसन, व्हर्जिनचे संस्थापक रिचर्ड ब्रॅन्सन; आणि डिस्ने स्टुडिओ आणि डिस्नेलँडचे संस्थापक वॉल्ट डिस्ने आदींचा त्यात समावेश आहे.

सध्या अनेक महाविद्यालये आणि विद्यापीठांमध्ये उद्योजकतेचे प्रशिक्षण देणारे अभ्यासक्रम आहेत. पण डोनाल्ड ट्रम्पसारखे फारच थोडे जण अशा व्यवसाय वा व्यवस्थापन प्रशिक्षण संस्था सोडून बाहेर पडतात आणि उद्योजक बनतात. याचे कारण बहुतांश महाविद्यालये, विद्यापीठांमधले प्रशिक्षक मी आधी म्हटल्याप्रमाणे पेन्साकोलातल्या प्रशिक्षकांसारखेच असतात. युनायटेड एअरलाइन्स किंवा ब्रिटिश एअरवेज अशा बड्या विमानकंपन्यांसाठी वैमानिक तयार करण्याचे प्रशिक्षण ते देतात.

पेंडलटन तळावरील प्रशिक्षकांनी आम्हाला निव्वळ विमाने, हेलिकॉप्टर चालवण्याच्या पलीकडे नेले. त्यांनी आम्हाला युद्धभूमीवर नेले आणि जगातील सर्वांत घातक वातावरणात लढाईसाठी तयार केले. विद्यार्थ्यांना लढाऊ वैमानिकांचे प्रशिक्षण देण्यासाठी प्रवासी विमानचालकांची नेमणूक करणे, असे प्रकार बऱ्याच शिक्षणसंस्था करतात. त्यामुळे विद्यापीठांमधले उद्योजकता प्रशिक्षण अभ्यासक्रम फोल ठरतात, असे मला वाटते. दोघांनाही विमान कसे चालवायचे ते माहीत असते. परंतु उद्योजकाला लक्ष केंद्रित करायला शिकवण्याची क्षमता फारच थोड्या जणांकडे असते. आणि मिडास टच असलेले उद्योजक घडवण्यासाठी त्याची सर्वाधिक गरज असते.

एकाग्रतेची शक्ती

डोनाल्ड ट्रम्प

रॉबर्टने त्याच्या लेखनात लष्करी प्रशिक्षण आणि प्रत्यक्ष लढाईचे अनुभव सांगितले आहेत. मी सैनिकी शाळेत शिक्षण घेतले आहे. त्यामुळे नौदलातील लढाऊ वैमानिक होण्यासाठी किती परिश्रम करावे लागतात, याची मला जाणीव आहे. मात्र, तुम्ही लष्करात चाकरी केलेली असो वा नसो, रॉबर्टचे मुद्दे उद्दिष्टाशी संबंधित आहेत. अस्तित्व टिकवण्यासाठी आणि यशस्वी होण्यासाठी एकाग्रतेची अत्यंत आवश्यकता आहे.

द ट्रम्प ऑर्गनायझेशनमधल्या माझ्या कार्यालयांना भेटी द्यायला आलेला एक पत्रकार मला आठवतो. आम्ही किती परिश्रम करतो व किती वेगाने काम करतो हे पाहून त्याने याचं वर्णन 'अ डे इन द ट्रेन्चेस विथ डोनाल्ड ट्रम्प' असे केले होते. मला कधीकधी व्यवसाय क्षेत्राची तुलना रणांगणाशी करायला आवडते. कारण तुमचा व्यवसाय-उद्योग रणभूमी बनू शकते. याचा अर्थ असा की, तुम्ही तुमच्या सर्व इंद्रियांनिशी सावध असायला हवे तसेच तुमची एकाग्रतादेखिल शंभर टक्के असायला हवी.

१९९०च्या दशकात मी मोठ्या आर्थिक संकटात सापडलो होतो ते एकाग्रतेच्या अभावामुळेच हे मी याआधीच नमूद केले आहे. तुमच्या यशासाठी एकाग्रता किती आवश्यक आहे, याचा धडा मी जितक्या कठोर पद्धतीने घेतला, तसा तुम्ही घेऊ नका. एकाग्रतेच्या बाबतीत एक गंमतीदार विरोधाभास आहे. यशस्वी होण्यासाठी एखाद्या उद्दिष्टावर लक्ष केंद्रित करत असतानाच व्यापक विचारासाठीची तुमची दृष्टी पुरेशी विशाल असली पाहिजे. हे कसे घडते, ते तुम्हाला या प्रकरणात वाचायला मिळेल.

आतापर्यंत अनेक लोकांनी ट्रम्प टॉवरविषयी ऐकले असेल. न्यू यॉर्क शहरातले ते एक चांगले पर्यटन स्थळ आहे. एकाग्रतेची ताकद काय असते, हे दर्शवणारे ते एक उत्तम उदाहरण आहे. या टॉवरचे उद्घाटन आम्ही १९८३मध्ये केले. परंतु, तिथपर्यंतचा प्रवास आम्ही कसा केला, ही एक रंजक गोष्ट आहे. कोणतीही गोष्ट करताना मी नेहमी परिपूर्णतेचा आग्रह धरतो. या इमारतीसाठी मला विशिष्ट प्रकारचा संगमरवर हवा होता. 'ब्रेशिया पर्निस' नावाचा हा संगमरवर नेहमीपेक्षा वेगळा, अतिशय सुंदर; पण दुर्मीळ असतो. मला हव्या त्या गुणवत्तेचा संगमरवर मिळवण्यासाठी इटलीतील दगडखाणीला मी स्वत: जात असे. मला उत्तम वाटतील अशा फरशांवर खुणा करून ठेवत असे. या फरशा वगळून इतर माल बाजारात विक्रीसाठी जात असे.

ट्रम्प टॉवरची गोष्ट : भाग १

हा ट्रम्प टॉवर निर्मितीच्या कहाणीच्या उत्तरार्धातला भाग आहे, जेव्हा प्रकल्प सुरू झाला होता. प्रकल्पाची सुरवात ही एक वेगळी गोष्टच आहे. मला विकत घ्यायच्या असलेल्या जागेवर ज्याचा ताबा होता त्याच्याकडून प्रतिसाद मिळायलाच तीन वर्षे वाट पाहावी लागली. मी या गृहस्थाला बरीच पत्रे लिहिली, फोनवरून अनेकदा संपर्क साधला. माझ्या

या संयमाचे चांगले फळ नंतर मिळाले; पण तोवर तीन वर्षे उलटली होती. उद्योजकांना यशस्वी होण्यासाठी 'विश्वासाची झेप' आवश्यक आहे, असे रॉबर्टने नमूद केले आहे. त्या अर्थाने माझी ही मोठी झेप नव्हती; तर संयमाची परीक्षा होती.

'टिफनीज'च्या शेजारच्या जागेवर मला ट्रम्प टॉवर बांधायचा होता. 'टिफनीज'चे हवाई हक्क विकत घेण्याची परवानगी मिळावी म्हणून मला 'टिफनीज'ला पटवावे लागणार होते. 'टिफनीज'च्या दुकानाच्यावर एक गगनचुंबी इमारत उभी करण्यासाठीचे ते हक्क होते, ५० लाख डॉलर्स किंमतीचे. तसेच, त्यामुळे 'टिफनीज'च्या जागेवर दुसऱ्या कोणी एखादी टोलेजंग इमारत उभी करून माझ्या टॉवरमधून दिसणाऱ्या विहंगम दृश्यात अडथळे आणणार नव्हतं.

न्यू यॉर्क शहर प्रशासनाकडून या विभागातील बांधकामविषयक नियमावलीत काही बदल मला हवे होते. पण त्यापूर्वी 'टिफनीज'च्या जागेचे हवाई हक्क मला मिळू शकतील का, याची खात्री मला करायची होती. कारण त्याचे मुखत्यार असलेले, वॉल्टर होविंग, महिनाभर सुटीवर जाणार होते. परत आल्यावर संपर्क साधेन, असे त्यांनी मला सांगितले होते. या महिन्याभरात माझे बरेच काम होऊ शकले असते पण मला हवाई हक्क मिळणार की नाही, याची खात्री झाल्याशिवाय नाही. सुदैवाने होविंग यांना माझी कल्पना आवडली आणि त्यांनी मला शब्द दिला आणि त्यांचा केवळ शब्द पुरेसा आहे, असे सांगितले. तसेच घडले.

तसेच, न्यू यॉर्क शहराच्या नियमावलीनुसार कोणत्याही विकसकाला कोणत्याही इमारतीच्या मागे किमान ३० फूट जागा मोकळी सोडणे आवश्यक असते. टिफनीजच्या शेजारच्या जागेचा काही भाग मिळाला नसता, तर आम्हाला आम्ही तयार करत असलेल्या इमारतीचा मागचा काही भाग काढावा लागणार होता. ही जागा लिओनार्ड कँडेल यांच्या मालकीची होती आणि त्यांना ती विकण्यात कोणताही रस नव्हता.

बांधकाम कराराच्या कागदपत्रांचा अभ्यास करताना, ही जागा टिफनीजला लागूनच असल्याने त्यांना ती विशिष्ट मुदतीत विकत घेता येईल, अशी तरतूद मला दिसली. तेव्हा कराराचाच भाग म्हणून कँडेल यांची जागा खरेदी करण्याचा टिफनीजचा हक्क माझ्याकडे हस्तांतरित होऊ शकेल का, अशी विचारणा मी होविंग यांच्याकडे केली. त्यांनी संमती दिली. मात्र, हा टिफनीजचा हक्क असून, तो कोणत्याही परिस्थितीत हस्तांतरित करता येणार नाही, असा पवित्रा कँडेल यांनी घेतला. त्यांच्या म्हणण्यात तथ्य होते.

पण मी या मुद्यावर न्यायालयात दाद मागू शकतो, असेही माझ्या लक्षात आले. ही कोर्टकचेरीची शक्यता मी कँडेल यांना सांगितली. आम्हाला दोघांनाही खटलेबाजीत रस नसल्याने आम्ही त्यावर दोघांनाही फायदेशीर ठरेल असा तोडगा काढला. त्यानुसार कँडेल यांनी माझा भाडेकरार २० वर्षांवरून १०० वर्षांपर्यंत वाढवला. त्यामुळे मला प्रकल्पाच्या आर्थिक बाजूंवर विचार करण्यास वेळ मिळाला. तसेच, बांधकाम नियमावलीतल्या बदलांचा अडसरही दूर झाला. सुदैवाने होविंग आणि कँडेल हे दोघेही सज्जन होते. मला त्यांच्याशी वाटाघाटी करावयाच्या होत्या हे माझे भाग्य.

कँडेल यांच्याशी करार करण्यास फक्त अर्धा तास लागला. तो भाग सुरळीत पार पडला. परंतु, इथे लक्षात घ्या की, मी या प्रकल्पासाठी पाठवलेल्या पत्रांचे उत्तर मिळण्यासही तीन वर्षे खर्ची पडली होती. या काळात मी ट्रम्प टॉवरचे इमले माझ्या मनातच

उभे करत होतो. मला काय करायचे आहे यावरचे माझे लक्ष मी कधीही ढळू दिले नाही. त्यासंबंधीची माझी योजना सुस्पष्ट आणि नेमकी होती.

ट्रम्प टॉवरच्या उभारणीसाठी सर्व कायदेशीर बाबींची पूर्तता करत असताना आणि साधनांची जुळवाजुळव करत असताना, मला रॉबर्ट मोझेस यांची आणि त्यांच्या उक्तीची सतत आठवण यायची. न्यू यॉर्क शहराच्या इतिहासात रॉबर्ट यांचे नाव सुप्रसिद्ध आहे. ते म्हणाले होते, ''अंडी फोडल्याशिवाय तुम्ही ऑम्लेट बनवू शकत नाही.'' हा प्रकल्प मार्गी लागण्यासाठी आणखी काही अंडी फोडावी लागणार, याची मला कल्पना होती.

ट्रम्प टॉवरची गोष्ट : भाग २

ज्या जागेत मी ट्रम्प टॉवर बांधणार होतो, ती जागा 'जेनेस्को'च्या मालकीची होती. तेथे 'बॉनविट टेलर' हे प्रसिद्ध दुकान त्यावर होते. सुदैवाने माझ्याकडे वाटाघाटी करण्याचे उत्तम कौशल्य आहे. कारण हा करार करताना बऱ्याच वाटाघाटी कराव्या लागल्या होत्या. जेनेस्को आणि मी या वाटाघाटी कोणताही बोभाटा न होता चालवल्या होत्या. काही महिन्यांमध्ये करारावर स्वाक्षरी होईल, अशी चिन्हे होती. परंतु, अशातच त्यासंबंधीची बातमी फुटली. आणि जेनेस्को अचानक, तेलखाणींच्या श्रीमंत अरब गुंतवणूकदारांपासून अनेक खरेदीदारांचा जिव्हाळ्याचा विषय बनला. तितक्याच अचानकपणे जेनेस्कोकडूनही करारातून बाहेर पडण्याचे प्रयत्न होऊ लागले.

आठवतेय, या प्रकल्पासाठी मी तीन वर्षे पत्रे लिहित होतो? ही पत्रे जेनेस्कोतील जॅक हॅनिगन या सद्‌गृहस्थाकडे जात होती. सुदैवाने हा व्यवहार करण्याची इच्छा दर्शवणारे जेनेस्कोचे एक पानी पत्र माझ्याकडे होते. त्यामुळे जेनेस्कोने माझ्याशी सुरू असलेल्या वाटाघाटींचा आदर राखावा, अन्यथा मी न्यायालयात जाऊ शकतो आणि जाईन, असे मी त्यांना सांगितले. तसे झाले, तर बॉनविटची मालमत्ता विकण्याचा व्यवहार अनेक वर्षे रेंगाळत राहिला असता. त्यावेळी हे पत्र न्यायालयात टिकेल की नाही, याची मला पक्की खात्री नव्हती. पण ही त्यांच्यासाठी निश्चितच डोकेदुखी ठरली असती. 'असे झाले तर', या प्रश्नावर जागेसंबंधी व्यवहाराचे भवितव्य टांगणीला लागले होते.

उद्योजक होण्यासाठी तुम्हाला धोका पत्करावा लागतो, असे रॉबर्ट नेहमी म्हणतो. ट्रम्प टॉवरबाबत पुढे जे काही घडले, हे त्याचे उत्तम उदाहरण आहे. न्यू यॉर्क टाइम्स वृत्तपत्राच्या कचेरीतून मला दूरध्वनी आला. 'बॉनविट टेलर'ची जागा विकत घेण्यासाठी आमच्या जेनेस्कोशी वाटाघाटी सुरू असल्याची कुणकुण त्यांना लागली होती. आम्ही या वाटाघाटींची कुठेही वाच्यता केलेली नव्हती. परंतु, जेनेस्को आता कराराचा फेरविचार करण्याची लक्षणे दिसत होती. या पार्श्वभूमीवर मी संबंधित वार्ताहराला सांगितले की, आमचा करार जवळपास पूर्ण होण्याचा मार्गावर आहे. बॉनविटच्या जागेवर मी उंच इमारत बांधणार आहे आणि हे दुकान आता फक्त काही महिन्यांपुरतेच खुले राहील, अशी पुस्तीही मी जोडली. अशा प्रकारे दिलेल्या माहितीचा जेनेस्कोवर दबाव येईल, असा माझा अंदाज होता. गोष्टी हाताबाहेर गेल्या होत्या. दुसऱ्या दिवशी वर्तमानपत्रात बातमी प्रसिद्ध झाली. परिणामी बॉनविटचे कर्मचारी तातडीने दुसऱ्या ठिकाणी नोकरी शोधू लागले. बॉनविटच्या

व्यवसायावरही त्याचा परिणाम झाला. त्यानंतर पाचच दिवसांनी जेनेस्कोशी अंतिम करारावर मी स्वाक्षरी केली. मी आधी म्हटल्याप्रमाणे व्यवसाय-उद्योग हीही एक लढाईच असते आणि मी त्यात स्वस्थ बसून मूर्ख बनू इच्छित नव्हतो. व्यवसायातील यशाचे ऑम्लेट शिजवण्यासाठी माझी कितीही अंडी फोडण्याची तयारी होती.

ट्रम्प टॉवरचे बांधकाम अद्याप सुरूही झाले नव्हते, तोवर संघर्षाला तोंड फुटले होते. त्यांची माहिती आता देण्यामागे व्यवसायात एकाग्रता किती महत्त्वाची असते, आणि केवळ गोष्टी सुरू करतानाही किती लढाया जिंकणे भाग असते, हे सांगण्याचाच उद्देश आहे. रॉबर्ट म्हणतो, त्याप्रमाणे आयुष्य साधेसोपे नसते. तसे मानून चालणे धोक्याचे असते. हा दृष्टिकोन तुम्हाला कोठेही नेत नाही, उलट तुम्ही संकटात सापडण्याची शक्यता अधिक असते.

आपल्याला काय साधायचे आहे आणि काय करायचे आहे, यावर लक्ष केंद्रित केले, तर प्रत्येक उद्योजक व्यवसायातील लढाई जिंकू शकेल. तेव्हा तुम्ही ध्येयउद्दिष्टाशी चिकटून राहा आणि गरज पडली, तर त्यासाठी धोका पत्करण्याचीही तयारी ठेवा. लोक आता ट्रम्प टॉवरकडे पाहतात, तेव्हा त्यांना त्यातले सौंदर्य भावते. त्याचा मला आनंद होतो. मीसुद्धा या सौंदर्याचा आस्वाद घेतो. परंतु, त्याच वेळी हा मनोरा उभारण्यासाठी कोणत्या संघर्षाला तोंड द्यावे लागले, याची आठवण मनात जागी होते. हा संघर्ष निश्चितच फलदायी ठरला.

न्यू यॉर्कहून थेट प्रसारण... इट्स सॅटरडे नाइट!

'फोकस' विविध रूपांत, विविध टप्प्यांमध्ये येतो. तसेच व्यवसायातले धोकेही. काही वर्षांपूर्वी मी *सॅटरडे नाइट लाइव्ह* या कार्यक्रमाचे यजमानपद भूषवले, त्याच्या स्मृती अजून ताज्या आहेत. मी लोकांचे रंजन करणारा व्यावसायिक कलाकार नाही, याची मला पक्की जाणीव आहे. पण हा कार्यक्रम करण्यात एक मजा होती, नवे आव्हान होते आणि त्यात धोकाही होता. द *ॲप्रेंटिस* या दूरचित्रवाणी कार्यक्रमाचा मी पहिल्यांदा विचार केला, तेव्हाही त्यातील धोक्यांची, फायद्यातोट्यांची मला जाणीव होती. त्यातून काही समस्या उद्भवू शकतात, हेही मला ठाऊक होते. तरीही मी तो कार्यक्रम केला आणि मी *सॅटरडे नाइट लाइव्ह* ही सादर केला. चांगली कामगिरी करायची आणि त्याचा आनंद घ्यायचा, यावरच मी लक्ष केंद्रित केले. मी माझ्या सर्वोत्तम क्षमता त्यासाठी वापरणार होतो.

हा कार्यक्रम करण्याचे मी मान्य तर केले. पण नंतर मला जाणीव झाली की, त्याचे थेट प्रक्षेपण होणार आहे, कोणत्याही संपादनाशिवाय! जर मी एखादी भयंकर चूक केली असती, तर ती लक्षावधी प्रेक्षकांसमोर घडली असती. ती सुधारण्याची दुसरी संधी मिळणार नव्हती किंवा ती टाळण्यासाठी कोणतीही तयार यंत्रणा नव्हती. त्याशिवाय कार्यक्रमाचे स्वरूप व संवाद समजून घेऊन त्यानुसार सादरीकरण करणे आवश्यक होते. शिकण्याच्या गोष्टी खूप होत्या. अशा प्रसंगात छाती धडधडत असताना कार्यक्रम यशस्वी करण्यासाठी शंभर टक्के एकाग्रतेची आवश्यकता होती. आत्तापर्यंत अनेक सार्वजनिक कार्यक्रमांमध्ये वक्ता म्हणून मी प्रभावी भाषणे केली होती. तसेच, द *ॲप्रेंटिस* मालिकेला तर संहिताच नव्हती. तरीही एखाद्या भव्य कार्यक्रमाचे थेट प्रक्षेपण मनावर दडपण आणणारेच होते.

'सॅटरडे नाइट शो'च्या पहिल्या प्रसारणाआधीच्या मंगळवारी मी लॉर्न मायकेल यांच्या लेखकवर्गाशी तासभर चर्चा केली. टिना फे या लेखकांचे नेतृत्व करत होत्या. त्यांनी काही प्रश्न विचारले, काही अभिनव कल्पना सुचवल्या. त्यातून आम्ही कार्यक्रमाचा ढोबळ आराखडा तयार केला. या लेखकांनी केलेल्या अंतिम आराखड्यावर मी गुरुवारी नजर टाकली. हे लोक वेगाने आणि परिणामकारकपणे काम करत असल्याचे माझ्या लक्षात आले.

कार्यक्रमासाठी मला काही भूमिका देण्यात आल्या. वादक, हिप्पी, वकील अशा नेहमीच्या व्यक्तिरेखांचा त्यात समावेश होता. तसेच, द *प्रिन्स अँड द पॉपर* नाटकातील एका व्यक्तिरेखेप्रमाणे डॅरेल हॅमंड यांच्या साथीने मी एक भूमिका साकारायची होती. गाणाऱ्या व नाचणाऱ्या पक्ष्यांच्या 'ट्रम्पस् हाऊस ऑफ विंग्ज'चा प्रवक्ता मला व्हायचे होते. कार्यक्रमासाठी मी पॉलिस्टरचा पिवळ्या रंगाचा चकचकीत पोशाख घालायचा होता. कार्यक्रमाच्या सुरुवातीलाच मला गणगवळणीसारखे प्रास्ताविक सादर करायचे होते. ते विनोदी व मजेदार असायला हवे होते. कार्यक्रमाचे यश त्यावर अवलंबून असणार होते. हे सोपे नाही, याची प्रत्येकाला जाणीव होती. मी जर विनोदी दिसलो नाही तर? आता जेव्हा मी त्याचा विचार करतो तेव्हा वाटते मी स्वत:ला कशात लोटले होते. त्याच्या जोडीला व्यक्तिरेखांचे संवाद, अध्येमध्ये वेशभूषा बदलणे, अशी कसरत मला करायची होती.

शुक्रवारी, कार्यक्रमाच्या आदल्या दिवशी मी चित्रिकरणाच्या ठिकाणाला भेट दिली. तिथे अनेक मजूर, सुतार नेपथ्य उभारण्यात गर्क होते. मी त्यांच्याशी गप्पा मारल्या. मी म्हणालो, 'मी इथे काय करत आहे? मी तुमच्यासारखेच बांधकाम केले पाहिजे. मी तुमच्यासारखाच एक आहे.' एखाद्या सैनिकासारखा मी खंदकात बसून लढाईसाठी सज्ज राहिले पाहिजे, असे मला खरेच वाटले. 'सॅटरडे नाइट शो'मध्ये काय सादर करायचे याची योजना मी आधीच पक्की केली पाहिजे, याची खूणगाठ मी बांधली.

दर शनिवारी हा कार्यक्रम सादर करणे, त्यात सहभागी असणाऱ्या प्रत्येकासाठी मॅरेथॉन शर्यतीत भाग घेतल्यासारखेच असते. दिवसभर आम्ही कार्यक्रमाची तयारी व सराव करतो. प्रत्यक्ष कार्यक्रमाआधी सुमारे तीनशे प्रेक्षकांसमोर त्याची रंगीत तालीम करतो. कोणता भाग चांगला होतो, कुठे सुधारणा करण्याची आवश्यकता आहे हे त्यातून कळते. प्रेक्षकांना आवडलेल्या भागाचा अंतिम कार्यक्रमात समावेश होतो. याचा अर्थ हा की, थेट प्रसारण सुरू होण्याच्या फक्त अर्धा तास आधीच काय सादर होणार आहे आणि त्याचा क्रम कसा असणार आहे, हे मला कळते.

अशाच एका कार्यक्रमात, मी प्रेमकथा लिहिणाऱ्या एका कादंबरीकाराची भूमिका बजावली होती. त्यात आयत्या वेळी एक गीत घालण्यात आले. ते पाठ करण्यासाठी मला फक्त पाच मिनिटे मिळाली. परंतु, कोणता कार्यक्रम, कोणत्या क्रमाने सादर होणारे, हे लक्षात घेऊन त्याची तयारी करणे; आयत्या वेळी बदल झाल्यासही कार्यक्रम निभावून नेणे, यात खरे आव्हान होते. अशा वेळी शरीरात अनोख्या ऊर्जेचा संचार होत असे. त्यामुळे मी संपूर्ण लक्ष कार्यक्रमावर केंद्रित करू शकत असे. ही लगीनघाई अनुभवण्यासारखी असे.

हे आव्हान आम्ही पेलू शकलो कारण *सॅटरडे नाइट लाइव्हमध्ये* सहभागी असलेली प्रत्येक व्यक्ती अतिशय व्यावसायिक पद्धतीने, सफाईने काम करत होती. लेखक, नेपथ्यकार, रंगभूषाकार, कलाकार सर्वांचे त्यात महत्त्वाचे योगदान होते. ते मदतीसाठी सदैव तत्पर होते, आपल्या कामाचा आनंद घेत होते. मी कोठून प्रवेश करायचा, कोठून बाहेर जायचे, याचे सर्व तपशील त्यांनी ठरवलेले असत आणि तशा सूचना मला वेळोवेळी दिल्या जात. प्रत्यक्ष कार्यक्रमाची वेळ जवळ आली, तेव्हा मी अतिशय उत्तेजित झालो होतो. मी काही वेळापुरता खोलीतला टीव्ही सुरू केला. त्यावर गोल्फचा खेळ पाहिला. संपूर्ण कार्यक्रम नजरेसमोर उभा राहिला. मी एकाग्रचित्त झालो होतो. कार्यक्रम यशस्वी होणार होता आणि प्रत्येकाने त्याचा आनंद घेतला पाहिजे, हीच भावना माझ्या मनात होती.

आणि त्याप्रमाणेच घडले. पॉलिस्टरचा पिवळ्या रंगाचा पोशाख घालून रंगमंचावर वावरणे, गाणाऱ्या आणि नाचणाऱ्या पक्ष्यांबरोबर थिरकणे याचे मला काहीच दडपण वाटले नाही. उलट, या प्रवेशाला जोरदार प्रतिसाद मिळाला. ती संध्याकाळ माझ्यासाठी सुखद आठवण बनली. तो मी आयुष्यात शिकलेला एक महान धडा होता. एकाग्रतेची शक्ती तिथे उपयोगी ठरली. आणि मी धोका पत्करला, याचा मला आता आनंद वाटत होता. या कार्यक्रमाने एकाग्रतेची ताकद काय असते, हे दाखवून दिले. हा कार्यक्रम आणि दूरचित्रवाणीसाठी असे कार्यक्रम करणाऱ्या प्रत्येकाबद्दल माझ्या मनात एक आदराची भावना निर्माण झाली.

साहस, धोका पत्करण्याची वृत्ती माझ्या रक्तातच असावी. किंवा मोठ्या आव्हानांना सामोरे जाण्याची क्षमता माझ्या रक्तात आहे, असेही म्हणता येईल. गगनचुंबी इमारती बांधाव्यात, असे मला अगदी लहानपणापासून वाटत होते. खेळण्यातल्या ठोकळ्यांनी मी अशा इमारती उभारत असे. माझी इमारत आणखी उंच बनवायला धाकट्या भावाकडून त्याचे ठोकळेही मागून घेत असे. पण मी हे ठोकळे डिंकाने घट्ट चिकटवून ठेवत असल्याने भावाला त्याची खेळणी कधीच परत मिळत नसत. उंच, गगनचुंबी इमारती बांधणे हे माझे लहानपणापासूनचेच स्वप्न होते.

मी बांधलेली अशीच एक उंच इमारत म्हणजे 'ट्रम्प इंटरनॅशनल हॉटेल अँड टॉवर न्यू यॉर्क'. मोबिल फाइव्ह स्टार अॅवॉर्डपासून अनेक पुरस्कार या देखण्या इमारतीला मिळाले आहेत. न्यू यॉर्कमधले पहिल्या क्रमांकाचे हॉटेल असा त्याचा नावलौकिक आहे. परंतु, त्याच्या उभारणीची सुरस कथा फारच थोड्यांना माहीत आहे. ही इमारत बांधणे सोपे नव्हते. त्यासाठी संपूर्ण शक्ती एकवटण्याची गरज होती. एका टप्प्यावर तर या इमारतीसाठीची निविदा गमावण्याची वेळ माझ्यावर आली होती. ही जागा ताब्यात घेण्यासाठीही मला चिकाटीने दीर्घकाळ प्रयत्न करावे लागले होते.

ही इमारत आधी गल्फ अँड वेस्टर्न/पॅरामाउंट बिल्डिंग नावाने ओळखली जात होती. जनरल इलेक्ट्रिकच्या मालकीची ही इमारत मुख्यत: कार्यालयीन वापराची होती. मी १९९५मध्ये जेव्हा ती विकत घेतली तेव्हा ती न्यू यॉर्कच्या पश्चिम भागातील उंच इमारतींपैकी एक होती. शहरातील बांधकाम नियमावलीत १९६०मध्ये झालेल्या बदलांच्या आधी ती इमारत बांधण्यात आली होती. अन्यथा या ठिकाणी इतक्या उंच इमारतीचे बांधकाम शक्य नव्हते.

मी ती इमारत खरेदी करण्यापूर्वीच या इमारतीच्या काही समस्या आहेत, हे मला माहीत होते. त्यातली एक प्रमुख समस्या म्हणजे तिचे वरचे मजले वाऱ्याच्या झोताने हलत असत. जोरदार वादळी वाऱ्यानेच नव्हे; तर ताशी १५ मैल वेगाच्या वाऱ्यानेही इमारत डुलत असे, त्यामुळे जोरदार, वादळी वाऱ्यांच्या वेळी इमारतीचे इलेव्हेटर्स बंद पडत. वरच्या मजल्यावर काम करणाऱ्यांना लाटांवर हिंदकळणाऱ्या जहाजावर असल्यासारखा उलट्या-मळमळीचा त्रास होत असे. सर्व इमारतींमध्ये काही प्रमाणात लवचिकता असते, ही गोष्ट खरी आहे. परंतु, या इमारतीचे हलणे खूपच होते. इमारतीत ॲस्बेस्टॉसचाही भरपूर वापर करण्यात आला होता. ह्या पदार्थामुळे कर्करोग होण्याची शक्यता असते. त्यामुळे ते काढून टाकायला हवे होते. हे कमी म्हणून की काय, इमारतीच्या बाहेरील बाजूचे आवरण काचेचे आणि स्वस्तातल्या कमी दर्जाच्या अल्युमिनियमचे होते.

ही इमारत विकली जाणार असल्याची कुणकुण लागल्याबरोबर मी तातडीने तिच्या मालकांपैकी एक, डेल फ्रे यांना दूरध्वनी केला. इतके दोष असलेल्या इमारतीच्या खरेदीसाठी मी इतका उतावीळ का झालो होतो, याचे तुम्हाला कदाचित आश्चर्य वाटत असेल. मला या इमारतीत रस होता कारण तिची रचना अतिशय वेगळी - अभिजात होती. प्रत्येक मजल्याचे छतही नेहमीपेक्षा बरेच उंच होते. दुसरी गोष्ट म्हणजे, या इमारतीला एकूण ५२ मजले होते. ती पाडून पुन्हा बांधायचे ठरवले, तर नव्या बांधकाम नियमांनुसार फक्त १८ मजल्यांचीच परवानगी मिळणार होती.

शहरातल्या बऱ्याच मोठ्या बांधकाम व्यावसायिकांना या इमारतीत रस होता. त्यामुळे मी त्यासंबंधी बोलण्यासाठी भेटीची विचारणा केली. या इमारतीचा पुढे कसा विकास करता येईल आणि त्याचे काय फायदे असू शकतात, यावर मी संशोधन करण्यास सुरुवात केली. या इमारतीचा पोलादी साचा आपण आणखी मजबूत करू शकू, असा विश्वास मला जाणकार लोकांनी दिला. याचा अर्थ बांधकामाची मूळ चौकट कायम ठेवून मी त्यात सुधारणा करू शकणार होतो. उदाहरणार्थ, छत पुरेसे उंचीवर असल्याने निवासी इमारतीला ते योग्य होते. न्यू यॉर्कमधल्या कोलंबस सर्कलजवळच्या सेंट्रल पार्कच्या नजीकची ही इमारत होती. उच्च दर्जाच्या सोयीसुविधायुक्त निवासी इमारतींसाठी ही जागा निश्चितच फायदेशीर होती.

आम्ही याचा बराच अभ्यास केलेला होता. जनरल इलेक्ट्रिकल कंपनीचाही आमच्या सादरीकरणाला चांगला प्रतिसाद दिसत होता. आणि तरीही, डेल फ्रे यांनी या इमारतीच्या विक्रीसाठी लिलाव करण्यात येणार असल्याचे सांगितल्यावर मला आश्चर्याचा धक्काच बसला. देशातल्या बड्या बांधकाम कंपन्यांनी त्यात सहभागी व्हावे असे त्यांना वाटत होते. माझ्या प्रभावी सादरीकरणानंतरही मला अशा स्पर्धेला सामोरे जावे लागणार होते. मला पुन्हा नव्याने सुरुवात करणे भाग होते. मी हिरमुसला होतो आणि थोडा चिडलोही होतो. परंतु, माझ्यापुढे काही पर्यायही नव्हता. मला या इमारतीत निश्चितच रस होता. त्यामुळे अभिमान बाजूला ठेवून मी सर्वशक्तिनिशी त्यासाठी पुन्हा प्रयत्न करण्याचे ठरवले.

मिळालेल्या जादा वेळेचा फायदा घेऊन आम्ही आणखी अभ्यास केला व अधिक तपशीलवार सादरीकरणाची तयारी केली. या इमारतीशी संबंधित प्रत्येक पैलू, प्रत्येक प्रश्नाची दखल आम्ही घेतली होती. आपण आधीच खूप अभ्यास केला आहे, ही माझी समजूत

चुकीची ठरली. आम्ही सर्वशक्तिनिशी, सर्व साधनांनिशी या कामाला जुंपलो. किंबहुना काकणभर अधिकच अभ्यास केला. बारीकसारीक बाबींचाही तपशीलवार अभ्यास केला, हा प्रकल्प कसा फायदेशीर ठरू शकतो, याच्या अनेक शक्यता तपासल्या. ॲसबेटॉसच्या प्रश्नावरही आम्हाला तोडगा काढायचा होता. तो खूप खर्चिक ठरण्याची शक्यता होती. मी प्रभावी सादरीकरण केले, आमची पहिली छाप उपस्थितांवर पडली. तरीही मी आता केवळ त्यावर किंवा सदिच्छेवर विसंबून राहणार नव्हतो. रॉबर्ट व्यवसायाची तुलना लढाईशी करतो. मी ते समजू शकतो. मी आणखी तयारी केली आणि दीर्घ लढाईसाठी सज्ज झालो. मी माझ्या शक्ती आणखी एकवटल्या, अगदी एकाग्रचित्त झालो.

माझ्या सादरीकरणानंतर किती काळ गेला, ते लक्षात नाही, पण जनरल इलेक्ट्रिककडून अखेर दूरध्वनी आला. त्यांनी मला चर्चेसाठी बोलावले. जनरल इलेक्ट्रिकच्या या उच्चाधिकार समितीत जॅक वेल्श, डेल फ्रे आणि जॉन मायर्स यांचा समावेश होता. त्यांनी माझा प्रस्ताव मान्य केला. मला खूपच आनंद झाला. एकाग्रतेचे फळ मला पुन्हा मिळाले होते.

आम्ही इमारतीचे नूतनीकरण सुरू केले, तेव्हा तिची फक्त पोलादी चौकट कायम ठेवायचे ठरवले होते. ही १९९५ची गोष्ट आहे. कोस्टाज कॉंडीलिस ॲंड असोसिएट्स बरोबरच फिलिप जॉन्सन हेदेखील वास्तूरचनाकार म्हणून काम पाहणार होते. त्यामुळे अतिशय देखणी आणि समकालीन कलेला साजेशी वास्तू उभी राहील, असा विश्वास मला वाटत होता. आम्ही या वास्तूचे स्वरूप हॉटेल आणि सदनिका असे करण्याचे ठरवले. त्या वेळी इमारतीचा असा मिश्र वापर ही अभिनव संकल्पना होती. माझ्या दृष्टीने त्यात फार काही अभिनव नव्हते, तर तो एक 'कॉमन सेन्स' होता. जगभरात अनेक ठिकाणी या कल्पनेची नक्कल त्यानंतर होऊ लागली. त्याला प्रचंड यश मिळाले. व्यावहारिक शहाणपणही उद्योजक आपल्या फायद्यासाठी कसे वापरू शकतात, याचे हे एक उदाहरण आहे. यामुळे आमचा वेळ तर वाचलाच; पण नव्या कल्पना राबवण्याचा उत्साहही वाढला.

तुम्ही एकदा प्रयत्न केला असेल, तर आणखी एकदा प्रयत्न करायला हवा, याचा हा चपखल पुरावा आहे. तुम्ही नेहमी उद्दिष्ट साध्य करण्यावर– जिंकण्यावर लक्ष केंद्रित केले पाहिजे, हेही त्यातून लक्षात येते. त्यामुळेच जुन्या गल्फ ॲंड वेस्टर्न/पॅरामाउंट इमारतीचे रूपांतर न्यू यॉर्क शहरातील पहिल्या क्रमांकाच्या द ट्रम्प इंटरनॅशनल हॉटेल ॲंड टॉवरमध्ये आम्ही करू शकलो. त्याचा पत्ता होता १, सेंट्रल पार्क वेस्ट.

मी गोल्फची अनेक मैदाने विकसित केली आहेत. पण त्यातही लॉस एंजेलिसमधल्या ट्रम्प नॅशनल गोल्फ क्लबची कहाणी विशेष आहे. त्यात उद्दिष्टाची स्पष्टता, एकाग्रता आणि दूरदृष्टी या गोष्टी दिसतात. त्यामुळे या प्रकरणात ही कहाणी सांगणे औचित्याचे आहे. प्रशांत महासागराच्या किनाऱ्यावरील हे गोल्फ मैदान पेबल बीचच्या सौंदर्यात भरच टाकते. ते खरोखर नेत्रदीपक आहे. मी जेव्हा ते घेतले तेव्हा ते तसे नव्हते. या गोल्फ मैदानातले १८ वे होल समुद्रात खचले होते. त्यालगतची इतर दोन होल देखील खराब झाली होती. त्यामुळे हे १५ होल असलेलेच गोल्फ मैदान राहिले होते. त्यात सुधारणा करण्यासाठी मोठ्या प्रयत्नांची गरज होती. या गोल्फ मैदानाचे मालक दिवाळखोरीच्या उंबरठ्यावर होते. हे मैदान सुधारण्यासाठी प्रचंड काम करावे लागणार आहे, याची मला जाणीव होती. परंतु,

हे मैदान अतिशय वेगळ्या प्रकाराने विकसित करता येऊ शकेल, असा विश्वास मला वाटत होता. त्याचे भविष्यातील चित्र मी पाहू शकत होतो. ते करत असताना नव्याने काही धडे शिकावे लागतील आणि ते वाटते तितके सोपे नाही, याची जाणीवही मला होती. तरीही, ते तसेच टाकून मी पुढे जाऊ शकत नव्हतो.

या गोल्फ मैदानासाठी मी दोन कोटी ७० लाख डॉलर्स मोजले. त्यात ही संपूर्ण जागा, क्लबहाऊस आणि गोल्फ कोर्सचा समावेश होता. या व्यवहाराची माहिती देणारा एक लेख *फेअरवेज अँड ग्रीन्स* या नियतकालिकाने प्रसिद्ध केला होता. त्यात मैदानावरील अठराव्या होलचे वर्णन 'ग्राउंड झिरो प्लस ६१ मिलियन डॉलर्स' असे केले होते. या सतरा एकर जागेतली जमीन खचली होती. त्यामुळे मैदानात सुधारणा करण्यासाठी प्रचंड खर्च करावा लागण्याचा अंदाज त्यात व्यक्त करण्यात आला होता. त्यातच या जागेतील जलवाहिन्या फुटल्या होत्या आणि त्यातून झिरपणाऱ्या पाण्यामुळे मोठे नुकसान झाले होते.

हे गोल्फ मैदान नव्याने विकसित करताना मला तिथल्या स्थापत्यरचनेत मूलभूत सुधारणा करणे भाग होते. पालोस वर्टेस नावाच्या ठिकाणाच्या खडकापासून ते किनाऱ्यापर्यंत टप्प्याटप्प्याने भिंत बांधणे आवश्यक होते. त्याला आणखी मजबुतीसाठी दर १० फुटांवर पोलादी चौकटींची जोड देण्यात आली. ही प्रक्रिया अतिशय गुंतागुंतीची होती. आणि गोल्फच्या एका होलसाठी सहा कोटी १० लाख डॉलर्स खर्च करणे फारच खर्चीक होते. परंतु, मला ते करायचेच होते आणि ते योग्य पद्धतीनेच करायचे होते. ही प्रक्रिया अतिशय वेळखाऊ आणि थकवणारी होती.

मैदानातले ते होल दुरुस्त करायचे आणि आधीचा, तसा चांगला असणारा, गोल्फ कोर्स तसाच ठेवायचा, किंवा गोल्फ कोर्सची संपूर्णपणे नव्याने आखणी करायची आणि तो अतिशय आकर्षक करायचा यापैकी एक निवडण्याचा पर्याय माझ्यासमोर होता. आणि तुम्ही अंदाज केल्याप्रमाणे मी दुसरा पर्याय निवडला. त्यासाठी मला सुमारे २६.५ कोटी डॉलर्स खर्च करावे लागले. त्यात खचलेल्या होलच्या दुरुस्तीचाही समावेश होता. पण त्यामुळे गोल्फचे हे मैदान जसे असायला हवे, तसे अतिशय सुंदर दिसेल, असा विश्वास मला होता.

या जागेत मला धबधबे, मोटारींसाठी सुबक रस्ते हवे होते. ग्रॅनाइटने सुशोभित केलेल्या निसर्गरम्य जागा हव्या होत्या. गोल्फची मैदाने विकसित करणारे सुप्रसिद्ध रचनाकार पीट डाय यांना मी त्यासाठी पाचारण केले. त्यामुळे इथली प्रत्येक गोष्ट अत्युच्च दर्जाची होती आणि त्यामुळे ती तितकीच महागही होती. हे मैदान मला सर्वोत्तमच हवे होते. अन्यथा ते आमच्या ब्रँडला साजेसे झाले नसते. या प्रयत्नांमुळे लॉस एंजेलिसचा ट्रम्प नॅशनल गोल्फ क्लब अतिशय सुंदर झाला आणि त्याला प्रचंड यश मिळाले. का? कारण ते माझे स्वप्न होते आणि ते पूर्ण होईपर्यंत अतिशय एकाग्रतेने मी त्याचा पाठपुरावा करत होतो.

एखादे भव्यदिव्य स्वप्न पाहणे हीच त्याची पूर्तता करण्यामागची अफाट शक्ती असते. तो ऊर्जेचा मोठा स्रोत असतो. तुमची ही शक्ती शाबूत ठेवा. कोणत्याही परिस्थितीत स्वत:ला विजेते झालेले पाहणे, हे यशाच्या दिशेने टाकलेले पहिले मोठे पाऊल असते. आणि त्यानंतरचे प्रत्येक पाऊलही त्याच निर्धाराने व एकाग्रतेने पुढे टाकायचे असते.

जे अशी चिकाटी दाखवतात, जे त्यासाठी धोके पत्करण्याची तयारी ठेवतात, अशांनाच उद्योजकतेचा मिडास टच मिळण्याची खरी संधी असते. सर्वांत महत्त्वाचे म्हणजे कधीही मागे फिरू नका. तसेच, शिकणे विसरू नका. रोज काही तरी नवे शिका. मी तसे करतो.

एकाग्रता हेच यशाचे गमक

तुम्ही यशस्वी होईपर्यंत एका मार्गावरून वाटचाल करू शकता का? ही प्रत्येक उद्योजकाची कसोटी असते. परिस्थिती कठीण होत गेली, तरी तुम्ही योग्य गोष्टींवर लक्ष एकाग्र करू शकता का, हे महत्त्वाचे ठरते. आम्ही दोघेही अशा परिस्थितीतून गेलेलो आहोत. अनेक दुबळ्या मनाचे उद्योजक म्हणतील की, 'यातून कार्य साधत नाही!' आणि ते दुसऱ्याच कोणत्यातरी गोष्टीवर लक्ष केंद्रित करतील. अशा उद्योजकांकडे मिडास टच नाही.

नेत्यांकडे दूरदृष्टी असते. भविष्यात दूरवर पाहण्याची क्षमता म्हणजे दूरदृष्टी. उद्योजक नेत्यांपेक्षा वेगळे असतात. त्यांना दूरदृष्टीपेक्षाही अधिक काही हवे असते. उद्योजकांकडे दूरदृष्टीबरोबरच एकाग्रतेची शक्तीही असणे आवश्यक आहे. म्हणजे उद्योजकांकडे भविष्यात डोकावण्याची दृष्टी हवी आणि त्या शक्यतेचे लाभदायक वास्तवात रूपांतर करण्याची धमकही त्यांच्यात हवी. दूरदृष्टी असूनही दहापैकी नऊ उद्योजक अपयशी ठरताना तुम्ही पाहिले असतील. ते अपयशी ठरतात याचे कारण जी स्वप्ने ते पाहतात, त्याचे पैसा मिळवून देणाऱ्या व्यवसायात रूपांतर करण्याची क्षमता त्यांच्याकडे नसते. उदाहरणादाखल मोबाईल, इंटरनेटसाठी मोफत ॲप्लिकेशन्स (ॲप्स) शोधणाऱ्या हजारो कंपन्यांकडे पहा. आपल्या उत्पादनाची क्षमता व उपयुक्तता त्यांना माहीत असते; परंतु त्याचे फायदेशीर व्यवसायात ते रूपांतर करू शकत नाहीत. त्यांच्यापैकी काही थोडेच जण त्यासाठी कष्ट करतील आणि यशस्वी ठरतील. बाकीचे बहुतांश लोक तसे करणार नाहीत.

आमच्या उद्योगाच्या गोष्टी वाचल्यानंतर सर्व उद्योजकांपुढे एक प्रश्न उभा राहील : यशस्वी होईपर्यंत ठरलेल्या मार्गावर चालण्याची क्षमता– फोकस (फॉलो वन कोर्स अनटिल सक्सेसफुल) त्यांच्याकडे किती प्रमाणात आहे? क्षणभर थांबा आणि तुमच्यातील ही क्षमता जोखण्यासाठी पुढे दिलेले प्रश्न स्वत:लाच विचारा.

अतिशय खडतर परिस्थितीत ठरलेल्या मार्गावरून तुम्ही किती काळ चालत राहू शकाल?

- तुमचे लक्ष किती सहजपणे विचलित होते?
- तुम्ही तुमच्या कल्पना इतरांना किती प्रभावीपणे विकू शकता?
- सध्या अस्तित्वात नसलेल्या, अशा स्वप्नातल्या गोष्टींमध्ये पैशांची व वेळेची गुंतवणूक करावी, यासाठी तुम्ही किती जणांना पटवू शकाल?
- तुम्ही शून्यातून उभे केलेत असे प्रकल्प कोणते?
- उद्योग जगतात प्रवेश करण्यासाठी तुमची कितपत तयारी आहे ?
- स्वत:वरचा विश्वास डळमळीत झाल्यावरही तुम्ही पुढे जाऊ शकाल का?

एकाग्रता साधल्याशिवाय कोणत्याही गोष्टीत यश मिळवणे हे निव्वळ अशक्य आहे. गोल्फचेच उदाहरण घ्या. साठ ते सत्तर गुणांच्या टप्प्याजवळ पोहोचू शकणारे किती हौशी गोल्फ खेळाडू तुम्हाला माहिती आहेत? मला खात्री आहे की, फार खेळाडू नाही, क्वचित एखाद-दोन हौशी खेळाडू दिसतील. बहुतांश वेळा अशा खेळाडूंकडे नैसर्गिक गुणवत्ता असते आणि ते बऱ्यापैकी नियमितपणे गोल्फ खेळायला जातात. अशा हौशी खेळाडूंपासून व्यावसायिक गोल्फपटू वेगळे कसे ठरतात? अशा व्यावसायिक खेळाडूंकडे उच्च दर्जाची एकाग्रता असते. ते चेंडू मारण्यासाठी तयार होतात, तेव्हा चेंडूचा हवेतील प्रवास व दिशाही ते मनातल्या मनात रेखाटू शकतात. कमी अंतरावर जमिनीवरून होलकडे चेंडू ढकलतानाही हिरवळीवरचा त्याचा प्रवास ते पाहू शकतात. जमिनीवर अशी रेघ नसते; ती खेळाडूंच्या मनात असते. हौशी आणि व्यावसायिक गोल्फ खेळाडूंमध्ये हाच मुख्य फरक असतो. व्यावसायिक खेळाडू चेंडूचा हवेतला किंवा जमिनीवरचा प्रवास कल्पनेने पाहतात. व्यवसायाच्या खेळात यशस्वी होण्यासाठी उद्योजकांनीही अशी क्षमता विकसित करणे आवश्यक आहे.

तर्जनी हे बोट अंगठ्याच्या शेजारी असते, त्याला एक कारण आहे. आपली दिशादर्शक शक्ती वाढवण्यासाठी त्याला अंगठ्याच्या भावनिक सामर्थ्याची गरज भासते. व्यक्तिमत्त्वाचा निदर्शक हाताचा अंगठा उद्योजकाला सतत पुढे जात राहण्याची प्रेरणा देतो. तर्जनी त्याला आपल्या ध्येयावर लक्ष केंद्रित करण्यास बजावत राहते. ज्या लोकांकडे दूरदृष्टी आहे; परंतु ज्यांच्याकडे अंगठ्याचे भावनिक सामर्थ्य नाही, त्यांच्याकडे फक्त दूरदृष्टीच राहते. अंगठ्याच्या सामर्थ्याची जोड मिळू न शकल्याने त्यांची दृष्टी स्वप्नरंजन, भ्रम आणि चित्रविचित्र आभासांमध्येच अडकून राहते. असेही लोक कदाचित तुम्हाला माहीत असू शकतील.

तुमची एकाग्रता कोठे आहे?

चांगले नोकर, उत्तम कर्मचारी बनण्याचे शिक्षण घेण्यासाठी शाळा हे एक आदर्श ठिकाण आहे. किंबहुना, अनेक मुले शाळेत जातात, ती या व्यवस्थेतून अशी घडवली जातात की, महाविद्यालयांतून पदवी घेऊन बाहेर पडल्यानंतर नोकरी मिळवणे हेच त्यांचे एकमेव उद्दिष्ट बनते. त्यामुळेच पालक अनेकदा मुलांना बजावत राहतात, 'चांगल्या पगाराची नोकरी हवी, तर नियमित शाळेत जा.' किंवा शिक्षकही विद्यार्थ्यांना धाक घालतात की, 'चांगले गुण मिळाले नाहीत, तर तुम्हाला चांगली नोकरी मिळणार नाही.' माध्यमांमधूनही आपण हेच वाचतो किंवा ऐकतो. त्यामुळेच अनेक लोक नर्स, पोलिस अधिकारी, व्यवस्थापक अशा नोकऱ्या मिळवण्याचे आणि कर्मचारी बनण्याचे स्वप्न पाहतात. अगदी अ श्रेणी मिळवणारे हुशार विद्यार्थीही स्वप्ने पाहतात, ती डॉक्टर, वकील, अभियंते किंवा हिशेब तपासनीस बनण्याची. त्यांचे पालक किंवा कुटुंबातील इतर कोणी उद्योजक असल्याशिवाय उदरनिर्वाहाचा दुसरा विचारच त्यांच्या मनात येत नाही. किंबहुना असे काही मार्ग असतात, याचीच त्यांना माहिती नसते. त्यामुळे असा विचारच ते करत नाहीत.

पुढे दिलेला कॅशफ्लो क्वाड्रंट किंवा संपत्तीच्या ओघाची चौकट लोकांची दृष्टी बदलू शकते आणि त्यात लक्षणीय सुधारणा करू शकते.

रॉबर्टचे 'पुअर डॅड' एक शालेय शिक्षक होते. मुलाला एखाद्या चांगल्या कंपनीत नोकरी मिळवण्याबद्दल (ई – एम्प्लॉयी किंवा नोकरदार बनण्याचे) किंवा चांगले गुण मिळवून व्यावसायिक होण्याबद्दल (एस – स्पेशालिस्ट म्हणजे जास्त पैसा मिळवणारा विशेषज्ञ) ते सतत बजावत राहिले.

'रिच डॅड'नी मात्र रॉबर्टला स्वतःच्या मालकीचा व्यवसाय (बी – बिझिनेस) सुरू करण्याचा किंवा मोठा गुंतवणूकदार (आय – इनव्हेस्टर) बनण्याचा सल्ला दिला. डोनाल्डच्या वडिलांनीही त्याला तसाच सल्ला दिला आणि डोनाल्डलाही दुसऱ्या कोणासाठी काम करण्याची कधीच इच्छा नव्हती. तो पर्याय नव्हताच. अगदी प्रारंभापासूनच स्वतःचा मोठा व्यवसाय (बी) उभारण्यावर किंवा मोठ्या प्रमाणात गुंतवणूक (आय) करण्यावर त्याचे लक्ष खिळले होते.

या सर्वाचा अर्थ काय? याचा अर्थ असंख्य उद्योजक अपयशी ठरतात, याचे आश्चर्य वाटण्याचे कारण नाही. कारण नोकरदार बनणे हेच त्यांच्या मनावर लहानपणापासून बिंबवण्यात येते आणि त्याप्रमाणेच त्यांना तयार करण्यात येते. त्यातल्या त्यात 'हुशार' मुलामुलींना व्यावसायिक बनण्याचे स्वप्न दाखवण्यात येते. त्यामुळे आपल्यापैकी बहुतेक जणांचे संगोपन 'नोकरदार' किंवा 'विशेष व्यावसायिक' बनण्याच्या दृष्टीनेच झालेले आहे. 'व्यवसाय' किंवा 'गुंतवणूकदार' बनण्यासाठी आपली कधी तयारीच करून घेण्यात आलेली नाही.

आता ई, एस, बी आणि आय यांची जरा अधिक तपशीलात माहिती घेऊ. उद्योजक बनण्यासाठी आणि त्यातही मिडास टच लाभलेला उद्योजक बनण्यासाठी संपत्तीच्या ओघदर्शक आकृतीतील काही भाग तुमची सत्व परीक्षा का घेतो, हे तेव्हा तुमच्या ध्यानात येईल.

ई म्हणजे एम्प्लॉयी – नोकरदार. स्वच्छतेचे काम करणाऱ्या कर्मचाऱ्यापासून ते कार्यालयात हसतमुखाने स्वागत करणारे स्त्रीपुरुष, व्यवस्थापक, आणि कंपनीचे मुख्य कार्यकारी अधिकारी यांचाही या वर्गात समावेश होतो. नोकरदारांना 'नियमित पगार, आर्थिक लाभ देणारी सुरक्षित नोकरी' हवी असते. या मानसिकतेमुळे नोकरदारांचे लक्ष सुरक्षित नोकरी, नियमित पगार, पुरेशा सुट्या, पदोन्नती व इतर लाभ या गोष्टींवर केंद्रित असते.

समस्या : नोकरीतला सुरक्षितपणा आणि नियमित उत्पन्नाची हमी यावरच तुमचे लक्ष केंद्रित असेल, तर तुम्ही चांगले उद्योजक बनणे अवघड आहे. जगावर नुकत्याच ओढवलेल्या आर्थिक संकटाचे, मंदीचे आणि अर्थव्यवस्थांमध्ये निर्माण झालेल्या चढउतारांचे उदाहरण घेतले, तर तुमची नियमित पगाराची नोकरी कितीशी सुरक्षित आहे? की अशी नोकरी हा तुमचा केवळ भ्रम आहे?

एस म्हणजे सेल्फ एम्प्लॉइड, स्मॉल बिझनेस, स्पेशालिस्ट. (स्वयंरोजगार मिळवणारे, छोटे व्यावसायिक आणि विशेष पेशा असलेले लोक.) जेव्हा बहुतांश लोक नोकरी सोडून स्वत:चा व्यवसाय सुरू करतात, तेव्हा ते एस वर्गवारीत प्रवेश करतात. ई वर्गवारीचे वैशिष्ट्य असलेल्या नियमित पगार, सुरक्षित नोकरी व आर्थिक लाभांच्या फेऱ्यातून बाहेर पडून हे लोक नवे लक्ष्य शोधतात. आता स्वत:च्या मर्जीप्रमाणे काम करणे आणि स्वत:च स्वत:चे बॉस बनणे, यावर त्यांचे लक्ष केंद्रित असते. या एस वर्गवारीतल्या लोकांचा मुख्य मंत्र म्हणजे – 'तुम्हाला एखादे काम योग्य रीतीने व्हावे असे वाटत असेल, तर स्वत:च ते करा.'

एस म्हणजे 'स्मार्ट – हुशार' लोक, असे रॉबर्ट नेहमी म्हणतो. त्यामुळेच एस वर्गवारीतले हे लोक जास्त उत्पन्न देणाऱ्या डॉक्टर, वकील, हिशेब तपासनीस आदी पेशांमध्ये असतात. व्यवसाय सल्लागार, बांधकाम क्षेत्रातील दलाल, उपाहारगृहांचे चालक, दुकानमालक किंवा घरबसल्या काम करून पैसा कमावणारे लोक असे इतरही त्यात मोडतात. ई वर्गवारीतले अनेक लोक एस वर्गवारीत जाणार नाहीत, याचे मुख्य कारण म्हणजे महिन्याच्या महिन्याला नियमित पगार व इतर लाभ मिळण्याची हमी त्यात नसते.

समस्या : या वर्गवारीत एसने म्हणजे स्वयंरोजगार करणाऱ्या व्यक्तीने काम करायचे थांबवले, म्हणजे त्याला मिळणारे पैसेही थांबतात. ई वर्गवारीत तुम्हाला किरकोळ रजा, आजारपणाच्या रजा, पगारी सुट्ट्या उपभोगता येतात. मात्र, एस वर्गवारीतील लोकांना हे सुख अनुभवता येत नाही. निदान व्यवसायाचे बस्तान नीट बसेपर्यंत तरी त्यांना अशा सुविधा घेता येत नाहीत. एखादा व्यवसाय सुरू करण्यासाठी दिवसेंदिवस, चोवीस तास त्यासाठी परिश्रम करावे लागतात. आणि त्याची कोणतीही शाश्वती नाही. अनेक नवे उद्योजक वर्षानुवर्षे एकही दिवस सुटी न घेता काम करत असतात. आणखी एक मोठी समस्या म्हणजे एस वर्गवारीतले लोक इतर तीनही वर्गवारीपेक्षा सरकारला जास्त कर देतात. त्यांच्यापाठोपाठ सरकारला आपल्या उत्पन्नातील सर्वाधिक हिस्सा देणारे लोक ई वर्गवारीतले असतात.

बी म्हणजे बिझनेस ओनर – व्यवसायांचे मालक. पाचशेपेक्षा जास्त कर्मचारी जिथे काम करतात, अशा व्यवसायांचे मालक या वर्गवारीत मोडतात. या वर्गवारीतले लोक सरकारला, दिलाच तर, सर्वांत कमी कर देतात. एस वर्गवारीतले लोक स्वत:च काम करणे पसंत करतात. मात्र, बी या वर्गवारीतले लोक त्यांच्यासाठी काम करू शकणारे

चांगले लोक शोधतात. जे सर्वोत्तम काम करू शकतील, असे लोक ते शोधतात. आपण स्वत:च सर्वोत्तम होऊ शकू असे त्यांना वाटत नाही. पण आपण जे करू शकणार नाही, ते करू शकणारे लोक बी वर्गवारीतले मालक शोधतात. इतर लोकांची प्रतिभा आणि इतर लोकांचा वेळ आपल्यासाठी कसा वापरता येतील, याचे मार्ग ते शोधतात. बहुतांश वेळा बी वर्गवारीतले उद्योजक ई आणि एस वर्गवारीतले सर्वोत्तम लोक शोधून त्यांच्याकडे आपल्या व्यवसायातील कामे सोपवतात.

समस्या : एस वर्गवारीतील खूप म्हणजे खूपच कमी लोक बी वर्गवारीत प्रवेश करतात. कारण तिथपर्यंत पोचण्यासाठी वेगळ्या कौशल्यांची आणि वेगळ्या गोष्टींवर लक्ष एकाग्र करण्याची शक्ती लागते. हे वर्गांतर सोपे नसते. परंतु, त्यात तुम्ही यशस्वी ठरलात, तर अमर्याद संपत्तीचे जग तुमच्यापुढे खुले असते. या संपत्तीच्या लोभानेच ई वर्गवारीतले अनेक लोक थेट बी आणि आय वर्गवारीत उडी मारण्याचा प्रयत्न करतात. त्यांना एस वर्गवारी टाळून तिथे पोचायचे असते. मात्र, आम्ही दोघेही अशी मोठी उडी घेण्याचा सल्ला देत नाही. आम्हाला दोघांनाही रिच डॅडसारखे उत्तम मार्गदर्शक व गुरू भेटले, त्यांचा आदर्श आमच्या डोळ्यांपुढे होताच. परंतु, तरीही आम्ही लहान उद्योग-व्यवसायापासून सुरुवात केली. त्याचा अनुभव घेतला आणि प्रगती करत बी आणि आय वर्गवारीपर्यंत पोहोचलो. उद्योजक बनू इच्छिणाऱ्या नोकरदारांना आम्ही सांगतो की, 'सुरुवातीला तुमची ई वर्गवारीतली दिवसाची नोकरी चालू ठेवा आणि एस वर्गवारीत एखादा व्यवसाय अर्धवेळासाठी सुरू करा.' आमची पसंती नेहमी विश्वासार्ह अशा नेटवर्क-मार्केटिंग (साखळी पद्धतीने विक्री करणाऱ्या) संस्थांना असते. कारण त्यातून उद्योग-व्यवसायासाठी आवश्यक कौशल्ये तुम्ही कमी खर्चात संपादन करू शकता. तुमच्या आत्मसंवादाच्या आणि आंतरव्यक्ती संवादाच्या क्षमताही त्यात तपासल्या जातात. उद्योजक क्षेत्रात यश मिळवण्यासाठी या दोन्ही गोष्टींचे खूप महत्त्व आहे.

आय म्हणजे इन्व्हेस्टर – मोठे गुंतवणूकदार. ई वर्गवारीतल्या अनेक नोकरदारांना निवृत्तीनंतरच्या लाभाची हमी देणारी निश्चित योजना असते. अमेरिकेत '४०१ के' नावाची अशी योजना लोकप्रिय आहे. एस वर्गवारीतल्या, स्वयंरोजगार करणाऱ्या, अनेकांचे व्यक्तिगत निवृत्तीवेतन खाते (आय आर ए) असते किंवा लघुउद्योजकांसाठी तयार करण्यात आलेली इतर काही योजना असते. अशा निवृत्तीवेतन किंवा इतर योजनांकडे पाहिल्यास तांत्रिकदृष्ट्या असे वाटू शकते की, ई आणि एस वर्गवारीतले लोक गुंतवणूक करणारे आहेत. परंतु, रॉबर्टच्या व्याख्येत बसणारे ते खरे गुंतवणूकदार नव्हेत. उद्योजकतेचा मिडास टच निर्माण होण्यासाठी आवश्यक गुंतवणूक क्षमता व त्याची कौशल्ये छोट्यामोठ्या निवृत्तीवेतन योजनांमध्ये गुंतवणूक करण्यापेक्षा वेगळी आहेत. अशा योजनांमध्ये तुम्ही गुंतवणूक करता, म्हणजे तुमच्याच पैशांतून काही थोडे पैसे त्या योजनांमध्ये गुंतवून पैसे मिळवता. मिडास टच गुंतवणूक म्हणजे इतरांचे पैसे वापरून केलेली संपत्तीची निर्मिती हा फरक खूप मोठा आहे. मध्यम वर्गापासून

श्रीमंतांना वेगळ्या उंचीवर नेणारा हाच तो फरक आहे. आम्ही दोघांनीही जागा-बांधकाम क्षेत्रातल्या खरेदीविक्रीच्या छोट्या व्यवहारांपासून सुरुवात केली, याचे कारण आम्हाला इतरांचे - म्हणजे बँकेचे - पैसे गुंतवून व्यवसाय करण्याचे कौशल्य मिळवायचे होते- त्याचा सराव करायचा होता. जास्त पैसे मिळवण्यासाठी इतरांकडून उधारीवर पैसे मिळवणे आणि त्यात सहजता मिळवणे, हे उद्योजकतेचा मिडास टच संपादन करण्यासाठीचे आवश्यक कौशल्य आहे. बी आणि आय वर्गवारीसाठी ते अतिशय महत्त्वाचे आहे. सरावाने, चुका करत आणि त्यापासून धडे शिकत पैसा उभा करण्याचे कौशल्य आम्ही मिळवले. लोकांना ज्यात गुंतवणूक करावीशी वाटेल, असे करार व वाटाघाटी करण्यास आम्ही शिकलो. त्यातून कंपन्यांना सार्वजनिक क्षेत्रातही आणू शकलो. इतरांचा पैसा वापरून आम्ही स्वत:साठी आणि इतरांसाठीही पैसा मिळवला. ही क्षमता मिळवणे हे अनेक उद्योजकांचे स्वप्न असते.

समस्या : दुर्दैवाने एस वर्गवारीत आलेल्या व स्वत:चा व्यवसाय-उद्योग सुरू केलेल्या उद्योजकांनाही भांडवल उभे करणे म्हणजे मोठे संकट वाटते. त्यांना गुंतवणुकीची भाषा समजत नाही. त्यांनी प्रयत्न केले, तरी आय वर्गवारीतले खरे गुंतवणूकदार त्यांच्या एस वर्गवारीतील व्यवसायात पैसे घालण्यास फार उत्सुक नसतात. हा व्यवसाय मोठा होऊन बी वर्गवारीत जाण्याची शक्यता दिसली, तरच ते फार तर त्यात गुंतवणुकीचा विचार करतात. आय वर्गवारीतल्या गुंतवणूकदारांना पैसे वापरायला देण्याची किंवा एखाद्या व्यवसायात भागीदार होण्याची आवड असते. परंतु, बहुतेक वेळा एस वर्गवारीतल्या उद्योग-व्यवसायाची त्यासाठी पुरेशी तयारी नसते. त्यामुळे या वर्गातील उद्योजकांना मित्र, कुटुंबीय, किंवा इतर छोट्या पतपुरवठादार संस्थांकडून कर्जाने पैसे उचलण्याशिवाय पर्याय नसतो. त्यामुळे व्यवसाय वाढवण्याच्या त्यांच्या क्षमतेवर खूपच मर्यादा येतात.

आता थोडा उलट्या पद्धतीने विचार करा. ई आणि एस वर्गवारीतले लोक ज्या निवृत्तीवेतन योजनांमध्ये गुंतवणूक करतात, त्या योजनांमधील अब्जावधी रुपयांची गुंतवणूक त्या योजनांचे व्यवस्थापक कशी करतात? तुमचा अंदाज बरोबर आहे. हे पैसे प्रामुख्याने बी आणि आय वर्गवारीतील प्रकल्पांमध्ये गुंतवले जातात. याचा अर्थ ई आणि एस वर्गवारीतले लोक त्यांचे पैसे बचतीसाठी बँका किंवा गुंतवणूक संस्थांकडे सोपवतात. तर बी आणि आय वर्गवारीतले लोक, ई आणि एस वर्गवारीतल्या लोकांचे गुंतवलेले पैसे बँका आणि वित्तसंस्थांमार्फत स्वत:ला श्रीमंत करण्यासाठी वापरतात. पारंपरिक निवृत्तीवेतन निधीच्या बाबतही हे खरे आहे. ई वर्गवारीतील नोकरदारांच्या निवृत्तीच्या पैशांतून बी आणि आय वर्गातले उद्योजक आपले प्रकल्प उभारतात.

कॅशफ्लो - संपत्तीचा ओघ कसा वाहतो, हे समजले की, बी आणि आय वर्गवारीत जाण्याची आकांक्षा उद्योजक का बाळगतात, हे तुमच्या लक्षात येईल. ज्यावर विश्वास ठेवायला आपण शाळांमध्ये शिकलो, त्याच्या हे अगदी विरुद्ध आहे.

भांडवलशाहीची किमया

अमेरिकेची अर्थव्यवस्था भांडवलवादावर उभारलेली आहे, याचा तिला अभिमान आहे. ही अर्थव्यवस्था देशासाठी बराच काळ लाभदायकही ठरली आहे. बी आणि आय वर्गवारीसाठी आवश्यक कौशल्यांचा तुम्ही विचार करता, तेव्हा भांडवली अर्थव्यवस्थेसाठी आवश्यक कौशल्ये तुमच्या नजरेसमोर असतात. खरे भांडवलदार पैशांसाठी काम करत नाहीत. आणखी संपत्ती निर्माण करण्यासाठी इतरांचा पैसा आणि इतरांचा वेळ कसा वापरता येईल, यावर ते लक्ष केंद्रित करतात. इतरांचा पैसा व वेळ वापरणाऱ्या या भांडवलदारांना करकायद्यांमधून अंशत: किंवा पूर्ण सवलती मिळतात. मात्र, ई आणि एस वर्गातील लोकांना अशा सवलती मिळत नाहीत, त्यांना कर भरावा लागतो. याचा अर्थ ई आणि एस वर्गवारीतले लोक पैशांसाठी जेवढे जास्त काम करतात, तितका जास्त कर त्यांना द्यावा लागतो. तर बी आणि आय वर्गवारीतले लोक संपत्तीनिर्माणासाठी इतरांचा पैसा आणि वेळ जितका जास्त वापरतात, तितका त्यांना कमी कर द्यावा लागतो. ही कायद्यातली पळवाट नाही. तर लोकांनी रोजगार देणारे उद्योग-व्यवसाय मोठ्या संख्येने उभे करावेत, यासाठी सरकारने दिलेले हे प्रोत्साहन आहे.

आता तुम्ही म्हणाल की, 'खूप बक्कळ पैसा कमावणारे नोकरदार व व्यावसायिक तुम्हाला माहीत आहेत. समोरच्या गल्लीतला प्लास्टिक सर्जन तर श्रीमंतीत लोळत आहे'. तुमचे म्हणणे खरे आहे. ई आणि एस वर्गवारीतल्या लोकांना त्यांच्या वर्गवारीतील इतरांच्या तुलनेत खूप जास्त पैसा मिळवता येऊ शकतो. परंतु, आपण आधी चर्चा केल्याप्रमाणे भांडवलशाहीतील खरी जादू, अमाप संपत्ती, खरी किमया बी आणि आय वर्गवारीतल्या उद्योजकांकडे असते. उद्योजकांसाठी आवश्यक कौशल्यांची खरी साधना त्यांनी केलेली असते. स्टीव्ह जॉब्स, बिल गेट्स, रिचर्ड ब्रॅन्सन, सर्जी ब्रिन, मार्क झुकेरबर्ग आदी मंडळी भांडवलशाहीतले खरे किमयागार आहेत. त्यांनी बी आणि आय वर्गवारीतच त्यांचे भाग्य आजमावले आहे आणि खूप पैसा व प्रसिद्धी मिळवली आहे. प्रचंड मोठे व्यवसाय त्यांनी बी वर्गवारीत उभे केले आहेत आणि त्यांच्या परिश्रमाचे फळ म्हणून आय वर्गवारीतून त्यांच्यावर अमाप संपत्तीची बरसात होत आहे.

संकुचित लक्ष्य

तुम्ही शाळामहाविद्यालयांमध्ये जितका काळ घालवाल, तितका तुमचा दृष्टीचा आवाका आणि लक्ष एकाग्र करण्याची क्षमता संकुचित होत जाते. कारण तुम्ही एखाद्या विषयासंबंधी जेवढी जास्त माहिती मिळवाल, तितक्या प्रमाणात तुम्ही त्या विषयाचे तज्ज्ञ बनत जाता. विचार करा, तुम्ही माध्यमिक शाळेतून कनिष्ठ महाविद्यालयात जाता, तिथून वरिष्ठ महाविद्यालयात जाता. तुम्ही जेवढे शिकत जाता, तेवढे तुमचे ज्ञान एखाद्या विशिष्ट विषयापुरते मर्यादित होत जाते. तुम्हाला गणित व आकडेवारीत गती असेल, तर तुम्ही हिशेब तपासनीस किंवा लेखापाल बनण्याच्या दिशेने जाता. तुम्हाला वाचनात-लेखनात रस असेल, तर तुम्ही वकिलीकडे वळता किंवा पत्रकारितेचे शिक्षण घेता, बातमीदार किंवा स्तंभलेखक बनता. तुम्ही विज्ञानात चमक दाखवलीत, तर तुम्ही वैद्यकीय शिक्षणाकडे वळता. त्याच्यातही आणखी विशेष क्षेत्राचा अभ्यास करत तुम्ही पुढे जाता. या शिक्षणात तुम्ही पाच-दहा वर्षे किंवा त्यापेक्षाही अधिक वेळ खर्च करता. तुम्हाला व्यवसाय-उद्योगात

रस असेल, तर सध्याच्या काळात तुम्ही व्यवस्थापनातली पदव्युत्तर पदवी - एमबीए मिळवण्यासाठी झगडता. व्यवसायात यशस्वी होण्यासाठी ते आवश्यकच आहे.

तुम्ही पदवी किंवा पीएच.डी. मिळवेपर्यंत अगदी छोट्या गोष्टीबद्दल खूप माहिती असलेल्या लोकांमध्ये तुमचा समावेश होतो. तुम्ही सामान्य न रहाता विशेषज्ञ होता.

आम्ही दोघे याच्या अगदी विरोधी वातावरणात जगतो. अनेक गोष्टींबद्दल आम्हाला काही ना काही माहिती असते आणि अनेक क्षेत्रांमध्ये आम्ही यशस्वीपणे काम करू शकतो. एखाद्या विषयातील सखोल ज्ञानापेक्षा, सर्वसामान्यपणे लागणारे शहाणपण आमच्याकडे आहे.

संपूर्ण चित्र तुम्ही पाहू शकता?

जनरलिस्ट-स्पेशालिस्ट या मुद्द्याचा आम्ही मुद्दाम इथे उल्लेख केला, याचे कारण तुम्ही जेव्हा खूपच जास्त स्पेशालिस्ट बनता, तेव्हा बऱ्याचदा व्यवसायाच्या सर्वसमावेशक चित्राकडे तुमचे दुर्लक्ष होते. जेव्हा लोक एकाच विषयात पारंगत होतात आणि त्याची सांगड शाळेपासून शिकवलेल्या 'चांगली नोकरी मिळवणे' या मंत्राशी घालायला बघतात, तेव्हा व्यवसाय उभा करण्याचा किंवा मोठा गुंतवणूकदार बनण्याचा विचारसुद्धा त्यांच्या मनाला शिवत नाही. ई आणि एस या वर्गवारीतील आयुष्यातच ते इतके व्यग्र होतात की, बी आणि आय अशी वर्गवारी अस्तित्वात आहे हे विसरूनच जातात. व्यवसाय-उद्योगाचा मोठा आवाका त्यांना दिसतच नाही. हे वर्णन तुम्हाला लागू पडत असेल, तर त्याचा मनापासून विचार करा. तुम्ही या इतर लोकांसारखेच आहात; पण तुम्ही किमान, जागृतीच्या उंबरठ्यावर उभे आहात, याची खूणगाठ बाळगा.

हे उद्योजकांना कसे लागू पडते?

मिडास टच असलेले उद्योजक हे सर्वसामान्यांसारखे जनरलिस्ट असतात, पण त्यांचे काम करण्यासाठी मात्र ते सर्वोत्तम विशेषज्ञ शोधून त्यांना कामावर नेमतात, हे आम्ही अनुभवावरून सांगू शकतो. जनरलिस्ट म्हणून ते त्यांच्या व्यवसायाला आणि विशेषज्ञ व्यक्तींना यशस्वी बनवतात.

सामान्य

विशेषज्ञ

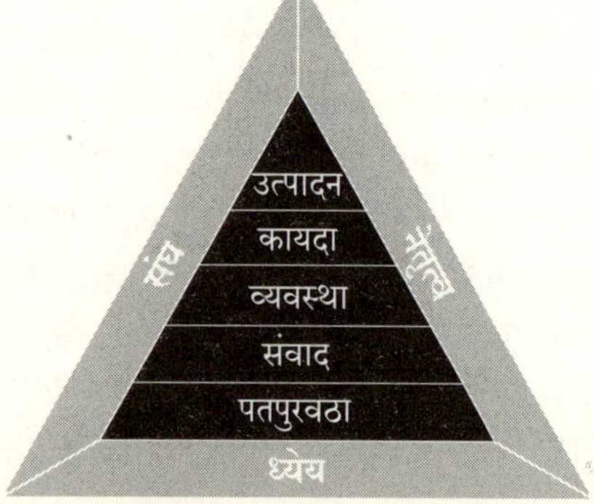

मोठे व्यवसाय आणि मोठी गुंतवणूक यांचा बी-आय त्रिकोण रेखाटला, तर त्यात व्यवसायाचे आठ महत्त्वाचे पैलू दाखवता येतात. यातील प्रत्येक पैलू हा स्वतंत्र घटक असतो. मिडास टच असलेले उद्योजक म्हणजे जनरलिस्ट या त्रिकोणाच्या परिमितीवर काम करतात. त्रिकोणाच्या आतील गोष्टींवर काम करण्यासाठी ते विशेषज्ञ - स्पेशालिस्ट लोकांना पाचारण करतात.

उदाहरणार्थ, एखादी व्यक्ती चॉकलेटचिप कुकीज बनवण्यात वाकबगार आहे. तिच्या या कुकीज सगळ्यांना आवडतात आणि त्या खरेदी करण्याची इच्छा ते व्यक्त करतात. त्यातून ही महिला बेकरी उत्पादनांच्या व्यवसायात उतरते. कुकीज बनवण्यात तिचा हातखंडा आहे. पण हिशेब ठेवणे, मालाची विक्री व प्रसिद्धी करणे, कायद्यातील तरतुदी पाळणे अशा व्यवसायातील महत्त्वाच्या अंगांची तिला फारशी माहिती नाही. त्यामुळे ती लवकरच कंटाळते. हे काम तिला आवडेनासे होते. तिला फक्त कुकीज बनवण्यात रस आहे. पण आता ती फक्त उत्तम पदार्थ बनवणारी महिला नसून हिशेब तपासनीस, वकील, विपणन व विक्री अधिकारी अशा अनेक भूमिका बजावणे तिला भाग आहे आणि यातील काहीच तिला चांगले जमत नाही. अशाच पद्धतीने एखाद्या हिशेब तपासनीसाला स्वत:चा व्यवसाय सुरू करायचा आहे. पण त्याला प्रसिद्धी, विपणन, विक्री प्रतिनिधी अशी इतर कामेही करावी लागतात. एखाद्या वकिलाने व्यवसाय सुरू केला, तर तो कायदेशीर बाजूंवरच लक्ष केंद्रित करतो. त्यामुळे त्याचा व्यवसाय यशस्वी होत नाही. या सर्व उदाहरणांमधून मला काय म्हणायचे आहे, हे तुमच्या लक्षात येईल. तुम्ही कितीही हुशार असलात, शाळेमध्ये चांगले गुण मिळवणारे असलात, तरी एकाच व्यक्तीला सर्व कामे उत्तम करता येणे, अशक्य आहे. त्यामुळे व्यवसाय अयशस्वी ठरतो.

सैनिकी शाळा

पारंपरिक शाळा

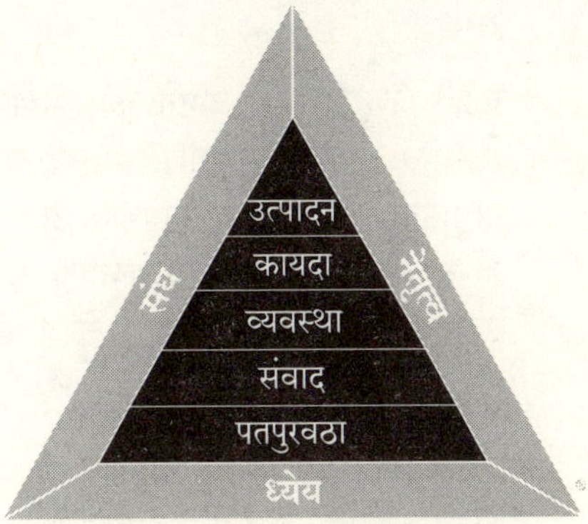

व्यवसायाच्या त्रिकोणाच्या परिमितीवर कसे रहायचे आणि काम करायचे, याचे शिक्षण आम्ही दोघांनीही सैनिकी शाळांमधून घेतले. त्या ठिकाणी आम्ही नेतृत्वाचे धडे गिरवले. हे प्रशिक्षण उद्योजकांसाठी अतिशय योग्य आहे. उद्योजकाला त्याच्या व्यवसायाचे ध्येय व उद्दिष्ट निश्चित करून त्यासाठी आवश्यक माणसे शोधून, त्यांचा चांगला संघ उभारावा लागतो आणि त्यांचे नेतृत्व करावे लागते. सैनिकी शाळा आपल्याला त्रिकोणाच्या

परिमितीवरील घटकांचे प्रशिक्षण देतात तर, पारंपरिक शाळा त्रिकोणाच्या अंतर्भागातील कौशल्ये कशी मिळवायची, याचे शिक्षण देतात.

दहापैकी नऊ उद्योजक व्यवसायात अपयशी का ठरतात, हे या आकृत्यांच्या साह्याने स्पष्ट करता येते. ई आणि एस वर्गवारीतून बी आणि आय वर्गवारीत जाऊ इच्छिणारे उद्योजक या आठ घटकांमध्येच अडकून राहतात हे या अपयशाचे कारण आहे.

व्यवसायाची रचना ठरवणारे तीन घटक

...तर सैनिकी शाळांमध्ये आम्ही नेमकी कोणती कौशल्ये शिकलो? आम्ही अनुभवाच्या आधाराने केलेल्या काही व्याख्या त्याबाबतची एक आंतरिक दृष्टी तुम्हाला देतील. त्यांचा इथे स्वतंत्रपणे विचार करू.

उद्दिष्ट

कोणताही व्यवसाय अस्तित्वात येण्याचे हे आध्यात्मिक कारण म्हणून सांगता येईल. सैनिकी शाळांमध्ये सुरवातीला एक गोष्ट शिकवतात, ती म्हणजे उद्दिष्टाचे महत्त्व. तुम्ही उद्दिष्टांचा विचार करता तेव्हाच त्याचा अर्थ तुम्हाला उमजतो. कोणत्याही धर्मात धर्मप्रसारकांना – मिशनऱ्यांना एक उद्दिष्ट दिलेले असते आणि ते त्यावर लक्ष केंद्रित करतात. मात्र, अनेक कॉर्पोरेट संस्था उद्दिष्टांचे महत्त्व फारसे लक्षात घेत नाहीत. त्यांचे उद्दिष्ट मांडणारी विधाने अतिशय नीरस आणि कंटाळवाणी असतात. त्यातून कोणतीही प्रेरणा मिळत नाही. आपल्या व्यवसायाचे मर्म सांगण्याची, त्याचा आध्यात्मिक उद्देश स्पष्ट करण्याची फार मोठी संधी ते गमावतात.

संघ

काही जणांना असे वाटते की, सैनिकी शाळा लोकांना फक्त अनुयायी बनवतात; शिस्तीत वागायला आणि आज्ञांचे काटेकोर पालन करायला शिकवतात. आम्हाला दोघांनाही हे अनुभवाने माहीत आहे की, आज्ञा पाळण्याची क्षमता म्हणजे एकाग्र होण्याची क्षमता. जिथे प्रत्येकाला लक्ष केंद्रित कसे करायचे हे माहीत असते, तिथे उत्कृष्ट संघाची पायाभरणी झालेली असते. सैनिकी शाळांमध्ये सांघिक काम हा फक्त एक विषय नसतो तर ती जीवन जगण्याची एक पद्धत असते आणि दररोज, क्षणोक्षणी त्याचे पालन करायचे असते.

याच्या उलट, पारंपरिक शाळांमध्ये सांघिक काम नावाची गोष्टच अस्तित्वात नसते. शाळांमधल्या शारीरिक शिक्षणाच्या तासिका व मैदानांवर संघभावनेचा थोडा आविष्कार असतो. परंतु वर्गांमध्ये मात्र त्याचा लवलेश नसतो. प्रत्येकजण गुणांसाठी स्पर्धा करत असतो. प्रत्येक विद्यार्थी स्वतःच्या गुणांसाठी धडपडत असतो. इथे जिंकणे आणि हरणे असे दोनच गट असतात. 'अ' श्रेणी मिळवणारे आणि फार फार तर 'ब' श्रेणी मिळवणारे विद्यार्थी स्वतःला उच्च समजतात. 'क', 'ड' आणि

'फ' श्रेणीतल्या विद्यार्थ्यांची तिथे कोणाला फारशी पर्वा नसते. अशा शाळांमध्ये काही अभ्यासगटदेखील असतात. तिथे हे विद्यार्थी एकमेकांना थोडी मदत करतात आणि एकत्र शिकतात, असे चित्र दिसू शकते. परंतु, परीक्षांच्या कालावधीत ही संघभावना गाडली जाते. तिथे पुन्हा स्पर्धा सुरू होते. प्रत्यक्ष परीक्षेच्या वेळी कोणाला सहकार्याचा प्रयत्न तिथे फसवणुकीचा प्रयत्न म्हणून समजला जातो.

सैनिकी शाळांमध्ये मात्र सहकार्य हे अस्तित्वासाठीची आवश्यक गोष्ट असते. व्यवसाय-उद्योगाच्या क्षेत्रातही यश मिळवण्यासाठी सहकार्य आवश्यक आहे. आपल्या एकट्याच्या जीवावर या जगात आपण फार काही साध्य करू शकणार नाही. त्यात अस्तित्व टिकवणे किंवा यश मिळवणे दोन्हीचाही समावेश होतो. त्यामुळे दुर्दैवाने, शाळांमध्ये सहकार्याऐवजी स्पर्धेला अधिक महत्त्व दिले जाते. अशा शाळांमधून तयार झालेले कर्मचारी उद्योगांमध्ये कामासाठी येतात, तेव्हा त्यांच्यात सांघिक भावनेऐवजी स्पर्धेची भावना अधिक तीव्र असते. ती त्यांची मानसिकताच बनलेली असते. ते पदोन्नतीसाठी, पगारवाढीसाठी, मोठ्या पदांसाठी, प्रशस्त केबिन मिळण्यासाठी परस्परांशी भांडतात. त्यामुळे कोणत्याही उद्योजकापुढचे सर्वांत मोठे आव्हान असते, ते कर्मचाऱ्यांमधली ही टोकाची स्पर्धा, जिंकणे-हरणे ही मानसिकता बदलण्याचे आणि तिचे सांघिक भावनेमध्ये रूपांतर करण्याचे. हे साध्य करण्यासाठी उद्दिष्टाबाबतची स्पष्टता खूप उपयोगी पडते. त्याचबरोबर कणखर नेतृत्वही लागते.

नेतृत्व

सैनिकी शाळांमध्ये आम्ही नेतृत्वाचे कौशल्य विकसित करतो, ते आज्ञांचे पालन करण्यातून आणि आज्ञा देण्यातून. त्या जगात जगण्याची हीच पद्धत असते. जो आज्ञा स्वीकारू किंवा देऊ शकत नाही, तो या जगातून बाहेर फेकला जातो. तिथे शिस्त सर्वोपरी असते आणि त्याला कोणताही अपवाद नसतो.

कदाचित तुम्ही ही म्हण ऐकली असेल की, 'वाईट सैनिक असे काही नसते. वाईट असते ते नेतृत्त्व.' प्रत्येक लष्करी अधिकाऱ्याच्या डोक्यात हे तत्त्वज्ञान ठासून भरले जाते. हीच गोष्ट व्यवसायालाही लागू पडते. वाईट कर्मचारी नसतात, वाईट असतात ते नेते.

तुम्ही ज्यांच्यासाठी काम केले, त्या कंपन्यांमधील अनुभव पडताळून पहा. कर्मचाऱ्यांची खचलेली मानसिकता, घटलेले उत्पादन, विक्रीमध्ये झालेली घसरण, वाढता खर्च, त्यामुळे कंपनीची ढासळलेली आर्थिक स्थिती असे चित्र तुम्हाला दिसले, तर त्याला दुबळे व कमकुवत नेतृत्वच जबाबदार असते. सच्चे नेतृत्व संघाच्या यशाची जशी जबाबदारी घेते, तशीच संघाच्या अपयशाचीही जबाबदारी आपल्या शिरावर घेते. बहुतेक वेळा उद्योजक खराब कामगिरीचे खापर कर्मचाऱ्यांवर, अर्थव्यवस्थेवर किंवा स्पर्धकांवर फोडतात. परंतु, उत्तम उद्योजक पहिल्यांदा स्वतःच्या चुका शोधतात आणि त्यापासून काही शिकतात.

तुम्हाला कदाचित वाटेल की, आता हातातले काम सोडा, उद्योग बंद करा आणि सैनिकी शाळेत जाऊन नेतृत्वाचे धडे गिरवा, असे आम्ही तुम्हाला सांगतो आहोत. तर तसे नाही. नेतृत्व, संघबांधणी, उद्दिष्टांच्या पूर्ततेसाठी लोकांना प्रेरित करण्याची क्षमता आदी कौशल्ये आयुष्यात अनेक ठिकाणी शिकता येतात. आम्ही क्रीडा क्षेत्राचा याआधीच उल्लेख केला आहे. तुम्ही तुमच्या परिसरातील एखाद्या सांघिक खेळाच्या संघाचे कर्णधार म्हणून नेतृत्व केलेत, तर ही कौशल्ये सहजीच अंगी बाणता येतील. चर्च-मंदिर-मशिदीच्या व्यवस्थापन समितीचे अध्यक्ष, एखाद्या व्यावसायिक संघटनेच्या संचालक मंडळाचे सदस्य किंवा स्वयंसेवी संस्थांना मदतीसाठी एखाद्या कार्यक्रमाचे आयोजन अशा गोष्टींमधूनही तुम्हाला नेतृत्वाचे गुण आत्मसात करता येतील. सार्वजनिक उपक्रमांमध्ये अशी पदे भूषवल्याने तुम्हाला नेतृत्वाच्या संधीबरोबरच लोकांमध्ये मिसळण्याची आणि तुमचा लोकसंग्रह विस्तारण्याचीही संधी मिळेल. व्यवसायाच्या वाढीसाठीही ही गोष्ट उपयोगी असते.

नेतृत्वाचे प्रशिक्षण मिळण्यासाठी साखळी पद्धतीने विपणन-विक्री करणाऱ्या एखाद्या विश्वासार्ह व्यवसायाचे अंशकालीन स्वरूपात काम करा, असा आमचा सल्ला आहे. त्यामुळे तुम्हाला अनेक लोकांना भेटावे लागेल आणि त्यांच्याशी संवाद साधावा लागेल. अनेक जणांसाठी ही अतिशय कठीण गोष्ट असू शकते. परंतु, यशस्वी उद्योजक होण्यासाठी हे कौशल्य तुमच्याकडे असलेच पाहिजे. ज्यावेळी तुमच्यावर फारसा ताण, इतर जबाबदाऱ्यांचे ओझे नाही, अशा वेळी हे कौशल्य मिळवणे हितकारक आहे. आणीबाणीचा प्रसंग ओढवला आणि आता तुम्हाला त्यावाचून गत्यंतरच नाही, अशा स्थितीत असे कौशल्य मिळवण्यापेक्षा त्याची आधीच तयारी करणे केव्हाही चांगले. या प्रयत्नांमधून तुम्हाला कदाचित असे जाणवेल की, उद्योजकतेच्या वाट्याला जाणे आपल्याला झेपणारे नाही. काही हरकत नाही. लक्षात ठेवा की, लोकांना भेटणे, त्यांच्याशी संवाद साधणे या गोष्टीला उद्योजकतेच्या क्षेत्रात पर्याय नाही. बी आणि आय प्रकारच्या मोठे व्यवसाय असणाऱ्यांच्या आणि गुंतवणूकदारांच्या क्षेत्रात यश मिळवण्यासाठी ते आवश्यकच आहे.

आज्ञा स्वीकारायला शिकणे, हेही नेतृत्व विकासात महत्त्वाचे आहे. कारण चांगला नेता बनण्याआधी तुम्हाला चांगला अनुयायी बनता आले पाहिजे. तरच तुम्हाला ज्यांचे नेतृत्व करायचे आहे, अशा अनुयायांशी तुम्ही प्रभावी संवाद साधू शकाल. एस वर्गवारीतल्या अनेक हुशार व्यक्ती बी आणि आय वर्गवारीत पोहोचू शकत नाहीत, याचे मुख्य कारण त्यांना लोकांशी चांगला संवाद साधता येत नाही, हे असते. ते चांगले मित्र मिळवू शकत नाहीत किंवा चांगले नातेसंबंध विकसित करू शकत नाहीत. त्यांच्यासारख्याच दहा-वीस जणांना ते कसेबसे हाताळू शकतील; परंतु भिन्न क्षमता असलेल्या आणि भिन्न पार्श्वभूमी असलेल्या लोकांच्या मोठ्या गटांचे किंवा समूहाचे ते व्यवस्थापन करू शकणार नाहीत. एखाद्या व्यक्तीशी ते समोरासमोर चांगला संवाद साधू शकतील; परंतु शंभर - हजार - लाख - दहा लाख जणांशी

संवाद साधण्यात ते असमर्थ ठरतात. नेतृत्वाचे चांगले शिक्षण मिळाल्यामुळेच आज आम्ही दोघेही जगभरातील लाखो लोकांना प्रभावित करू शकतो.

व्यवसायाचे पाच कार्यघटक

मोठा व्यवसाय व मोठ्या गुंतवणुकीच्या बी-आय त्रिकोणाच्या परिमितीवर असलेले बाहेरचे तीन घटक आतल्या पाच घटकांची शक्ती वाढवतात. या पाच घटकांचे शिक्षण बहुधा पारंपरिक शिक्षणातून मिळते. उद्दिष्टाची स्पष्टता, सांघिक भावना आणि नेतृत्व या तीन घटकांपैकी एकजरी दुबळा राहिला, तरी त्याचा परिणाम आतल्या पाच घटकांवर होतो. त्यामुळे व्यवसाय ठप्प होणे, अडखळणे किंवा पूर्ण अपयशी ठरणे अशा समस्या निर्माण होतात. त्यामुळे कोणताही व्यवसाय-उद्योग अडचणीत सापडला, तर या त्रिकोणाकडे पाहा. जवळपास कोणत्याही प्रकरणात तुम्ही समस्येचे मूळ शोधू शकता. प्रश्न या आठपैकी कोणत्यातरी एका किंवा अधिक घटकांतच असतात. आता उर्वरित पाच घटकांची आपण माहिती घेऊ.

उत्पादन

बहुतेक नवउद्योजक सांगतात की, 'माझ्याकडे एका नव्या उत्पादनाची मस्त कल्पना आहे.' तुम्ही बी-आय त्रिकोणाकडे काळजीपूर्वक पाहिले, तर तुमच्या लक्षात येईल की, उत्पादनाने त्याचा सर्वांत लहान भाग व्यापला आहे. उत्पादन महत्त्वाचे आहे; परंतु तो सर्वांत कमी महत्त्वाचा घटक आहे. तुम्हाला हे धक्कादायक वाटेल; पण जरा विचार करा. या जगात अनेक चांगली उत्पादने आहेत. त्यातील काही बाजारपेठेत येतच नाहीत. काही उत्पादने बाजारपेठेत येतात, पण ती फार काळ टिकाव धरू शकत नाहीत. जगात चांगल्या उत्पादन कल्पनांची बिलकूल कमतरता नाही. तुमच्या स्वत:कडेसुद्धा अशा अनेक कल्पना असू शकतील. जगात जर कशाची कमतरता असेल, तर ती चांगल्या उत्पादन कल्पनांमध्ये प्राण फुंकणाऱ्या महान उद्योजकांची.

अनेक नवे उद्योजक फक्त उत्पादनावर लक्ष केंद्रित करतात. ते त्यांची कल्पना आणखी चांगली करण्यासाठी खूप वेळ देतात. प्रसंगी काही कंपन्यांचा सल्ला घेतात आणि उत्पादनाची प्रतिकृती विकसित करण्यावर लक्ष केंद्रित करतात. त्यासाठी खूप वेळ लागतो आणि त्यावर पैसाही खूप खर्च होतो. अखेर या उत्पादनांच्या प्रतिकृती बाजारात न येता कुठल्यातरी खोक्यात धूळ खात पडतात. एखाद्या उत्पादनाच्या कल्पनेचे महान उत्पादनात रूपांतर कसे करायचे आणि त्यासाठी व्यवसाय व गुंतवणुकीचा सक्षम त्रिकोण कसा साकारायचा, त्यासाठी कशावर लक्ष केंद्रित करायचे, हे चांगल्या उद्योजकाला समजते. बी-आय त्रिकोण ही निव्वळ कागदावरची संकल्पना नाही. या साधनाच्या आधाराने अनेक यशस्वी उद्योजकांनी त्यांच्या कंपन्या उभ्या केल्या आहेत.

इथे पुन्हा लक्ष केंद्रित करणे, या शब्दांचे महत्त्व लक्षात घ्या आणि लोक कशावर लक्ष केंद्रित करतात, हेही पाहा.

कायदा

कायद्याचे संरक्षण नसलेले उत्पादन हे सर्वांचे उत्पादन असते, तुमचे नव्हे, हा धडा रॉबर्ट खूप लवकर शिकला. त्याच्या वेल्क्रो पाकिटाची अनेक जणांनी नक्कल केली. कायदेशीर करार आवश्यक आहेत कारण त्यातून संपत्ती निर्माण होते. रॉबर्टच्या पाकिटाच्या व्यवसायात कायदेशीर बाजू सांभाळल्या गेल्या असत्या, तर बौद्धिक संपदेचा हक्क निर्माण होऊ शकला असता. डोनाल्डच्या बांधकाम उद्योगाच्या क्षेत्रात कायदेशीर करारांमुळे मालमत्तेची खरी मालकी कोणाकडे आहे, कोणाचे हक्क व त्यावरील मर्यादा काय आहेत, हे स्पष्ट होते.

व्यवसायामध्ये, कायदेशीर बाबींची पूर्तता केल्याशिवाय तुम्ही काम करू शकत नाही. उत्पादनांची निर्मिती करणे, त्यांची व्याख्या निश्चित करणे यासाठी ते आवश्यक आहे. पेटंट, ट्रेडमार्क, परवाने, सेवा करार आदी बाबींमधून कंपनी आपली संपत्ती उभी करते. त्यातून कंपनीला खरे मूल्य प्राप्त होते आणि तिच्या अधिकारांचे संरक्षण होते. कायदेविषयक सल्ला देणारा चांगला चमू आणि ठोस कायदेशीर करार यांच्याअभावी संभ्रम आणि अनागोंदी निर्माण होते. त्यातून क्वचित गुन्हेगारी कृत्येही घडतात. या सर्वांचा कंपनीला फटका बसू शकतो आणि त्यावर अनाठायी पैसाही खर्च होतो.

व्यवस्था

व्यवसाय म्हणजे व्यवस्थांची व्यवस्था आहे. तसे असलेच पाहिजे. त्याशिवाय कोणताही व्यवसाय त्याच्या संस्थापकांच्या व काही प्रमुख व्यक्तींच्या क्षमतांच्या पलीकडे वाढू शकणार नाही. कोणतीही व्यवस्था अस्तित्वात नसताना एखादा व्यवसाय मोठा झाला, तर तो तितकाच नाजूकही बनतो. आपले शरीर, आपली गाडीसुद्धा व्यवस्थांच्या व्यवस्थेची उदाहरणे आहेत. अस्थिसंस्था, चेतासंस्था, पचनसंस्था, शरीरात स्रवणारे विविध स्राव अशा सगळ्यांच्या आधाराने आपले शरीर काम करत असते. गाडीतही इंजिन, इंधनपुरवठा, वाहन थांबवण्यासाठी ब्रेक, इलेक्ट्रिकल यंत्रणा, हवा खेळती ठेवणारी यंत्रणा अशा विविध व्यवस्था असतात. या प्रत्येकाकडे विशिष्ट काम असते आणि त्या विशिष्ट लयीत एकत्र काम करत असतात.

व्यवसायातही हिशेब तपासणे, संवाद साधणे, कायदेशीर बाबी तपासणे, कच्च्या मालाचा पुरवठा करणे, उत्पादन, वितरण अशी असंख्य कामांची साखळी व त्यांची स्वतंत्र व्यवस्था असते. सांगायचा मुद्दा हा की, शरीर असो, गाडी असो किंवा व्यवसाय; तो सुरळीत चालण्यासाठी विविध व्यवस्थांवर अवलंबून असतात. एखाद्या व्यवस्थेत बिघाड झाला की, त्याचा संपूर्ण शरीरावर, गाडीवर किंवा व्यवसायावर परिणाम होतो. ब्रेक निकामी झालेला असताना गाडी चालवण्याची कल्पना तुम्ही करून पाहा. किंवा, दिवसाला दोन-चार पाकिटे सिगारेट ओढणाऱ्याला मैलभर पळायला सांगा. अथवा, कल्पना करा की, पैसे वाचवण्यासाठी जाहिरातींवरचा खर्च बंद करायला सांगणाऱ्या हिशेब तपासनीसाकडे तुमच्या व्यवसायाची सूत्रे दिली, तर

काय होईल? या सर्व उदाहरणांमधून एक गोष्ट तुमच्या लक्षात येईल की, एखादी जरी व्यवस्था बिघडली, तरी त्याचे परिणाम भयंकर होऊ शकतात.

संवाद

उद्योजकांकडे लोकांशी संवाद साधण्याची अफाट शक्ती असली पाहिजे आणि त्यांचे अनेक भाषांवर प्रभुत्व असले पाहिजे. इथे मी फ्रेंच, स्पॅनिश, जर्मन, मँडरिन अशा भाषांबद्दल बोलत नाही. आम्ही व्यवसायाच्या भाषेबद्दल बोलत आहोत. उद्योजकांना कायद्याची भाषा आली पाहिजे. त्यांना हिशेबाबद्दल बोलता आले पाहिजे. त्यांना जागांची खरेदीविक्री, विपणन, इंटरनेट आणि कंपनीशी संबंधित सर्व बाबी समजल्या पाहिजेत आणि त्यांच्या विशिष्ट भाषेत बोलता आले पाहिजे. उद्योजकांना त्यांच्या ग्राहकांचीही भाषा समजली पाहिजे आणि त्यांच्याशी संवाद साधता आला पाहिजे. केवळ याच एका मार्गाने उद्योजकतेच्या क्षेत्रातील नेते अर्थपूर्ण संवाद साधू शकतील आणि व्यवसायासंबंधी ठोस निर्णय घेऊ शकतील.

जिथे नेता कोणी बाहेरचा आहे आणि तुम्ही काय करता याची त्याला सुतराम कल्पनाच नाही, अशा एखाद्या ठिकाणी तुम्ही काम केले आहे का? तुमच्या विशेष क्षमतांबद्दल अनभिज्ञ असणाऱ्या आणि ते समजून घेण्यासाठी वेळही न देणाऱ्या नेत्याबद्दलचे हे उदाहरण टोकाचे आहे. पण व्यवसायात ही घोडचूक ठरू शकते.

व्यवसायाच्या भाषा शिकणे हे एखादी परकीय भाषा शिकण्यासारखेच असते. त्यासाठी वेळ द्यावा लागतो आणि नियमित सराव करावा लागतो. परकीय भाषा शिकण्यासाठी जसे त्या देशात प्रवास करणे व तिथल्या संस्कृतीत मिसळून जाणे फायद्याचे ठरू शकते, त्याचप्रमाणे व्यवसायाच्या भाषा शिकण्यासाठी प्रयत्न करायला हवेत. व्यवसायात उडी मारा, तिथल्या अनुभवांची स्पंदने समजून घ्या, ऐका आणि मग ती भाषा बोलण्याचा प्रयत्न करा. व्यवसायातल्या आणि बाहेरच्या घटकांना समजून घेऊन त्यांच्याशी संवाद साधण्यासाठी उद्योजकांनी आपल्या सहकाऱ्यांना एखाद्या नेत्याप्रमाणे प्रोत्साहित केले पाहिजे.

संपत्तीचा ओघ

पतपुरवठ्याला व्यवसायाची आधारभूत रेषाही म्हटले जाते. ते अतिशय योग्य आहे. त्यामुळेच उद्योजकतेच्या त्रिकोणाचा तो पाया आहे. शरीरातून वाहणाऱ्या रक्तप्रवाहाची किंवा गाडीच्या इंधनाची तुलना व्यवसायासाठीच्या पतपुरवठ्याशी करता येईल. पैसा, रक्त आणि इंधनाच्या प्रवाहाशिवाय व्यवसाय, शरीर आणि गाडी काम करू शकणार नाही. त्यांचे कार्य थांबेल. शरीरात अचानक रक्तस्राव होऊ शकतो, गाडीतील इंधनटाकीला गळती लागू शकते, त्याचप्रमाणे व्यवसायातील पैशांच्या पुरवठ्यातूनही गळती होण्याची शक्यता असते. त्यामुळे उद्योजकाला केवळ नेत्याची भूमिका बजावायची नसते, तर व्यवसायाशी संबंधित सर्व आठही घटकांना पैशाचा योग्य पुरवठा होतो आहे ना, याची दक्षता त्याला घ्यावी लागते. त्यातून कंपनी नफ्यात राहू शकते.

उद्योजकाला अशा उच्च पातळीवरच्या अनेक भूमिका बजावाव्या लागतात. व्यवसाय वाढवण्याची महत्त्वाकांक्षा बाळगणाऱ्या व मिडास टच कमावलेल्या उद्योजकांना त्यामुळेच त्रिकोणातील पाच घटकांमध्ये स्वत:ला फार गुंतवून घेणे अशक्य असते. आपली तज्ज्ञता असलेल्या विशेष क्षेत्रात काम करण्याची इच्छा असली, तरी उद्योजकाने तो मोह टाळला पाहिजे. त्याने नेत्याची भूमिका स्वीकारली पाहिजे आणि या पाच घटकांवर काम करण्यासाठी विशेष योग्यता असलेल्या कर्मचाऱ्यांची नेमणूक केली पाहिजे. हे सर्व सहकार्याने व एकजुटीने काम करण्याची खबरदारी नेत्याने घेतली पाहिजे. अनेक उच्चशिक्षित लोक हे ओळखण्यात कमी पडतात. त्यामुळेच ते उद्योजक म्हणून अपयशी ठरतात आणि त्यांच्या क्षमतांचा कधी पूर्णपणाने वापर करू शकत नाहीत. आपल्याला ज्यात रस किंवा गती आहे, तोच घटक सर्वांत महत्त्वाचा आहे, असे ते मानतात. त्यामुळे व्यवसायाच्या सर्व आठही भाषांवर पकड मिळवण्यातही त्यांना अपयश येते. या सर्व आठ घटकांच्या कामात समन्वय राखला पाहिजे, याचे भान त्यांना येत नाही. परंतु, व्यवसायाच्या वाढीसाठी आणि नफाक्षमता मिळवण्यासाठी हे सर्वही घटक अत्यंत आवश्यक असतात.

मी इंग्रजी भाषेत या घटकांना 'एट इंटिग्रिटीज' म्हणून संबोधले. त्यांना 'एट एरियाज' किंवा 'एट स्पेशालिटिज' म्हटले नाही. किंवा त्यासाठी इतर पर्यायी शब्दही वापरले नाहीत, याचे तुम्हाला कदाचित आश्चर्य वाटेल. तर त्याचे कारण असे की, 'इंटिग्रिटी' या शब्दाची कोशानुसार व्याख्या समग्र आणि संपूर्ण अशी आहे. उद्योजकाने समग्र व्यवसायावर म्हणजे आठही घटकांवर संपूर्ण लक्ष ठेवले पाहिजे; केवळ एकाच एक घटकाकडे विशेष लक्ष देऊन चालणार नाही, असे मला सुचवायचे आहे.

उद्योजक बनण्याची पूर्वतयारी

उद्योजक बनणे म्हणजे मोठे काम आहे. ते सोपे नाही. तर त्यासाठी कोणती पूर्वतयारी तुम्ही केली पाहिजे?

सर्वांत पहिली आणि महत्त्वाची गोष्ट म्हणजे तुम्ही तुमच्या एकाग्रतेचा परिघ वाढवला पाहिजे. या प्रकरणाच्या सुरवातीलाच दिलेल्या उदाहरणाचा विचार करू. तुम्हाला जर कुकीज बनवण्याची कंपनी सुरू करायची आहे, तर कुकीज बनवण्याच्या पलीकडे जाऊन इतरही महत्त्वाच्या गोष्टींचा तुम्हाला विचार केला पाहिजे. अनेक उद्योजकांच्या बाबत ही चूक होते. त्यांच्या एकाग्रतेचा आवाका खूप मर्यादित असतो. तुम्ही सरळ व्यवसायात उडी मारा. व्यवसायाचा सर्वसामान्यांप्रमाणेच अभ्यास करा, व्यवसायाच्या आठ घटकांच्या भाषा शिकून घ्या. या प्रक्रियेत तुम्ही व्यवसायातल्या खाचाखोचा, त्याचे खरे स्वरूप समजून घेऊ शकाल. व्यवसाय करायला शिकण्याचा हा सर्वोत्तम मार्ग आहे.

तसेच, तुमचा स्वत:चा व्यवसाय सुरू करण्यापूर्वी तुम्ही त्यासंबंधी अनुभव मिळवा, असा आमचा तुम्हाला सल्ला आहे. आता तुम्हाला व्यवसायाच्या आठ घटकांची माहिती झाली आहे. त्यानुसार ई वर्गवारीतील एखादी नोकरी मिळवा आणि बी व आय वर्गवारीतील मोठे व्यवसाय आणि गुंतवणूकदार कसे काम करतात, याची निरीक्षणे नोंदवायला सुरुवात

करा. एखादी कंपनी उत्तम काम करत असेल, तर तिच्या निरीक्षणातून तुम्हाला जे शिकायला मिळेल, त्याच्या कितीतरी अधिक गोष्टी तुम्हाला अडचणीत सापडलेल्या कंपनीच्या निरीक्षणातून शिकायला मिळतील.

तुम्हाला कदाचित विचित्र वाटेल, पण मॅकडोनाल्डमध्ये बर्गर बनविण्याचे काम हे बी-आय त्रिकोणातील घटकांचे निरीक्षण करण्यासाठी एक उत्तम पर्याय आहे. या कंपनीने व्यवसायातल्या सर्व आठही घटकांवर प्रभुत्व मिळवलेले आहे. जगात ज्या सर्वोत्तम व्यवसाय व्यवस्था आहेत, त्यात मॅकडोनाल्डचा समावेश होतो. तुम्ही मॅकडोनाल्डमध्ये काम करा किंवा इतर कोणत्याही ठिकाणी. तुम्ही बी-आय त्रिकोण सतत डोक्यात ठेवा. व्यवसायाचे आठ घटक समन्वयाने कसे काम करतात, हे प्रत्यक्ष अनुभवा. व्यवसायात एखादी समस्या उत्पन्न झाली, तरी बी-आय त्रिकोणाच्या नजरेतून त्याकडे पाहा. त्यानुसार जे घटक योग्य रीतीने काम करत नाहीत, असे तुमच्या लक्षात येईल, त्यांच्यात सुधारणा करा. अशा तऱ्हेने तुम्ही वर्षभर काम केलेत- अगदी अर्धवेळ जरी काम केलेत, तरी एक उद्योजक म्हणून तुम्ही पुढे जाल. जे केवळ व्यवसायाचे स्वप्न पाहण्यात मश्गुल आहेत आणि ज्यांना व्यावसायिक जगाचा कोणताही अनुभव नाही, त्यांच्यापेक्षा निश्चितच तुम्ही पुढे असाल. एक गोष्ट लक्षात ठेवा, तुम्ही याकडे करियर म्हणून पाहात नाही आहात. तुम्हाला प्रशिक्षणाच्या दृष्टीनेच त्याकडे पाहिले पाहिजे. त्यामुळे केवळ पैसे मिळवण्यासाठी काम करू नका, तर शिकण्यासाठी काम करा.

तुम्ही मॅकडोनाल्डकडे काम केले नाहीत, तरी त्यांच्या एखाद्या उपाहारगृहात जा. एखादी चांगली ऑर्डर द्या. आणि तुम्हाला खाद्यपदार्थ मिळण्यास किती वेळ लागतो, पैसे चुकते करायला किती वेळ लागतो, याचे निरीक्षण करा. तुम्ही शांतपणे एका जागी बसून खाद्यपदार्थांचा आस्वाद घ्याल, तेव्हा या व्यवसायासंबंधी सर्व गोष्टींचा विचार करा. तुम्ही या उपाहारगृहात का आणि कसे आलात, इथपासून ते तुम्ही खात असलेल्या पदार्थापर्यंत सर्व गोष्टींचे नियोजन कसे झाले असेल, याचा विचार करा. पाव, मांस, तळलेले पदार्थ, शीतपेये, नॅपकिन्स, स्ट्रॉ आणि इतर अनेक गोष्टी मॅकडोनाल्ड जगातून कसे मागवून एकत्र करते आणि त्याची ग्राहकांना पदार्थ सादर करताना किमान वेळात कशी जुळणी होते, हे समजून घ्या. तिथे काम करणारी १० वी पास मुलेही किती सहजतेने ही सेवा देतात, हे सर्व पाहा. हा सर्व व्यवसाय अतिशय सफाईने आणि प्रचंड कार्यक्षमतेने चालतो. याचे मर्म तुम्हाला समजले, तर तुम्हीही उद्योजकतेचा मिडास टच मिळवू शकाल. जिथे फारच थोडे उद्योजक पोहचू शकतात, अशा मोठ्या व्यवसायाची मालकी असलेल्या बी वर्गवारीत तुम्ही प्रवेश करू शकाल.

तुमच्यासाठी कोणती वर्गवारी सर्वोत्तम आहे?

तुम्ही व्यवसाय-उद्योगाच्या कोणत्याही वर्गवारीत असलात, तरी मिडास टचची साधना करू शकता. अनेक कर्मचारी मेहनतीने कॉर्पोरेट पदांच्या शिडीवरून वर जात चांगले यश व आत्मसमाधान मिळवतात. हीच गोष्ट एस वर्गवारीबाबतही लागू आहे. अनेक व्यावसायिकांनी त्यांचा कायदा सल्ला, वैद्यकीय प्रॅक्टिस, सल्लासेवा किंवा छोटे उद्योग उच्च

दर्जाला नेले आहेत. या सर्वांतून तुमच्यासाठी कोणती वर्गवारी उत्तम आहे, याचा विचार तुम्ही करायचा आहे. तुमच्या स्वप्नांची पूर्तता कशातून होऊ शकेल, हे तुम्ही ठरवायचे आहे. तुम्हाला जर बी आणि आय या मोठे व्यवसाय व गुंतवणुकीच्या क्षेत्रात यश मिळवण्याची इच्छा असेल, तर आम्हा दोघांकडेही तुमच्यासाठी निश्चित कार्यक्रम आहे. डोनाल्डचा दूरचित्रवाणीवरचा द *अ‍ॅप्रेंटिस* हा कार्यक्रम जगप्रसिद्ध आहे. बी-आय त्रिकोणातल्या क्षमता सिद्ध करण्यासाठी तो अल्पमुदतीचा, पण हमखास यश देणारा कार्यक्रम आहे. तुम्ही त्यात विजेते ठरलात, तर जगातील सार्वकालीन महान उद्योजकांपैकी एकाबरोबर काम करण्याची संधी तुम्हाला मिळू शकेल.

रॉबर्टच्या 'द रिच डॅड कंपनी'ने 'ग्लोबल आंत्रप्रुनर्स ऑर्गनायझेशन' (जीईओ) नावाने एक महत्त्वाकांक्षी उपक्रम सुरू केला आहे. ज्यांना उद्योजक बनण्याची तळमळ आहे आणि बी व आय वर्गवारीत जाण्यासाठी आवश्यक कौशल्ये मिळवण्यासाठी जे उत्सुक आहेत, अशांसाठी तीन वर्षांचा प्रशिक्षण कार्यक्रम त्यामार्फत चालवला जाणार आहे. त्यातील पहिल्या वर्षाच्या अभ्यासक्रमात तुम्ही एस वर्गवारीतील उद्योग-व्यवसाय कसा उभारायचा, हे शिकू शकाल. नंतरच्या वर्षी किंवा तुमची पुरेशी तयारी झाली असेल, तेव्हा व्यवसायाचा बी वर्गवारीत विस्तार करण्यासंबंधीचे तंत्र तुम्ही शिकाल. आणि सरतेशेवटी आय वर्गवारीत जाण्यासाठी मोठ्या गुंतवणुकीसंबंधीचे ज्ञान व आवश्यक कौशल्ये तुम्हाला शिकता येतील. अर्थात रिच डॅड कंपनीचा हा जीईओ उपक्रम सर्वांसाठी नाही. तो अतिशय आव्हानात्मक आहे आणि त्यासाठी पैसे आणि वेळ दोन्हीच्या गुंतवणुकीची आवश्यकता आहे. या प्रगत प्रशिक्षणासाठी जीईओ तुम्हाला उत्तम शिक्षक, उत्तम साधने व प्रशिक्षण आणि काही कृती कार्यक्रम देणार आहे. तुम्ही या प्रशिक्षणाचा कसा उपयोग करणार, हे शेवटी तुमच्यावर अवलंबून आहे. तुम्ही जर व्यवस्थापनातले पदव्युत्तर शिक्षण (एमबीए) घेतले असेल, तर तुमच्या केवळ शिक्षणामुळे एखाद्या कंपनीच्या संचालक मंडळावर लगेच तुमची वर्णी लागत नाही, हे तुम्हाला समजले असेल. असे पद तुम्हाला कष्टपूर्वक व प्रयत्नांनी मिळवावे लागते. त्याचप्रमाणे मिडास टच तुम्हाला सहजासहजी मिळणार नाही. त्यासाठी कोणताही जवळचा मार्ग - शॉर्टकट नाही आणि त्यात यशस्वी होण्याची कोणतीही हमी देता येत नाही.

जाता जाता...

आयुष्यात जे जे काही महत्त्वाचे आहे, ते कष्टपूर्वक मिळवावे लागते. नौदलाच्या वैमानिक प्रशिक्षण केंद्रात प्रवेश मिळवणे, रॉबर्टसाठी सोपे नव्हते. संबंधित आकडेवारीवर नजर टाकली, तर लक्षात येते की नौदलाच्या अशा प्रशिक्षणात ३ हजार अर्जदारांपैकी एकालाच प्रवेश मिळतो. हे प्रशिक्षण पूर्ण करण्यासाठी दोन वर्षे लागतात. प्रशिक्षणादरम्यानही अनेक उमेदवार गळतात, मागे पडतात. कारण त्यांच्यात योग्य दृष्टिकोन व एकाग्रतेचा अभाव असतो.

साध्या वैमानिकापासून लढाऊ वैमानिक बनण्याचा रॉबर्टचा प्रवासही तितकाच खडतर होता. त्यासाठी आणखी एकाग्रतेची गरज होती. क्षेपणास्त्रे आणि मशिनगन चढवलेल्या

हेलिकॉप्टरमध्ये तो पहिल्यांदा चढला, तेव्हा आता आपल्याला बदलावेच लागणार, याची जाणीव त्याला झाली. रॉबर्टच्या कहाणीतील हा आणखी रंजक भाग पुढे वाचा :

> प्रत्यक्ष लढाईसाठी सिद्ध अशा हेलिकॉप्टरचे संचालन करण्यास मी थोडा सरावलो. पण प्रशिक्षकाने मला त्यावर थांबू दिले नाही. त्याने माझ्यावरील ताण आणखी वाढवला. प्रशिक्षण उड्डाणाच्या शेवटच्या फेरीच्या आधीच्या फेरीत तो हेलिकॉप्टरमध्ये लहान मुलांची बेसबॉल खेळण्याची प्लास्टिक बॅट घेऊन आला. मी हेलिकॉप्टर हवेत उडवले आणि वाळवंटातील लक्ष्यांवर नेमबाजीचा सराव करू लागलो. मी हे करत असताना प्रशिक्षकाने माझ्या हेल्मेटवर बॅटने मारायला सुरवात केली. माझ्या हातावर, पायावर, चेहऱ्यावर कुठेही त्याचे फटके बसत होते. मी त्याच्याकडे वळून जोरात ओरडलो, 'हे तुम्ही काय चालवले आहे?'
>
> प्रशिक्षक त्याच्या दुप्पट जोराने माझ्यावर खेकसला, 'तू मेलास! तू आम्हा सगळ्यांना मारलेस!'
>
> लक्ष्यावर नेम न साधता, हेलिकॉप्टर त्याच्या मार्गापासून थोडे दूर नेत मी म्हणालो, 'काय मूर्खासारखी बडबड करताय तुम्ही!'
>
> प्रशिक्षक म्हणाले, 'तुझी एकाग्रता ढळली आहे. वाळवंटातल्या आधीच ठरवलेल्या लक्ष्यांवर कोणीही मशिनगन आणि क्षेपणास्त्रांनी नेमबाजी करू शकेल. परंतु, महिन्याभरात तू व्हिएतनामला जाशील, तेव्हा शत्रूही तुला प्रत्युत्तर देणार, तुझ्यावर मारा करणार. हा प्लास्टिक बॅटचा मारा हेलिकॉप्टरच्या दिशेने येणाऱ्या बंदुकीच्या गोळ्यांसारखा आहे. मी तुझ्या हेल्मेटवर, तोंडावर बॅट मारताक्षणी तुझी एकाग्रता ढळली. तू आम्हाला सगळ्यांना मृत्यूच्या दारात ढकललेस.'
>
> प्रशिक्षकाला जे सांगायचे होते, ते मी समजलो. मी आयुष्यातला मोलाचा धडा शिकलो. याच प्रशिक्षकासमवेत मी प्रशिक्षणासाठी शेवटचे उड्डाण केले, तेव्हा त्याने मला बॅटने कितीही जोरात मारले, तरी मी थोडाही विचलित झालो नाही. मी माझ्या लक्ष्यावरच सर्व लक्ष केंद्रित केले. चार क्षेपणास्त्रांचा मारा केला आणि मशिनगन्सच्या माऱ्याने लक्ष्य पूर्ण उद्ध्वस्त केले. त्यानंतरच मी प्रशिक्षण मार्गातून बाहेर पडलो.

खेळाचे स्वरूप बदलले होते. एखाद्या उद्योजकाने एका वर्गवारीतून दुसऱ्या वर्गवारीत जाण्यासारखाच हा बदल आहे. असा बदल सोपा नसतो. तो तुम्हाला अस्वस्थ करतो. व्यवसायाचा पोत, स्वरूप व वर्गवारी बदलली की, तुम्हाला नव्या कौशल्यांची गरज भासते, नव्याने संघबांधणी करावी लागते. तुमचा अनुभव पणाला लागतो आणि जास्त एकाग्र व्हावे लागते. ई वर्गवारीतल्या नियमित पगाराच्या नोकरीची सुरक्षितता एकदा तुम्ही मागे टाकली की, तुमच्या समोर काहीही येवो, लक्ष एकाग्र करावेच लागते. त्यात तुम्ही यशस्वी झालात, तुमची एकाग्रता कायम ठेवलीत आणि अशाच तऱ्हेने बी आणि आय वर्गवारीतल्या मोठ्या व्यवसाय आणि गुंतवणुकीच्या क्षेत्रात तुम्ही यशस्वी झालात, तर तुम्ही नव्या जगात प्रवेश करता. अमाप संपत्ती, यश आणि शक्तीने भरलेले हे जग अगदी थोड्या उद्योजकांनाच

साध्य करता येते. त्यात खूप प्रयत्नांनी प्रवेश मिळवावा लागतो. त्याला वेळ लागतो. ते सोपे नाही आणि प्रत्येकाला ते साध्य होत नाही. पण तुम्ही हाडाचे उद्योजक असाल, तर आयुष्यात तुम्ही दुसरे स्वप्न तरी कोणते पाहणार?

लक्षात ठेवायचे मुद्दे / करावयाच्या गोष्टी

- स्पेशलायझेशन – एखाद्याच विशेष क्षेत्रात तज्ज्ञता ही गोष्ट तुमच्यासाठी नाही. तुम्ही आधीच स्वत:ला खूप संकुचित केले असणे शक्य आहे. तुमच्याबाबतीत असे घडले असेल, तर जीवनाच्या आणि व्यवसायाच्या विविध क्षेत्रांचा अधिकाधिक अनुभव घ्या. तुम्हाला यातले सर्व काही समजलेच पाहिजे असे नाही. त्याची फक्त माहिती करून घ्या. ती क्षेत्रे–विषय समजून घ्या. सुरक्षित कवचामध्ये वावरण्याची नैसर्गिक प्रवृत्ती सोडून द्या. तसेच, माहितीच्या आणि तपशीलाच्या भाराने दबून जाऊ नका.

- तुम्ही शाळा–महाविद्यालयांमध्ये जेवढा जास्त काळ घालवाल, तेवढे तुमचे ज्ञानाचे क्षेत्र एखाद्या विशिष्ट गोष्टीपुरते मर्यादित बनेल. थोड्या थोड्या विषयांची तुम्ही खूप खोलवर माहिती मिळवत राहाल. त्यातून बाहेर पडण्यासाठी इतरही काही प्रकल्प हातात घ्या, स्वत:हून काही सामाजिक कामे करा. तुमची दृष्टी, तुमचे क्षितिज रुंदावण्यासाठी जे शक्य आहे, ते सर्व करा.

- सर्व गोष्टींची काही ना काही माहिती असणाऱ्या जनरलिस्टसाठी उद्योजकतेचे क्षेत्र खुले आहे. तुम्ही जेवढे जास्त वाचाल, जेवढे जास्त ऐकाल, प्रत्यक्ष कामे कराल, तेवढे तुमचे आयुष्य अनुभवसमृद्ध होईल. खूप गोष्टींमधले काही ना काही माहिती असणे, ही चांगली गोष्ट आहे, या विश्वासाने खुले आयुष्य जगा.

- तुमची कामे आणि प्रकल्पांसाठी त्यातल्या तज्ज्ञ व्यक्तींना कामावर ठेवा. त्यांचे नेतृत्व करणे, हे तुमचे खरे काम आहे. तुमच्या कंपनीची व्यवस्थित बांधणी करण्यासाठी बी–आय त्रिकोणाच्या रचनेचा उपयोग करा. त्यादृष्टीने तुमच्या नेतृत्वाच्या क्षमता वाढवा. त्रिकोणाच्या आत असलेल्या सर्व घटकांशी संबंधित सर्व कामे तुम्हाला कर्मचाऱ्यांवर सोपवता आली पाहिजेत. हे केले, तरच व्यवसायाचे नेतृत्व करणे, त्याच्या ध्येय–उद्दिष्टांमध्ये स्पष्टता आणणे आणि संघबांधणी करणे या महत्त्वाच्या कामांवर तुम्हाला लक्ष केंद्रित करता येईल.

- मोठी स्वप्ने पाहा, मोठी ध्येयदृष्टी बाळगा आणि त्यावर लक्ष केंद्रित करा. एखाद्या गोष्टीवर लक्ष केंद्रित केल्याशिवाय तुम्ही काय आणि किती साध्य करू शकणार आहात, हे तुम्हाला समजू शकत नाही. तुमच्यापुढे कोणतेही अडथळे नसताना तुम्ही किती मोठे होऊ शकता, याची स्वत:शीच प्रामाणिकपणे झाडाझडती घ्या. तुम्हाला हे समजले असेल, तर उगाच स्वत:ला लहान समजू नका आणि मर्यादांमध्ये बांधून घेऊ नका. परस्परांशी जोडलेल्या या जगात प्रत्येक गोष्ट शक्य व प्रयत्नसाध्य आहे.

मात्र, त्यासाठी तुम्ही स्वत:च्याच बंधनातून मुक्त व्हायला पाहिजे आणि तुमच्या शक्ती एकवटल्या पाहिजेत.

- तुमची स्वत:ची कंपनी सुरू करण्याआधी पुरेसा अनुभव घ्या. पैसे मिळवण्यासाठी नाही, तर शिकण्यासाठी काम करा. बी-आय त्रिकोणाची प्रभावी अंमलबजावणी करणाऱ्या कंपन्यांचा अभ्यास करा. एखादी गोष्ट यशस्वी का होते आणि काही गोष्टी का फसतात, याचे विश्लेषण करायला शिका.

- बहुभाषाकोविद व्हा. व्यवसायात उतरण्यापूर्वी, त्याचे नेतृत्व करण्यापूर्वी त्याच्याशी संबंधित खास भाषांवर प्रभुत्व मिळवा. तुम्ही व्यवसायात स्वत:ला जेवढे गाडून घ्याल, तेवढ्या लवकर या भाषा तुम्ही आत्मसात कराल. चांगला नेता बनण्यासाठी तुम्हाला त्याची मदत होईल आणि कंपनीतील सर्व थरांतील कर्मचारी, अधिकाऱ्यांना तुम्ही योग्य सल्ला व मार्गदर्शन देऊ शकाल.

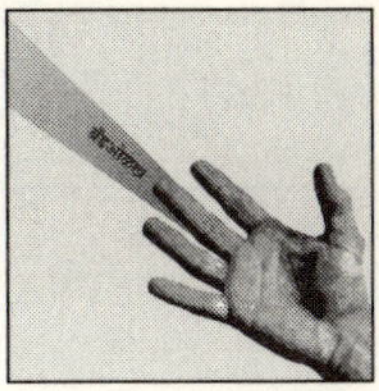

प्रकरण तिसरे

मधले बोट
ब्रँड

'कोणत्याही कंपनीचा ब्रँड एखाद्या व्यक्तीच्या प्रतिष्ठेसारखा असतो. अगदी कठीण गोष्टीही उत्तमरीत्या करून तुम्ही प्रतिष्ठा मिळवत असता.'

– जेफ बेझॉस

तुम्ही खरे 'रोलेक्स' आहात की बनावट?

रॉबर्ट कियोसाकी

''तू हे रोलेक्स घड्याळ कधी घेतले?'', रिच डॅडने विचारले.

''मी हे गेल्या आठवड्यात हाँगकाँगमध्ये घेतले'', मी अभिमानाने उत्तर दिले.

''हे खरे रोलेक्स घड्याळ आहे का?''

मी चाचरतच उत्तर दिले, ''अं... हो. खरे आहे.''

रिच डॅड छद्मीपणाने हसला. त्याने माझे मनगट जोरात पकडले आणि हिसकावून त्याच्या चेहऱ्याजवळ नेले. तो घड्याळ निरखून पाहू लागला. ''यासाठी किती पैसे मोजले?'', त्याने विचारले.

''अं... मला तसे ते स्वस्तातच मिळाले.''

''किती पैसे दिलेस?'', रिच डॅडने पुन्हा विचारले.

''पाच डॉलर. ते बनावट आहे'', मी वैतागून सांगितले.

''मला वाटलेच'', रिच डॅड शांतपणे म्हणाला. त्यानंतर खूप काळ शांततेत गेला. रिच डॅड बहुधा विचारांची जुळवाजुळव करत होता.

''तू हे खोटे रोलेक्स घड्याळ का विकत घेतलेस? तू खरे घड्याळ का घेतले नाहीस?'', रिच डॅडने अखेर विचारले.

''कारण खरी रोलेक्सची घड्याळे महाग असतात'', मी उत्तर दिले.

''असा चोरटा व्यापार करणारे महागड्या घड्याळांची स्वस्तातली नक्कल का करतात, हे तुला माहीत आहे का?''

''किमतीमुळे? कारण लोकांना स्वस्तात माल हवा असतो म्हणून!'', मी स्पष्टीकरण दिले.

मान हलवत रिच डॅडने विचारले, ''रोलेक्स ब्रॅंडचे मूल्य काय आहे, हे तुला माहीत आहे का?''

मी नकारार्थी मान हलवली.

''रोलेक्स ब्रॅंड कशाचे निदर्शक आहे? हे तुला ठाऊक आहे का?''

''रोलेक्स म्हणजे यश. तुम्ही सर्व काही साध्य केले आहे. असा त्याचा अर्थ, तुम्ही सर्वोच्च शिखरावर पोचला आहात. मला तरी निदान असा अर्थ समजला आहे. त्यामुळेच मी बनावट का होईना; पण रोलेक्स विकत घेतले. मीसुद्धा यशस्वी आहे, हे मला जगाला दाखवायचे होते'', मी थोडा विचार करून उत्तर दिले.

''असे आहे, तर बनावट रोलेक्स तुझ्याबद्दल काय सांगते?'', रिच डॅडने माझ्या नजरेत नजर घालून विचारले.

''याचा अर्थ मलाही यशस्वी बनण्याची इच्छा आहे. याचा अर्थ मी कधी तरी स्वत:चे खरे रोलेक्स हातात घालीन'', मी चिकाटीने उत्तर दिले.

''पुन्हा प्रयत्न कर'', रिच डॅडने उत्तर दिले. ''त्याचा अर्थ तू खोटा आहेस- बनावट आहेस. फक्त खोटी माणसेच खोट्या वस्तू परिधान करतात. बनावट रोलेक्स घड्याळाचा हा अर्थ आहे.''

मला ते मान्य नव्हते. मी निषेधाच्या स्वरात म्हणालो, ''पण खऱ्या रोलेक्स घड्याळासाठी खूप पैसे लागतात. मला फक्त रोलेक्स घड्याळ हातात घालायचे होते. आणि एका घड्याळासाठी इतके जास्त पैसे मोजायची माझी तयारी नव्हती. त्यामुळेच मी पाच डॉलरला मिळणारे रोलेक्स विकत घेतले. कोणाला त्यातला फरक समजणार आहे?''

''तुला समजेल. कारण तुला हा फरक माहीत आहे. तुला खोलवर कुठेतरी वाटते की, रोलेक्स ब्रॅंड हा मौल्यवान आहे. ब्रॅंड म्हणजे काय हे तुला चांगलेच माहीत आहे. त्यामुळेच तू स्वत: बनावट बनण्याची इच्छा धरलीस आणि बनावट घड्याळ हातात घातलेस'', रिच डॅडने मला खडसावले.

''मला हे मान्य नाही. कोणीही त्यातला फरक सांगू शकणार नाही. मला हे ठाऊक आहे. विकत घेण्यापूर्वी मी हे घड्याळ चांगलेच निरखून घेतले. ते खऱ्यासारखेच दिसते'', मी आणखी स्पष्टीकरण दिले.

रिच डॅड त्यावर ठामपणे म्हणाला, ''तुला माहीत आहे की, हे खरे नाही. आपण लोकांना फसवतो आहोत, असे तुला भले वाटत असेल; पण तू स्वत:ला फसवू शकत नाहीस. तू स्वत:बद्दल जे म्हणतो आहेस, ते जास्त महत्त्वाचे आहे. आणि या घडीला तू स्वत:ला म्हणतो आहेस की मी गरीब आहे. मी यशस्वी नाही आणि खरे रोलेक्स घड्याळ मला परवडणारे नाही. त्यामुळे मी बनावट घड्याळ खरेदी करीन. कारण मी बनावट आहे.''

मी आणखी वैतागलो. मी म्हणालो, ''तुम्ही माझ्याशी इतक्या कठोरपणे का वागता आहात? शेवटी ते फक्त एक स्वस्तातले घड्याळ आहे.''

रिच डॅडचा संयम आता संपला. तो म्हणाला, ''हे स्वस्त घड्याळापेक्षाही आणखी काही आहे. हे बनावट, खोटे घड्याळ आहे. ती कोणाची तरी चोरलेली संपत्ती आहे. जर तू एखाद्याची चोरलेली संपत्ती विकत घ्यायला तयार आहेस, ही गोष्ट तुझ्याबद्दल काय सांगते/सुचवते?''

या घड्याळाबद्दल रिच डॅड इतका कठोर पवित्रा का घेत होता, हे मला अजूनही समजत नव्हते. ते बनावट आहे, हे मला माहीत होते. खऱ्या घड्याळाची ती नक्कल आहे, हेही मला माहीत होते. पण त्याने काय बिघडत होते? समस्या काय होती? कोणाला दुखवत नव्हतो?

रिच डॅड पुढे म्हणाला, ''तुला जर यशस्वी उद्योजक व्हायचे आहे, तर तुला ब्रँडचे महत्त्व समजले पाहिजे आणि त्याचा आदर राखायलाही शिकले पाहिजे. भविष्यात कधी तरी तुझाही व्यवसाय जनरल इलेक्ट्रिक, कोका कोला किंवा मॅकडोनाल्डसारखा ब्रँड बनेल. पण तू स्वत: जर बनावट असशील, तर तुझा व्यवसायही खोटाच ठरेल. तो कधीही अस्सल ब्रँड बनू शकणार नाही.''

मला अजूनही रिच डॅडचे म्हणणे पटत नव्हते आणि तो जे म्हणत होता, ते मला आवडतही नव्हते. पण आता मी मोठा झालो होतो. तोंड बंद ठेवण्यातच आता शहाणपण आहे, हे मला उमजले होते. त्यामुळे मी गप्प राहून त्याच्या म्हणण्याचा विचार करू लागलो. मला आणखी ओरडा खायचा नव्हता. मात्र, रिच डॅडचे म्हणणे अद्याप पुरे झाले नव्हते.

तो रागावूनच म्हणाला, ''तू जर ब्रँड बनला नाहीस, तर तू एक साधी वस्तू बनून राहशील. बाजारातील असंख्य वस्तूंच्या समुद्रात तरंगणारी, स्वत:चा कोणताही चेहरा नसलेली एक वस्तू!''

''वस्तू बनण्यात काय वाईट आहे?'', मी सवाल केला.

''नाही. काहीच नाही. तुला जर वस्तू बनून राहण्यातच समाधान असेल, तर ठीक आहे. कोणाही सोम्यागोम्याचा बर्गर आणि मॅकडोनाल्डचा बर्गर यात हाच फरक आहे. मॅकडोनाल्ड ब्रँडची किंमत अब्जावधी डॉलर्सची आहे. सोम्यागोम्याचा बर्गर याला ब्रँड म्हणून काहीच मूल्य नाही. तुला ब्रँड उभा करता येणार नसेल, तर व्यवसाय उभारण्यात आयुष्य तरी कशाला खर्ची घालतोस?'', रिच डॅड सात्विक संतापाने म्हणाला.

श्वास घेण्यासाठी किंवा विचारांची जुळणी करण्यासाठी रिच डॅड थोडा वेळ बोलायचा थांबला. ब्रँड की साधी वस्तू, याचा किडा त्याने माझ्या डोक्यात सोडला. मी ब्रँडचा व तो ब्रँड ज्या गोष्टीचे प्रतिनिधित्व करतो त्याचा आदर करावा, हे समजून घ्यावे, असा त्याचा हेतू होता. मी स्वत:च्या व्यवसायाचे रूपांतर ब्रँडमध्ये करणारा उद्योजक बनावे, ही त्यामागची कळकळही मला समजली. मी एक सोम्यागोम्या उद्योजक बनू नये, ही त्याची प्रामाणिक इच्छा होती.

काही क्षणांच्या विसाव्यानंतर रिच डॅड म्हणाला, ''कोका कोला हे केवळ नावच कंपनीच्या सर्व उलाढालींपेक्षा जास्त मौल्यवान आहे, हे तुला माहितीये का? कंपनीची

सर्व यंत्रे व उपकरणे, मालमत्ता, व्यवसायाच्या पद्धती या सगळ्याची गोळाबेरीज केली, तरी हे नाव त्यापेक्षा अधिक किमतीचे आहे. जगात कोठेही गेलास तरी तेथे कोका कोला हा ब्रँड आहे.''

''म्हणजे मी जर बनावट रोलेक्स घड्याळ घातले, तर मी रोलेक्सच्या संपत्तीची चोरी करतो, असे तुम्हाला म्हणायचे आहे का?'' मी थोडे समजुतीच्या सुरात विचारले.

रिच डॅडने होकारार्थी मान हलवली. आधीचा मुद्दा ठसवत तो म्हणाला, ''आणि जे रोलेक्सची चोरी करतात, त्याच्याकडून खरेदी करणे याचा अर्थ - 'मी चोरीच्या वस्तू खरेदी करतो. मी दुसऱ्याचे चांगले नावही चोरतो', असा होतो. शिवाय जो अप्रामाणिक, धूर्त, लबाड व ढोंगी आहे, त्याच्याशी व्यवहार करण्याची इच्छा कोण बाळगील?''

''जे स्वतःच अप्रामाणिक, धूर्त, लबाड आणि ढोंगी आहेत, असेच लोक त्यासाठी तयार होतील'', मी काहीशा अनिच्छेनेच म्हणालो.

''तुझ्या शेजाऱ्याकडे छान मोटारी आहेत, जहाज आहे. पण तो गुन्हेगार आहे, असे समजले तर तू त्याच्याबद्दल काय विचार करशील?'', रिच डॅडने पुढचा सवाल केला.

''फार काही नाही. मी त्याच्याशी संबंध ठेवणार नाही'', मी उत्तरलो.

''व्यवसायातही याच प्रकारची भावना दररोज व्यक्त होते. प्रामाणिक लोक लबाड लोकांशी व्यवसाय करू इच्छित नाहीत. तुझी ओळख, तुझी समाजातली प्रतिष्ठा हाच तुझ्या ब्रँडचा पाया आहे. आयुष्यभर तुझी ही प्रतिष्ठा जपण्याचा प्रयत्न कर. व्यवसायाच्या क्षेत्रात तुमची प्रतिष्ठा तुमच्या व्यवसायापेक्षाही अधिक महत्त्वाची असते'', असे बोलून रिच डॅडने त्याचा हात माझ्यापुढे केला.

मी घड्याळ मनगटातून काढून त्याच्या हातात ठेवले. रिच डॅडने ते जमिनीवर फेकले आणि बुटाखाली ते चिरडले. ते फक्त पाच डॉलरचे असल्याने त्याचा फारच सहज चुराडा झाला. मला त्यातून मिळायचा तो संदेश मिळाला.

ह्या गोष्टीला बरीच वर्षं लोटलीत. आज बनावट वस्तू आणि उत्पादनांचा चोरटा व्यापार मोठ्या प्रमाणावर फैलावला आहे. किमती ब्रँडच्या चोरून नकला केलेल्या वस्तू सर्वत्र उपलब्ध आहेत. हा अब्जावधी डॉलर्सचा व्यवसाय झालाय. अगदी माणसांच्या जीवावर बेतू शकणाऱ्या बनावट औषधांचाही मोठा व्यापार चालतो. अशा बनावट औषधांना खरी समजून त्यांचे सेवन केल्याने तुमच्या निकटवर्तीयांपैकी कोणी मरण पावला हे समजलं तर तुम्हाला काय वाटेल, याचा जरा विचार करा.

जगातील सर्व प्रमुख शहरांमध्ये अशा बनावट, चोरट्या वस्तूंची विक्री करणारी किमान एखादी तरी गल्ली तुम्हाला आढळेल. अशा रस्त्यांवर तुम्हाला लुई व्हिटॉनच्या हँडबॅग, नाइकीचे बूट, अर्मानी जीन्स, प्रादा-रेबॅनचे गॉगल्स अशा असंख्य ब्रँडच्या नक्कल केलेल्या वस्तू मिळू शकतील.

असा चोरटा उद्योग करणारेही उद्योजक असतात. पण हे उद्योजक स्वतःचा ब्रँड विकसित करण्याऐवजी दुसऱ्या कोणाची ब्रँड चोरण्यात धन्यता मानतात. जोवर बनावट, नकली वस्तू विकत घेणारे ग्राहक आहेत तोवर अशा चोरट्या वस्तूंचा व्यापार करणारे महाभागही असतात. ग्राहक जर सचोटीचे असतील, तर बनावट, नकली वस्तूंचा असा

चोरटा व्यवहार चालूच शकणार नाही. फक्त लबाड माणसेच अशा चोरीच्या वस्तू विकतात आणि तशीच लुच्ची माणसे चोरीचे ब्रँड विकत घेतात. प्रामाणिक, सचोटीची माणसे तसे करत नाहीत.

जमिनीवर पडलेल्या बनावट रोलेक्स घड्याळाचे तुकडे मी गोळा केले त्या वेळीही रिच डॅडची शिकवणी सुरू होती. तो म्हणाला, ''अगदी थोड्या उद्योजकांनाच आपल्या व्यवसायाचे ब्रँडमध्ये रूपांतर करण्याची किमया साधते.'' ब्रँड अनमोल असतात. ब्रँड म्हणजे उद्योजकाने ग्राहकाला दिलेले आश्वासन असते. खरा ब्रँड उद्योजकाच्या आत्म्यातून जन्माला येतो आणि ग्राहकाच्या आत्म्याशी तो तादात्म्य पावतो. हे नाते असते. खरेदीविक्रीच्या रोकड्या व्यवहाराहून ते अधिक काही असते. काही वेळा तर ते प्रेमसंबंध असतात आणि ते अनेक वर्षे टिकून राहतात.

''उद्योजकाचा आत्माच जर अप्रामाणिक, लोभी असेल, त्याचा फक्त ग्राहकाच्या पैशांवर डोळा असेल आणि ग्राहकांची त्याला कोणतीही काळजी वाटत नसेल, तर अशा उद्योजकाचा व्यवसाय कधीही नातेसंबंधांमध्ये विकसित होऊ शकत नाही. तो फक्त व्यवहारापुरताच राहील. आणि व्यवहार म्हणजे फक्त एक वस्तू असते.''

नकली घड्याळाचे ते तुकडे एकदाचे कचऱ्याच्या डब्यात गेल्यानंतर रिच डॅड म्हणाला, ''फारच थोड्या व्यवसायांचे ब्रँडमध्ये रूपांतर होते, याचे कारण बहुतांश व्यवसाय पैसे मिळवण्याच्या एकमेव उद्देशानेच सुरू केलेले असतात. ते म्हणतात की, त्यांना ग्राहकांना सर्वोत्तम उत्पादन, सेवा द्यायची आहे; परंतु त्या फक्त हवेतल्या बाता असतात. प्रत्यक्षात त्यांना ते अभिप्रेत नसते. तुम्ही ग्राहकांबद्दल जितका विचार कराल, तेवढी तुमच्या व्यवसायाचा ब्रँड बनण्याची संधी विस्तारते. तुमचा ब्रँड कोका कोला किंवा मॅकडोनाल्डइतका मोठा झाला नाही तरी तुम्ही ग्राहकांची काळजी घेत असाल, तर ग्राहक तुमचा ब्रँड त्यांच्या हृदयात जपतील.''

माझ्या ब्रँडची निर्मिती

रिच डॅडने नकली रोलेक्स चिरडले तेव्हा माझे ब्रँडच्या खऱ्या शक्तीची ओळख करून देणारे व्यवसाय शिक्षण सुरू झाले. माझी जिज्ञासा वाढली. मला फक्त व्यवसाय वाढवायचा नव्हता. मला माझा ब्रँड विकसित करायचा होता. ते साध्य करण्यासाठी मला इतर ब्रँड्सचा अभ्यास करणे आवश्यक होते. तसेच, माझी मूल्ये कोणती, माझ्या ग्राहकांना काय हवे आहे आणि मला ग्राहकांना काय द्यावेसे वाटते, याचा शोध सुरू झाला. त्याचा प्रारंभ अर्थातच स्वत:च्या शोधापासून झाला. मी माझ्या व्यवसायाचा विचार करू लागलो. मला काय मिळते यापेक्षाही मी काय देऊ शकतो यावर मी लक्ष केंद्रित करायचे ठरवले. माझ्या ग्राहकांना मी काय देऊ शकतो, याचा शोध मला माझ्या हृदयात, माझ्या आत्म्यात घ्यायचा होता. एकदा मला काय द्यायचे आहे, हे शोधले की, माझ्या व्यवसायाचा आत्मा मला सापडेल, याची मला खात्री होती. त्यातच माझा ब्रँडही मला सापडणार होता.

माझा पहिला मोठा व्यवसाय समुद्रात सर्फिंग करणाऱ्यांसाठी नायलॉन आणि वेल्क्रोची खास पाकिटे बनवण्याचा होता. माझ्या उत्पादनाचे नाव 'रिपर्स' असे होते. पहिल्यांदा मला

वाटले की, रिपर्स हे फार महान नाव आहे. मी त्याचे ब्रँडमध्ये सहज रूपांतर करू शकेन, असा मला विश्वास होता. रिपर्स हे अतिशय वेगळे, वैशिष्ट्यपूर्ण, कूल नाव आहे, असे मला वाटत होते. त्यासंबंधी मी समुद्री सर्फिंग करणाऱ्या तरुणांशी बोललो. मला असे लोक माहीत होते आणि त्यांच्याविषयी मला जिव्हाळाही होता. ते माझ्यासारखेच होते. त्यामुळे मी त्यांच्याशी स्वत:ला जोडू शकत होतो.

परंतु रिपर्स कधीच ब्रँडमध्ये विकसित होऊ शकले नाही. ते माझ्या व्यवसायाचे, माझ्या उत्पादनाचे नाव होते आणि माझे व्यापारचिन्ह होते. परंतु ते ब्रँड बनले नाही. आणि कदाचित हाच कळीचा मुद्दा आहे. तो ब्रँड बनण्यासाठी आम्ही काहीच प्रयत्न केले नव्हते.

याचा अर्थ उत्पादनाच्या विक्रीसाठी आम्ही प्रसिद्धी, विपणनाच्या योजना आखल्या नाहीत, असा नव्हे. सर्फिंगविषयी होणारी प्रदर्शने, क्रीडासाहित्याची व तरुणांच्या वेशभूषेसंबंधीची प्रदर्शने अशा ठिकाणी आम्ही जात होतो, खूप प्रवास करत होतो आणि रिपर्सचा खप वाढवायचा प्रयत्न करत होतो. जगभरातील अनेक दुकानांमध्ये आमचे उत्पादन जावे, असेही प्रयत्न आम्ही केले. मात्र, आम्ही ज्या वेगाने पैसे मिळवत होतो, त्यापेक्षा जास्त वेगाने खर्चत होतो. तो अतिशय कसोटीचा काळ होता. ती आमच्या व्यक्तिमत्त्वाची परीक्षा होती. त्यामुळे आम्ही व्यवसायाचे फक्त व्यवस्थापन करत होतो. ब्रँडचे व्यवस्थापन करायला आमच्याकडे वेळच नव्हता.

माझी कोंडी झाली होती. स्वत:च्याच अकार्यक्षमतेच्या ओझ्याखाली मी दबला जात होतो. त्यामुळे रिपर्सला ब्रँड म्हणून विकसित होण्याची कधी संधीच मिळाली नाही. हे नाव आकर्षक होते. महान ब्रँड बनण्याची क्षमता त्यात होती. परंतु, महान कंपनीचा पाठिंबा असल्याशिवाय नुसते नाव कधी ब्रँड बनू शकत नाही.

आज सर्फिंग करणाऱ्यांसाठी नायलॉन-वेल्क्रो पाकिटांची विक्री जगभर सर्वत्र होते. आम्ही तयार केलेले उत्पादन यशस्वी झाले. परंतु, त्याचे ब्रँडमध्ये रूपांतर करण्यात आम्ही कमी पडलो. त्यामुळे आज ती केवळ एक वस्तू आहे. कोणत्याही नेतृत्वाशिवाय जगभरात विकले जाणारे ते एक उत्पादन आहे.

ब्रँड : माझे रक्षणकर्ते

रिपर्स उत्पादनाला ब्रँड म्हणून मी विकसित करू शकलो नाही, तरी मला पाहताक्षणी चांगले ब्रँड ओळखता येत होते. रिपर्सचा व्यवसाय वाचवण्याच्या प्रयत्नात असताना अपघाताने माझा 'रॉक अँड रोल' उद्योगाशी संबंध आला. हे क्षेत्र अद्भूत ब्रँड्सनी ठासून भरले आहे.

सन १९८१मध्ये पिंक फ्लॉइड या रॉक बँडने माझ्या रिपर्स कंपनीशी संपर्क साधला. या बँडचे अधिकृत परवानाधारक विक्रेते बनण्यात आम्हाला किती रस आहे, याची चाचपणी त्यांना करायची होती. त्यावेळी मी चांगल्या व्यवसायसंधीच्या शोधातच होतो. या बँडचा प्रतिनिधी जे काही सांगेल, ते मी ऐकत होतो. पिंक फ्लॉइड हा रॉक संगीतातला जगभर नावाजलेला ब्रँड आहे. असा ब्रँड मला विकून तो प्रतिनिधी माझा व्यवसायच वाचवत होता, याची त्याला कल्पना नव्हती.

अपरिचित अशा पिंक फ्लॉइडच्या अधिकृत परवान्यांचे व्यवस्थापन करणाऱ्या प्रतिनिधीच्या भेटीसाठी मी हवाईहून सान फ्रान्सिस्कोला आलो. ही बोलणी म्हणजे माझ्यासाठी स्वर्गीय भेट ठरली. या भेटीतूनच माझे रॉक ॲण्ड रोल उद्योगाविषयीचे शिक्षण सुरू झाले. त्या वेळी मला माहीत झाले की, ब्रँड हा फक्त त्याच्या निर्मात्यांसाठी मौल्यवान नसतो, तर त्याचे परवाने घेणाऱ्यांनाही तो खूप पैसे मिळवून देतो.

एकदा या संगीत उद्योगाशी माझी ओळख झाल्यानंतर द पोलिस, ड्युरान ड्युरान, बॉय जॉर्ज, टेड न्युजेंट, ज्युडास प्रीस्ट, अशा इतर ब्रँडस आणि कलाकारांशीही माझी व्यवसायासंबंधी बोलणी झाली. द ग्रेटफुल डीड आणि रोलिंग स्टोन्स अशा मोठ्या समूहांनीही माझ्याशी वाटाघाटी केल्या. परंतु, दुर्दैवाने बीटल्स या जगभरात प्रसिद्ध असलेल्या ब्रँडची तेव्हा परवाना देण्याची यंत्रणा नव्हती.

रिच डॅडने मला बजावलेच होते की, तुम्ही एकतर ब्रँड असता किंवा निव्वळ एक वस्तू. ब्रँड बनण्यासाठी तुम्ही ग्राहकांशी नाते जोडणे आवश्यक आहे. आणि संगीत क्षेत्रातले हे कलाकार व त्यांच्या बँड्सचे त्यांच्या चाहत्या ग्राहकांशी अतूट नाते होते. परवाना देणाऱ्या संस्था आम्हाला त्यात नात्यात सामील करून घेत होत्या. अशा तऱ्हेने संगीतातले दिग्गज आणि चाहते यांच्यातला आम्ही दुवा बनलो होतो.

पिंक फ्लॉइडबरोबरची पहिली बोलणी आणि नंतर झालेल्या करारांमुळे माझ्या रिपर्सच्या व्यवसायाला संजीवनी मिळाली. त्यानिमित्ताने रॉक अँड रोल संगीताशी संबंधित बाजारपेठेशी आमची नाळ जोडली गेली. व्यवसायाच्या एका नव्या जगात प्रवेश करण्याचे ते द्वार होते. असे काही जग अस्तित्वात आहे, याची तोवर मला काही कल्पनाच नव्हती. रॉक अँड रोल संगीतातल्या प्रसिद्ध ब्रँडशी जोडलो गेल्याने रिपर्सचा व्यवसाय आम्ही वाचवू शकलो.

आम्ही बँडचे प्रतिनिधी...

सन १९८२पर्यंत माझ्या बोलण्यातून रिपर्सचे नाव जवळपास हद्दपार झाल्यासारखे होते. ''हॅलो, मी रॉबर्ट कियोसाकी रिपर्समधून बोलतोय'', याऐवजी मी आता नवी ओळख सांगत होतो. ''मी द पोलिस आणि त्याच्या परवानाधारक उत्पादनांचा प्रतिनिधी आहे'', अशी संभाषणाची सुरुवात होऊ लागली. रॉबर्ट कियोसाकी किंवा रिपर्स हे नाव फारसे कोणाला माहीत नव्हते. परंतु द पोलिस हा संगीतातला प्रसिद्ध बँड जवळपास सर्वांनाच ठाऊक होता. व्यक्तिगत गोष्ट सांगायची, तर माझी किमशी ओळखही अशाच एका कार्यक्रमात झाली. १९८४मध्ये द पोलिसच्या एका कार्यक्रमाला आम्ही पहिल्यांदा डेटवर गेलो. ''द पोलिसच्या संगीत कार्यक्रमाचा अतिमहत्त्वाच्या व्यक्तींसाठीचा पास माझ्याकडे आहे. तुला माझ्याबरोबर यायला आवडेल का'', असा तेव्हाचा संवादही माझ्या लक्षात आहे. गमतीचा भाग असा की, या ब्रँडचा प्रभाव इतका होता की त्याच्यानिमित्ताने माझी एका सुंदर तरुणीशी ओळख झाली आणि पुढे तीच तरुणी माझी अर्धांगिनी बनली. त्यावेळी किमला खरेतर या बँडमधील स्टिंगला भेटण्याची इच्छा होती. परंतु, ते सगळे घडवून आणणारा असल्याने थोडी मेहेरनजर माझ्याकडेही वळली.

खऱ्या ब्रँडची शक्ती

रिपर्स हे सर्फिंग आणि स्पोर्टिंग क्षेत्रातले उत्पादन होते. परंतु, लवकरच या क्षेत्रात उत्पादनांची मोठी गर्दी झाली. रिपर्ससारखी अनेक उत्पादने त्यात आली. त्या सर्व वस्तू होत्या, परंतु त्यातले कोणीच ब्रँड म्हणून पुढे आले नाही. जेव्हा तुम्ही फक्त विक्रीयोग्य वस्तू असता, तेव्हा तुमची किंमत महत्त्वाची असते. जेव्हा माझी स्पर्धा एका वस्तूशी होती, तेव्हा किरकोळ विक्रेत्यांनी किंमतींच्या बाबतीत त्याचा फायदा घेतला. दुसरा माणूस कमी किमतीत एखादी गोष्ट विकत असेल, तर कोणी माझ्याकडून तीच वस्तू जास्त किंमतीला का घेईल, असा पेच उभा राहिला. त्यात आम्ही मागे पडलो.

जेव्हा आम्ही रॉक अँड रोल संगीताच्या व्यवसायात शिरलो आणि ब्रँडच्या भाषेत बोलायला लागलो, तेव्हा आम्ही सांगू ती किंमत मोजायला लोक तयार होते. ''तुमची उत्पादने आम्हाला किती लवकर मिळू शकतील,'' असे दुकानदार विचारू लागले. पिंक फ्लॉइडचे परवाने असे सहज कोणाला मिळत नव्हते. पिंक फ्लॉइड ब्रँडचा शिक्का असलेल्या वस्तूंची किंमत इतरांपेक्षा नक्कीच जास्त होती.

रॉक संगीतातल्या एका मोठ्या बँडशी अधिकृत परवान्यामुळे आम्ही जोडलो गेल्याने जगभरातील मोठ्या बाजारपेठेत आम्हाला विस्तारण्याची संधी मिळाली. आमची स्पर्धा आता फक्त ब्रँडची चोरी करणाऱ्यांशी उरली होती. हे किरकोळ गुन्हेगार कार्यक्रमाच्या ठिकाणी बाहेर उभे राहून त्यांच्या विनापरवाना, चोरीच्या बनावट मालाची विक्री करण्याचा प्रयत्न करत. हे किरकोळ चोरटे विक्रेते मला बनावट रोलेक्स विकणाऱ्या विक्रेत्यांपेक्षा वेगळे नव्हते. कोणी पाहत नाही ना याची दक्षता घेत बिचकत बिचकतच ते चोरीच्या मालाची विक्री करत. कोणा सुरक्षारक्षकांनी हाकलून देण्याआधी जास्तीत जास्त विक्री करण्याचा त्यांचा प्रयत्न असे. इतर गुन्हेगारांप्रमाणेच त्यांच्याही डोक्यावर पकडले जाण्याच्या भीतीची टांगती तलवार कायम असायची.

त्याच वेळी माझी कंपनी मात्र अधिकृतपणे कार्यक्रमाच्या ठिकाणी मुख्य मंडपात किंवा सभागृहात अधिकृत परवानाधारक म्हणून रॉक संगीताशी संबंधित उत्पादनांची विक्री करत असे. जगभरातील संगीतक्षेत्राशी संबंधित विक्री दालने आणि मोठ्या दुकानांमध्येही आमची उत्पादने विक्रीला उपलब्ध असत. आमचा व्यवसाय वैध होता कारण आम्ही वैध होतो. आम्ही चोरटी विक्री करणारे नव्हतो. पाच डॉलर किमतीचे बनावट रोलेक्स घड्याळ पुन्हा पुन्हा मला झालेल्या चुकीची आठवण करून देत होते. कायद्याच्या चौकटीत राहून व्यवसाय करणे, नियमांचे पालन करणे आणि खऱ्या ब्रँडच्या शक्तीचा लाभ उठवणे याचे महत्त्व मला त्यातून शिकायला मिळाले.

पैशांच्या पलीकडले!

रॉक संगीतातील बँडसमवेत काम केल्याने मला हे वाद्यवृंद, त्यांचे संगीत, त्यांचे ग्राहक यांच्या आपापसातील परस्परसंबंधांबद्दल मूलभूत समज प्राप्त झाली. हा फक्त पैशांच्या देवघेवीचा व्यवहार नव्हता, हे एक प्रकारचे ऋणानुबंध होते. या बँड्सचे त्यांच्या ग्राहकांशी म्हणजेच चाहत्यांशी ऋणानुबंध असल्याने परवाना असलेल्या उत्पादनांची त्यांना विक्री करणे खूप सोपे

होते. उलट आम्ही या उत्पादनांची फारशी विक्री करत नव्हतो, तर लोकच त्यांची मोठ्या प्रमाणात खरेदी करत होते. संगीत कार्यक्रमांच्या ठिकाणी विशिष्ट बँडचे नाव असलेली उत्पादने विकत घेण्यासाठी चाहते रांगा लावून उभे राहत असत. त्याला रांगा लावणे म्हणणेही कदाचित चुकीचे ठरेल. एखाद्या शार्क माशाने भक्ष्यावर झडप घालावी, तसे ही उत्पादने मिळवण्यासाठी चाहते धडपडत असत. विक्रीच्या टेबलांभोवती मोठी गर्दी करत, हातातले क्रेडीट कार्ड किंवा पैसे पुढे करून, ''मला हे पाहिजे, ते पाहिजे, तुमच्याकडे या प्रकारातले काय शिल्लक आहे'', असा प्रश्नांचा भडिमार ते करत. पिंक फ्लॉइड, ड्युरान ड्युरान, द पोलीस किंवा इतर आवडत्या कलाकारांचे संगीत घरी नेण्याची त्यांची तीव्र इच्छा असे. हे बँड आणि ब्रँड यांना आपल्या आयुष्यातला महत्त्वाचा भाग बनवायची त्यांची इच्छा असे.

वेगवेगळ्या संगीत बँड्सचे चाहतेही वेगळ्या प्रकारचे असत. प्रत्येक बँडचा स्वत:चा असा खास चाहता व ग्राहक वर्ग असणे आणि त्यांनी चाहत्यांशी बांधिलकी मानणे आवश्यक असे. उदाहरणार्थ, ड्युरॉन ड्युरॉनचे चाहते; जुडास प्रीस्ट, वॅन हॅलेन किंवा बॉय जॉर्जपेक्षा वेगळे होते. त्यांची वेशभूषा, त्यांची भाषा वेगळी होती. त्यांचे वागणे निराळे होते. त्यांचे स्वभाव आणि वृत्तीही कदाचित इतरांपेक्षा भिन्न होत्या. एखादा बँड स्वत:च्या कलेशी व वैशिष्ट्यांशी प्रामाणिक राहिला नाही, किंवा तो त्यापासून दूर गेला, तर त्याचा परिणाम लगेच दिसत असे. त्यांचे चाहते, ग्राहकांची संख्या घसरत असे. त्याचबरोबर त्यांच्या संगीताची मागणीही कमी होई आणि व्यवसायाला त्याचा फटका बसे. विक्रीवर परिणाम झाल्याने नफाही कमी होई. एखाद्या बँडने वेगळा संगीत अल्बम प्रसिद्ध केला आणि तो त्यांच्या चाहत्यांना पसंत पडला नाही, तर आम्हालाही ते त्वरित समजत असे. पुढच्या वेळी असा बँड पुन्हा त्याच्या वैशिष्ट्यपूर्ण संगीताकडे वळला, तर चाहते त्यावर उड्या मारत. अशी गाणी लोकप्रिय होत आणि व्यवसायही वाढे. त्यामुळे बाजारपेठच तुम्हाला प्रतिसाद देत असते, तुमच्याशी बोलत असते.

'गो-गोज' नावाचा त्याकाळी माझा आवडता बँड होता. हा फक्त तरुणींचाच बँड होता. मला त्यांचे संगीत, त्यातली कामुकता, त्यांचा चाहता वर्ग आवडत असे. परंतु, समस्या ही होती की, त्यांचा चाहता वर्ग माझी संगीत उत्पादने विकतच घेत नसे. ही उत्पादने मुख्यत: किशोरवयीन मुले आणि युवकांना लक्ष्य करून बनवलेली होती. परंतु, माझ्या ग्राहकांपैकी फारच थोडेजण 'गो-गोज'ची उत्पादने विकत घेण्याएवढे प्रगल्भ होते. त्यामुळे हा बँड, त्याचे संगीत, त्याचा ब्रँड मला आवडत असूनही मी त्याचा परवाना परत केला.

रॉक अँड रोलची अखेर

रॉक अँड रोल संगीताच्या व्यवसायाशी असलेले माझे नाते १९८४पर्यंत संपुष्टात आले. मला हे संगीत आवडत असूनही त्याचा व्यवसाय करण्याचा मात्र कला कंटाळा आला होता. माझ्या स्वत:तच काही बदल होत होते. मी थोडा अस्वस्थ झालो होतो. माझा संयम कमी झाला होता, मी कोणत्याही कारणाने चिडत होतो. ब्रँडची शक्ती काय असते, हे मला अनुभवातून समजले होते. हा धडा मी शिकलो होतो. आता पुढे जाण्याची वेळ आली होती.

कोरिया आणि तैवानमधल्या माझ्या कारखान्यांना भेट देण्यासाठी गेलो असता माझ्या अंतर्मनात एक कळ उमटली. मी सगळ्या गोष्टी स्पष्टपणे पाहिल्या आणि मी यापुढे हे असेच चालू देणार नव्हतो. माझ्या कारखान्यांमध्ये अनेक तरुण मुले-मुली अतिशय उष्ण, दमट वातावरणात रॉक अँड रोल संगीताशी संबंधित उत्पादने बनवत होती. या व्यवसायातून मी श्रीमंत होत होतो, पण ही मुले-मुली मात्र आणखी दुबळी, आजारी होत होती.

टीशर्ट, स्वेटर बनवणाऱ्या या दुकानाच्या चालकाने एका नेहमीच्या आकाराच्या खोलीत दोन माळे बांधले होते. कर्मचाऱ्यांना नीट उभे राहण्यासाठी किमान आठ फूट उंचीची जागा हवी. पण या जेमतेम चार फूट उंचीच्या जागेत हे तरूण कर्मचारी फक्त बसू शकत होते आणि इतर सर्व कामे वाकूनच करू शकत होते. विशिष्ट प्रकारच्या कापडावर विविध संगीत बँडचे रेशमी लोगो शिवले-चिकटवले जात होते. या कपड्यांमधून आणि शाईमधून विषारी वाफा निघत होत्या. त्याचा तीव्र वास येत होता. स्प्रे पेंटिंगचा रंग, डिंकाच्या वासापेक्षाही हा वास वाईट होता. त्यातल्या वाफा शरीराला घातक होत्या. माळ्याची उंची कमी असल्याने या मुलामुलींना त्यापासून आपले डोकेही दूर करता येत नव्हते. अशा कुबट, विषारी वातावरणात ही मुलेमुली दिवसाचे आठ-दहा तास काम करत होती.

दुसऱ्या खोलीत तरुण मुली रॉक बँडचे लोगो असलेल्या टोप्या व पाकिटे शिवत होत्या. जेव्हा दुकानाच्या चालकाने त्यातली एखादी मुलगी मला कामक्रीडेसाठी हवी आहे का, असे विचारले, तेव्हा माझ्यातले संगीत मरून गेले. मी अशा उत्पादन व्यवसायातून बाहेर पडलो.

माझी मूल्ये कोणती आहेत, माझी ओळख काय आहे, याचा शोध घेण्याची आता वेळ आल्याचे मला जाणवले. मला कोणत्या गोष्टींविषयी आपुलकी आहे, मी कोण आहे आणि माझे जगणे अर्थपूर्ण कसे होईल, हे शोधण्याची ती वेळ होती. हे सगळे प्रश्न जेव्हा अनुत्तरित राहिले तेव्हा मला माझं उत्तर मिळालं.

डिसेंबर १९८४मध्ये मी आणि किमने दोन सुटकेस घेऊन हवाई सोडले. आमच्याबरोबर इतर कोणतेही सामान नव्हते. आम्ही कॅलिफोर्नियातील सान दियागोत स्थायिक झालो. आम्ही शिक्षक म्हणून काम करण्यास सुरुवात केली. आम्ही लोकांना त्या कपड्यांच्या दुकानातल्या कर्मचाऱ्यांसारखे कर्मचारी न बनता उद्योजक कसे बनता येईल, याचे धडे देऊ लागलो. आम्ही दोघेही पारंपरिक शालेय शिक्षणाच्या पलीकडे जाऊन वेगळ्या प्रकारचे अध्यापन करत होतो. त्यामुळे आम्हाला सरकारचा कोणतीही पाठिंबा किंवा आर्थिक साहाय्य मिळण्याची शक्यता नव्हती. समाजात आमचा जो नावलौकिक झाला होता, त्यावरच आम्ही विसंबून होतो. आम्ही चांगले अध्यापन करत होतो आणि विद्यार्थ्यांना जे हवे आहे, ते शिकवत होतो. आम्ही उत्तम शिकवले, तर विद्यार्थीच आमची प्रसिद्धी व प्रचार करणार होते. आम्ही वाईट शिकवले, तर तसे होण्याची कोणतीच शक्यता नव्हती. त्यामुळे आम्ही आर्थिक कमाईही करू शकलो नसतो.

आमच्या आयुष्यातले सर्वांत खडतर वर्ष १९८५ हे होते. त्या वर्षाने आमच्या अंतरंगाची, आमच्या स्वप्नांची आणि आमच्या योजनांची परीक्षा पाहिली. डिसेंबर १९८४ ते डिसेंबर १९८५ या काळात आम्हाला जवळपास काहीच उत्पन्न मिळाले नाही. डिसेंबर १९८५मध्ये

एका शिक्षणक्षेत्रातील कंपनीकडून थोडे पैसे मिळाले. या काळात आम्ही तग धरून राहिलो. आम्ही फक्त आल्या दिवसाचाच विचार करत होतो. आम्ही श्रद्धेवर विसंबून जगत होतो. कधी तरी, काही तरी चांगले घडेल, अशी आशा बाळगून आम्ही दिवस कंठत होतो.

मागे वळून पाहताना आता वाटते की, ती आमच्या श्रद्धेची, विश्वासाची कसोटी होती. देव किंवा जगाचे नियंत्रण करणारी जी कोणती शक्ती असेल ती आमच्या निष्ठा तपासून पाहत होती. आम्ही स्वत:शी किती प्रामाणिक आणि बांधील आहोत, हे ती शक्ती पाहत होती. दुसऱ्या शब्दांत आम्ही कितपत विश्वासार्ह आहोत, हे जोखले जात होते. सगळे पैसे संपले, तरी आम्ही आमच्या ब्रँडशी प्रामाणिक राहू की, कठीण काळात आम्ही संपूर्ण शरणागती पत्करू, याची ही परीक्षा होती.

तुम्ही जर उद्योजकांच्या कहाण्या वाचल्यात, तर त्यातील अनेकांना अशा कसोटीच्या काळाला सामोरे जावे लागले आहे. त्यांच्याही श्रद्धा तपासल्या गेल्या आहेत. अशा श्रद्धेच्या तपासणीतूनच ब्रँड जन्माला येतो, अशी आता माझी खात्री झाली आहे.

अमेरिकी सरकारने मायक्रोसॉफ्टवर मक्तेदारी निर्माण करण्याचा आरोप केला, ती बिल गेट्स यांची सत्त्वपरीक्षाच होती. आपणच स्थापन केलेल्या ॲपल कंपनीतून स्टीव्ह जॉब्स यांची हकालपट्टी झाली, तो त्यांच्या कसोटीचाच क्षण होता. त्यांच्या जागी कॉर्पोरेट क्षेत्रातील कोणी मुख्य कार्यकारी अधिकारी झाले. त्यांनी ॲपल कंपनी जवळपास मातीत घातली. परंतु, स्टीव्ह परत आले आणि त्यांनी ॲपल कंपनी पुन्हा ऊर्जितावस्थेत आणून तिला आंतरराष्ट्रीय ब्रँड बनवले. फेसबुकचे संस्थापक मार्क झुकरबर्ग यांच्यावर मित्राची कल्पना चोरल्याचा आरोप सोशल नेटवर्क या चित्रपटातून झाला, ही त्यांची परीक्षाच होती. मार्क झुकरबर्ग यांनी फेसबुकची कल्पना चोरली की नाही, हे मला माहीत नाही. परंतु तुम्ही कितीही श्रीमंत असलात, तरी दुसऱ्याचा व्यवसाय चोरल्याच्या आरोपाला सामोरे जाणे किती क्लेशदायक आहे, हे मी समजू शकतो.

चाळीस लाख डॉलर्सची परीक्षा

ओप्रा विन्फ्रेने तिच्या कार्यक्रमात घेतलेली माझी मुलाखत २०००मध्ये प्रसारित झाली. त्यानंतर एका प्रसिद्ध म्युच्युअल फंड कंपनीतून मला दूरध्वनी आला. त्यांच्या उत्पादनांची मी जाहीर प्रशंसा करावी, अशी त्यांची विनंती होती. परंतु, रिच डॅड ब्रँडच्या धोरणात म्युच्युअल फंड बसत नाहीत, असे सांगून मी ती नम्रपणे नाकारली. माझा हा नकार ऐकल्यानंतरही संबंधित कंपनीच्या प्रतिनिधीने मला मोहात पाडण्याचा प्रयत्न केला. तो म्हणाला, ''तुम्ही आमच्या म्युच्युअल फंडाची प्रशंसा आणि जाहिरात केलीत, तर आम्ही तुम्हाला चार वर्षांच्या कराराचे ४० लाख डॉलर्स देऊ.''

वर्षाला दहा लाख डॉलर्सचा हा सौदा भुरळ पाडणारा होता. तरीही मी त्याला नकार दिला. कारण रिच डॅडच्या संदेशावर ज्यांचा विश्वास होता, अशा लोकांची ती फसवणूक केल्यासारखे होते. माझ्या या ब्रँडशी मीच प्रतारणा करण्यासारखे होते.

मी म्युच्युअल फंड कंपनीची अशी जाहिरात केली असती, तर मी माझ्या वाचकांच्या दृष्टीने विश्वासघातकी ठरलो असतो. वर्षाला दहा लाख डॉलर्स मिळवण्यासाठी हा माणूस

स्वत:ची कंपनी आणि स्वत:लाही विकायला तयार आहे, असा वाचकांचा समज झाला असता. मी माझ्याही मनातून उतरलो असतो. पुन्हा बनावट रोलेक्स घड्याळ हातात घालण्यासारखे ते झाले असते.

निरंतर कसोटीचा काळ

रिच डॅड ब्रँडला अशा अनेक कसोट्यांना सामोरे जावे लागले. *रिच डॅड, पुअर डॅड* हे माझे पुस्तक १९९७मध्ये पहिल्यांदा प्रकाशित झाले. त्यात 'तुमचे घर ही तुमची संपत्ती (ॲसेट) नाही', असे विधान मी केले आहे. या विधानानंतर बांधकाम क्षेत्रातील लोक, जागांच्या खरेदी-विक्रीचे व्यवहार करणारे दलाल अशांनी मला पत्रे पाठवणेच बंद केले. मला शिव्यांची लाखोली वाहणाऱ्या, धमकावणाऱ्या ई-मेल्स मोठ्या संख्येने आल्या. तुम्ही काय लिहिता आहोत, हे तुम्हालाच समजत नाही, असा आरोपही माझ्यावर झाला. अनेक अर्थतज्ज्ञांनी मला भोंदूबाबा ठरवले. लाखो लोकांना घरे गमवावी लागल्यानंतर किंवा त्यांच्या घरांच्या किमतीपेक्षा कितीतरी अधिक कर्जांचे ओझे झाल्यानंतर आता माझे म्हणणे त्यांच्या लक्षात आले आहे. घर ही आपली संपत्ती नाही, याचा धडा या लोकांना अतिशय कटू अनुभवांतून मिळाला.

''तुमचे घर हे तुमची संपत्ती नाही'', हे विधान मी कोणत्याही प्रकारची लोकप्रियता मिळवण्यासाठी केलेले नव्हते. तुमची मते मागण्यासाठी आलेला मी कोणी राजकीय नेता नाही. घर विकण्याचा प्रयत्न करणारा मी एखादा दलालही नाही. मी माझ्याशी प्रामाणिक आहे, माझ्या ब्रँडशी, व्यवसायाशी प्रामाणिक आहे. त्यामुळेच मी हे विधान केले. मी लोकांना आर्थिक गुंतवणुकीसंबंधी शहाणे करणारे शिक्षण देतो. त्यामुळे तुमची संपत्ती किंवा जमेच्या बाजू कोणत्या आणि तुमच्या नुकसानीच्या किंवा खर्चाच्या बाजू कोणत्या, हे सांगणे माझे कर्तव्य आहे. तुम्ही एखादी जोखीम घेण्याआधी खरी संपत्ती निर्माण केलीत, तर तुम्हाला हव्या त्या घरात तुम्ही राहू शकता.

रिच डॅड्स प्रोफेसी हे पुस्तक २००२मध्ये प्रकाशित झाले, तेव्हाही माझ्यापुढे कसोटीचा प्रसंग आला. लवकरच शेअर बाजारात प्रचंड घसरण होणार आहे, असे भाकीत मी या पुस्तकात केले होते. म्युच्युअल फंडांचा व्यवसाय या घसरणीला कारणीभूत ठरेल आणि लाखो लोकांची निवृत्तीसाठीची गुंतवणूक त्यात बुडेल, असेही मी त्यात म्हटले होते.

प्रोफेसी प्रसिद्ध झाल्यानंतर म्युच्युअल फंडाच्या जाहिरातींमधून नफा कमावणारी प्रकाशने माझ्यामागे लागली. *स्मार्ट मनी* नावाच्या आर्थिक नियतकालिकाची एक तरुण बातमीदार ॲटलांटातील मोठ्या चर्चमध्ये झालेल्या माझ्या कार्यक्रमाला आली. संपूर्ण दोन दिवस ती या कार्यक्रमाला उपस्थित राहिली व तिने माझे निरीक्षण केले. काही महिन्यांनंतर प्रसिद्ध झालेल्या लेखात मी ॲटलाटांतील गरीब कृष्णवर्णीयांच्या एका चर्चमध्ये गेलो आणि या लोकांकडून पैसे घेतले असा आरोप तिने केला. खरेतर या कार्यक्रमातून मी सुमारे ३ लाख ८५ हजार डॉलर्स उभे केले आणि ते चर्चला देणगी दिले, हे तिला माहीत होते. या कार्यक्रमासाठी मी चर्चकडून कोणताही प्रवासखर्च घेतला नव्हता किंवा वस्तूंच्या विक्रीचे पैसेही घेतले नव्हते. मी म्युच्युअल फंड कंपनीकडून आलेला ४० लाख डॉलर्सचा

प्रस्ताव स्वीकारला नाही, याचा मला *स्मार्ट मनी* मध्ये हा लेख प्रसिद्ध झाल्यानंतर जास्त आनंद झाला.

सध्याच्या आर्थिक पेचप्रसंगासाठी आर्थिक सल्लासेवा देणाऱ्या कंपन्याच कारणीभूत आहेत आणि त्याच यातून नफा कमावत आहेत, हे तुम्हाला ठाऊक असेल. आपण केलेल्या चुकांमधून सावरण्यासाठी आणि आपल्या भ्रष्ट व गैरव्यवहारांवर पांघरूण घालण्यासाठी करदात्यांच्या पैशांचा दुरुपयोग करण्याची ताकद या कंपन्यांमध्ये आहे. त्यांचे जाळे सर्वत्र पसरलेले आहे. अशा लोकांपासून तुम्ही लांब राहणेच योग्य असते. म्युच्युअल फंडांवर माझे आर्थिक भवितव्य अवलंबून नाही, याचा व्यक्तिश: मला आनंद आहे. म्युच्युअल फंड घ्यायचा की नकली रोलेक्स अशी निवड करायची वेळ आली, तर एकवेळ मी नकली रोलेक्सचीच निवड करीन.

डोनाल्ड आणि माझे पहिले एकत्रित पुस्तक *व्हाय वुई वाँट यू टू बी रिच* हे २००६मध्ये प्रसिद्ध झाले. अमेरिकेतल्या मध्यम वर्गाच्या कोसळण्याची चिंता वाटत होती म्हणून आम्ही हे पुस्तक लिहिले. चुकीची गुंतवणूक आणि सरकारच्या ढिसाळ व्यवस्थापनामुळे हजारो लोकांची आयुष्ये उद्ध्वस्त होत आहेत, अशी टीका आम्ही त्यात केली. येणाऱ्या आर्थिक पेचप्रसंगाचे भाकीत केले आणि त्यातून वाचण्यासाठी लोकांनी काय करायला हवे, याचा सावधगिरीचा सल्लाही आम्ही दिला. चलनवाढ आणि महागाईमुळे लाखो लोकांचे आयुष्य खडतर झाले असल्याचे आम्ही लिहिले. त्याचबरोबर या सर्वांतून बाहेर पडण्यासाठी आर्थिक शिक्षण आवश्यक आहे, असेही आम्ही सांगितले.

या वेळीही पुन्हा आर्थिक सल्लासेवा कंपन्या आमच्यावर धावून आल्या. वॉल स्ट्रीट जर्नलनेही आमच्यावर टीका केली. त्यातील लेखात म्हटले की, ''कोणतीही चूक करू नका. हे प्रक्षोभक विधान आहे. परंतु, तुम्ही लगेचच म्युच्युअल फंड मोडीत काढू नका!'' बहुसंख्य अमेरिकन लोकांच्या निवृत्तीची काळजी घेण्यासाठी म्युच्युअल फंड कसे अपुरे आहेत, याचे विश्लेषण डोनाल्ड आणि मी केले होते. त्याला प्रत्युत्तरादाखल ११ ऑक्टोबर २००६ रोजी वॉल स्ट्रीटने हे विधान केले. त्यांच्या मते काळजीचे कोणतेही कारण नव्हते. परंतु, त्यानंतर वर्षभरानेच शेअर बाजार प्रचंड कोसळला. आणि मला अजूनही वाटते की, अशा तऱ्हेचे संकट हे शेवटचे नाही. असे पुन्हा घडू शकते.

मी १८ मार्च २००८ रोजी सीएनएन दूरचित्रवाणी वाहिनीवर वोल्फ ब्लिट्झर यांना मुलाखत दिली. आर्थिक पेचप्रसंगातून आपण आता बाहेर पडलो आहोत का, असा प्रश्न त्यांनी विचारला. वाईट काळ आता मागे पडला आहे आणि परिस्थिती पुन्हा चांगली होईल, अशा उत्तराची बहुधा त्यांना अपेक्षा असावी. परंतु, मी परखडपणे सांगितले की, लेहमन ब्रदर्स मोठ्या संकटात आहे. १५ सप्टेंबर २००८ रोजी लेहमन ब्रदर्सने दिवाळखोरी जाहीर केली. ही इतिहासातील सर्वांत मोठी दिवाळखोरी ठरली.

स्वत:शी प्रामाणिक राहा

आर्थिक सल्लासेवा व्यवसायाशी माझ्या उडालेल्या चकमकींचा अनुभव तुम्हाला सांगण्यामागे तुम्ही स्वत:शी प्रामाणिक राहा, हेच तुमच्या मनावर ठसवण्याचा माझा प्रयत्न आहे. चाळीस

लाख डॉलर्सचे आमिष नाकारणे सोपे नव्हते. तसेच, ''तुमचे घर ही तुमची संपत्ती नाही'', असे सांगणे तसेच शेअर बाजारातल्या सर्वांत मोठ्या ऐतिहासिक घसरणीचे भाकीत वर्तवणे हे काही सोपे नव्हते. सरकारची धोरणे आणि आर्थिक अकार्यक्षमतेमुळे अमेरिकेतला मध्यम वर्ग नामशेष होत आहे, हे डोनाल्डच्या साथीने ठामपणे सांगणे हेही सोपे नव्हते. आर्थिक पेचप्रसंग अद्याप संपलेला नाही आणि लेहमन ब्रदर्स कोसळणार आहे, असे जाहीरपणे, टीव्ही वरून सांगणेही तितके सोपे नव्हते.

मी जे सांगणे आवश्यक होते, ते सांगितले नसते आणि मी जे करणे आवश्यक होते, ते केले नसते, तर मी स्वत:शी आणि माझ्या ब्रँडशी प्रामाणिक ठरलो नसतो. डोनाल्ड हा त्याच्या ब्रँडइतकाच सच्चा आहे, हे तुम्हाला नाकारता येत नाही. न्यू यॉर्कमधील फिफ्थ अ‍ॅव्हेन्यूमधील त्याच्या कार्यालयात तुम्ही जाता, तेव्हा लक्षात येते की, त्याचे कार्यालय हासुद्धा त्याचा ब्रँडच आहे. तो कोण आहे आणि तो कशाचे प्रतिनिधित्व करतो, याबाबत तो ठाम आहे. तुम्हीही तसेच असले पाहिजे. स्वत:ला कमी लेखण्याचे कोणतेही कारण नाही.

अनेक उद्योजक त्यांच्या व्यवसायाचे ब्रँडमध्ये रूपांतर करू शकत नाहीत, याचे एक मुख्य कारण म्हणजे त्यांना ब्रँडपेक्षाही पैसा जास्त महत्त्वाचा वाटतो. बहुतेक उद्योजक तुम्हाला जे ऐकावेसे वाटते, असेच गोड बोलतात. तुम्हाला ते आवडावेत आणि तुम्ही त्यांची उत्पादने किंवा सेवा विकत घ्याव्यात, यासाठी त्यांची ही धडपड असते.

ब्रँड बनण्यासाठी हिंमत लागते. तुमचा ज्याच्यावर विश्वास आहे, ते लोकप्रिय नसले, तरी ते ठामपणे सांगण्यासाठी अंगात धमक लागते. तुम्हाला ब्रँड बनायचे असेल, तर सर्व लोकांच्या पसंतीला उतरण्यासाठी सर्व गोष्टी करण्याचा प्रयत्न करू नका.

मरिन कॉर्प्सच का?

व्हिएतनामच्या युद्धात लढण्यासाठी अमेरिकेला वैमानिकांची गरज होती. त्यासाठी १९६० च्या दशकाच्या उत्तरार्धात भरती मोहीम हाती घेण्यात आली. त्याबद्दल माहिती मिळाल्याने मी न्यू यॉर्कमधील लाँग आयलंडमध्ये आयोजित एका मेळाव्यात गेलो. तिथे अमेरिकी सेनादलाच्या विविध विभागांनी त्यांच्या कामाची माहिती दिली. आपला विभागच कसा महत्त्वाचा आहे व त्यात येणे तरुणांना कसे फायदेशीर ठरेल, अशी भाषणे तिथे झाली.

सुरुवातीला हवाई दलाचा वैमानिक आला. तिथे जमलेल्या हजारो तरुण पदवीधरांना त्याने विमान चालवण्याच्या प्रशिक्षणासाठी हवाई दलच कसे सर्वोत्कृष्ट आहे आणि तिथली विमाने कशी सर्वोत्कृष्ट आहेत, हे सांगितले. गोल्फची मैदाने, जलतरण तलाव आदी सुविधांनी युक्त हवाई दलाच्या तळांची सुंदर छायाचित्रे त्याने उपस्थितांना दाखवली. मला एकदा तर वाटले की, आपण वैमानिकाच्या प्रशिक्षणाऐवजी एखाद्या नव्या पर्यटनस्थळाविषयीच माहिती ऐकतो आहोत.

त्यानंतर नौदलातला वैमानिक पुढे आला. त्याने विमानवाहू नौकेवरून उड्डाण करणे कसे धाडसाचे असते, याचे वर्णन केले. त्याने माझे रक्त उसळी घेऊ लागले.

लष्कराच्या वैमानिकाने स्काय क्रेनसारखी मोठी हेलिकॉप्टर्स व्हिएतनाममध्ये मोठ्या प्रमाणावर वाहतूक कशी करतात, ते सांगितले. मोठे रणगाडे उचलून नेणाऱ्या स्काय क्रेनची छायाचित्रेही त्याने दाखवली.

त्यानंतर तटरक्षक दलाच्या वैमानिकाने त्याचे अनुभव सांगितले. समुद्रात बुडणाऱ्यांना वाचवण्यात कसा आनंद आहे व त्यासाठी काय करावे लागते, हे त्याने सांगितले. एका बुडत असलेल्या शिडाच्या नौकेवरून लोकांना हेलिकॉप्टरने कसे उचलले जाते, याची छायाचित्रे त्याने दाखवली.

मरिन कॉर्प्सच्या वैमानिकाचा क्रमांक शेवटी होता. तो उभा राहिला आणि फक्त म्हणाला, 'हे पहा. तुम्हाला लोकांचे जीव वाचवायचे असतील, तर तटरक्षक दलात सामील व्हा. पण तुम्हाला शत्रूला मारायचे असेल, तर मरिन कॉर्प्समध्ये दाखल व्हा.' एवढेच बोलून तो थांबला. त्याने कोणतीही छायाचित्रे दाखवली नाहीत.

तीन वर्षांनंतर मी एका विमानवाहू जहाजावरून मरिन कॉर्प्सचे लढाऊ हेलिकॉप्टर उडवत होतो. व्हिएतनाममधली माझी ती पहिली मोहीम होती. मरिन कॉर्प्सने त्याची ब्रँडओळख कायम ठेवली होती. १७७५पासून ते असेच होते.

रोलेक्स आणि मरिन कॉर्प्स

तर नकली रोलेक्स घड्याळ आणि मरिन कॉर्प्स यांचा ब्रँडच्या शक्तीशी संबंध काय?

यातील प्रत्येकच गोष्ट ब्रँडशी जोडलेली आहे, असे माझे त्यावर उत्तर आहे. रिच डॅडने माझे बनावट व खोटे रोलेक्स घड्याळ बुटाने चिरडले. त्या क्षणापासून मी बनावट ब्रँड वापरण्यापेक्षा ब्रँड्सचा अभ्यास करायला लागलो. ब्रँड्सचा माझ्या आयुष्याशी कसा संबंध आहे, ते माझ्यावर कसा परिणाम करतात, याची जाणीव मला झाली. मी हार्ले-डेव्हिडसन मोटारसायकलच का वापरतो, मी फेरारी, पोर्शे आणि बेंटलेज् या मोटारीच का चालवतो आणि ब्रुक्स ब्रदर्सपेक्षा मला प्रादा का आवडते, याची उत्तरे मला मिळाली. मी हवाई दल किंवा तटरक्षक दलापेक्षा मरिन कॉर्प्सचीच निवड का केली, हेही मला त्यातून समजले. मी पुन्हा नकली रोलेक्स घड्याळ किंवा नकली राल्फ लॉरेन पोलो शर्ट का वापरणार नाही, याच्या उत्तरांचाही मी शोध घेतला.

आपल्या सर्वांच्या आत वसलेल्या एका वेगळ्या, वैशिष्ट्यपूर्ण आणि सच्च्या व्यक्तिमत्त्वाशी ब्रँड संवाद साधतो. मी जर एखादा ब्रँड चोरून वापरत असेन, तर तो चोरटा व्यवहार करणारा माझा ब्रँड बनतो.

आज मितीला रिच डॅड हा एक आंतरराष्ट्रीय ब्रँड आहे. माझ्या कंपनीचे कोठे कारखाने किंवा वर्गखोल्या नाहीत. रिच डॅड हा ब्रँड आहे. मला ज्या गोष्टी कराव्याशा वाटतात, तसेच वाटणाऱ्या व्यक्तींच्या गटांशी हा ब्रँड संवाद साधतो.

स्वत:ला दिलेले आश्वासन पाळा

डोनाल्ड ट्रम्प स्वत:शी आणि स्वत:च्या ब्रँडशी प्रामाणिक आहेत. त्यामुळेच ट्रम्प ब्रँड मौल्यवान बनला आहे. एखाद्या इमारतीवर नुसते ट्रम्प हे नाव लागले, तरी त्याची किंमत किमान ४० ते ५० टक्क्यांनी वाढते.

ट्रम्प ब्रँड आणि रिच डॅड ब्रँड एका समान पातळीवर आहेत. कारण उत्तम गुणवत्तापूर्ण आयुष्य जगण्यासाठी अर्थविषयक शिक्षणाची सर्वांना गरज आहे, असे दोन्ही कंपन्यांना वाटते. ही गरज फक्त अतिश्रीमंतांसाठी नाही, तर ज्यांना कोणाला शिकण्याची इच्छा आहे, त्यांच्यासाठी या कंपन्या आहेत.

ब्रँड हे नावापेक्षाही अधिक काही असते. कोणत्याही सच्च्या ब्रँडची नक्कल होऊ शकत नाही. कारण असा सच्चा ब्रँड हा उत्पादनापेक्षाही अधिक काही असतो. ते एक आश्वासन असते, उद्योजकाचे शरीर, मन आणि आत्मा यांचे ते प्रतिबिंब असते.

एक गोष्ट लक्षात ठेवा की, तुम्ही सर्व लोकांसाठी सर्व काही असू शकत नाही. तुम्ही प्रत्येकाला आनंदी बनवू शकत नाही. पण तुम्ही स्वत:ला तर आनंदी बनवू शकता. हा आनंद इतरांपेक्षा वेगळे, वैशिष्ट्यपूर्ण व एकमेवाद्वितीय असण्याचा असू शकतो. तुम्हाला स्वत:साठी जे वाटते, ते इतरांना देण्याचा हा आनंद असू शकतो. आणि या भूतलावर ज्या कामासाठी तुम्हाला धाडले आहे, ते करण्याचा हा आनंद असू शकतो.

तुम्ही तुमचे आश्वासन पाळलेत आणि जे तुम्हाला हवेसे वाटते, ते लोकांना दिलेत, तर एक दिवस तुम्ही आपल्या व्यवसायाचे ब्रँडमध्ये रूपांतर करणाऱ्या अगदी थोड्या उद्योजकांपैकी एक व्हाल.

नावात काय आहे?

डोनाल्ड ट्रम्प

मी जेव्हा बांधकाम क्षेत्रात माझ्या करिअरची सुरुवात केली, तेव्हा माझ्या वडिलांचे नाव न्यू यॉर्कच्या वस्त्यांमध्ये प्रसिद्ध होते. परंतु मॅनहटन परिसरात मात्र ते फारसे कोणाला माहीत नव्हते. माझे वडील घरांची बांधकामे करत असत आणि त्यांना बऱ्यापैकी यश मिळाले होते. किशोरवयापासूनच त्यांना बांधकामांमध्ये रस होता आणि त्यांनी सुतारकामही शिकून घेतले होते.

वयाच्या सोळाव्या वर्षी त्यांनी पहिले बांधकाम केले. त्यांनी दोन मोटारींसाठीचे गॅरेज बनवले. त्यानंतर त्यांनी सुटे भाग जोडून सहज उभारता येईल, अशी गॅरेजची रचना केली. ५० डॉलरला एक याप्रमाणे त्यांनी अशा गॅरेजच्या विक्रीचा व उभारणीचा व्यवसाय सुरू केला. त्यांना त्यात चांगला प्रतिसाद मिळाला. माध्यमिक शाळेतले शिक्षण पूर्ण झाल्यानंतर वर्षभराने त्यांनी पहिले एक घर बांधले. विटांच्या बांधकामातली स्वस्त घरे बांधून देण्याचा व्यवसाय त्यांनी सुरू केला. तेव्हापासूनच ट्रम्प हे नाव उच्च दर्जा आणि वाजवी किंमत यासाठी ओळखले जाऊ लागले.

माझ्या वडिलांचा नावलौकिक जबरदस्त होता. उच्च दर्जाची गुणवत्ता कशी असली पाहिजे आणि त्यासाठी काय केले पाहिजे, यादृष्टीने मी त्यांच्याकडे आदर्श म्हणून पाहत असे. कोणतीही गोष्ट ते बारीकसारीक तपशीलासह तपासून पाहत. ते अतिशय प्रामाणिक व सचोटीने वागणारे होते. सुरुवातीच्या काळात मी त्यांच्याबरोबर काम केले आहे आणि त्यांनी दिलेले धडे मी कधीही विसरलो नाही. ते रोज काम करत असत आणि आठवड्याच्या शेवटी कामाची प्रगती पाहण्यासाठी आम्हाला बरोबर घेऊन जात असत. ते स्वत: सुतारकामात निष्णात होते. त्यामुळे उच्च दर्जाचे काम आणि कसेबसे उरकलेले काम यातला फरक त्यांना चटकन समजत असे. हा फरक ते आम्हाला दाखवत आणि समजावून सांगत. त्यांचे मला नेहमी सांगणे असायचे, ''तुम्ही जे काम करत आहात, त्याची सर्व माहिती तुम्हाला असली पाहिजे.'' हे त्यांचे अनुभवाचे बोल होते.

ब्रँड तुमचा लौकिक आणि प्रतिष्ठा यांचे प्रतिनिधित्व करतो. माझ्या वडिलांना हे ठाऊक होते. सच्चा ब्रँड हा उत्पादनापेक्षाही अधिक काही असतो, हे रॉबर्टचे म्हणणे अगदी योग्य आहे. ते एक आश्वासन असते. द ट्रम्प हा ब्रँड जगभरात अत्युच्च दर्जासाठी - सोन्यासारखा ब्रँड म्हणून ओळखला जातो. त्याचे हे आश्वासन कायम राखण्यासाठी माझे वडील जसे प्रयत्न करीत असत, तसेच मीही करतो. रॉबर्टला योग्य उत्पादन सापडण्यासाठी आणि त्याची ओळख प्रस्थापित करण्यासाठी वेळ लागला. परंतु, तो सर्वोत्तम उत्पादन सादर करण्यासाठी प्रामाणिकपणे प्रयत्न करत होता. अखेर त्याने आपले उद्दिष्ट साध्य केलेच.

वडिलांबरोबर काम करताना मी अनुभव घेत होतो आणि ब्रँड उभारणीचे प्रशिक्षणही घेत होतो. मी ते चालू ठेवले आणि मॅनहटनमध्ये ट्रम्प या नावाचा ठसा उमटवला. त्यानंतर मी हे नाव आणि ब्रँड राष्ट्रीय व आंतरराष्ट्रीय पातळीवर नेला. रॉबर्टला जसे योग्य सल्ला

व मार्गदर्शन देण्यासाठी रिच डॅड आहेत, तसेच माझे वडील, फ्रेड सी. ट्रम्प माझे मित्र व मार्गदर्शक आहेत. आपण जे काम करतो, त्यावर प्रेम करण्याचे महत्त्व ते सतत माझ्या मनावर ठसवत होते. त्याशिवाय यश मिळत नाही. ते अतिशय कार्यक्षम होते. धडाडीने काम करण्यासाठी त्यांनी मला पुढील चार पायऱ्यांचा यशाचा मंत्र दिला :

१. सुरू करा.

२. पूर्ण करा.

३. योग्य पद्धतीने करा.

४. आणि बाहेर पडा.

ते स्वत:ही असेच काम करत असत. व्यवसायाकडे पाहण्याचा त्यांचा समग्र दृष्टिकोन माझ्याकडेही आला. लहानपणापासून वडिलांबरोबर काम करणे, त्यांना काम करताना पाहणे हे एक उच्च दर्जाचे शिक्षण होते. कदाचित त्याची कशाशी तुलनाही करता येणार नाही. तुमच्यासमोर एखादे उदाहरण असणे, हा शिकण्याचा प्रभावी मार्ग आहे, हे यातून सिद्ध होते. त्यामुळेच माझ्या संस्थेतही अशी उदाहरणे मी कर्मचाऱ्यांपुढे ठेवतो. लोक निरीक्षणातून शिकतात आणि ऐकण्यातूनही शिकतात.

आज ट्रम्प ब्रँड हा अत्युच्च गुणवत्ता व सेवेबद्दल सगळीकडे ओळखला जातो. तुम्ही ट्रम्पचा विचार करता, तेव्हा तुम्ही गुणवत्तेचा विचार करता. असे यश अपघाताने मिळत नाही. त्यासाठी अगदी पहिल्या दिवसापासून जाणिवपूर्वक प्रयत्न करण्यात आले आणि आम्ही रोजच त्यासाठी प्रयत्न करतो. उदाहरणार्थ, कोणताही नवा प्रकल्प हाती घेण्यापूर्वी आम्ही त्यासंबंधी संशोधन करतो. स्कॉटलंडमधल्या प्रकल्पासाठी आम्ही फक्त वाळूंच्या टेकड्यांच्या अभ्यासासाठी भूरचनातज्ज्ञांची मदत घेतली नाही, तर स्थानिक वन्यजीवांच्या रक्षणासाठीही प्रकल्पात सुधारणा केल्या. पाणमांजरांसाठी तीन कृत्रिम बंधारे बांधले. बॅजर नावाने ओळखल्या जाणाऱ्या छोट्या प्राण्यांच्या रक्षणासाठी प्रयत्न केले. पक्ष्यांसाठी नवा अधिवास उभा केला. त्यात पक्ष्यांची घरटी, वटवाघळांची घरटी बसवली. नवी रोपे लावली. स्थानिक जातीच्या वृक्षांची, झाडाझुडपांची बियाणी जतन केली. पाणथळ जागा जपल्या. निसर्गाच्या रक्षणासाठी आम्ही शक्य त्या सर्व गोष्टी केल्या. सर्वोत्तम गुणवत्ता देण्यासाठी आम्ही कशी समग्र दृष्टी ठेवतो, याच्या उदाहरणादाखल दिलेली ही छोटी यादी. या प्रकल्पासाठी सर्वोत्तम गुणवत्ता म्हणजे पर्यावरणाबद्दल संवेदनशीलता दाखवणे हेही होते. लहान पाणपक्ष्यांपासून ते समुद्रपक्ष्यांपर्यंत कोणताही मुद्दा आमच्यासाठी दुय्यम नव्हता.

सर्वोत्तम बनणे म्हणजे संपूर्ण वेळ लक्ष ठेवणे आणि बुद्धीचा योग्य वापर करणे असते. हे अगदी खरे आहे. थोडीशी गोष्टही बिघडली, तरी ती वृत्तपत्रांमध्ये छापून येते. माध्यमांचे माझ्यावर सतत लक्ष असल्याने माझे नाव तर रोजच वृत्तपत्रांतून प्रसिद्ध होत असते. ते माझ्याबद्दल, माझ्या ब्रँडबद्दल काही ना काही लिहीत राहणार. माझे आणि माझ्या भोवतालच्या लोकांचे एकच काम आहे, ते म्हणजे गुणवत्तेचा संदेश देत राहणे.

द *ॲप्रेंटिस* या दूरचित्रवाणी कार्यक्रमामुळेही ट्रम्प ब्रँडचा लौकिक वाढला. ज्या देशांमध्ये आमचे प्रकल्प नाहीत, अशा ठिकाणीही त्यामुळे आमचे नाव पोचले आहे.

प्रसिद्धीच्या वलयाबरोबर येणारी चांगली आणि वाईट दोन्ही प्रकारची भरपूर प्रसिद्धी मला मिळाली. सतत कोणाचे ना कोणाचे लक्ष्य बनून राहणे, या परिस्थितीशी जुळवून घेणे तुम्हाला भाग आहे. परंतु, मी यशस्वी झालोच नसतो, तर मी त्यांच्या प्रसिद्धीचे लक्ष्य बनलो नसतो. कालांतराने तुम्ही टीका स्वीकारायला शिकता. हवे तर तुमची कातडी गेंड्याची कातडी होते, असे म्हणा. तुमच्या केसांवर, तुम्ही नुकत्याच बांधलेल्या इमारतीवर... कशावरही टीका होऊ शकते. जो उद्योजक यशस्वी होतो, त्याला टीकेला आणि लोकांच्या परीक्षणाला सामोरे जावे लागते. तुमचे टीकाकार लगेच डोके वर काढतात. तुम्ही करत असलेल्या प्रत्येक गोष्टीवरून किंवा तुम्ही काय केले नाही, यावरूनही तुमची परीक्षा होते. तेव्हा त्यासाठी तयार राहा. त्याचा एक फायदा असा की, तुमचे नाव लोकांच्या ओळखीचे होते आणि ब्रँड आणखी प्रस्थापित होतो. मात्र, त्यासाठी तुम्ही उच्च दर्जाची उत्पादने आणि सेवा दिली पाहिजे.

माध्यमांशी माझा जेवढा संपर्क आला, त्यातून मला एक गोष्ट लक्षात आली ती अशी की, तुम्ही स्वत:शी प्रामाणिक असता, तेव्हा तुमचा पाया अतिशय मजबूत असतो. तुमच्या वाटेत कितीही चुकीच्या, नकारात्मक गोष्टी आल्या, तरी त्यावर मात करण्याची ताकद तुमच्याकडे असते. तेव्हा स्वत:शी प्रामाणिक राहा, हा धडा पुन:पुन्हा गिरवायला हरकत नाही.

रॉबर्टने नकली रोलेक्स घड्याळाचे उदाहरण दिले. त्यावरून आमच्या द *ॲप्रेंटिस* कार्यक्रमाला प्रसिद्धी मिळाल्यानंतर त्याची नक्कल करण्यासाठी कसे प्रयत्न झाले, हे आठवले. जेव्हा एखादी गोष्ट यशस्वी होते, तेव्हा त्याची नक्कल तर होणारच. तुम्ही त्याचा सामना करण्याची तयारी ठेवली पाहिजे. द *ॲप्रेंटिस*ची नक्कल करण्याचे इतरांचे प्रयत्न यशस्वी झाले नाहीत. द *ॲप्रेंटिस* आमच्यासाठी लाभदायक ठरला. ट्रम्प ब्रँडलाही त्याचा फायदा झाला. परंतु, इतरांना मात्र ते जमले नाही. मला वाटते की, ज्या लोकांनी हे कार्यक्रम सादर करण्याचा प्रयत्न केला, त्यांच्या व्यक्तिमत्त्वाला, प्रतिमेला ते साजेसे नाहीत, असे लोकांना वाटले असावे. ते त्यांच्या ब्रँडसाठी योग्य नव्हते आणि अर्थातच ही कल्पना एकदा वापरून झाली होती. आपला स्वत:चा ब्रँड निर्माण करण्याइतके हे कार्यक्रम वेगळे नव्हते. याउलट द *ॲप्रेंटिसच्या* मागे ट्रम्प आणि ट्रम्प ऑर्गनायझेशन या ब्रँड्सची ताकद होती. आणि आम्ही प्रत्येक कार्यक्रमाच्या मागे ठामपणे उभे होतो. त्याने कार्यक्रमाला आवश्यक मजबुती लाभली. आम्ही द *ॲप्रेंटिसच्या* विविध भागांचे चित्रीकरण करतो, तेव्हा आमचा संघ नियोजनबद्ध पद्धतीने काम करतो. त्याचबरोबर तो नवे काही करण्यासाठी धडपडत असतो. त्याच्या कल्पकतेला वाव असतो. त्यामुळे आम्ही प्रेक्षकांना कार्यक्रमातून सुखद धक्केही देतो. कोणतीही बांधीव पटकथा नसलेल्या कार्यक्रमाचे ते महत्त्वाचे वैशिष्ट्य असते. त्यातली भरवशाची गोष्ट कोणती असेल, तर आमच्या कार्यक्रमाच्या निर्मिती संघाची, आमची आणि मार्क बर्नेट यांची व्यावसायिकता.

मला आठवते की, या कार्यक्रमाच्या सुरुवातीच्या एका प्रसंगात संचालक मंडळाची बैठक सुरू असताना संघर्षाची स्थिती निर्माण झाली. त्यामुळे मला हस्तक्षेप करून कार्यक्रमातून आधी बाहेर गेलेल्या संघाला पुन्हा आत बोलवावे लागले. प्रामाणिकपणे

सांगायचे, तर त्यांच्या भांडणाचा नेमका मुद्दा मला आता आठवत नाही. पण घडलेल्या प्रसंगाची दखल घेणे आम्हाला भाग होते. वाद तसाच लटकत ठेवणे आम्हाला चालणार नव्हते. त्याप्रमाणे तो सोडवण्यासाठी आमचे काही तास खर्ची पडले. दूरचित्रवाणीसाठी त्याचे संकलन करून अगदी थोडक्यात प्रसारण करण्यात आले, पण प्रत्यक्षात ते खूप वेळ चालले होते. हा वाद सोडवल्याशिवाय पुढे जाणे आम्हाला शक्य नव्हते. त्यामुळे त्यासाठी आवश्यक तेवढा वेळ आम्ही दिला. खरे तर मी घरी जाऊन आरामात रात्रीचे जेवण घेऊ शकलो असतो. परंतु, अशा परिस्थितीकडे मी कधीही दुर्लक्ष करू शकत नाही. त्यामुळे हा तिढा संपेपर्यंत मी तिथे थांबलो. माझ्या कर्मचाऱ्यांसह सर्वजण आपापले काम करत राहिले. आम्ही प्रत्येक गोष्ट अगदी निगुतीने करतो. हा कार्यक्रम मनोरंजन करणारा असला पाहिजे, हे पाहताना तो अतिशय सचोटीचा व प्रामाणिक असला पाहिजे आणि त्यामागच्या उद्देशाला कधीही धक्का लागता कामा नये, याची पुरेपूर दक्षता आम्ही घेतो. या कार्यक्रमाच्या अनेक टीकाकारांच्या ही गोष्ट लक्षात येत नाही की, त्याला एक शैक्षणिक मूल्य आहे. इतर कोणत्याही रिॲलिटी शोकडे नसलेला हा भाग आमचे वैशिष्ट्य आहे. त्यामुळेच तो प्रेक्षकांना भावतो. लोकशिक्षण हा या कार्यक्रमाचा महत्त्वाचा उद्देश आहे आणि तो तसाच कायम राहील. अनेक शाळा, संस्था या कार्यक्रमाचा व्यवसायासंबंधी प्रशिक्षणासाठी साधन म्हणून उपयोग करतात. तशी अनेक पत्रे आम्हाला सतत येत असतात.

मोहिमेवर...

मी ट्रम्प ऑर्गनायझेशन सुरू केली, तेव्हा त्यामागे माझे काही ध्येयउद्दिष्ट होते का, असे लोक नेहमी विचारतात. त्यावेळी मी त्याला कदाचित ध्येय म्हटले असते का नाही, हे सांगता येत नाही. परंतु, मला माझ्या कामासाठी एक भक्कम आधार हवा होता. तो माझ्या यशाचा एक महत्त्वाचा घटक ठरू शकेल आणि त्यामुळे मला संपूर्ण क्षमतेने काम करता येईल, हे मात्र मला माहिती होते. सुरुवातीच्या दिवसांत मी जर संघटनेचे एखादे ध्येयवाक्य केले असते, तर ते कदाचित पुढीलप्रमाणे असू शकले असते : ''प्रत्येक दृष्टीने सर्वोत्तम होण्याचा ध्यास.'' त्यात माझे बांधकाम प्रकल्प, दूरचित्रवाणीवरचे कार्यक्रम, माझी गोल्फची मैदाने सर्वांचा समावेश होऊ शकतो. हे माझे वैयक्तिक ध्येय होते, त्यावर मी सर्व शक्ती एकवटल्या होत्या आणि त्यासाठी मी रोजच प्रयत्न करत होतो.

तुमच्या ब्रँडला भक्कम पाया असणे जितके महत्त्वाचे आहे आणि त्यासाठी ध्येयउद्दिष्टांची स्पष्टता जितकी उपकारक ठरते, त्याचप्रमाणे तुमच्या ब्रँडभोवती सर्वोत्तम लोक असणे, हेही तितकेच महत्त्वाचे आहे. रॉबर्ट भागीदारांविषयी बोलतो, तेव्हा मीही माझे कर्मचारी आणि व्यवसायातील भागीदार यांचा विचार करतो. ट्रम्प ब्रँड म्हणजे सर्वोत्तम हे प्रस्थापित झालेले समीकरण घडवण्यात त्यांचे योगदान विसरता येत नाही.

इतक्या वर्षांच्या अनुभवाने माझ्या लक्षात आले आहे की, चांगल्या ब्रँडच्या उभारणीसाठी त्याच्याभोवतीच्या लोकांनीही एकत्रितपणे अतिशय उत्तम काम केले पाहिजे. प्रदीर्घ काळ एका ठिकाणी काम करण्याचा तोटा होत नाही. माझ्याबरोबर माझ्या कंपनीत ३० वर्षांहून अधिक काम करणारे कर्मचारी, अधिकारी आहेत. माझा ब्रँड जसा वाढत

गेला, तशी माझी संस्थाही मोठी होत गेली. ''तुम्हाला कामावरून काढून टाकले आहे'', असे सांगण्याबद्दल माझी कुप्रसिद्धी असली, तरी मला लोकांच्या हकालपट्टीत आनंद वाटत नाही. लोक चांगले काम करत असतील, तर त्यांना टिकवून ठेवण्यात मला अधिक आनंद वाटतो. कार्यसंस्कृती, कामासंबंधीची नीतीमूल्येही तितकीच महत्त्वाची आहेत. कारण ब्रँडची उभारणी ही निरंतर, सातत्याने चालणारी प्रक्रिया आहे. कामाबद्दल अशीच धारणा, नीतीमूल्ये बाळगणारी माणसे माझ्याकडे आकर्षित झाल्याने मी स्वतःला भाग्यवान समजतो. आमच्या ब्रँडला कधीही कमीपणा येणार नाही, अशी त्यांचीही भावना असते.

मी जे म्हणतो, ते पुढील उदाहरणावरून तुमच्या लक्षात येईल. आम्ही बांधलेल्या एका प्रकल्पाच्या समोरच राहणाऱ्या एका महिलेचा एक दिवस आम्हाला दूरध्वनी आला. आमचे सुरक्षारक्षक, कर्मचारी सतत काही ना काही तरी पुसत असतात, चकचकीत ठेवत असतात. हे अनावश्यक आणि अतिरेकी आहे, असे तिचे म्हणणे होते. त्यामुळे ती वैतागली होती. आमच्या प्रकल्पातील इमारतींची देखभाल आम्ही अत्युच्च दर्जाची ठेवतो. आणि आम्हाला असे वाटले की, बहुधा आमच्या इमारतीमध्ये राहात नसल्यामुळेच या महिलेच्या मनात मत्सराची भावना निर्माण झाली असावी. आमचे सुरक्षारक्षक आणि देखभाल करणारे कर्मचारी त्यांच्या कामाचे महत्त्व जाणतात. आमच्या इमारती सुस्थितीत ठेवणे हे केवळ आमच्या ब्रँडसाठीच नाही, तर तेथील रहिवासी आणि येणाऱ्याजाणाऱ्या पाहुण्यांनाही ते अपेक्षित असते. एखाद्या व्यक्तीला त्याचा त्रास वाटला, म्हणून आम्ही आमचे काम थांबवणार नाही.

माझा मुद्दा स्पष्ट करणारे हे किरकोळ वाटणारे; पण महत्त्वाचे उदाहरण आहे. जे जे म्हणून सर्वोत्तम आहे, त्याच्यापेक्षाही अधिक काही देण्यासाठी आमचा प्रयत्न असतो. आमच्या प्रकल्पांमध्ये आम्ही केल्या नाहीत, तरी चालतील अशा काही गोष्टी आहेत. तरीही आम्ही त्या पैसे खर्चून करतो. लॉस एंजेलिसमधल्या गोल्फ मैदानाची पुनर्बांधणी करण्याची आणि त्याला अतिशय सुंदर बनवण्याची आम्हाला काही आवश्यकता नव्हती. समुद्रात खचलेले गोल्फचे छिद्र दुरुस्त करून त्यावर आम्ही निभावून नेऊ शकलो असतो. स्कॉटलंडमधल्या गोल्फ मैदानाभोवतीच्या पर्यावरणाची इतकी काळजी आम्ही घेण्याचे कारण नव्हते. तरीसुद्धा आम्ही तसा पुरेपूर प्रयत्न केला. पर्यावरणाच्या दृष्टीने आम्ही काही किमान गोष्टी केल्या असत्या, तरी चालले असते. परंतु आम्ही जास्तीत जास्त गोष्टी केल्या. कोणतीही गोष्ट सर्वोत्तमच करायची, असा आमचा प्रयत्न असतो. म्हणूनच आम्ही त्याच पद्धतीने कामे करतो. तीच आमची ओळख आहे. तोच आमचा ब्रँड आहे. ट्रम्प ऑर्गनायझेशनमध्ये काम करणाऱ्या सर्वांना या गुणवत्तेचा अभिमान वाटतो आणि ही सर्वोत्तम गुणवत्ता कायम राखण्यासाठी ते आपापले योगदान देतात.

जेव्हा प्रत्येकजण सारख्याच उत्साहाने, सारख्याच निष्ठेने आणि एकाग्रतेने काम करतो, तेव्हा सर्व गोष्टी सुरळीत चालतात. या सर्वाचे नेतृत्व नक्कीच करतो, पण प्रत्येकाने आपली व्यक्तिगत जबाबदारी पार पाडली पाहिजे, असा माझा आग्रह असतो. मी काही त्यांना सांभाळत बसणार नाही. आमची कंपनी खूप मोठी झाली आहे. परंतु आमची कामाची पद्धत, कार्यसंस्कृती तीच आहे. आम्हाला आमची गुणवत्ता टिकवून

ठेवायची आहे. बऱ्याच वर्षांपूर्वी माझ्या छायाचित्रासह आणि मोठ्या शीर्षकासह आमच्या कंपनीची एक जाहिरात प्रसिद्ध झाली होती. ''मी फक्त सर्वोत्तम लोकांबरोबरच काम करतो'', असे शीर्षक त्यात लिहीले होते. आमच्या कंपनीत लोकांनी सर्वोत्तम आणि पूर्ण क्षमतेने काम करणे अभिप्रेत आहे. आणि हे त्यांना समजले की, कोणतीही समस्या येत नाही. मी सर्वोत्तम काम करतो आणि सर्वोत्तमाचीच अपेक्षा करतो. त्यामुळेच माझ्या ब्रँडसाठी काम करणाऱ्या प्रत्येकाने ही सोन्यासारखी गुणवत्ता साध्य केली पाहिजे, असा माझा आग्रह असतो.

जेव्हा तुम्ही ब्रँड उभारता किंवा त्याचा विचार करता, तेव्हा त्याची सचोटी सहज व्यक्त व्हायला हवी. हे सुरुवातीपासूनच सर्वांना स्पष्ट असले पाहिजे. उदाहरणार्थ, जेव्हा तुम्ही जेव्हा 'फेबर्जी एग' किंवा 'होप डायमंड' हातात धरता, तेव्हा त्याच्या विक्रीसाठी विशेष प्रयत्न करण्याची गरज नसते. उलट असे केलेत, तर तुम्ही हातात धरलेली वस्तू खरी आहे की नाही, याबद्दल लोकांना शंका येईल. तुमच्या उत्पादनाची व सेवेची गुणवत्ताच त्यांच्या विक्रीसाठी पुरेशी असायला हवीत. उतावीळपणे विक्रीचे प्रयत्न करण्याचे परिणाम फारसे चांगले असत नाहीत.

मी कारकीर्दीची सुरुवात केली, तेव्हापासूनच 'सर्वोत्तम तेच करायचे' ही माझी वृत्ती होती. ती माझ्यातच होती आणि त्यासाठीच मी जगत होतो. उत्तम लौकिक तुम्हाला विकत घेता येत नाही. मला माझा ब्रँड सर्वोत्तम पद्धतीने लोकांच्या मनावर ठसवायचा आहे, ही माझी इच्छा होती. जुन्या कमोडोर हॉटेलचे सुंदर ग्रँड हयात हॉटेलमध्ये रूपांतर केल्यानंतर एक उत्तम कामगिरी बजावलेला व्यावसायिक म्हणून माझे नाव शहराच्या नकाशावर आले. १९८३मध्ये उभारलेल्या ट्रम्प टॉवरने या उत्तमतेवर शिक्कामोर्तब केले. आजही तुम्ही ट्रम्प टॉवर पाहायला जाल, तेव्हा त्याच्या सौंदर्याची भुरळ तुम्हाला पडल्याशिवाय राहणार नाही.

ब्रँडची उभारणी करणे म्हणजे एखाद्या गगनचुंबी इमारतीची उभारणी करण्यासारखेच असते. त्यासाठी पाया सर्वात आधी येतो. इमारत जेवढी मोठी, तेवढा पाया खोल आणि मजबूत असला पाहिजे. मी ब्रँडचा विचारही बांधकामाच्या परिभाषेत करतो. तुमच्याकडे तुमच्या ब्रँडच्या उभारणीचा परिपूर्ण आराखडा – ब्ल्यूप्रिंट आहे का? मोठी रचना – लौकिक उभारण्याएवढा त्याचा पाया खोल आणि मजबूत आहे का? कोणतीही गोष्ट आपोआप घडेल, असे मानू नका. लोकांना सुरक्षितता हवी असते. सशक्त ब्रँड लोकांना अशा सुरक्षेची हमी देतो. लोक 'गुच्ची' ब्रँडच्या वस्तू खरेदी करतात, तेव्हा त्यांना उच्च दर्जाचे डिझाइन आणि साहित्य मिळण्याची अपेक्षा असते. ते कोणताही धोका पत्करत नाहीत. लोक ट्रम्प हॉटेलमध्ये राहतात, तेव्हा त्यांना निवासाच्या अत्याधुनिक सुविधा आणि सेवेची अपेक्षा असते. कर्मचाऱ्यांच्या नजरेतून विचार केला, तरी चांगला ब्रँड म्हणजे अभिमान आणि सुरक्षितता या गोष्टी सर्वप्रथम येतात. ग्राहकांनाही हेच हवे असते. एक सर्वोत्तम उत्पादन खरेदी केल्याचा अभिमान त्यांना वाटतो आणि त्यामुळे मिळणाऱ्या गुणवत्तेच्या हमीमुळे त्यांना सुरक्षितही वाटत असते. रॉबर्ट म्हणतो ते खरे आहे की, उत्तम कंपनीचे पाठबळ असल्याशिवाय कोणत्याही ब्रँडचे अस्तित्व असू शकत नाही.

आदर्श समोर ठेवा

मला माहीत आहे की, मी एक चांगला आदर्श निर्माण केला आहे. मी दररोज किती वेळ काम करतो आणि किती परिश्रम करतो, हे माझ्या कर्मचाऱ्यांना आणि भागीदारांना माहीत आहे. ते माझा दर्जा पाहतात. त्यामुळेच कंपनीच्या अंतर्गत कामातून ब्रँड सहज फुलतो. आम्ही खूप लांबलचक बैठका घेत नाही किंवा कर्मचाऱ्यांना प्रोत्साहित करण्यासाठी भाषणे देत नाही कारण त्याची आवश्यकता आम्हाला वाटत नाही. कोणालाही एखादी गोष्ट समजून घ्यावीशी वाटली, तर तो किंवा ती थेट मला विचारू शकतात. माझ्या केबिनचे दरवाजे सर्वांसाठी खुले असतात. मी कर्मचाऱ्यांसाठी सहज उपलब्ध आहे, याचे कारण कंपनीत काय चालले आहे, हे समजून घेण्यास मी उत्सुक असतो. ते मला आवडते. लोकांना ही माहीत आहे की, माझ्याकडे वेळेची कमतरता आहे. त्यामुळे ते नेमके आणि मुद्याचेच बोलायला शिकतात. मी पटापट काम करतो आणि त्यामुळे त्यांनाही वेगाने काम करावे लागते. ही अतिशय सुनियोजित व्यवस्था आहे. माझ्या मुख्य कार्यालयात कर्मचारी-अधिकारी इतके कमी का, याचे भेटीला येणाऱ्यांना आश्चर्य वाटते. प्रत्येकजण तिथे येतो, ते काम पूर्ण करण्यासाठीच. आपल्या जबाबदारीची जाण असलेल्यांचा हा कार्यसंघ आहे. जेव्हा लोकांवर जबाबदारी सोपवली जाते, तेव्हा ते अधिक परिश्रम करतात आणि त्यामुळे त्यांचा आत्मविश्वासही उंचावतो, हे मला कळले आहे. त्या दृष्टीने पाहता मी एक शिक्षक आहे आणि लोकांनी सर्वोत्तम कामगिरी करावी, यासाठी मी त्यांना सतत आव्हान देत राहतो. हे कर्मचारी आव्हाने स्वीकारतात, त्याला प्रतिसाद देतात. कोणाचा तरी आपल्या क्षमतांवर आणि त्या आणखी वाढू शकतात यावर विश्वास आहे, याचा त्यांना आनंद होतो. अशा जबाबदाऱ्या सोपवत गेल्याने त्यांचा आत्मविश्वासही दुणावतो. तुमचा ब्रँड असा चैतन्याने मुसमुसलेला असतो, तेव्हा तुम्हालाही त्याचा आनंद वाटतो. कोणालाही फक्त त्याचे पद कोणते आहे, यावरून जोखू नका. लोकांमध्ये असलेली प्रतिभा पाहून तुम्ही चकित व्हाल. माझ्या अनेक कर्मचाऱ्यांनी त्यांच्याकडे असलेल्या पदापेक्षा कितीतरी अधिक जबाबदारीची कामे यशस्वीपणे पूर्ण केली आहेत.

आणखी एक महत्त्वाचा मुद्दा म्हणजे, तुमच्या ब्रँडचे तुम्ही स्वत: प्रतिनिधित्व करत असता. माझा ब्रँड मी सदा सर्व काळ वागवतो. त्याचे मला भूषण वाटते. मी आमची ट्रम्प ऑर्गनायझेशन आणि आमच्या प्रकल्पांचा प्रवक्ताच आहे. आम्ही काय करतो आहोत, हे लोकांना सांगण्यास मी अतिशय उत्सुक असतो आणि माझा ब्रँड हा सर्वोत्तम असल्याचा मला ठाम विश्वास आहे. मात्र, तुमचा ब्रँड ज्याचे प्रतिनिधित्व करतो, त्याच्याशी तुम्ही व तुमच्या ब्रँडशी संबंधित सर्व काही सुसंगत राखण्याची दक्षता बाळगणे, हे खरे आव्हान आहे. सर्वोत्तम असण्याचा आमच्या दृष्टीने हा अर्थ आहे. आपण चांगले काम करू नये किंवा चांगल्या कामाच्या पाठीशी उभे राहू नये, असे कोणत्याच कंपनीला वाटणार नाही. तुमच्या कंपनीलाही तसे वाटणार नाही. लक्षात ठेवा की, तुमच्या ब्रँडशी संबंधित प्रत्येक जण आणि प्रत्येक गोष्ट तुमच्याशी जोडलेली आहे. त्यावर सतत सर्वांची नजर असते आणि त्यामुळे तुमच्या लौकिकाला कधीही धक्का पोचण्याची शक्यता असते. एखादा सुरक्षारक्षक नेमून दिल्यापेक्षा जास्त काम करतो आणि एखादा करत नाही, यानेही त्यात

फरक पडू शकतो. लोक टीका करायला टपलेलेच असतात आणि अशा प्रसंगात तुम्हाला धारेवर धरले जाते. सेवा हा माझ्या ब्रँडचा मोठा भाग आहे. माझे ग्राहक सर्वोत्तम गोष्टीसाठी पैसे मोजतात आणि सर्वच पातळीवर त्यांना सर्वोत्तम सेवा मिळाली पाहिजे. त्यामुळे प्रत्येक चूक - मग ती कितीही लहान असो, ती तुमचे आणि तुमच्या ब्रँडचे प्रतिबिंब असते. या चुकीपासून धडा घ्या आणि पुन्हा तशी चूक होणार नाही, याची दक्षता बाळगा. तुमची गुणवत्तेची पातळी उच्च राखण्यासाठी सदैव दक्षतेची आवश्यकता असते.

स्वत:शी आणि ब्रँडशी प्रामाणिक असणे

आपण स्वत:शी आणि स्वत:च्या ब्रँडशी प्रामाणिक असले पाहिजे, हे रॉबर्टचे म्हणणे मला आवडते. तुम्हाला ब्रँड बनायचे असेल, तर तुम्ही सर्व लोकांसाठी सर्व काही बनू शकणार नाही, हे त्याचे म्हणणेही योग्यच आहे. आपण कशासाठी ओळखले जायला हवे, हे तुम्हाला निश्चित केले पाहिजे. तुम्ही स्वत:शी प्रामाणिक असले पाहिजे. तुम्ही सर्वप्रथम स्वत:चे समाधान केले पाहिजे. आपण या गोष्टी आधी ऐकल्या आहेत. परंतु, तुम्ही इतर सर्व गोष्टी कशासाठी करता? पण सावधगिरी बाळगा. मी म्हटल्याप्रमाणे, तुमच्या भूमिकेशी सर्वच लोक सहमत असतील, असे नाही. अनेक लोकांना मी आवडतो आणि इतर अनेकांना मी आवडत नाही. त्यात मला काही अडचण वाटत नाही. माझा ब्रँड मजबूत आहे आणि मीही तसाच आहे. मी नकारात्मक टीका सहन करू शकतो याचे कारण चांगल्याची छाप त्याच्यापेक्षाही खूप अधिक आहे. त्यामुळे अशा टीका करणाऱ्या बातम्या, लेखांची मी काळजी करत नाही. परंतु, माझा ब्रँड आणि माझ्या लौकिकावर त्याने परिणाम होणार असेल, तर मी त्याला ठाम उत्तर देतो. मी लढा देणारा, संघर्ष करणारा आहे, हे लोकांना माहीत आहे. माझ्यावर टीका करण्यापूर्वी त्यांना दोनदा विचार करावा लागतो. कारण मी सर्वशक्तिनिशी त्याला प्रत्युत्तर देईन, हे त्यांना ठाऊक आहे. तुम्ही तुमचा ब्रँड उभारता आणि त्याचे संरक्षण करता, तेव्हा तुम्ही त्याच्या मर्यादा - सीमारेषाही निश्चित केल्या पाहिजेत. रॉबर्टने कसोटीच्या आणि क्लेशकारक काळाचा उल्लेख केला आहे. मी त्याच्याशी सहमत आहे. तुमचे यश वाढत जाते, तेव्हा तुम्हाला असे अनुभव येणार, हे लक्षात घ्या. अशा प्रत्येक स्थितीचा व्यक्तिगतरीत्या सामना केला पाहिजे. ब्रँडची उभारणी करताना तुम्हाला व्यूहनीतीचा विचार करावा लागतो, तसाच डावपेचांचाही विचार करणे आवश्यक ठरते.

अनेक वर्षांपूर्वी द *न्यू यॉर्कर* वृत्तपत्रात माझ्याबद्दल एक लेख प्रसिद्ध झाला. कोणीतरी हा बनाव मुद्दाम घडवून आणला होता. मला खूप राग आला आणि मी संबंधित संपादकाला दूरध्वनी करून त्याची खरडपट्टी काढणार होतो. पण मग माझ्या लक्षात आले की, यामुळे हे प्रकरण आणखी चिघळेल. याची काहीतरी सनसनाटी बातमी होऊन त्यांचा खप त्यामुळे वाढेल. मी त्याकडे दुर्लक्ष करण्याचे ठरवले. हा अतिशय वाईट पद्धतीने लिहिलेला लेख आठवड्या-दोन आठवड्यांत लोकांच्या विस्मरणात जाणार होता. संबंधित बातमीदारांनी मला प्रतिक्रिया विचारण्यासाठी दूरध्वनी केले. 'ही इतकी रटाळ आणि कंटाळवाणी बातमी आहे की ती काही मी पूर्ण वाचू शकलो नाही', असे मी त्यांना सांगितले. या प्रकरणात त्यापेक्षाही योग्य प्रतिक्रिया दुसरी कोणती नव्हती. हे नियतकालिक बाजारात दिसेनासे

झाल्यानंतर मी संबंधित संपादकाला पत्र लिहिले. 'ही खूपच रटाळ आणि कंटाळवाणी बातमी होती. मला काही ती खरी वाटली नाही. इतकी की त्या वेळी दूरचित्रवाणीवर सुरू असलेल्या कार्यक्रमावरूनही नजर हटवू शकलो नाही', असे मी त्यात लिहिले. पुन्हा अशा कोणत्या बातमीसाठी माझ्याशी संपर्क साधू नका, असा सल्लाही मी संपादकाला दिला.

दुसऱ्या एका लेखाला मात्र तत्काळ उत्तर देणे भागच होते. द *न्यू यॉर्क टाइम्स बुक रिव्ह्यूच्या* संपादकांना मी लिहिलेल्या या पत्राची नंतर *न्यू यॉर्क* मासिकाने सर्वोत्तम पत्र म्हणून निवड केली. माझ्याबद्दल सुमार लेखन करणाऱ्यांना मी त्यात शुभेच्छा दिल्या होत्या. काहीतरी महत्त्वाचे आणि परिणामकारक असे काही लिहून ते मला चकित करतील, अशी आशाही मी त्यात व्यक्त केली होती. याचा मतितार्थ असा की, तुम्ही सीमारेषा ठरवल्या पाहिजेत आणि कधीतरी सौम्य भाषेत व्यक्त केलेला कणखरपणाही उपयोगी ठरतो.

रॉबर्टने इतक्या वर्षांत त्याच्यासमवेत काम केलेल्या काही भागीदारांचा उल्लेख केला आहे. माझे प्रकल्प मोठे, अवाढव्य असतात आणि त्यात अनेक भागीदारांना सहभागी करून घ्यावे लागते. ठेकेदार, वास्तुरचनाकार, व्यवस्थापक, सर्वसाधारण कर्मचारी, अशी लांबलचक यादी करता येईल. आणि रॉबर्ट म्हणतो त्याप्रमाणे या सर्वांशी माझी योग्य प्रकारे जुळवणीही झाली पाहिजे. उदाहरणार्थ, मला एखादा सुंदर गोल्फ कोर्स तयार करायचा आहे; तर त्यासाठी रचनाकार आणि माझी मते, स्वप्ने जुळली पाहिजेत. त्यांची तांत्रिक क्षमता नक्कीच महत्त्वाची आहे. परंतु, आमच्या भूमिकांचा तर मेळ बसला पाहिजे. अन्यथा वेळेबरोबरच पैशांचेही मोठे नुकसान होण्याची शक्यता असते. तुमच्याबरोबर काम करत असलेल्या सर्व थरांतल्या व्यक्तींना हे लागू होते.

कारकीर्दीच्या या टप्प्यावर मला आता आणखी पैसा मिळवायची गरज नाही. मी पैशांसाठी हपापलेला नाही. माझे माझ्या कामावर प्रेम आहे आणि ट्रम्प ब्रँडविषयी मला जिव्हाळा आहे. त्यामुळेच माझ्याशी अनेकांचे प्रदीर्घ काळ जिव्हाळ्याचे संबंध आहेत. माझ्याशी व्यवहार करणाऱ्या लोकांविषयी व माझ्या ग्राहकांविषयीसुद्धा मला आपुलकी आहे. रॉबर्ट म्हणतो त्याप्रमाणे, तुम्ही लोकांबद्दल आपुलकी, जिव्हाळा बाळगला नाहीत, तर ते ऋणानुबंध राहत नाहीत, तर फक्त देवघेवीचा व्यवहार होतो. तुमचा लौकिक उभारण्याचा तो एक भाग आहे. त्यामुळे ब्रँडउभारणीच्या सुरवतीपासूनच तुम्ही त्याबाबत सजगता बाळगली पाहिजे.

अनेकांना हे माहीत आहे की, मी स्पष्टवक्ता आहे. काही वेळा तर मी खूपच परखड बोलतो. एखादी गोष्ट जर चूक असेल, तर केवळ बरे दिसणार नाही, म्हणून राजकीय चातुर्य दाखवायला मी जात नाही. मला जे वाटते, ते मी बोलतो. त्यामुळे मी फारसा लोकप्रिय नाही. पण खोटेपणाने वागणे मला जमत नाही. मी कोणतेही कारण नसताना लोकांचे शत्रुत्व ओढून घेतो, असाही त्याचा अर्थ नाही. मी वाटाघाटींच्या उत्तम कौशल्यांसाठी ओळखला जातो. कोणत्याही गोष्टीच्या दोन्ही बाजू मी समजून घेतो आणि त्यातून सर्वांना फायदेशीर असा तोडगा काढण्यासाठी प्रामाणिक प्रयत्न करतो. उद्योजक म्हणून तुम्हाला अशी तारेवरची कसरत करावी लागते. ही कसरत तुम्हाला प्रत्यक्ष आयुष्यात आणि कोणत्याही प्रकारच्या व्यवसायात करावीच लागते. असा दूरदर्शी आणि धोरणी उद्योजक बनण्याचे माझे प्रयत्न आहेत.

मी 'फायनान्शियल डिस्ट्रीक्ट, ४० वॉल स्ट्रीट' या ठिकाणी उभारलेल्या अतिशय देखण्या इमारतीचे उदाहरण इथे प्रस्तुत ठरेल. ही लोअर मॅनहटनमधली सर्वांत उंच आणि सुंदर इमारत आहे. प्रत्यक्ष खरेदी करण्यापूर्वी मी अनेक वर्षे ही इमारत पाहत होतो. दहा लाख डॉलर्स किमतीला मी ती विकत घेतली. परंतु, या व्यवहारासाठी योग्य क्षणाची मी तितिक्षेने वाट पाहत होतो. न्यू यॉर्कमधील बांधकाम क्षेत्रातल्या खरेदीविक्रीचा तो सर्वोत्तम व फायदेशीर सौदा म्हणून ओळखला जातो. पण हे यश एका रात्रीत मिळाले नाही. त्यासाठी मला प्रदीर्घ काळ प्रतीक्षा करावी लागली. ही इमारत १९९०च्या प्रारंभी ज्यांनी विकत घेतली, त्यांच्याशी मी एकदा संपर्कही साधला होता. त्यांच्याशी भागीदारीची शक्यता मी आजमावून पाहत होतो. परंतु, त्यांना त्यात रस नव्हता. आमच्या ट्रम्प टॉवरशी स्पर्धा करू शकेल, अशी इमारत त्यांना या भागात उभी करायची होती. तसेच, खुले, देखणे प्रवेशद्वार उभारण्याचीही त्यांची इच्छा होती. मात्र, या ७२ मजली इमारतीच्या पोलादी स्तंभांचे काय करायचे, याचा त्यांनी तोवर विचारच केला नव्हता. नूतनीकरण करताना इमारतीला अगदी तळमजल्यापासून पोलादी स्तंभांचा आधार देण्याची गरज होती. तसेच ट्रम्प टॉवरसारखे खुले भव्य प्रवेशद्वार उभारणे शक्य नव्हते. त्यांच्या पवित्र्याने मी आश्चर्यचकित झालो. पण त्याच वेळी मी माझी आशाही सोडली नाही. त्यांना काय करायचे आहे, याबद्दल ते खरोखरच अनभिज्ञ होते.

त्यानंतर तीन वर्षांनी १९९५मध्ये या जागेच्या मालकांनी बाहेर पडण्याचा निर्णय घेतला. मला आधी पार्श्वभूमी माहिती असल्याने उत्तम सौदा करण्यासाठी मी तयार होतो. एकही प्रश्न न विचारता त्यांनी माझ्या अटी मान्य केल्या आणि '४० वॉल स्ट्रीट' ही जागा माझी झाली. मी लगेचच जर्मनीला वॉल्टर हिनबर्ग यांना भेटण्यासाठी गेलो. या जागेचा भाडेपट्टा त्यांच्या नावाने होता. अनेक गोष्टी तपशीलात ठरवण्याची आवश्यकता होती. या जागेचे निवासी इमारतीत रूपांतर करायचे की, ती व्यापारी इमारत म्हणून वापरायची, हे निश्चित करणे आवश्यक होते. अनेकांनी ही जागा निवासी करावी, असा सल्ला मला दिला. परंतु, ही जागा व्यापारी व कार्यालयीन उपयोगासाठीच वापरली पाहिजे, असे माझे अंतर्मन सांगत होते. त्याप्रमाणे मी निर्णय घेतला आणि तो योग्य असल्याचे पुढील प्रचंड यशाने सिद्ध झाले. शिवाय ही लोअर मॅनहटन भागातली सर्वांत उंच आणि सुंदर इमारत होती. ट्रम्प ब्रँडच्या कीर्तीत त्यामुळे भरच पडेल, असा विश्वास मला होता. माझे म्हणणे खरे ठरले.

तुमच्या ब्रँडच्या क्षमता ओळखणे आणि तुम्ही प्रगती करत असतानाही त्याचा लौकिक कायम ठेवणे, यासाठी प्रचंड मेहनत आणि एकाग्रतेची आवश्यकता असते. माझी एकाग्रता प्रचंड आहे. कारण मी १९९०मध्ये ज्या आर्थिक परिस्थितीतून बाहेर पडलो, त्यातून व्यवसायासाठी एकाग्रता किती महत्त्वाची आहे, हा धडा मी शिकलो. मागच्या प्रकरणात त्याचा उल्लेख आला आहे आणि व्यवसायाला दिशा दाखवणाऱ्या तर्जनीचे महत्त्व त्यात अधोरेखित करण्यात आले आहे. माझी दिशा भरकटली होती आणि त्याचे परिणाम स्वाभाविकच होते. मी पॅरिसमध्ये फॅशन शोला हजेरी लावत होतो, जगभर हिंडत होतो आणि सार्वजनिक कार्यक्रमांमधून मिरवत होतो. मी जेवढे कष्ट करणे आवश्यक होते, तेवढे करत

नव्हतो. मी थोडा आळशी झालो होतो. परंतु, *वॉल स्ट्रीट जर्नल आणि द न्यू यॉर्क टाइम्स* या वृत्तपत्रांनी एकाच दिवशी, माझ्या व्यवसायाचा डोलारा कोसळण्याचा इशारा देणाऱ्या बातम्या पहिल्या पानावर छापल्या. तो माझ्यासाठी धोक्याचा इशारा ठरला. ही बातमी क्षणात जगभर पसरली. तो दिवस मी आयुष्यात कधीही विसरू शकणार नाही. पण मी सावरलो. माझ्या सर्व शक्ती एकवटून पुन्हा कामाला लागलो. आता मी त्यावेळेपेक्षा खूपच यशस्वी आहे. त्याचे मुख्य कारण व्यक्तिगत आणि व्यावसायिक आयुष्यात माझी एकाग्रता कायम आहे आणि माझ्या ब्रँडवर मी सर्व लक्ष एकवटले आहे. आता मी लक्ष विचलित होऊ देत नाही. त्यामुळे मी एका वेळी अनेक व्यवसाय सांभाळू शकतो. कसोटीच्या काळातही ट्रम्प ब्रँडने त्याचे महत्त्व टिकवले आणि आता आम्ही वेगाने, उत्साहाने पुढे जात आहोत व व्यवसायाचा विस्तार करतो आहोत.

मोठे म्हणजे चांगले का?

आता थोडे ब्रँड विस्ताराबाबत बोलू या. तुमचा ब्रँड विस्तारू शकेल, असा विश्वास मला वाटतो. परंतु, त्याचवेळी तुमची सचोटी आणि प्रामाणिकपणा कायम राहिला पाहिजे. मी आता मनोरंजन, गोल्फची मैदाने, हॉटेल आणि इतर अनेक क्षेत्रांमध्ये व्यवसायाचा विस्तार केला आहे; परंतु या सर्वांमध्ये एक गोष्ट कायम आहे, ती म्हणजे उच्च दर्जाची सोन्यासारखी गुणवत्ता. तुमच्या ब्रँडचा दर्जा मनात कायम ठेवा. तुम्हाला व्यवसायाचा मोठा विस्तार करता येईल आणि तो लोकांच्या गरजा भागवणारा, त्यांना सुखावणारा असेल, याची खात्री बाळगा. हे वाटते तितके सोपे नक्कीच नाही. स्कॉटलंडमधील गोल्फचे मैदान विकसित करणे एका टप्प्यावर अतिशय अवघड झाले होते. परदेशात व्यवसाय करणे, हा भाग तर त्यात होताच. पण इतर अनेक घटकही त्याला कारणीभूत होते. अशा वेळी तुम्ही स्वत:शी आणि तुमच्या ब्रँडशी प्रामाणिक असणे महत्त्वाचे ठरते. या भक्कम पायावर तुम्ही काळाच्या कसोटीवर खरे ठरता आणि क्लेशदायक अनुभव मागे टाकून तुमचा ब्रँड भरारी घेतो.

ब्रँडचा विकास

मी नेहमीच माझ्या ब्रँडचा प्रवक्ता राहिलो आहे. जेव्हा तुम्ही ब्रँड उभारत असता, तेव्हा त्याचा लौकिक वाढवण्याच्या अनेक संधी तुमच्यापुढे चालत येतात. मॅनहटनसारख्या परिसरात विकसक म्हणून मी अगदी तरुण वयातच प्रसिद्धीच्या झोतात आलो. माझे प्रकल्प मोठे होते आणि अनेकदा लोकांना आश्चर्याचा धक्का देणारे होते. त्यामुळे माध्यमांसाठी मी कुतूहलाचा विषय होतो. त्यामुळे प्रसिद्धीच्या झोतात राहण्याची– मग ती चांगली असो किंवा टीका करणारी – मला सवय झाली. ते काही असले, तरी ट्रम्प ब्रँड प्रस्थापित करण्यात त्याची मदतच झाली. मी कोण आहे, हे त्यामुळे लोकांना माहीत झाले आणि ट्रम्प या नावाशी ते परिचित झाले. कालांतराने न्यू यॉर्क शहराच्या बाहेरसुद्धा मला नावलौकिक मिळाला.

माझे पहिले पुस्तक, *द आर्ट ऑफ द डील* १९८७मध्ये प्रकाशित झाले. सर्वाधिक खपाच्या पुस्तकांच्या यादीत त्याचा समावेश झाला आणि माझी प्रसिद्धी अनेकपटीने वाढली. याच सुमारास कधीतरी मार्क बर्नेट यांनी हे पुस्तक वाचले आणि त्यांच्या म्हणण्याप्रमाणे,

हे पुस्तक त्यांना प्रेरणा देणारे ठरले आणि त्यांच्या भावी यशाची सुरुवात त्यामुळे झाली. रॉबर्टसुद्धा या पुस्तकाने भलताच प्रभावित झाला, हेही मला ठाऊक आहे. मार्क त्यावेळी कॅलिफोर्नियातील व्हेनिस बीचवर टीशर्ट विकत असे आणि मुलांना सांभाळण्याचे काम करत असे. अनेक वर्षांनी तो 'वोलमन स्केटिंग रिंक' या ठिकाणी मला भेटायला आला. ही रिंक मी विकसित केली होती आणि या ठिकाणी तो *सर्व्हायव्हर* या दूरचित्रवाणी कार्यक्रमाचे चित्रिकरण करण्यासाठी आला होता. ही जागा त्याने भाड्याने माझ्याकडून वापरण्यास घेतली. तेव्हा झालेल्या चर्चेत माझ्याशी संबंधित एखादा रिॲलिटी शो करण्याची कल्पना त्याने व्यक्त केली. नंतर मार्क माझ्याशी चर्चेसाठी कार्यालयात आला आणि मी त्याला होकार दर्शवला. मार्कने सांगितले *'द ॲप्रेंटिस'* ची कल्पना मला अतिशय भावली. मात्र, मला व्यवसाय सांभाळत ही कसरत कशी जमणार, याविषयी साशंकता होती. तेव्हा मार्क म्हणाला, 'डोनाल्ड, तुला आठवड्यातून तीन तासांपेक्षा जास्त या कार्यक्रमासाठी द्यावे लागणार नाहीत, याची खात्री मी तुला देतो.' तुम्हाला खरे वाटणार नाही, पण मी त्यावर विश्वास ठेवला. प्राइम टाइममध्ये प्रसारित होणाऱ्या कार्यक्रमासाठी हे कसे शक्य आहे, अशी शंकाही माझ्या मनात आली नाही. मला त्या वेळी फक्त मार्कच नाही तर त्याची संकल्पनादेखील आवडली. आम्ही हातमिळवणी केली. हे फारच धाडसी ठरेल, त्यातून माझ्या लौकिकाला धक्का पोहोचू शकेल, माझ्या प्रतिमेबरोबरच ब्रँडवरही त्याचा परिणाम होण्याची भीती माझ्या सल्लागारांनी व्यक्त केली. परंतु, मी आधीच निर्णय घेतला होता आणि मला ते चांगले होणार असेच वाटत होते. दूरचित्रवाणीवरील असे ९५ टक्के नवे कार्यक्रम अपयशी ठरतात, हे तेव्हा मला माहीत नव्हते. ते एका अर्थाने बरेच झाले. कारण मी कदाचित या कार्यक्रमासाठी सहज तयारी दाखवली नसती.

सुदैवाने हा कार्यक्रम पहिल्याच पर्वापासून हिट झाला. त्याला खूप प्रतिसाद मिळाला. त्यामुळे मी एकदम प्रसिद्ध व्यक्ती बनलो. मला देशविदेशांतही प्रसिद्धी मिळाली. त्याचा माझ्या व्यवसायावरही चांगला परिणाम झाला. ट्रम्प ऑर्गनायझेशन ही कोणतीही कामे करवून घेणारी आणि ती योग्य पद्धतीने करणारी ऑर्गनायझेशन आहे, असा लौकिक सर्वदूर पसरला. कोणत्याही ब्रँडसाठी अशी संधी अत्युत्तम असते. आता द *ॲप्रेंटिस* च्या आम्ही बाराव्या पर्वात आहोत.

मला अनेक सार्वजनिक कार्यक्रमांमध्ये बोलण्याची निमंत्रणे येत असत. पण द *ॲप्रेंटिसच्या* यशानंतर मला दूरचित्रवाणीसाठी अनेक जाहिराती करण्याचीही विनंती झाली. त्याचप्रमाणे *सॅटरडे नाइट लाइव्ह* या थेट प्रसारित होणाऱ्या कार्यक्रमाचे यजमानपद भूषवण्याचीही विनंती करण्यात आली. दर आठवड्याला अशी डझनावारी निमंत्रणे मला येतात. मी आणखी पुस्तके लिहावीत, यासाठी प्रकाशकांचा माझ्यामागे लकडा सुरू असतो. व्यवसाय वाढवण्याची आणि फुलवण्याची ही अनोखी संधी कधी नव्हे ती मला मिळाली. हे सांगण्यामागचा मुद्दा एवढाच की, ज्या संधी माझ्यापुढे खुल्या झाल्या, त्याचा मी सक्रीय सहभाग घेऊन लाभ उठवला. याचे कारण त्याचा ब्रँडसाठी काय लाभ होणार आहे, हे मला माहीत होते. तुमच्याकडे खूपच चांगले उत्पादन आहे; परंतु लोकांना त्याबद्दल काही माहीत नाही किंवा त्यांनी त्याचे नावच ऐकले नाही, तर त्याचा काही उपयोग नाही. तुमचे नाव लोकांपर्यंत पोचले पाहिजे आणि त्याला तत्काळ प्रतिसाद मिळाला पाहिजे.

जेव्हा कधी तुमच्यापुढेही तुमच्या ब्रँडच्या प्रसिद्धीच्या अशा संधी येतील, तेव्हा तुम्ही त्याचा अवश्य विचार करा. त्या तपासून पाहा आणि तुमचा ब्रँड सर्वांपर्यंत पोहोचवण्याची संधी हातची जाऊ देऊ नका. तुम्ही स्वत:च्या सुरक्षित कवचातच स्वत:ला कोंडून ठेवू नका. तुम्ही धोके पत्करले पाहिजेत. तुम्हाला तुमच्या ब्रँडबद्दल तितका विश्वास नसेल, तर त्याविषयी बोलण्याआधी त्यात योग्य त्या सुधारणा करा. तुमचा ब्रँड हा सर्वोत्तम आहे, याबद्दल तुम्हाला इतका विश्वास पाहिजे की, जगाला त्याबद्दल ओरडून सांगताना तुम्हाला मजा वाटली पाहिजे. ते ओझे वाटता कामा नये.

तुम्ही संवादक आहात का?

माझा स्वभाव बहिर्मुख आहे. मला लोकांशी संवाद साधायला आवडते, मग ती माझ्या कार्यालयात आलेली दोन माणसे असोत किंवा हजारोंचा जनसमुदाय असो. मला माझे मुद्दे पटवून देण्यासाठी गोष्टी सांगायला आवडतात. हे करणे, तुम्हाला अवघड वाटत असेल, तर तुमचे लक्ष श्रोत्यांकडे–प्रेक्षकांकडे वळवा. त्यांना काय माहीत करून घ्यायला आवडेल? त्यांना काय रंजक वाटेल किंवा त्यांना कशात मजा वाटेल? याचा विचार करा. या एका अर्थाने वाटाघाटीच आहेत. ते कोठून आले आहेत, हे शोधा. त्यामुळे तुमचे लक्ष स्वत:ऐवजी इतरांवर केंद्रित होईल आणि तुमचा ताण अगदी हलका होईल, तुम्ही शांत व्हाल.

तुमचा ब्रँड विकसित करण्यासाठी सार्वजनिक ठिकाणी बोलण्याची कला अंगी बाणवणे आवश्यक आहे. अन्यथा तुमची तयारी होईपर्यंत तुमच्या जागी कोणा प्रवक्त्याची निवड करा. मी बहुधा व्यक्तिगत अनुभवाच्या गोष्टी सांगतो. उदाहरणार्थ, मी एका चुकीच्या व्यवसायात शिरलेल्या मित्राची गोष्ट सांगतो. ती सांगताना, तुम्ही जे काम करता, त्यावर प्रेम करणे किती महत्त्वाचे आहे, हे मी श्रोत्यांच्या मनावर ठसवतो. हा मित्र वॉल स्ट्रीटवर काम करत होता. कारण त्याचे कुटुंबीय तेथे काम करत होते. त्यामुळे आपल्यासाठीही हेच योग्य आहे, असा त्याचा समज झाला होता. मात्र, त्याला या व्यवसायातले काहीच कळत नव्हते. त्यामुळे तो दु:खीकष्टी दिसायचा. मी परखड बोलण्याबद्दल प्रसिद्ध आहे. एक दिवस मी त्याला स्पष्टच सांगितले की, तू पराभूताचे जगणे जगत आहेस. माझे शब्द कठोर होते. पण मला त्याच्याविषयी आपुलकी होती. मी त्याला काय करायला आवडते, हे विचारले. गोल्फ मैदानावरच्या हिरवळीची देखभाल करायला आवडते, असे त्याने सांगितले. त्यावर मी त्याला गोल्फशी संबंधित व्यवसाय करण्यास सुचवले. कालांतराने तो या व्यवसायात शिरला, तो यशस्वी झाला. आणि महत्त्वाचे म्हणजे तो आता अतिशय आनंदी आणि आरोग्यपूर्ण आयुष्य जगतो आहे.

एकदा मी एका भाषणासाठी काही अनपेक्षित कारणांनी खूप उशिरा पोहोचलो. मी विमानतळावर पोहोचल्यानंतर पोलिसांच्या मदतीने वाहतूक कोंडीतून मार्ग काढत, भर पावसात कार्यक्रमाच्या ठिकाणी पोचलो. या अडचणीच्या परिस्थितीतही मी संधी शोधली. आम्हाला का उशीर होतो आहे, याची कारणे वेळोवेळी तिथे जमलेल्या प्रेक्षकांना दिली जात होती. हजारोंच्या संख्येने जमलेले प्रेक्षकही संयमाने आमची वाट पाहत होते. एकापाठोपाठ

येणाऱ्या अडचणींबाबत प्रेक्षकांना माहीत देत राहिल्याने त्यांनाही हे एकप्रकारचे धाडसच वाटले आणि या कधीही न संपणाऱ्या प्रवासात आपणही सहभागी आहोत, अशी त्यांची भावना झाली. या प्रवासात द *ॲप्रेंटिसचे* चित्रीकरण करणारे तंत्रज्ञ व कर्मचारीही सोबत होते. ते या प्रवासाचे आणि कार्यक्रमाचे चित्रण करणार होते, त्यामुळे प्रेक्षकांनाही आपण या रिॲलिटी शोचा भाग आहोत आणि कोणतीही पटकथा नसलेल्या प्रसंगासारखे हे सुरू आहे, असे वाटले. अखेर मी प्रवेश करताना निवेदकाने ''डोनाल्ड ट्रम्प यांनी सभेच्या ठिकाणी प्रवेश केला आहे'', अशी घोषणा निवेदकाने केली, तेव्हा टाळ्यांचा मोठा कडकडाट झाला. अनेक तासांच्या या उशिराबद्दल तिथे खेद किंवा निराशेची भावना नव्हती, तर उत्साहाने भरलेले वातावरण होते. प्रत्येकाने त्या परिस्थितीचा आनंद लुटला. माझे नाव, माझा ब्रँड यामुळे झालेल्या उशिरावरही आम्ही मात करू शकलो. एका नकारात्मक परिस्थितीचे आम्ही सकारात्मक परिस्थितीत रूपांतर केले होते. ही ताकद आहे.

तुमच्या ब्रँडचे स्वत:च प्रतिनिधित्व करणे, ही माझ्या मते सर्वांत चांगली गोष्ट आहे. तुमचे उत्पादन किंवा ब्रँडला तुमच्याइतके दुसरे कोणीच ओळखत नाही. तुम्ही जर त्याची विक्री करू शकला नाहीत, तर दुसरे कोण करू शकेल? तुमचा ब्रँड रोजच्या आयुष्यात आणि सार्वजनिक ठिकाणी होणाऱ्या सादरीकरणांमध्येही तुम्हाला प्रभावीपणे मांडता आला पाहिजे. अशा ब्रँडला कोणी धक्का पोहोचवू शकत नाही. यशस्वी होण्याची तीव्र मनीषा बाळगणाऱ्या उद्योजकांनी लोकांची मने कशी वळवायची, ही कला आत्मसात केली पाहिजे. त्यासाठी ते उत्साही असले पाहिजेत आणि ते प्रामाणिकही असले पाहिजेत. तुमचा ब्रँड लोकांपुढे सादर करण्यात तुम्हाला तितका आत्मविश्वास वाटत नसेल, तर तुमचा ब्रँड ज्याच्या व्यक्तिमत्त्वाला साजेसा वाटेल, अशा व्यक्तीला त्यासाठी पुढे करा.

प्रतिमा अतिशय महत्त्वाची असते. उत्पादनासोबत दिल्या जाणाऱ्या शाब्दिक माहितीपेक्षाही तिचे महत्त्व अधिक असते. तुम्ही ब्रँडविषयी बोलता, तेव्हा त्याला कोणते शब्द साजिरे ठरतात, याचाही विचार करा. शब्दांचा हा सहसंबंधही तुमच्या ब्रँडची प्रतिमा लोकांच्या मनावर ठसवण्यासाठी उपयोगी ठरतो. ब्रँडनिर्मिती आणि उभारणीच्या प्रक्रियेचा हा भाग आहे. लोकांना तत्काळ समजेल अशा शब्दांचा शोध घ्या. एखादा ब्रँड जर विचारपूर्वक आणि योग्य पद्धतीने प्रस्थापित केला असेल, तर नाव उच्चारताक्षणी तो नजरेसमोर उभा राहतो. उदाहरणार्थ, 'शनेल' किंवा 'गुच्ची' असे शब्द उच्चारताच तुमच्यापुढे विशिष्ट उत्पादने किंवा प्रतिमा येतात. आणि 'ट्रम्प'ही असाच ब्रँड आहे.

हे साध्य होते, त्या क्षणापासून ब्रँड तुमच्यासाठी काम करायला सुरुवात करतो. नुसते नाव किंवा शब्द उच्चारताक्षणी तुमची जाहिरात किंवा चित्र लोकांच्या नजरेपुढे उभे राहणे, याचा अर्थ ब्रँड काम करत आहे. तुमच्या ब्रँडच्या आणि व्यवसायाच्या विकासाची ही पायाभरणी आहे. हे साध्य झाले की, तुम्हाला त्याची ताकद दिसायला लागेल. त्यामुळे तुमच्या अनमोल वेळेची मोठी बचत होईल. तुम्हाला कोणापुढे ओळख करून द्यावी लागणार नाही की, कशाचे स्पष्टीकरण द्यावे लागणार नाही. ब्रँड प्रस्थापित झाल्यानंतर तुम्हाला संधीचाही शोध घेण्याची गरज पडणार नाही. संधी तुमच्याकडे चालत येतील. नावात काय आहे? खूप काही आहे आणि हाच मिडास टच आहे.

उद्योजकतेचे मर्म : ब्रँड

अनेक उद्योजक त्यांचा व्यवसाय उभारण्यासाठी अतोनात कष्ट घेतात; परंतु फारच थोडे जण त्यांचा ब्रँड निर्माण करतात. मिडास टच मिळवण्यासाठी व्यवसायाचे ब्रँडमध्ये रूपांतर करता येणे आवश्यक आहे. तुमचा ब्रँड तुमच्या व्यवसायापेक्षा अनेक पटींनी अधिक मौल्यवान असतो, याची एखादवेळी तुम्हाला जाणीव होईल किंवा होणारही नाही. उदाहरणार्थ, कोका कोला हा ब्रँड त्याची भांडवली गुंतवणूक, यंत्रसामग्री, शीतपेये भरण्याची यंत्रणा या सर्वांपेक्षा कितीतरी अधिक मौल्यवान आहे. आधी कोका कोला हा सर्वाधिक मौल्यवान ब्रँड होता. आता त्याची जागा गुगलने घेतली आहे. भविष्यात कदाचित फेसबुक ही जागा घेईल का? काय माहीत?

तुमचा व्यवसाय जर ब्रँड बनू शकला नाही, तर तो फक्त एक वस्तू राहतो. जगात हॅमबर्गर बनवण्याचे अनेक व्यवसाय आहेत, पण मॅकडोनाल्ड एकच आहे. जगात कॉफीची अनेक दुकाने आहेत, परंतु स्टारबक्स एकच आहे. तुम्हाला हे ब्रँडस कदाचित आवडतही नसतील, परंतु त्यांचे यश तुम्हाला निर्विवादपणे मान्य करावेच लागते. ब्रँड ही मोठी शक्ती आहे. ती तुमच्या पुढे असते आणि तुमच्या वतीने काम करते. ब्रँड तुम्हाला एखाद्या तराफ्यासारखी ताकद देतो आणि व्यवसायात अशी तराफ्यासारखी ताकद मिळणे खूप फायद्याचे ठरते. जो व्यवसाय ब्रँड बनू शकत नाही, तो फक्त 'बिझी-नेस' असतो - तो तुम्हाला फक्त कामात गुंतवून ठेवतो. ते तुमच्यासाठी एक काम असते आणि तुमच्या कर्मचाऱ्यांसाठीही एक काम- नोकरी असते. तुम्हाला ते दिवसभर - आठवडाभर, महिनाभर किंवा वर्षानुवर्षे गुंतवून ठेवते. या सर्वांची फलनिष्पत्ती काय असते? तर केलेल्या कामाचे मोजमाप. तुम्ही ते नीट केले असेल, तर तुम्हाला थोडाफार नफा दाखवता येतो. त्यात वाईट काही नाही. पण मिडास टच उद्योजकांना त्यापेक्षाही जास्त काही हवे असते.

यातून ब्रँडनिर्मितीच्या प्रक्रियेतले एक सत्य बाहेर येते, ते म्हणजे : प्रत्येक महान ब्रँडमध्ये तो सुरू करणाऱ्या उद्योजकाचे गुणसूत्र लपलेले असते. हे गुणसूत्र त्या कंपनीसाठी अतिशय महत्त्वाचे व मौल्यवान असते. ते हरवल्याशिवाय त्याची किंमत कदाचित लक्षात येत नाही. या गुणसूत्राचे संरक्षण केले नाही, तर ब्रँड मरणपंथाला लागतो. त्यामुळेच जेव्हा अनेक उद्योजक मोठ्या कॉर्पोरेट कंपन्यांना त्यांचा व्यवसाय विकतात, तेव्हा त्यांच्या ब्रँडचाही अंत होतो. एओएल आणि मायस्पेस ही अशा उद्योजकाच्या गुणसूत्राच्या मृत्यूबरोबर ब्रँड लयाला गेल्याची ताजी उदाहरणे आहेत.

तुमची मूल्ये कोणती?

अनेक उद्योजक फक्त पैसे मिळवण्याच्या उद्देशाने उद्योजक बनतात. फारच थोड्या उद्योजकांकडे जगात काही बदल घडवून आणण्याची शक्ती असते. तुम्ही कोणत्या प्रकारचे उद्योजक आहात? तुम्हाला या प्रश्नाचे उत्तर आताच द्यावे लागेल, कारण तुम्हाला वाटते त्यापेक्षाही तुमच्या यशासाठी या प्रश्नाचे उत्तर मिळणे आवश्यक आहे.

कॅथी हीस्ले या ब्रँडविकासासंबंधी मार्गदर्शन करणाऱ्या उद्योजिका आहेत. या पुस्तकात रॉबर्टच्या लेखनासाठी त्यांनी काही साह्य केले आहे. त्यांची हीस्ले अँड पार्टनर्स ही कंपनी

नव्याजुन्या उद्योजकांना आणि त्यांच्या कंपन्यांना व्यवसायवाढीसाठी व त्यांचे ब्रँडमध्ये रूपांतर करण्यासाठी मदत व मार्गदर्शन करते. वीस वर्षांहून अधिक काळ उद्योजकांना मार्गदर्शन केल्यानंतर या अनुभवातून त्यांनी 'हार्ट अँड माइंड ब्रँडिग' नावाने स्वत:ची पद्धत विकसित केली आहे. त्यानुसार कंपन्यांनी त्या करत असलेल्या प्रत्येक कृतीमध्ये आणि संवादामध्ये हृदय (उच्च उद्देश आणि कंपनीचा आत्मा) कसे ओतावे, हे शिकवले जाते. अशा प्रकारची ब्रँडनिर्मिती केवळ विक्री व विपणनाच्या पलीकडे जाते, कंपनीच्या संवादप्रयत्नांच्याही ती पुढे असते आणि संपूर्ण कंपनीतच ती नवा प्राण फुंकते.

कॅथीच्या अनेक यशकथांमधली एक डग ड्युसी या उद्योजकाची आहे. आइस्क्रीम निर्मिती व वितरण यांतला, आता आंतरराष्ट्रीय ब्रँड बनलेल्या कोल्ड स्टोन क्रीमरीच्या यशाची ही कहाणी आहे.

कोल्ड स्टोन क्रीमरीने कॅथीशी १९९९मध्ये पहिल्यांदा संपर्क साधला. ही आइस्क्रीम बनवणारी नवी कंपनी होती. त्यावेळी कंपनीचे फक्त १२ कर्मचारी होते आणि ३५ दुकाने होती. त्यातून कंपनीला काही दशलक्ष डॉलर्स उत्पन्न मिळत होते. मात्र, दहा वर्षांनंतर कोल्ड स्टोन जेव्हा विकत घेतली गेली तेव्हा कंपनीचा व्यवसाय चौदाशे दुकाने आणि वार्षिक सुमारे ५० कोटी डॉलर्सच्या उत्पन्नाएवढा वाढला होता.

उद्योजक, त्यांच्या व्यवसाय आणि ब्रँडनिर्मितीसंबंधात कॅथ म्हणते, ''लोकांना अनेकदा कंपनीचा लोगो म्हणजे तिचा ब्रँड वाटतो. जाहिरात मोहिमेसाठी किंवा विक्रीवाढीच्या योजनेसाठी त्याचा उपयोग आहे, असे त्यांना वाटते. परंतु, ब्रँड यापैकी काही नाही. ब्रँड म्हणजे दोन शब्द आहेत – लोकांना तुम्ही देत असलेले 'आश्वासन' आणि त्यांना प्रत्यक्ष मिळत असलेला 'अनुभव'. उद्योजकाची स्वत:ची जी मूल्ये असतात, त्याच्या आधारावर ब्रँड उभा राहतो. जेव्हा लोक तुमचा ब्रँड पाहतात, तुमचे नाव ऐकतात किंवा तुमची उत्पादने वापरतात – ही प्रतीके आणि अनुभवांमुळे त्यांच्या मनात तुम्ही ज्या मूल्यांसाठी उभे आहात, ती उभी राहिली पाहिजेत. मी आणखी एक पाऊल पुढे टाकते. तुम्ही, तुमचे नाव, तुमची उत्पादने आणि तुमची सेवा यामुळे तुमच्या ग्राहकांमध्ये विशिष्ट प्रकारचा भावनिक आणि बौद्धिक प्रतिसाद निर्माण झाला पाहिजे. आपण सर्व हृदयापासून खरेदी करतो आणि मनाने त्याचे समर्थन करतो, या तत्त्वावर 'हार्ट अँड माइंड ब्रँडिग' साकारले आहे. दुसऱ्या शब्दांत सांगायचे, तर ब्रँड सर्वप्रथम भावनिक असला पाहिजे आणि नंतर तार्किक असला पाहिजे.''

स्वत:ला विचारण्यासाठी प्रश्न

यशस्वी व्यवसायांमध्ये एक खास बाब किंवा जादू असते, त्यातून एका ब्रँडचा उदय होतो. कोल्ड स्टोन क्रीमरीसाठी ही बाब म्हणजे लोकांना आनंदी बनवण्याचा ध्यास, सर्वोत्तम बनण्याचे प्रयत्न आणि आइस्क्रीमचा एक अद्‌भूत अनुभव ग्राहकांपर्यंत पोचवण्याची धडपड ही होती.

नेत्यांच्या हृदयात एक प्रकारची आग असली पाहिजे, स्वत:च्या अस्तित्वासाठी एखादे चांगले कारण – गोष्टीमागची गोष्ट असले पाहिजे आणि या गोष्टीशी ते घट्टपणे जोडले गेले पाहिजेत व त्याचा प्रकाश सर्वत्र पसरला पाहिजे.

सर्व उद्योजकांनी त्यांच्या व्यवसायाचे समग्र चित्र उभे राहण्यासाठी पुढे दिलेले तीन मूलभूत प्रश्न स्वत:ला विचारले पाहिजेत.

समग्र चित्र प्रश्न १ : तुम्ही जे करत आहात, ते का करत आहात?

तुमच्या 'काय'मागचा 'का' तुम्हाला माहीत आहे का? तुम्ही जे काही करत आहात, ते करण्यासाठी तुमच्याकडे एखादे चांगले कारण असले पाहिजे. कारण लोक या 'का'शी जोडले जातात. तुमच्या ब्रँडमध्ये हा सच्चेपणा प्रत्यक्षात आणला गेला पाहिजे. उद्योजकांनी जे काही करायचे ते मनापासून केले पाहिजे. कारण कोणत्याही महान ब्रँडचे पहिले लक्षण त्याचा सच्चेपणा हे असते. ब्रँड फक्त पैशांसाठी नसतो. तुम्ही एस वर्गवारीतले छोटे व्यावसायिक, स्वयंरोजगार करणारे म्हणून कदाचित यशस्वी व्हाल. परंतु, तुमचा व्यवसाय बी वर्गवारीतल्या मोठ्या व्यवसाय किंवा गुंतवणुकीमध्ये परिवर्तित करण्यासाठी केवळ 'का'चे उत्तर पुरेसे ठरणार नाही.

अनेक लोक आम्हाला भेटतात, तेव्हा आम्ही करत असलेल्या 'काय'मागे – कृतीमागे खूप मोठा 'का' असल्याचे ते सांगतात. शेवटी आम्ही दोघेही अनुभवी उद्योजक आणि व्यावसायिक आहोत. आम्ही दोघेही अतिशय यशस्वी झालेलो आहोत. आमच्यापैकी कोणाला काम करण्याची खरे तर आवश्यकता नाही, तरीही आम्ही कामे करतो. आम्ही दोघेही पैसे मिळवण्याच्या व्यवसायात असलो आणि पैसे मिळवण्याच्या खेळाचा आनंद घेत असलो, तरी पैसे मिळवण्यासाठी आम्ही हे सर्व करत नाही. पैसे हा आमच्या 'का'चे उत्तर नाही. तुम्ही जर खोलवर तपासून पाहिलेत, तर आम्ही दोघेही खरे शिक्षक आहोत, हे तुमच्या लक्षात येईल. लोकांना ते कसे सर्वोत्तम बनू शकतात आणि सर्वोत्तम आयुष्य जगू शकतात, हे शिकवण्याचा आम्ही दोघेही खरा आनंद घेतो. आम्ही लिहित असलेल्या प्रत्येक पुस्तकामागे, प्रत्येक प्रकल्पामागे, प्रत्येक गुंतवणुकीमागे हाच 'का' आहे. आम्ही आमचे पहिले पुस्तक *व्हाय वुई वाँट यू टू बी रिच* लिहिण्यामागे जग कसे काम करते आणि सध्या आपल्याला कोणत्या धोक्यांना सामोरे जावे लागत आहे, याबाबत लोकांना जागृत करण्याचा उद्देश होता. आपला मध्यमवर्ग कसा घटत चालला आहे, ते का घडत आहे आणि लोकांनी गरीबीत लोटले जाण्याऐवजी श्रीमंत होण्यासाठी काय केले पाहिजे, हे आम्ही त्यात लिहिले. हे शिक्षण आहे आणि आमच्या दोघांचं मन त्यातच आहे. लोकांनी अधिक चांगले आयुष्य जगावे असे आम्हाला वाटते.

अनेक लोकांनी डोनाल्ड ट्रम्प हे नाव नक्कीच ऐकले असेल. तसेच त्यांनी *रिच डॅड, पुअर डॅड* या पुस्तकाबद्दलही ऐकले असेल. तुम्ही जगातल्या उद्योजकता आणि व्यवसाय क्षेत्राचा धांडोळा घ्या. मग आम्ही नेमके कोण आहोत, हे तुमच्या लक्षात यायला फार वेळ लागणार नाही. आम्हा दोघांकडेही स्वत:चे असे काही स्वत्व आहे असे तुमच्या त्वरित लक्षात येईल आणि केवळ पैसे मिळवण्यापेक्षाही आमची मूल्ये मोठी आहेत, हेही तुमच्या ध्यानी येईल. 'तुम्ही माझ्याबद्दल काय विचार करता, याच्याशी मला काही देणेघेणे नाही', या जुन्या म्हणीनुसार आमचे वागणे आहे. दुसऱ्या शब्दांत सांगायचे, तर आम्ही अस्तित्वासाठी तुमच्या शिक्कामोर्तबावर अवलंबून नाही. सामाजिक व्यवहारात आम्ही

इतरांशी अतिशय नम्रतेने आणि आदराने वागतो. पण आमच्या ह्रदयात एक आग आहे. आम्ही अतिशय संवेदनशील आहोत, कणखर आहोत आणि उच्च ध्येयाने प्रेरित आहोत.

आमच्या प्रतिमांमागचे खरे व्यक्तिमत्त्व काय आहे आणि ते आमच्या कंपन्यांशी कसे जोडलेले आहे, हे लोकांना माहिती आहे. आमची एकाग्रता, आमची भावनिक शक्ती आणि कामाबद्दलची आमची निष्ठा ते पाहू शकतात. ब्रँड उभारणी ही दीर्घ काळ चालणारी प्रक्रिया आहे, पण त्यासाठी व्यवसायाला एक प्रकारचा संवेगही मिळावा लागतो. आपल्याला हवे तर काही सुरू केले, हवे तेव्हा त्यातून बाहेर पडले, असे नेत्यांना करता येत नाही.

या पार्श्वभूमीवर तुम्ही स्वत:ला हे प्रश्न विचारा :

- तुम्ही व्यवसायात काय साध्य करू इच्छिता?
- तुम्हाला सकाळी कशामुळे जाग येते?
- तुम्ही कधी अपयशी ठरला आहात का?
- पुढच्या पाच वर्षांत तुम्ही स्वत:ला कुठे पाहता?
- तुमचा खरा वारसा काय असावा, असे तुम्हाला वाटते?

स्वत:ला तपासा

हे प्रश्न तुम्ही स्वत:ला विचारल्यानंतर एखाद्या विश्वासातल्या मित्राशी संपर्क साधा आणि त्याच्याशी त्यासंबंधी बोला. तुम्हाला मिळालेला प्रतिसाद लिहून ठेवा. ही प्रक्रिया एकापेक्षा जास्त वेळा करा. हे प्रश्न महत्त्वाचे आहेत. तुम्ही कोण आहात आणि तुम्ही जे करत आहात ते का करत आहात, या प्रश्नांची समाधानकारक उत्तरे तुम्हाला मिळत नाहीत, त्याबद्दलची स्पष्टता येत नाही, तोवर ही प्रक्रिया अनेकदा करा. खरा ब्रँड बनण्यासाठीची आग तुमच्यामध्ये खरेच आहे का, या प्रश्नाचे उत्तर तुम्हाला त्यातून मिळेल. या प्रक्रियेतून तुमची मूल्ये कोणती, तुमची खरी ओळख कोणती, हे तुम्ही सच्चेपणाने जाणून घ्याल.

असेच प्रश्न तुम्ही तुमचे ग्राहक आणि कर्मचाऱ्यांनाही विचारू शकता. सच्चा उद्योजक, सच्ची कंपनी पुढे यायची असेल, तर त्यात प्रत्येकाला स्थान असले पाहिजे आणि त्याचे मत ऐकले गेले पाहिजे.

समग्र चित्र प्रश्न २ : तुम्हाला कोणती समस्या सोडवायची आहे?

खरा व्यवसाय एखादी समस्या सोडवण्यासाठी आणि लोकांचे आयुष्य अधिक सुखकर करण्यासाठीच जन्माला येतो. तुम्ही जे करत आहात, त्याचा इतरांना उपयोग होत नसेल, तर ते व्यर्थ आहे. महान ब्रँड फक्त सच्चे नसतात, तर ते अर्थपूर्णही असतात.

आमचे दोघांचे ब्रँड एकमेकांशी सामंजस्याने काम करतात, याचे कारण ते दोघेही एकाच समस्येवर काम करतात. आम्ही दोघेही पूर्ण वेगळ्या व्यक्तिमत्त्वाचे असलो आणि आम्ही दोघे अमेरिकेच्या दोन टोकांवरून – हवाई आणि न्यू यॉर्क इथून आलो असलो, तरी आम्हाला दोघांनाही रिच डॅडचे मार्गदर्शन लाभले आहे. आमच्यापैकी एकजण श्रीमंत

कुटुंबात, तर दुसरा मध्यमवर्गीय कुटुंबात जन्माला आला आहे. तरीही एक शिक्षक म्हणून आमची हृदये एक होतात. आम्ही शिक्षक म्हणून एकत्रितपणे मोठ्या जनसमुदायाशी संवाद साधतो आणि त्यांना त्यांच्या स्वप्नपूर्तीचा मार्ग दाखवण्याचा प्रयत्न करतो. आमचे दोघांचेही शैक्षणिक दूरचित्रवाणी कार्यक्रम आहेत. डोनाल्डचा द *ॲप्रेंटिस* हा कार्यक्रम जगप्रसिद्ध आहे, तर रॉबर्टचे कार्यक्रम अमेरिकेतील 'पीबीएस' वाहिनीवरून प्रसारित होतात. आर्थिक विषयांचे शिक्षण देणारे खेळ आम्ही दोघांनीही विकसित केले आहेत, आम्ही अर्थविषयक शिक्षण देणाऱ्या कंपन्यांचे नेतृत्व करतो आणि आम्ही पुस्तकेही लिहितो. आपल्या शाळांमधून जे आर्थिक विषयांचे शिक्षण दिले जात नाही, ती दरी भरून काढण्यासाठी आम्ही आमच्यापरीने सर्वोत्तम प्रयत्न करतो. अर्थविषयक शिक्षणाचा अभाव हा समाजातील एक गंभीर प्रश्न आहे, असे आम्ही मानतो. या अभावामुळे आणि इतर काही घटकांमुळे समाजातील श्रीमंत आणि गरीब वर्गातली दरी वाढत चालली आहे, मध्यमवर्ग वेगाने आकुंचन पावत आहे. बेरोजगारी, कमी वेतन, करांचे वाढते प्रमाण, घरांच्या घसरत्या किमती, वाढती महागाई, न परवडणारा वैद्यकीय खर्च, निवृत्तीनंतरच्या सुखकर आयुष्यासाठी पुरेशी तरतूद करता न येणे अशा समस्या आज अमेरिकेतील बहुसंख्य जनतेला भेडसावत आहेत. या समस्येवर तोडगा काढण्याच्या प्रयत्नांमध्ये आम्ही सहभागी होऊ इच्छितो. त्यामुळेच लोकांना आम्ही अर्थ-गुंतवणूक विषयाचे शिक्षण देतो, आमच्या ज्ञानात त्यांना सहभागी करून घेतो आणि आणखी लोक आनंदी जीवन जगू शकतील, यासाठी प्रयत्न करतो.

आमच्या तत्त्वांची अनेकदा परीक्षा पाहण्यात आली. 'अंथरूण पाहून हातपाय पसरा' असे म्हणणाऱ्या अर्थतज्ज्ञांशी आमचे पटत नाही. आम्ही लोकांना आर्थिक ज्ञान देऊ इच्छितो. त्यातून अगदी अशक्य वाटतील, अशी स्वप्ने साकारण्याची जिद्द त्यांच्यात निर्माण करण्याचा आमचा प्रयत्न असतो. डोनाल्डचे द *आर्ट ऑफ द डील* हे पुस्तक वाचून द *ॲप्रेंटिस*चे निर्माते मार्क बर्नेट आणि रॉबर्टला त्यांची स्वप्ने साकारण्याची प्रबळ प्रेरणा मिळाली. मार्क कॅलिफोर्नियातील व्हेनिस बीचवर टीशर्ट विकत होता आणि मुलांना सांभाळण्याचे काम करत होता. त्यावेळी त्याने डोनाल्डचे पुस्तक वाचले, याचा उल्लेख पुस्तकात याआधीच आला आहे. मार्क बर्नेट हे आता दूरचित्रवाणी वाहिन्यांवरील रिॲलिटी शोजचे निर्माते आहेत आणि त्यांनी स्वप्नातही कल्पना केली नव्हती, इतके श्रीमंत आहेत.

रॉबर्टची पत्नी किम म्हणते, ''१९८७मध्ये आम्ही अजूनही आर्थिक अडचणीत होतो. त्याआधीच्या वर्षात १९८६मध्ये रॉबर्टच्या पाकिटांच्या व्यवसायातून झालेले सुमारे दहा लाख डॉलर्सचे कर्ज आम्ही फेडत आणले होते. देणी देऊन झाली होती. आमच्यावर आता कोणतेही कर्ज नव्हते. परंतु आमच्याकडे उत्पन्नही नव्हते. डोनाल्डच्या पुस्तकाबद्दल आम्हाला समजले, तेव्हा धावतपळत जाऊन आम्ही ते खरेदी केले. ते वाचले, त्याचा अभ्यास केला आणि त्यावर सखोल चर्चा केली. त्या पुस्तकाने आमचे आयुष्य बदलले. त्याने आमचे आयुष्य बदलले, याचे कारण डोनाल्डने त्याच्या नजरेतून आम्हाला जग दाखवले. त्याने आम्हाला तयार उत्तरे दिली नाहीत. त्याने फक्त अनंत शक्यतांच्या जगाकडे पाहण्याची आमची दृष्टी बदलली. महान शिक्षक हेच तर करतात.''

ट्रम्प, कियोसाकी आणि बर्नेट हे आजच्या जगातील अर्थपूर्ण ब्रँड आहेत. ते समस्या सोडवतात, रोजगार निर्माण करतात आणि देशात व जगात काय चालले आहे, त्याच्याशी

सांगड घालून आम्हाला प्रगतीच्या दिशेने नेतात. कियोसाकी आणि बर्नेट या दोन्ही ब्रँडचा ट्रम्प ब्रँडशी समन्वय आहे. त्याचा आम्हाला सगळ्यांना फायदाच झाला. सुटे सुटे ब्रँड शक्तिशाली असतात, असू शकतात. परंतु, जेव्हा ब्रँड एकत्र येतात, तेव्हा त्यांची महानता अनेक पटींनी वाढते.

तुमचा व्यवसाय अर्थपूर्ण का आहे, हे समजून घेण्यासाठी पुढे दिलेल्या प्रश्नांचा विचार करा :

- तुम्हाला कोणती समस्या सोडवायची आहे?
- ही समस्या का आहे?
- ही समस्या कशामुळे निर्माण होते?
- तुमचा व्यवसाय उद्या बंद पडला, तर जगाचे काय नुकसान होणार आहे?
- तुम्ही ही समस्या सोडवू शकता, असे तुम्हाला कशामुळे वाटते?
- तुमचे उत्पादन किंवा सेवा ही समस्या कशी सोडवू शकेल?
- तुमचे उत्पादन किंवा सेवेमुळे तुमच्या ग्राहकाचे आयुष्य अधिक सुखकर कसे बनणार आहे?
- तुमच्यासारख्या कंपन्यांकडून ग्राहकांना नेमके काय हवे आहे, असे तुम्हाला वाटते?

मागे सांगितल्याप्रमाणे, हे प्रश्न तुम्हाला स्वत:ला विचारण्यासाठी थोडी सवड काढा. त्यानंतर तुमच्या मित्राला हे प्रश्न तुम्हाला विचारायला सांगा. तुम्ही व तुमचा व्यवसाय अर्थपूर्ण कशामुळे आहे, याचे स्पष्ट उत्तर मिळेपर्यंत ही प्रक्रिया पुन्हा पुन्हा करत रहा. अर्थपूर्णता हे महान ब्रँडचे दुसरे महत्त्वाचे लक्षण आहे, हे लक्षात घ्या.

समग्र चित्र प्रश्न ३ : तुमची स्पर्धा कोणाशी किंवा कशाशी आहे?

प्रत्येक व्यवसायात स्पर्धा असते. त्यामुळे तुम्ही ब्रँड उभारता, तेव्हा त्यात वेगळेपण असलेच पाहिजे. वास्तविक, महान ब्रँडचे ते तिसरे प्रमुख वैशिष्ट्य आहे - निराळेपण. अनेक व्यवसाय हे अगदी सारखे असतात. त्यामुळे ते कोंडाळ्यातून कधी बाहेर येत नाहीत आणि वेगळेपणाने उठून दिसत नाहीत. अनेकदा आम्ही कोणालातरी म्हणताना ऐकतो की, 'माझ्या उत्पादनाला कोणतीही स्पर्धा नाही कारण आम्ही एकमेवाद्वितीय आहोत.' तेव्हा आम्हाला समजते की, हा व्यावसायिक नाही, तर दिवास्वप्ने पाहणारा आहे. स्पर्धा ही नेहमी असतेच. अनेकदा ग्राहकांच्या खिजगणतीत तुमचे अस्तित्वच नसते. हे अज्ञान हीसुद्धा एकप्रकारची स्पर्धा असते.

अनेक लोकांची दृष्टी खूपच संकुचित असते. त्यांना बी-आय त्रिकोणातले वरच्या बाजूचे फक्त उत्पादन किंवा सेवा दिसत असतात. त्यामुळे व्यवसायासाठी आवश्यक आठही घटकांचे समग्र चित्र पाहण्यात ते अपयशी ठरतात. ते जर पूर्ण बी-आय त्रिकोण पाहू शकत नसतील, तर जगाकडे पाहण्याच्या त्यांच्या दृष्टिकोनात नक्कीच दोष आहे, हे लक्षात घ्या. ते कधीच स्वत:चे वेगळेपण पाहू वा सिद्ध करू शकणार नाहीत.

अनेकदा तुम्ही कोण आहात आणि तुम्हाला ज्यांना सेवा द्यायची इच्छा आहे, त्यांच्यासाठी तुमचे अस्तित्व किती अर्थपूर्ण आहे, या प्रश्नांच्या उत्तरातच तुमचे वेगळेपण

लपलेले असते. फारच थोड्या कंपन्या हे वेगळेपण ओळखू शकतात आणि त्यामुळेच त्या वेगळ्या उठून दिसतात. ज्या कंपनीला स्वत:चा स्पष्ट उद्देश आहे, अशा कंपनीत काम करणे आनंदाचे, अधिक अर्थपूर्ण आणि अधिक समाधान देणारे असते.

एखाद्या कंपनीचे वेगळेपण शोधण्यासाठी पुढील गोष्टींचा विचार करा :

- लोकांनी इतरांपेक्षा तुमच्या कंपनीला प्राधान्य का द्यावे?
- तुम्ही वेगळे कसे आहात, हे पंचवीसपेक्षा कमी शब्दांत तुम्हाला मांडता येईल का?
- तुमचे कर्मचारी तुमचे वेगळेपण सांगू शकतील का आणि ते सर्व एकच गोष्ट सांगत आहेत का?
- तुमची सादरीकरणाची शैली कोणती आहे?
- विक्री करताना तुमच्यात आत्मविश्वास असतो का?
- व्यासपीठावर तुम्ही आत्मविश्वासपूर्ण असता का?
- तुमच्या आणि फक्त तुमच्याच कंपनीच्या मालकीच्या असलेल्या गोष्टी कोणत्या?
- तुम्ही 'गुगल-सिद्ध' आहात का? जेव्हा लोक तुमच्या कंपनीविषयी गुगलवर शोध घेतात, तेव्हा तुमचा ब्रँड किती अग्रक्रमाने पुढे येतो?
- तुम्ही बदलासाठी आणि जुळवून घेण्यासाठी किती तयार आहात?
- तुम्ही आणि तुमची संघटना बदल किती वेगाने आत्मसात करू शकते?

हे प्रश्न स्वत:ला विचारा आणि त्याची उत्तरे शोधा. नंतर तुम्ही एखाद्या मित्राला हे प्रश्न विचारून त्याचा प्रतिसाद आजमावू शकता. तुम्हाला प्रश्नांची समाधानकारक व स्पष्ट उत्तरे मिळेपर्यंत ही प्रक्रिया पुन्हा करा.

तुम्ही एखाद्या कंपनीचे कर्मचारी असाल, तरी हेच प्रश्न स्वत:ला विचारा आणि तुमच्या कंपनीचे नेतृत्व करणाऱ्यांच्या वतीने त्यांची उत्तरे शोधा. दुसऱ्या शब्दांत सांगायचे, तर तुमचे नेते तुमच्यासमवेत आहेत की, ते तुमचा विनाश करणार आहेत, हे तुमच्या लक्षात येईल. तुम्हाला जर तुमच्या नेत्यांची उत्तरे आवडली नाहीत, तर तुम्ही ताबडतोब दुसरी नोकरी शोधण्याचा प्रयत्न सुरू करा. कारण नजीकच्या भविष्यात तुमच्यावर नोकरी शोधण्याची वेळ येऊ शकेल.

आताच्या झपाट्याने बदलणाऱ्या तंत्रज्ञानाच्या जगात तुमच्या ग्राहकांचे लक्ष, वेळ आणि पैसा खेचून घेण्यासाठीची स्पर्धा अधिकाधिक तीव्र बनत आहे. इंटरनेटचे जग हे नवीन 'मोफत' जग आहे जिथे इतर प्रत्येकजण लोकांना मोफत गोष्टी देत आहे किंवा अतिशय कमी किमतीत माल विकत आहे, अशा जगात तुम्ही स्पर्धा तरी कशी करणार? ज्यांचा जन्म १९७०च्या आधी झाला, अशा आमच्यासारख्यांकडे व्यवसायाविषयीचे शहाणपण असेल, पण आम्ही नव्या तंत्रज्ञानाला सरावलेले लोक नाही. आम्हाला ईमेल वापरता येत असेल किंवा आमचं फेसबुकवर अकाऊंटही असेल, तरी आम्ही तितकेसे तंत्रसाक्षर नाही. १९७०च्या नंतर जन्माला आलेली पिढी तंत्रसाक्षर असू शकेल, परंतु त्याचा वापर व्यवसायासाठी करण्याचे शहाणपण मात्र त्यांच्याकडे तितकेसे नाही. आताच्या काळात उद्योजकांना तंत्रसाक्षरतुर असण्याबरोबरच शहाणे असण्याचीही गरज आहे. ज्या

उद्योजकांकडे या दोन्ही गोष्टी आहेत, त्यांना व्यवसायात ते प्रचंड फायद्याचे व इतरांच्या पुढे नेणारे ठरणार आहे.

सन १९८९मध्ये जग बदलणाऱ्या दोन घटना झाल्या. जर्मनीला दुभागणारी बर्लिनची भिंत कोसळली आणि 'वर्ल्ड वाइड वेब'ची सुरुवात झाली. या घटनांनी औद्योगिक युगाच्या अंताची आणि नव्या माहितीयुगाच्या आगमनाची द्वाही फिरवली. आता तुमची स्पर्धा सर्व ठिकाणी आहे. प्रत्येकाच्या घरात, कार्यालयात आणि सेलफोनवरही तुमची स्पर्धा आहे. अनेक गोष्टी मोफत देणारे सायबर जग एकेकाळी मेगाब्रँड असलेल्या टाइम नियतकालिकाला खाली खेचत आहे. कारण त्यांना या नव्या जगाशी स्पर्धा कशी करायची, हे उमजलेले नाही. त्याचबरोबर तंत्रज्ञानाने आता व्यवहारही अतिशय गतिमान बनवला आहे. आताच्या जगात आपण वीस वर्षांचा अब्जाधीश पाहतो आणि पन्नास वर्षांचे बेरोजगार, उच्च शिक्षित प्रौढ पाहतो. या विसंगतीला कारण व्यवहारांची वाढलेली गती आहे. अनेक व्यवसाय-उद्योग सायबरविश्वात अनेक लोकांना त्यांचा माल वेगाने, कमी किमतीत विकतात आणि त्यासाठी त्यांना थोड्या कर्मचाऱ्यांची गरज भासते. ऑनलाइन माध्यमातून स्वतःचे, कंपनीचे आणि उत्पादनांचे नाव कसे लोकप्रिय करायचे याचं तंत्र त्यांना साधले आहे. कधी नव्हे तितके हे सोपे झाले आहे. परंतु त्याचवेळी व्यवसाय आधीच्या पेक्षा कठीणही बनला आहे. इंटरनेटने आम्हाला बाजारपेठेशी संपर्काची संधी दिली. पण ही संधी इतर सर्वांना उपलब्ध आहे. त्यामुळे बाजारपेठेचे स्वरूप व त्यातली स्पर्धा गुंतागुंतीची झाली आहे. त्यासाठी वेगळ्या धोरणाची आणि शांतपणे गोंधळातून वाट काढण्याची गरज आहे. तरीही एक गोष्ट लक्षात घ्या की, तुमच्याकडे ब्रँड नसेल, तर या अफाट, अथांग समुद्रात तुमचा कोणाला थांगपत्ता लागणार नाही.

इंटरनेट हे धोकादायक ठिकाणही बनू शकते आणि त्यात ग्राहक खोट्या आमिषांना बळी जाणे सोपे आहे. या गुंतागुंतीच्या जगातही ब्रँड त्यांना सुरक्षितता देऊ शकतात. त्यामुळे तुमचा ब्रँड सायबर आणि नेहमीच्या खऱ्या विश्वात सहजपणे मुशाफिरी करू शकला, तर ते तुमच्या भल्याचे आहे. किंबहुना, त्यामुळे तुमच्या विश्वासार्हतेत भरच पडेल. वास्तव जगात आणि सायबर विश्वातही लोकांशी नाते जोडू शकणारा, स्पर्धा करू शकणारा आणि आताच्या युगाला साजेशा वेगाने व्यवहार करू शकणारा ब्रँड असेल, तर त्याला विकासाच्या अमर्याद संधी उपलब्ध आहेत.

महान ब्रँड

महान ब्रँडची पुढीलप्रमाणे वैशिष्ट्ये सांगता येतील :

- खरेखुरे
- अर्थपूर्ण
- वेगळेपण राखणारे

तुम्ही जे बोलता, तसेच वागता हे तुमच्या सच्चेपणाचे लक्षण असते. 'बोले तैसा चाले' आणि 'चाले तैसा बोले', यालाच सच्चेपण म्हणतात. नकली रोलेक्स घड्याळाच्या उदाहरणातून हा मुद्दा स्पष्ट होतो. तुम्ही जर बहिरंगात बनावट असाल, तर तुमचे अंतरंगही

बनावट, नकली असण्याची शक्यता असते. लोकांना बनवाबनवी, खोटेपणा कळत नाही, असा तुमचा भ्रम असेल, तर तो बालिशपणा आहे. तुमच्या ग्राहकांना ते आता लक्षात आले नाही, तरी केव्हातरी खोटेपणा उघड होणारच. 'तुम्ही काही लोकांना काही काळ फसवू शकता; परंतु तुम्ही सर्व लोकांना सर्व काळ फसवू शकत नाही', या म्हणीत निश्चितच तथ्य आहे.

सध्याच्या आर्थिक जगात लोक ब्रँड त्यांना देत असलेल्या आश्वासनांबद्दल, किमतीबद्दल आणि त्यांना मिळत असलेल्या मूल्याबद्दल अतिशय संवेदनशील आहेत. याचा अर्थ तुम्ही जे विकता आहात, त्यापेक्षाही तुम्हाला लोकांबद्दल जास्त जिव्हाळा आहे, याची खात्री त्यांना हवी असते. त्यामुळे सध्याच्या जगात तुम्ही, तुमचा व्यवसाय आणि तुमच्या ब्रँडने तुम्ही कशाची कदर करता, हे लोकांना स्पष्ट करणे आवश्यक आहे. तुम्हाला त्यांच्याबद्दल जिव्हाळा आहे, हेसुद्धा लोकांपर्यंत पोहोचले पाहिजे. तुम्ही तसे केले नाहीत, तरी तुमचे स्पर्धक तसे करणार आहेत. लक्षात घ्या की, व्यवसाय फक्त पैशासाठी नाही. व्यवसाय हा लोकांची कदर करण्यासाठी आहे, त्यांच्याबद्दलचा जिव्हाळा व्यक्त करण्यासाठी आहे. हे जर तुम्ही प्रामाणिकपणे केले, लोकांना अद्‌भुत अनुभव देण्याचे ब्रँडचे आश्वासन पाळलेत आणि दिवसाचे चोवीस तास लोकांना कोठूनही सेवा दिलीत, तर तुमच्यावर पैशांचा पाऊस पडेल.

महान ब्रँडचा उदय संघटनेच्या हृदयातून होतो. तिथून तो संघटनेत सर्वत्र पसरतो आणि नंतर तो सर्वसामान्यांपर्यंत जातो.

सशस्त्र सेनादलाच्या सर्व शाखा - लष्कर, नौदल, हवाईदल, तटरक्षक दल, मरिन्ससारखी विशेष पथके हे सर्व महान ब्रँड आहेत. सेनादलांच्या या प्रत्येक शाखेचा संदेश वेगवेगळा आहे. एखाद्याने सेनादलाच्या विशिष्ट शाखेत प्रवेश करण्याचे ठरवले, तर तो किंवा ती फक्त गणवेष घालत नाही. असा गणवेष अंगावर चढवण्यापूर्वी त्याच्या किंवा तिच्या आधीच्या सर्व ओळखी, श्रद्धा, विचार आणि सवयींना तिलांजली द्यावी लागते. त्यानंतरच तो किंवा ती या विशिष्ट शाखेचे सदस्य होण्यास पात्र ठरतात. भरती होणाऱ्या प्रत्येक सदस्याचे मानसिक, शारीरिक आणि आत्मिकदृष्ट्याही ब्रँडिंग झाले आहे, याची दक्षता सशस्त्र सेनादले कसोशीने घेतात.

अमेरिकेचा नेव्ही सील्स हा जगातला अतिशय नावाजलेला व प्रतिष्ठित लढाऊ विभाग आहे. सैनिकांमध्ये आपला ब्रँड रुजवण्याची तिथली प्रक्रिया वैशिष्ट्यपूर्ण आहे. नेव्ही सीलचे एकूण २५०० कमांडो जगातले सर्वांत कणखर आणि कुशल सैनिक मानले जातात. त्यांना दोन वर्षांच्या अतिशय खडतर व कठीण प्रशिक्षणातून पुढे जावे लागते. या पथकासाठी भरती झालेल्यांतील ७५ ते ९० टक्के जवान प्रशिक्षणादरम्यान बाहेर पडतात किंवा हाकलले जातात. या अभ्यासक्रमातली एक कठीण चाचणी 'ड्राउनप्रूफिंग'ची आहे. त्यात जवानाला हात आणि पाय बांधून खोल पाण्यात ढकलले जाते. श्वास रोखून धरून त्यांना कसेबसे पाण्याच्या बाहेर यावे लागते. त्यानंतरही हातपाय बांधलेल्या स्थितीत ५० मीटर अंतर पोहून पार करावे लागते. सर्वांत खडतर आव्हान 'हेल वीक'चे (नरकयातनांचा आठवडा) असते. या काळात त्यांच्याकडून अनेक कठीण शारीरिक कसरती करून घेतल्या

जातात. त्यांना दिवसातले २० तास जागे ठेवले जाते. या कठीण कसरतीतून पार होताना त्यांच्या मनोधैर्याची कसोटी लागते. ते प्रशिक्षण अर्ध्यातून सोडून जाऊ शकतात, असे त्यांना वारंवार सुचवले जाते. आठवडाभराच्या या दिव्यातूनही जे मागे उरतात आणि ज्यांनी अद्याप अभ्यासक्रम सोडलेला नसतो, त्यांच्यावर बर्फाळ थंड पाण्याचा वेगाने मारा केला जातो. त्यातून त्यांच्या शारीरिक क्षमतेची ताकद आजमावली जाते. त्यानंतरही त्यांना समुद्रात दोन मैलाचे अंतर पोहून पार करावे लागते. बाहेर येणाऱ्या जवानाच्या स्वागतासाठी उभा अधिकारी हातात हॉट चॉकलेटचा कप घेऊन उभा असतो. जवानाने आपली हार मान्य केली आणि प्रशिक्षण सोडून जाण्याचे ठरवले, तरच त्याला ते मिळेल, असे सांगितले जाते. या सर्वांतून पार पडलेले आणि नेव्ही सील म्हणून काम करणारे कमांडो सांगतात की, गरमागरम चॉकलेटचा पेला नाकारणे, हा सर्वांत कसोटीचा क्षण असतो.

सेनादलांमधील विभाग हे जगातील सर्वोत्तम ब्रँडनिर्मिती करणाऱ्या संस्थांपैकी एक आहेत. खरा ब्रँड संघटनेच्या गाभ्यातून सुरू होतो, हृदयातून बाहेर येतो आणि संघटनेतील प्रत्येक सदस्याच्या हृदयात व मनात तो पाझरतो. त्यानंतरच हा ब्रँड बाहेरच्या जगात पसरतो. सर्वोत्तम ब्रँड आपल्या गुणसूत्राचा एक भाग बनतात.

'सील टीम सिक्स'ने *(ST6)* ओसामा बिन लादेनला कारवाईत ठार केले, तेव्हा जगाला या ब्रँडची ताकद खऱ्या अर्थाने समजली. ज्यांनी तोपर्यंत या पथकाबद्दल ऐकलेही नव्हते, ते विचारत होते, ''हे लोक आहेत तरी कोण?'' हे नेव्ही सील कमांडो त्यांच्या मोहिमांबाबत अतिशय गुप्तता पाळतात. त्यांच्या आचारसंहितेचा तो भागच आहे. अशा कठोर शिस्त व गोपनीयतेमुळे त्यांचा ब्रँड आणखी शक्तिशाली बनला आहे. या पार्श्वभूमीवर कोणतेही ठोस कारण नसताना लोकांवर सतत अर्थहीन, बटबटीत, भडक जाहिरातींचा मारा करणाऱ्या व्यवसायांबद्दल काय म्हणता येईल? याचा अर्थ हे व्यवसाय ब्रँड घडवत नाहीत, तर फक्त उपद्रव निर्माण करतात.

जगातील सार्वकालिक महान ब्रँडमध्ये मध्ययुगातल्या 'ॲटिल्ला, द हुण' याचा समावेश करता येईल. त्याच्या ब्रँडची कीर्ती किंवा दुष्कीर्ती इतकी ताकदवान होती की, शत्रूचे सैनिक त्याचे नाव ऐकल्यावर लढण्यापूर्वीच त्याला शरण जात. इसवी सन ४३४ ते ४५३ या काळात ॲटिल्ला हा हुणांचा नेता होता. लोक आजही त्याच्याबद्दल बोलतात. ही ब्रँडची ताकद आहे आणि ब्रँड त्यांचा वारसा निर्माण करू शकतात, त्याचेही हे उदाहरण आहे.

सध्याच्या काळातील ॲपलचे स्टीव्ह जॉब्स, फेसबुकचे मार्क झुकरबर्ग, गुगलचे सर्जी ब्रिन हे आधुनिक ॲटिल्लाच आहेत. त्यांनीही त्यांचे ब्रँड उभे केले आहेत आणि त्यांचा वारसा निर्माण केला आहे. जगाच्या इतिहासातील सर्वांत शक्तिशाली ब्रँडची निर्मिती या लोकांनी केली आहे. जॉब्स, झुकरबर्ग किंवा ब्रिन एखादा निर्णय घेतात, तेव्हा जगात घडामोडी घडतात आणि व्यवसायांना बदलणे भाग पडते किंवा ते बंदच पडतात. स्टीव्ह जॉब्स आता हयात नाहीत; पण ॲपलचा दबदबा कायम आहे.

अगदी गुन्हेगारी टोळ्या, संघटनांचेही ब्रँड असतात. उदाहणार्थ, 'कोसा नोस्त्रा' या इटलीतील सिसिलियन माफियाच्या टोळीचे नाव घेतले की, युरोप, अमेरिकेतले लोक

भीतीने थरथरतात. जपानच्या याकुझा टोळीबाबतही हेच सांगता येईल. अमली पदार्थांच्या चोरट्या व्यापारात दक्षिण अमेरिकेतल्या कोलंबियातील काली आणि मेडेलिन या टोळ्यांचा मोठा दबदबा व दहशत आहे. कोकेनच्या चोरट्या व्यापाराचे ते डॉन मानले जातात.

बदमाशांचेही ब्रँड असतात. बर्नी मॅडॉफ हे नाव एकेकाळी अमेरिकेतल्या श्रीमंत व प्रतिष्ठित वर्गात आदराने घेतले जायचे. परंतु, साखळी पद्धतीने विक्री व भांडवल उभारणीच्या बनावट योजनेतून – पाँझी स्कीममधून त्याने अमेरिकेच्या इतिहासातील सर्वांत मोठा गैरव्यवहार केला. त्यामुळे तो कुप्रसिद्ध झाला. चार्ल्स पॉन्झी या इटालियन उद्योगपतीने १९२० मध्ये अशाच पद्धतीने लोकांची सुमारे २ कोटी डॉलरची फसवणूक केली होती. त्याच्या नावानेच 'पॉन्झी स्कीम' कुप्रसिद्ध झाली. मॅडॉफने केलेला गैरव्यवहार इतका मोठा आहे की, कदाचित पुढच्या काळात फसवणुकीचे हे प्रकार 'पॉन्झी स्कीम' ऐवजी 'मॅडॉफ स्कीम' म्हणून ओळखले जाऊ शकतील. बर्नी मॅडॉफ हे नाव उच्चारले, तरी गुन्हेगारी, फसवणूक हेच शब्द नजरेसमोर येतात.

ब्रँडची शक्ती आणि मूल्य ओळखणे अतिशय महत्त्वाचे आहे. त्यासाठी जे करावे लागेल, जितका वेळ आणि पैसा खर्च करावा लागेल, ते करण्याची तयारी तुम्ही ठेवली पाहिजे. ब्रँडच्या उभारणीला सुरुवात करण्यापूर्वीच ते करणे आवश्यक आहे. व्यवसाय–उद्योग क्षेत्रातील अनेक नेत्यांना मोठे व्हायचे असते, त्यांना अनेक कंपन्या उभ्या करावयाच्या असतात, परंतु, हे स्वप्न साकार करण्यासाठी सर्वस्व झोकून प्रयत्न व परिश्रम करण्याची त्यांची तयारी नसते. अनेक कंपन्यांच्या मुख्य कार्यकारी अधिकाऱ्यांसाठी त्यांचा वेळ हा पैशांपेक्षा अधिक किमती असतो!

ब्रँड निर्मितीची व उभारणीची प्रक्रिया ही एखाद्या कार्यक्रमासारखी नाही, तर ती आयुष्यभर चालणारी प्रक्रिया आहे, याची आम्हाला जाणीव आहे. आमच्या आयुष्याचा उद्देश सफल करण्यासाठी ब्रँड आम्हाला सक्षम बनवू शकतो, हे माहीत झाल्याने त्यासाठी वेळ आणि शक्ती खर्च करण्याची आमची तयारी असते. कदाचित त्यामुळेच आज आम्ही आंतरराष्ट्रीय ब्रँड आहोत. आम्हाला त्याचे मोल समजते.

जाता जाता...

ब्रँड सर्वत्र असतात आणि प्रत्येक गोष्टीत असतात. काही ब्रँड स्थानिक आहेत, तर काही जागतिक. काही ब्रँड श्रीमंत आहेत, काही तेवढे श्रीमंत नाहीत; तर काही या दोन्हींच्या मध्ये कुठेतरी आहेत. मुलांसाठी काही ब्रँड आहेत, तर काही ब्रँड प्रौढांसाठी आहेत. प्रत्येक उद्योगाचा एक ब्रँड असतो. उदाहरणार्थ, जगातील सुवर्णबाजारात अमेरिकन इगल्स, कॅनडातील मेपल लीफ्स, ऑस्ट्रेलियातील कांगारूज, दक्षिण आफ्रिकेतील क्रुजेरांड्स असे ब्रँड प्रसिद्ध आहेत. हे सर्व सोन्याचे ब्रँड असले, तरी त्यांच्या खरेदीविक्रीच्या किमती वेगवेगळ्या असतात.

धार्मिक क्षेत्रातही अनेक ब्रँड व त्यांचे सबब्रँड आहेत. ख्रिस्ती धर्मात प्रोटेस्टंट आणि कॅथलिक्स आहेत. बौद्ध धर्माचे तिबेट, चीन आणि जपानमधील स्वरूप वेगवेगळे आहे. तिबेटी बौद्धांचे दलाई लामा हे स्वतःच एक ब्रँड आहेत. तिबेटी बौद्धांमध्येही अनेक उपपंथ

– सबब्रँड व त्यांच्यातील संघर्ष आहेत. दहशतवादाच्या स्वरूपातही ज्यू, मुस्लीम व ख्रिस्ती लोकांमधील विविध संघर्ष आपण अनुभवतो आहोत. हे इतके तणाव आणि संघर्ष का आहेत? त्याचे अंशत: उत्तर ब्रँड्स, त्यांचे सबब्रँड यांचे विशिष्ट संदर्भ आणि धार्मिक अनुयायांची हृदये आणि मने जिंकण्यासाठी सुरू असलेले संघर्ष असे देता येईल.

अमेरिकेच्या राजकारणातही रिपब्लिकन आणि डेमोक्रॅट्स असे ब्रँड आहेत. जर रिपब्लिकन नसते, तर अमेरिकन जनतेला डेमॉक्रॅट्सचीही गरज भासली नसती. लोक ब्रँड्समुळे व ब्रँड्सभोवती एकत्र येतात आणि ब्रँड्समुळे त्यांचे ध्रुवीकरणही होते.

व्यवसायातील वाढती स्पर्धा, कमी किमतीत जास्त गुणवत्ता देण्याची हमी, वेगाने विकसित होणारे तंत्रज्ञान, व्यवहारांचा वाढता वेग अशा आजच्या जगात व्यवसाय उभारणीपेक्षाही ब्रँडची निर्मिती व विकास जास्त महत्त्वाचा झाला आहे. किंबहुना, ब्रँडशिवाय व्यवसाय उभारणे हे दिवसेंदिवस कठीण होत आहे.

लक्षात ठेवायचे मुद्दे/करावयाच्या गोष्टी

- तुम्ही तुमच्या व्यवसायाचे ब्रँडमध्ये रूपांतर केल्याशिवाय तुम्हाला मिडास टच कधीही साध्य होणार नाही.
- तुमचा ब्रँड सच्चा असला पाहिजे, त्यात खोट असता कामा नये. लोक खोटेपणा नक्कीच ओळखतात.
- ब्रँड म्हणजे लोगो नाही. ब्रँड हे तुम्ही दिलेले आश्वासन असते आणि त्यांना दिलेला अनुभव असतो.
- लोक त्यांच्या हृदयापासून खरेदी करतात आणि नंतर मनाने त्या खरेदीचे स्पष्टीकरण देतात. त्यामुळे तुमचे हृदय कोठे आहे हे ओळखा आणि तुमच्या ब्रँडमध्ये ते उतरवा.
- तुम्ही नेमके कशाने प्रेरित होता, हे शोधा. मिडास टच मिळवण्यासाठी तुमच्या हृदयात यशस्वी होण्याची आग असली पाहिजे.
- तुम्ही स्वत:मध्ये आणि तुमच्या ब्रँडमध्ये गुंतवणूक करण्यात कंजुषी केलीत, तर मिडास टच तुम्हाला कधीही साध्य होणार नाही. ही कंजुषी पैशांची, वेळेची, बांधिलकीची आणि लोकांची असू शकते.
- सार्वजनिक ठिकाणी बोलण्याचे, संवादाचे कौशल्य कोणत्याही परिस्थितीत साध्य करा. तुम्हाला त्याची आत्यंतिक गरज आहे.

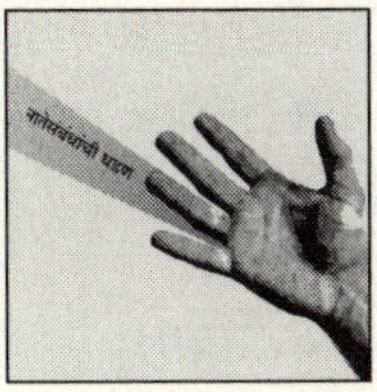

प्रकरण चौथे

अनामिका नातेसंबंध

'व्यवसायातील सगळ्या गोष्टींचं सार अंतिमतः तीन शब्दांत मांडता येईल : पीपल (लोक), प्रॉडक्ट (उत्पादन) आणि प्रॉफिट्स (नफा). तुमच्याकडे चांगल्या लोकांचा संघ असल्याशिवाय तुम्ही इतर दोन गोष्टींमध्ये फार चांगली कामगिरी करू शकत नाही.'

– ली इआकोका

भागीदारीतले धोके

रॉबर्ट कियोसाकी

'वाईट भागीदाराबरोबर तुम्ही चांगला सौदा करू शकत नाही.'

हे शब्द केवळ व्यवसायातच नव्हे; तर आयुष्यासाठीही खूप महत्त्वाचे आहेत.

हे फक्त शहाणपणाचे बोल नसून त्याहीपेक्षा खूप काही सांगणारे आहेत. ज्याच्या आधारे संपूर्ण आयुष्याची वाटचाल करावी, असे हे मौलिक शब्द आहेत.

जेव्हा कधी तुम्ही एखादा अडचणीत सापडलेला व्यवसाय, मोडकळीस आलेला लग्न संसार किंवा डबघाईला आलेली गुंतवणूक पाहाल, तेव्हा तुम्हाला तिथे वाईट भागीदार नक्की दिसेल.

याचा अर्थ संबंधित मनुष्य वाईट आहे, असा नाही. म्हणजे कधी कधी तो वाईट असतोही. परंतु, इथे तो फक्त वाईट भागीदार आहे, हाती घेतलेल्या कामासाठी अयोग्य व्यक्ती आहे, इतकंच.

जगात असंख्य चांगली माणसे आहेत. पण, ती सर्व व्यवसायातले चांगले भागीदार बनू शकतीलच, असे नाही. विवाहसंस्थेचा विचार जर आपण केला, तरी असे आढळते की, चुकीच्या व्यक्तीशी लग्न झालेली अनेक चांगली माणसे जगात आहेत. आणि तुम्हाला

जर खरोखरच एखादा वाईट मनुष्य आढळला – की जो कायदेशीर आणि नैतिकदृष्ट्याही नीच आहे – तर, तुम्ही कितीही चांगले असलात तरी तो तुमचा व्यवसाय अथवा विवाह बुडवणारच.

अनामिका

मिडास टचसाठी आवश्यक नाती अनामिकेद्वारे अभिव्यक्त करता येतात. जर तुमचा भागीदार वाईट असेल, तर तुम्ही जे काही कराल, ते मातीतच जाणार. आणि जर तुमचा भागीदार चांगला असेल, तर जे काही तुम्ही कराल त्याचे सोने होईल.

भागीदार नव्हे; विदूषक

नायलॉन आणि वेल्क्रोची पाकिटे बनवण्याचा माझा व्यवसाय १९७० च्या उत्तरार्धात वाढीस लागला होता. परंतु, समस्या ही होती की, वाढत्या यशाबरोबर आमचा खर्चही वाढत होता. या व्यवसायाबद्दल मी तुम्हाला या पुस्तकात आधी काही गोष्टी सांगितल्या आहेतच. आमच्या कंपनीकडे भांडवलाची कमतरता कायमचीच असल्याने मला पैसे उभे करणे भाग होते. कोरिया आणि तैवानमधल्या कारखान्यांतून तयार झालेला माल आम्ही आधी आमच्या गोदामांमध्ये आणून साठवत होतो आणि तिथून जगभर वितरित करत होतो. हे चांगलेच आहे, असे तुम्हाला वाचताना वाटत असेल ना? ज्या वेगाने उत्पादन होत होते, त्याच वेगाने आम्ही माल विकत होतो. त्यामुळे आम्हाला ग्राहकांकडून, दुकानदारांकडून पैसे मिळण्याच्या आधी उत्पादनाची मागणी नोंदवावी लागत होती आणि त्यासाठीचे पैसे चुकवावे लागत होते. परिणामी, पैशांचा पुरवठा अबाधित कसा राखायचा, ही आमच्या पुढची कायमची समस्या होती. आमच्या अंदाजाप्रमाणे, सामान्यपणे, आम्ही एप्रिलमध्ये एक डॉलर खर्च केला, तर त्याचा परतावा मिळण्यासाठी पुढच्या फेब्रुवारीपर्यंत वाट पाहावी लागे. हे दहा महिन्यांचे अंतर होते. पैसे बाहेर जात होते, पण तितक्या वेगाने ते परत मिळत नव्हते. त्यामुळे लौकिकदृष्ट्या आमची विक्री जेवढी वाढे – म्हणजे आम्ही जेवढे यशस्वी होऊ, तेवढा आमचा पैसा जास्त गुंतून पडे आणि खूप सावकाशीने त्यावरचा परतावा मिळे.

रिपर्सच्या उत्पादनांची मागणी वाढली, तशी आमची भांडवलाची मागणीही वाढली. आता आम्हाला पाच किंवा दहा हजार डॉलर्स उभे करणे पुरेसे नव्हते. उत्पादनांचा ओघ दुकानांकडे वाहता ठेवण्यासाठी आणि आमचा व्यवसाय वाढवण्यासाठी किमान एक लाख डॉलर्स उभारण्याची गरज निर्माण झाली. त्यावेळी माझ्या माहितीत फक्त रिच डॅडकडेच तेवढे पैसे होते. त्यामुळे मी त्याच्याशी संपर्क साधला आणि त्याच्या भेटीची वेळ मागितली.

रिच डॅडने गुंतवणुकीसंबंधीची माझी बडबड दहा मिनिटे ऐकली. त्याला सहन होईल तितके त्याने ते ऐकून घेतले आणि मग नम्रपणे माझ्या दोन भागीदारांना खोलीबाहेर जाण्यास सांगितले. ते बाहेर गेल्यानंतर मात्र त्याने मोठमोठ्याने मला झापायला सुरुवात केली. इतकी कठोर बोलणी मी आयुष्यात कधीही ऐकली नव्हती.

रिच डॅडने माझ्या दोन भागीदारांचा उल्लेख 'विदूषक' असा केला. एवढ्यावरच तो थांबला नाही, तर माझा एक भागीदार- मुख्य वित्तीय अधिकारी हा अतिशय लबाड, दुष्ट आणि बदमाश असल्याचा आरोप त्याने केला. खरे तर रिच डॅडला त्या माणसाबद्दल काही माहिती नव्हती. परंतु, पहिल्या भेटीतच ही व्यक्ती विश्वास ठेवण्याजोगी नाही, असे त्याचे मत बनले.

रिच डॅडला मी आणि माझा दुसरा भागीदार ठीक वाटत असलो तरी आम्ही चांगले भागीदार नाही, असा त्याचा निष्कर्ष होता. याच कारणाने त्याने आमच्या व्यवसायात गुंतवणूक करण्यास नकार दिला.

रिच डॅड मला म्हणाला, ''मी तुमच्याशी भागीदारी का करावी? तुम्हाला व्यवसायाचा कोणताही अनुभव नाही, तुम्हाला आतापर्यंत यश मिळालेले नाही. मी तुमच्यापैकी कोणावरही विश्वास ठेवू शकत नाही. माझा ज्याच्यावर विश्वास नाही, अशा व्यक्तीशी तू भागीदारी करत असशील, तर मीही तुझ्यावर विश्वास ठेवणे कठीण आहे. तुला चांगला भागीदार म्हणजे काय, हेच ठाऊक नाही, असेच मला दिसते. तुम्ही लोक व्यवसाय करणारे नाही, तर विदूषक आहात!''

हे भाषण ऐकणे माझ्यासाठी अतिशय दुःखदायक अनुभव होता. ते कायम माझ्या मनात राहिले. आम्ही तिथून रिकाम्या हातांनी बाहेर पडलो हे वेगळे सांगायला नकोच. त्यानंतर अनेक वर्षे मी रिच डॅडशी बोललो नाही.

आम्ही एक लाख डॉलर्स उभे केले. पण रिच डॅडचे म्हणणे खरे ठरले. आम्ही वाईट भागीदार होतो. पैसे लंपास झाले होते. रिच डॅडला ज्याचा संशय वाटत होता, त्या मुख्य वित्तीय अधिकाऱ्याने पैसे घेऊन पोबारा केला.

बुडत्याची भागीदारी

या अनुभवातून मी शहाणा झालो, असे म्हणायला मला आवडले असते. त्यातून मी धडा घेतला. पण मला बहुधा आणखी शिकण्याची गरज होती. त्यामुळे मी एकापेक्षा अनेक वेळा असे अनुभव घेतले. एका वाईट भागीदारीतून मी दुसऱ्या वाईट भागीदारीत जात होतो. आणि रिच डॅडच्या म्हणण्याप्रमाणे त्यामुळे मीही वाईट भागीदार ठरत होतो.

ही वाईट भागीदारी माझा पिच्छा सोडायला तयार नव्हती. चांगले भागीदार समजून मी एखाद्या व्यक्तीबरोबर व्यवसाय सुरू करत होतो, व्यवसाय चांगला चालायला लागे. थोडेफार पैसे मिळून यश समोर दिसायला लागले की मात्र चांगली व्यक्ती वाईट भागीदार बनत असे.

माझ्या रिपर्सच्या व्यवसायात हेच घडले, त्याच्या जोडीने सुरू केलेल्या रॉक अँड रोल संगीताच्या व्यवसायातही असाच अनुभव आला. त्यानंतर माझ्या शैक्षणिक क्षेत्रातील व्यवसायातही याची पुनरावृत्ती घडली. अगदी माझ्या रिच डॅड कंपनीतील भागीदार आणि तिच्या नवऱ्याचाही असाच कटू अनुभव आला.

यश मिळाल्यानंतर भागीदार ते पचवू किंवा हाताळू शकत नाहीत, असे अनुभव दोन व्यवसायांमध्ये आले. ते खरे तर वाईट किंवा अप्रामाणिक लोक नव्हते. ते फक्त कधी

यशस्वी झालेले नव्हते. यश समोर दिसताच, त्यांच्या व्यक्तिमत्त्वातले दोषही उघड झाले. उदाहरण सांगायचे, तर मी छोट्या स्वरूपात सुरू केलेली एक शैक्षणिक कंपनी बऱ्यापैकी पैसे देऊ लागल्यावर माझ्या एका भागीदार महिलेने ती एकदम श्रीमंत झाल्यासारखेच पैसे खर्च करायला सुरुवात केली. तोपर्यंत तिला इतके पैसे कधीच मिळाले नव्हते. एवढे पैसे पाहिल्यावर तिची खरेदीची सुप्त इच्छा प्रबळ झाली. तिने आमच्या व्यवसायासाठीचे क्रेडिट कार्ड वापरून व्यक्तिगत खरेदी सुरू केल्यावर मात्र मी आणि किमने तिच्याशी भागीदारी तोडली. व्यक्ती म्हणून ती चांगली होती, पण तिला खरेदीची मोठी हौस होती.

काही प्रकरणांमध्ये वाईट भागीदार हे अप्रामाणिक होते. योगायोगाची गोष्ट म्हणजे रिपर्स आणि रिच डॅड कंपनीतले माझे वाईट भागीदार पेशाने हिशेब तपासनीस आणि वकील होते. ते उच्च शिक्षित होते आणि त्यांच्यासारख्या लबाड लोकांपासून व्यवसायाचे संरक्षण करण्यासाठीच मी त्यांची नेमणूक केली होती.

मला माहीत आहे की या सगळ्यात, मीसुद्धा मूर्खासारखा वागलो आणि स्वत: एक वाईट भागीदार ठरलो. माझ्या व्यवसायाची सुरुवात, व्यवसायातले यश, मिळालेले वाईट भागीदार हा घटनाक्रम वेगळा असायला हवा होता, असे केव्हातरी माझ्या मनात येते. व्यवसायातल्या वाईट भागीदारांपेक्षा चांगल्या भागीदारांच्या अनुभवाबद्दल लिहिता आले असते, तर बरे झाले असते, असेही कधीतरी वाटते. परंतु, माझ्या खोट्या प्रतिष्ठेचे, अभिमानाचे रक्षण करण्यापेक्षा वाचक म्हणून तुम्हाला त्यातून काही शिकायला मिळू शकेल, असा विचार मी केला. मी काय करतो, ते मला चांगलेच माहिती आहे, हा भ्रम असू शकतो. इतर अनेक लोकांप्रमाणे मीही आगीतून फुफाट्यात असा प्रवास करत आलो आहे. त्यात बऱ्यापैकी तरून गेलो. पण हे अनुभव महत्त्वाचे ठरले.

सत्य सांगायलाच हवे

मला किमसारखी चांगली पत्नी आणि व्यवसायातली उत्तम भागीदार लाभली नसती, तर मी कदाचित व्यवसायात टिकू शकलो नसतो. १९८५ पासून व्यवसायातील फसवणूक, भागीदारांकडून विश्वासघात अशा प्रकारांना मी सामोरा गेलो आहे. किम आणि काही चांगल्या मित्रांची साथ नसती, तर या आर्थिक आणि भावनिक उद्ध्वस्तपणातून मी स्वत:ला सावरू शकलो असतो की नाही, याबद्दल मला शंका आहे. माझे जवळपास दहा कोटीहून अधिक डॉलर्सचे नुकसान झाले होते. भावनिक नुकसान तर त्यापेक्षाही कितीतरी अधिक होते. अशा अडचणीच्या प्रसंगात तुमचे एके काळचे मित्र, भागीदार यांचे खरे चेहरे तुमच्यासमोर येतात. तुम्ही ज्यांच्याबरोबर वर्षानुवर्षे काम केले आहे, त्यांचे कल्पनेपलीकडचेही नीच वर्तन तुम्हाला धक्का देते. त्यामुळे तुम्ही प्रचंड अस्वस्थ होता. तुम्ही आयुष्यभर ते विसरू शकत नाही.

व्हिएतनाममधल्या युद्धात मी मानवामधल्या पशूला पाहिले असे मला वाटले. पण व्यावसायिक जगतातला मनुष्यप्राणी, व्हिएतनाममधल्या या पशुपेक्षा वेगळा होता. व्हिएतनाममधील युद्धात आत्यंतिक भीतीमुळे काही सैनिकांमधील पशू दिसून आला. पण व्यवसायात भीतीबरोबरच प्रचंड लोभीपणामुळे माणसे पशूसारखी वागू लागतात.

व्यवसायातली फसवणूक आणि विश्वासघात जास्त वेदना देणारी असते, याचे कारण इथे शत्रूबरोबर नाही, तर मित्रांबरोबर आणि सहकाऱ्यांबरोबर दगा झालेला असतो.

विश्वासघात हा आयुष्याचा भाग

विश्वासघात दोन प्रकारचे असतात. एक गुन्हेगारी स्वरूपाचा किंवा हेतूपूर्वक केलेला विश्वासघात असतो. तर दुसऱ्या प्रकारचा विश्वासघात बेफिकीरी किंवा अकार्यक्षमतेतून झालेला असतो. आयुष्यात तुमच्या वाट्याला आलेल्या अशा प्रसंगांमधून तुम्ही काही शिकलात आणि मोठे होण्याचा प्रयत्न केलात, तर मिडास टच लाभलेला उद्योजक म्हणून तुमची घडण होण्याची शक्यता अधिक असते.

यातली एक मजेची गोष्ट म्हणजे जी व्यक्ती इतरांचा जाणूनबुजून विश्वासघात करत असते, तिला आपलाच विश्वासघात झाला आहे, असे वाटत असते. दुसऱ्या शब्दांत सांगायचे, तर तुमच्या केलेल्या विश्वासघाताचे समर्थन करण्याची सबब ही व्यक्ती शोधत असते.

अशा प्रसंगांमधून अधिक चांगली व्यक्ती बनण्याचे खरे आव्हान तुमच्यापुढे असते. याचा अर्थ तुमची इच्छा असली, तरी तुम्ही दुसऱ्याला त्याच प्रकारचे प्रत्युत्तर देणे टाळायला हवे, असा होतो. याचा अर्थ सूडाची आग धुमसत ठेवून विश्वासघाताची प्रक्रियाच पुढे चालू ठेवण्याचे तुम्ही रोखायला हवे. हे अतिशय कठीण आहे. पण विश्वासघात करणाऱ्यापेक्षा मोठे होण्याचे खरे आव्हान तुमच्यापुढे असते. तुमची जर अद्याप अशी फसवणूक झाली नसेल, तर जेव्हा केव्हा असा प्रसंग येईल, तेव्हा तुमच्याच स्वभावाचे वेगळे दर्शन तुम्हाला घडेल. तुमच्यात असा वेगळा स्वभाव दडलेला आहे, असे तुम्हाला वाटत असेल, तर तुमचा कधीतरी विश्वासघात झालेला असण्याची दाट शक्यता आहे.

विश्वासघाताची वेदना इतकी तीव्र असते की, त्या व्यक्तीला चांगली अद्दल घडवण्याची शिक्षा करावी अशी इच्छा तुमच्या मनात प्रबळ होते. कितीही समर्थनीय वाटली, तरी ही पाशवी भावना रोखायला तुम्ही शिका. तुमचा विश्वासघात करणारी व्यक्ती हेच तर करत असते, असे तुमच्या लक्षात येईल. तुम्हाला पटो अगर न पटो, तुमची फसवणूक, विश्वासघात करण्याचे सबळ कारण त्यांच्याकडे असते. याचा अर्थ, तुम्ही काहीही केले नसले, तरी तुम्ही केलेल्या विश्वासघाताची परतफेड म्हणून ती व्यक्ती असे कृत्य करत असते.

रिपर्सच्या व्यवसायात मी एका गुंतवणूकदाराकडून मिळवलेले एक लाख डॉलर्स माझा लेखापाल स्टॅनलेने त्याच्या मित्रांची देणी परत करण्यासाठी वापरले. खरे तर आम्ही हे पैसे मोठ्या प्रमाणात माल खरेदी करण्यासाठी उभे केले होते. त्यामुळे मी स्टॅनलेला त्याबद्दल जाब विचारला, तेव्हा 'मला आधी माझ्या मित्रांची देणी देणे भागच होते', असे स्पष्टीकरण त्याने दिले. त्याच्या दृष्टीने त्याने केलेली कृती योग्यच होती. आपण भागीदारांची फसवणूक करतो आहोत, असा विचारही त्याच्या मनात आला नव्हता.

मी त्याला समजावण्याचा प्रयत्न केला की, या एक लाख डॉलर्समध्ये उत्पादनांची खरेदी केली असती, तर त्याच्या विक्रीतून दहा लाख डॉलर्स उभे राहिले असते. त्यातून सर्वच गुंतवणूकदारांची रक्कम त्यांना परत देता आली असती. परंतु, हे ऐकून घेण्याच्या तो

मन:स्थितीत नव्हता. आपल्या मित्रांची देणी भागवल्यावर त्याने नोकरीचा राजीनामा दिला आणि आमचा व्यवसाय लवकरच कोलमडून पडला. स्टॅनलेने राजीनामा दिल्यानंतर इतर गुंतवणूकदारांशी संपर्क साधला आणि मी कसा अकार्यक्षम ठरलो, हे त्यांना सांगितले. लवकरच इतर गुंतवणूकदारांनीही त्यांचे पैसे परत देण्याचा लकडा सुरू केला. मी स्टॅनलेवर सूड उगवायला हवा होता का? नक्कीच, परंतु मी ते केले नाही.

मला व्यवसाय पुन्हा उभारण्यासाठी आणि गुंतवणूकदारांची देणी परत देण्यासाठी दोन वर्षे लागली. हे करणे अतिशय अवघड आणि कसोटी पाहणारे होते. पण ते योग्य होते. त्याऐवजी कदाचित मी दिवाळखोरी जाहीर करू शकलो असतो. पण एक उद्योजक म्हणून माझ्या घडणीतील तो एक अनमोल अनुभव ठरला. तो यातनादायी असला तरी मी त्यातून अधिक कणखर व शहाणा झालो. अशा प्रकारची समज किंवा अंतर्दृष्टी एका रात्रीत येत नाही. तुम्ही जर माझ्यासारखे असाल, तर या अनुभवाचे मोल समजण्यासाठी कितीही वेळा त्याला सामोरे जाण्याची तयारी तुम्ही दाखवाल.

स्टॅनलेकडे हिंमत नाही आणि तो दुबळा आहे, हे रिच डॅडला लगेचच जाणवले होते. त्याच्यावरचा मित्रांचा दबाव वाढला, तसा त्यातून वाचण्यासाठी त्याने भागीदारांचा आणि व्यवसायाचा विश्वासघात केला.

स्टॅनले आज कुठे आहे, हे मला माहीत नाही. परंतु, त्या एक लाख डॉलर्सच्या अनुभवामुळे आज मी एक चांगला उद्योजक बनलो आहे, हे मला ठाऊक आहे. वेगळ्या रितीनं बघायचं तर, मिडास टच लाभण्यासाठी स्टॅनलेने मला मदतच केली. व्यवसायात असणाऱ्या दुबळ्या लोकांबाबत मी आता जास्त जागरूक झालो आहे तसेच, ते किती धोकादायक बनू शकतात हेही मला कळले आहे.

मरिन कॉर्प्सचा माजी नौसैनिक म्हणून प्रतिहल्ला चढवणे, वेदना सहन करणे आणि अपराध्याला शिक्षा देणे या गोष्टी माझ्या व्यक्तिमत्त्वाचा भाग बनल्या आहेत. स्टॅनलेसारख्या दुबळ्या व्यक्तींबद्दल नौसैनिकांना थोडीही दयामाया नसते. या पार्श्वभूमीवर स्टॅनलेला मरिन कॉर्प्सच्या पद्धतीने शिक्षा न देणे, ही माझ्या व्यक्तिमत्त्वाची मोठी कसोटी होती. तुम्ही जॅक निकोलसन आणि टॉम क्रूज यांचा *अ फ्यू गुड मेन* नावाचा चित्रपट पाहिला असेल, तर मरिन कॉर्प्स कसे असतात, आणि त्यांच्यालेखी आदेशांचे महत्त्व काय असते याची झलक तुम्हाला अनुभवायला मिळेल. पण स्टॅनलेला धडा न शिकवणे हे माझ्यासाठी मोठे पाऊल होते.

परिस्थिती कितीही बिकट असली, तरी त्यातून बाहेर पडणे आणि विश्वासघातानंतरही अधिक चांगले बनण्याचा प्रयत्न करणे, हा माझ्या व्यक्तिमत्त्वाच्या विकासाचा अपरिहार्य भाग बनला आहे. माझ्या यशाचे गमक हेच आहे, असेही मी म्हणेन. एक नौसैनिक म्हणून वेदना सहन करणे आणि अपराध्याला शिक्षा करणे याबद्दलची तीव्रता माझ्यात अद्याप तशीच आहे, परंतु आता तिचा उपयोग मी अधिक चांगली आणि दीर्घ काळासाठी लाभदायक ठरू शकतील, अशी कृती करण्यासाठी करतो.

'डोळ्याच्या बदल्यात डोळा घेण्याने, दोघेही आंधळे बनतात', या म्हणीत खूप अर्थ आहे. माझ्यातला नौसैनिक कदाचित दुसऱ्या व्यक्तीचा डोळा फोडेल; परंतु त्यापेक्षाही

मी आता दुसऱ्या म्हणीचे पालन करतो : 'यश हाच सूडाचा उत्तम मार्ग आहे.' वाईट भागीदारांमुळे माझ्यातील यश मिळवण्यासाठीच्या ईर्षेचा अग्नी अधिकच भडकला. सूड उगवण्यापेक्षा मी माझी रागाची शक्ती आणखी यशस्वी होण्यासाठी वापरली.

मी माझ्या आजच्या यशाचे बरेचसे श्रेय वाईट भागीदारांना देतो. कारण चांगला भागीदार कसे बनायचे, याची शिकवण मला वाईट भागीदारांनी दिली. मला अजूनही बरेच काही शिकायचे आहे.

नात्यांची शिकवण

माझ्या उद्योजकतेच्या प्रदीर्घ आणि खडतर प्रवासादरम्यान मी भागीदार, लोक आणि नात्यांविषयी स्वानुभवातून जे शिकलो, त्याचे सार पुढीलप्रमाणे सांगता येईल.

१. **तुम्ही वाईट भागीदाराबरोबर चांगला सौदा करू शकत नाही.**

   मी हे पुन्हा सांगतो याचे कारण ते वारंवार सांगण्यासारखेच आहे. जिथे कोठे मी एखादा व्यवसाय, विवाह किंवा आर्थिक अडचणीत सापडलेला गट पाहतो, तेव्हा मी त्यातला वाईट भागीदार शोधण्याचा प्रयत्न करतो. बऱ्याचदा नेतृत्व करणारी व्यक्तीच असा वाईट भागीदार असते. ही व्यक्ती म्हणून चांगली असू शकते; पण ती व्यवसायाच्या दृष्टीने वाईट भागीदार असते.

२. **जेव्हा तुम्ही चांगले भागीदार असता, तेव्हा तुमच्याकडे खूप चांगल्या संधी चालून येतात.**

   पहिल्या धड्याची ही सकारात्मक बाजू आहे. रिच डॅडने मला शिकवले की, मी वाईट भागीदारांबरोबर काम करत राहीन, तोपर्यंत मी कधीही यशस्वी होऊ शकणार नाही. त्याने मला विद्यार्थी बनून मानवी स्वभाव आणि व्यवसायाचा अभ्यास करण्यास सांगितले. त्याने मला सतत परिश्रम करायला सांगितले आणि आयुष्यातील तो तो दिवस महत्त्वाचा मानून वाटचाल करायला सांगितली. मी चांगला भागीदार बनलो, तर चांगले लोक आणि चांगल्या संधी मला शोधत येतील, असे त्याने मला खात्रीने सांगितले.

   आत्तापर्यंत तरी रिच डॅडचे हे आश्वासन खरे ठरले आहे. सन २००७ ते २०१० या काळात मी माझे आधीचे भागीदार आणि ढासळत्या अर्थव्यवस्थेशी झुंजत होतो. परंतु, काळातही किम आणि माझ्याकडे आधीपेक्षाही अनेक चांगल्या संधी चालून आल्या. आम्ही चांगल्या लोकांबरोबर व्यवसाय करताना खूप पैसा मिळवला. आम्ही जर बदलौकिक असलेले वाईट लोक असतो, तर मला खात्री आहे की, अमेरिकेतल्या सर्वांत महत्त्वाच्या गुंतवणूक समूहांपैकी एका संस्थेने आम्हाला त्यांच्याशी सहकार्याचे निमंत्रण दिले नसते.

३. वाईट सौद्यातूनही चांगले भागीदार मिळतात.

प्रत्येक वाईट सौद्यातून मला एखादा चांगला भागीदार मिळाला आहे. अशाच एका फसलेल्या सौद्यातून किमला आणि मला केन मॅकइलरॉय हा चांगला भागीदार मिळाला. आम्ही बऱ्याच मोठमोठ्या सदनिका प्रकल्पांवर एकत्र काम केले. केन, त्याचे भागीदार रॉस मॅकॅलिस्टर, किम आणि मी अशा चौघांनी मिळून भागीदारीत लक्षावधी डॉलर्स मिळवले आहेत.

एका वाईट व्यक्तीने वाईट सौदा आमच्यापुढे ठेवला नसता, तर कदाचित केनशी आमची कधीच गाठभेट झाली नसती. तुम्ही यातला विचित्र योग पाहिलात का? उद्योजक म्हणून माझ्या कारकीर्दीत असे अनेकदा घडले आहे. मला आता हे माहीत झाले आहे. त्यामुळे जेव्हा एखादा सौदा फसण्याच्या मार्गावर असतो, तेव्हा मी त्यातून नवा चांगला भागीदार शोधण्याचा प्रयत्न करतो.

४. चांगले लोकही वाईट भागीदार बनू शकतात.

अनेक लोकांना उद्योजक बनण्याची इच्छा असते. परंतु, तुम्ही नव्यानेच सुरू करत असलेल्या व्यवसायात अशांना सहभागी करण्याच्या भानगडीत पडू नका. यातले बहुतांश लोक ई आणि एस वर्गवारीतले, म्हणजे नोकरदार, विशेषज्ञ म्हणून वावरलेले असतात किंवा स्वयंरोजगार करणारे असतात. व्यवसायातील उद्योजकीय चमूचे सदस्य बनण्याइतपत अनुभव, शिक्षण किंवा भावनिक प्रगल्भता त्यांच्याकडे नसते. त्यामुळे व्यक्ती म्हणून ते चांगले असले, तरी ते वाईट भागीदार बनण्याची शक्यता असते.

माझ्या एका मित्राचा खाद्यपदार्थ बनवण्याचा व्यवसाय आहे. त्याला स्वयंपाकाची आवड असल्याने त्याला त्याचा व्यवसाय आवडतो. तो सतत नव्या पाककृती कशा बनवायच्या, भोजन आणखी चविष्ट कसे होईल, याच्याच विचारात गढलेला असतो. मात्र, त्याला व्यवसायात फारसा रस नाही, ही मुख्य समस्या आहे. त्याने हिशेब ठेवणे, आर्थिक व्यवहार, विक्री व विपणन, व्यवसायविषयक कायदे याचे काही शिक्षणच घेतलेले नाही. त्याला स्वत:ला व्यवसायाच्या विविध बाजूंचे शिक्षण नसल्याने याचा फटका त्याच्या व्यवसायाला व कर्मचाऱ्यांना बसतो.

दुर्दैवाने त्याला स्वत:ला मात्र आपण चांगला व्यवसाय करतो, असे वाटते. त्याला कोणीही काहीही सांगू शकत नाही.

मी नव्याने सुरू करत असलेल्या एका व्यवसायात सहभागी होण्याची इच्छा त्याने प्रदर्शित केली, तेव्हा आम्ही ती फेटाळली. तो चांगला माणूस आहे. परंतु, तो चांगला भागीदार बनू शकेल, असे आम्हाला वाटले नाही. वैद्यकीय डॉक्टर्स, हिशेब तपासनीस, लेखापाल यांच्याबाबतीत मी हा अनुभव घेतला आहे. आपण शाळेत नेहमी पुढे होतो आणि आता स्वत:ची प्रॅक्टिस करतो, त्यामुळे आपण

चांगला व्यवसाय करू शकू, असे त्यांना वाटत असते. मात्र, अपवादानेच त्यातले काही चांगले व्यावसायिक होतात. बहुतांश वाईट भागीदारच ठरतात.

५. **चांगल्या परंतु अननुभवी लोकांना उत्तम सौद्यांची संधीच मिळत नाही.**

अनेक लोकांनी कधी स्वत:चा व्यवसाय, उद्योग सुरू करण्याचा यशस्वी प्रयत्न केलेला नसतो. त्यामुळे उद्योग जगतातील सर्वोत्तम संधी अशा लोकांच्या वाट्याला कधीच येत नाहीत. अशा लोकांना बुडण्याची शक्यता असलेल्या सौद्यांसाठी बोलावण्याची शक्यता असते. कारण इतर कोणाला त्यात सहभागी व्हायचे नसते. पण सर्वोत्तम सौदे मात्र त्यांच्यापासून दूरच असतात.

एकदा का उद्योजक म्हणून तुम्ही यश मिळवलेत आणि तुमचा नावलौकिक झाला की, प्रत्येकजण तुमच्याशी संबंध जोडण्याचा प्रयत्न करतो. दुसऱ्या शब्दांत सांगायचे, तर तुम्ही जितके अधिक यशस्वी व्हाल, तितके यश तुमचा पाठलाग करत येते. तुमच्याकडे गुंतवणुकीसाठी पैसा आहे, पण तुम्हाला फार अनुभव नाही आणि तुम्ही यशस्वी उद्योजक नसाल, तर शेअर बाजारातल्या नियंत्रक संस्थाही तुम्हाला नियमांनुसार सर्वोत्तम आणि जास्त फायदेशीर व करसवलती असलेल्या गुंतवणुकीपासून रोखतात.

अशा चांगल्या, पण अननुभवी लोकांना बँकांमधील बचत, साध्या कंपन्यांचे शेअर्स, रोखे, म्युच्युअल फंडामध्ये गुंतवणुकीचा सल्ला अमेरिकेतील सिक्युरिटीज् अँड एक्सचेंज कमिशन (एसईसी) देते. खरे तर अशी गुंतवणूक सर्वांत जास्त धोक्याची, जास्त कर भरायला लावणारी आणि कमी परतावा देणारी असते.

अनमोल नाती

रिच डॅड नेहमी म्हणतो की, ''व्यवसाय करणे तसे सोपे आहे; परंतु लोकांशी संबंध ठेवणे अवघड आहे.'' हे विधान मला तंतोतंत लागू पडते. इतक्या वर्षांत मला काही भयंकर लोकं जशी भेटली तशीच काही चांगली लोकंही भेटली. डोनाल्ड ट्रम्प, दलाई लामा, स्टीव्ह फोर्ब्स, ओप्रा विन्फ्रे अशा महान लोकांना भेटण्याचे अहोभाग्य मला लाभले. पण, मी जर व्यवसाय सुरू केला नसता आणि अपयशातून शिकत शिकत पुढे जात राहिलो नसतो, तर हे लोक मला भेटू शकले नसते.

व्यवसायाचे आठ महत्त्वाचे घटक दाखवणाऱ्या बी-आय त्रिकोणाकडे तुम्ही एकदा पाहा. मग, ''व्यवसाय करणे तसे सोपे आहे; परंतु लोकांशी संबंध ठेवणे अवघड आहे,'' असे रिच डॅड का म्हणतो हे तुमच्या सहज लक्षात येईल.

एखादा व्यवसाय यशस्वी होण्यासाठी किमान आठ विविध कौशल्ये लागतात. याचा अर्थ, व्यवसाय सफल होण्याच्या उद्देशाने काम करणाऱ्या आठ वेगळ्या व्यक्तींची यासाठी आवश्यकता आहे. दर दहापैकी नऊ व्यवसाय पहिल्या पाच वर्षांतच बंद पडतात. असे होण्यामागे अनेक कारणे आहेत. उद्योजकाला एकाच वेळी या आठ घटकांवर लक्ष ठेवता येत नाही आणि परिणामी त्यातून काहीच फायदा होत नाही हे त्यापैकी एक कारण झाले.

मी नायलॉन-वेल्क्रो पाकिटांचा व्यवसाय सुरू केला, तेव्हा तो अयशस्वी ठरण्याची बरीच शक्यता मलाही वाटत होती. परंतु, निरनिराळ्या लोकांबरोबर काम करण्याची क्षमता त्यातूनच येऊ शकेल, असे मला वाटले. या लोकांचे अहंकार, स्वभाव लक्षात घेऊनही त्यांच्याशी कसे वागायचे, हे मला शिकायचे होते. मी शिकण्याची ही प्रक्रिया सुरू ठेवली आणि चांगल्याबरोबर काही वाईटही स्वीकारत गेलो, लोकांवर सूड उगवण्यापेक्षा स्वत: शिकत व वाढत राहिलो, तर मी चांगला भागीदार बनू शकेन, अशी आशा मला वाटत होती. ही प्रक्रिया आजही सुरू आहे, याचे कारण मला अजून खूप काही शिकायचे आहे. विविध प्रकारच्या लोकांबरोबर कसे जमवून घ्यायचे ही एक निरंतर चालणारी प्रक्रिया आहे आणि मी त्यातून सतत काही तरी नवे शिकतच राहीन. यातला चांगला भाग असा की, मी जितका व्यवसायातल्या या नात्यांमध्ये गुंतत जातो, चांगल्या भागीदारांना भेटतो, तितके आयुष्य सहजसोपे आणि आनंदी बनते. माझी संपत्तीही वृद्धिंगत होत जाते.

मिडास टच असलेल्या हाताचे सर्वांत महत्त्वाचे बोट म्हणजे अनामिका आहे, असे मला वाटते. याचे कारण तुम्ही चांगले भागीदार बनायला शिकलात, तर खूप महान व्यक्तिमत्त्वांना भेटण्याची संधी तुम्हाला मिळू शकते. तुम्ही व्यवसायाच्या खडतर रस्त्याने प्रवास केलाच नाहीत, तर अशी संधी तुमच्या वाटेला येण्याची शक्यता कमी असते.

लक्षात ठेवा की, तुम्ही वाईट भागीदाराबरोबर चांगला व्यवसाय करू शकणार नाही. तुम्ही चांगले भागीदार बनलात, तर हे जग अनेक चांगल्या संधी आणि चांगले भागीदार यांनी भरलेले आहे.

जाता जाता...

काही वर्षांपूर्वी मी डोनाल्डच्या कार्यालयात त्याला भेटायला गेलो होतो. तेव्हा त्याचे दूरध्वनीवर संभाषण सुरू होते.

''ते चांगले लोक आहेत का?'', डोनाल्डने पलीकडच्या व्यक्तीला विचारले. तो पुढे म्हणाला, ''मला हा सौदा चांगला आहे की नाही, याची फारशी फिकीर नाही. माझ्याकडे अनेक चांगले सौदे आहेत. ते लोक चांगले आहेत की नाहीत, एवढेच मला हवे आहे.''

पलीकडच्या व्यक्तीचे उत्तर ऐकल्यानंतर डोनाल्ड म्हणाला, ''मला हे ऐकून बरे वाटले. ते जर चांगले लोक असतील, तर मी या व्यवहारात पुढे जाईन.'' एवढे बोलून त्याने संभाषण संपवले.

डोनाल्ड माझ्याकडे पाहून म्हणाला, ''आता या वयात आपल्याला वाईट लोकांबरोबर व्यवसाय करण्यासाठी वेळ नाही. आपल्याला पैसे नको आहेत आणि आपल्याकडे वेळेची कमतरता आहे. शिवाय व्यवसायाचे जग अतिशय खडतर आहे. अशा स्थितीत वाईट लोकांबरोबर व्यवसाय का करावा? यापेक्षा चांगल्या लोकांबरोबर व्यवसाय करण्यात खूप मजा येते.''

एवढे बोलून डोनाल्डने मला विचारले, ''तर आता पुढे काय करू या? चल थोडी मजा करू या आणि थोडे पैसे मिळवू या.'

सशक्त संबंध हे यशाचे सूत्र

डोनाल्ड ट्रम्प

गेल्या अनेक वर्षांत माझे हजारो व्यावसायिक संबंध विकसित झाले आहेत. सशक्त संबंध आणि तुमचा नावलौकिक यांचा अतिशय घट्ट संबंध आहे, असे मला वाटते.

काही वेळा एखाद्याला स्वाभिमान आहे की नाही, हे समजायला अनेक वर्षे लागतात तर काही वेळा ते तुम्हाला दिसतेच. हेन्री फोर्ड यांचे एक विधान मला खूप आवडते. ते म्हणतात, ''तुम्ही जे (भविष्यात) करणार आहात, त्यावर तुम्ही तुमचा लौकिक उभारू शकणार नाही.'' आणि तुमचे भागीदार चांगले नसतील, तुमचे व्यावसायिक संबंध चांगले नसतील, तरीही तुम्ही लौकिक मिळवू शकणार नाही. रॉबर्ट याच्याशी नक्कीच सहमत होईल, असे मला वाटते. काही अंगभूत क्षमता असलेले भागीदार माझ्याकडे होते. त्यांच्याकडे चांगल्या कल्पनांची कमतरता नव्हती, पण ते या कल्पना कधी सत्यात उतरवू शकले नाहीत. तसेच माझे काही असे भागीदार होते की, जे कोणतीही गोष्ट यशस्वी करून दाखवत.

सर्वोत्तम भागीदार

मी व्यवसायाची सुरुवात केली, तेव्हा मला फारच चांगला भागीदार मिळाला – तो म्हणजे माझे वडील. त्यांना हरवणं कठीण आहे. आमच्यातले नाते अतुलनीय होते. उन्हाळ्याच्या दिवसांत मी त्यांच्या बांधकामांच्या ठिकाणी काम करायचो. त्यांना सगळ्या गोष्टी तपशीलवार माहिती असायच्या. हा वारसा मलाही मिळाला. ते बांधकामाच्या ठिकाणी न वापरलेले, खाली पडलेले खिळेही उचलत आणि त्यांचा वापर करत हे मला चांगले आठवते.

माझ्या वडिलांना कोणतेही छंद नव्हते. त्यांच्याकडे कामेच इतकी प्रचंड होती शिवाय ते कामे करताना कधी थकत नसत. त्यामुळे त्यांना विरंगुळ्याची गरज भासत नसे. ते नेहमी काही तरी टिपण काढत असायचे. रात्री आणि आठवड्याच्या अखेरीला ते दूरध्वनीवर कोणाशी बोलत असताना ऐकणे हे एकप्रकारचे शिक्षणच होते. वाटाघाटी कशा करायच्या, हे त्यांना चांगले माहिती होते. त्यांचे दूरध्वनीवरचे संभाषण लक्षपूर्वक ऐकल्याने आणि त्यांचे सतत निरीक्षण केल्यानेच मीही वाटाघाटींचे कौशल्य शिकलो, हे इथे नमूद केले पाहिजे. ते व्यवसायाशिवाय इतर काही बोलत नसत. ते अगदी नेमके बोलत आणि त्यांना वेळ वाया घालवणे आवडत नसे. त्यामुळे ते थेट मुद्यावर येत.

त्यांनी मला सतत सावध राहायलाही शिकवले. व्यवसायात तुम्हाला त्याबद्दलची एक मूलभूत समज लागते, तसाच कणखरपणाही लागतो, हे मी त्यांच्याकडूनच शिकलो. माझे वडील स्वत: अतिशय कष्टाळू होते. त्यामुळे एखादी व्यक्ती काम टाळत असल्याचेही त्यांच्या लगेच लक्षात येई. दुसऱ्या व्यक्तीतील दोष, कमतरता त्यांना तत्काळ समजत.

मी स्वत:ला मनापासून काय वाटते आहे, हे ओळखायला व त्याच्यावर विश्वास ठेवायला शिकलो. ही गोष्ट शिकता येते किंवा ते आनुवंशिकही असू शकते. कधीतरी

मला एखाद्या व्यक्तीविषयी विश्वास वाटत नाही. तर इतर काही वेळा मला एखादी व्यक्ती चटकन आवडते. मार्क बर्नेट किंवा रॉबर्ट यांच्याविषयी मला असेच वाटले. माझी ही अंतर्दृष्टी आता अनुभवाने आणखी पक्की झाली आहे.

एक उद्योजक म्हणून तुम्हाला अनेक कर्मचाऱ्यांना सांभाळावे लागते. तुम्ही कामावर ठेवत असलेली प्रत्येक व्यक्ती म्हणजे एक जुगार असतो, असा माझा सिद्धान्त आहे. या व्यक्तीच्या क्षमता कितीही चांगल्या असल्या, तरी त्याची खात्री कधी देता येत नाही. सर्वोत्तम संस्थांमधून शिक्षण घेतलेले लोक मी कामासाठी निवडले आहेत आणि ते काही तितके चांगले नव्हते. तसेच फारसे शिक्षण व अनुभव नसलेले लोकही मी घेतले आहेत आणि ते अतिशय चांगले होते. काही वेळेस याच्या उलटेही घडते. परंतु, एखाद्याला तुम्ही प्रत्यक्ष काम करताना पाहत नाही आणि त्याच्यापुढे काही आव्हाने ठेवत नाही, तोवर त्याच्या क्षमता ओळखणे तसे कठीण असते. इतक्या वर्षांमध्ये मला माणसांच्या बाबतीत अनेक सुखद आणि क्लेशकारक धक्के बसले आहेत. मात्र, लोकांना त्यांची क्षमता सिद्ध करायला संधी देणे तितकेच महत्त्वाचे असते.

भागीदारांच्या बाबतीत ही गोष्ट थोडी निराळी असते. अशा व्यक्तींची गुणवत्ता पडताळून पाहण्यास तुम्हाला सवड नसते, अशा वेळी तुम्हाला मनापासून काय वाटते, हे महत्त्वाचे ठरते. हा आतला आवाज कसे काम करतो, हे खात्रीने सांगता येत नाही, पण त्याकडे तुम्ही निश्चित लक्ष मात्र द्यायला हवे. कोणतीही भागीदारी ही सचोटी आणि निष्ठेच्या पायावर उभी असते. हे दोन गुण समोरच्या व्यक्तीमध्ये दिसताहेत का, हे स्वत:ला विचारा आणि या गोष्टी दोन्ही बाजूंनी आहेत का, याचाही विचार करा. जर एखाद्या भागीदाराला स्वत:शी खूप वेळा बोलावे लागत असेल, तर काहीतरी चुकतंय याचेच ते लक्षण असू शकते. भागीदारीची सुरुवात करताना परस्परांवरचा विश्वास ही सर्वांत महत्त्वाची गोष्ट आहे. लक्षात घ्या की, तुम्हाला एखादा प्रशिक्षणार्थी उमेदवार नव्हे, तर भागीदार निवडायचा आहे.

भागीदारी करतानाही वाटाघाटींची आवश्यकता असते. ती दोन्ही बाजूंसाठी फायदेशीर असणे अपेक्षित असते. नाहीतर ती भागीदारी होऊ शकत नाही. मला विचाराल, तर भागीदार हे चांगले लोक असले पाहिजेत, हा माझा पहिला निकष आहे. मी दुसऱ्या कोणत्याही प्रकारच्या व्यक्तींशी बोलत नाही.

भागीदारीच्या बाबतीत रॉबर्ट अनेक अनुभवांना सामोरे गेला आहे. त्यातून मिळालेले धडे त्याच्यासाठी महत्त्वाचे आहेतच; पण आपणही विचारात घ्यावेत, असे ते अनुभव आहेत. उद्योजक म्हणून अनेक गोष्टी पूर्ण करून घेण्यासाठी आपल्याला लोकांवर विसंबावे लागते. मूळ कल्पना जरी आपली असली तरी ती प्रत्यक्षात उतरवण्यासाठी शेकडो लोकांची गरज भासते. अशा तऱ्हेने प्रत्येक व्यक्ती संपूर्ण यशासाठी महत्त्वाची असते.

भागीदारी चटकन होऊ शकते

मी आधी उल्लेख केल्याप्रमाणे, मार्क बर्नेट मला पाहताक्षणी आवडला. माझी त्याच्याशी भागीदारी तेव्हापासून म्हणजे २००३पासून आहे. द *अॅप्रेंटिस* या दूरचित्रवाणी कार्यक्रमाचा

पहिला भाग जानेवारी २००४मध्ये प्रसारित झाला आणि तेव्हापासून आमचे संबंध आणखी दृढ झाले आहेत. मी या क्षेत्रात नवखा आहे, हे मार्कला माहीत होते आणि तरीही त्याने माझ्याबद्दल प्रचंड आदर दाखवला. आम्ही सुरुवातीपासूनच या कार्यक्रमाचे भागीदार राहिलो. आमचे परस्परांना कायम सहकार्य असते. मार्क माझ्या सूचना ऐकून घेतो आणि मला पडणाऱ्या असंख्य प्रश्नांची उत्तरेही देतो. मला पहिल्यांदा त्याच्याविषयी जे वाटले, ते अगदी योग्य होते, हे त्याने सिद्ध केले आहे. तो दूरदृष्टी असलेला एक उत्तम माणूस आहे.

अमेरिकेतील मनोरंजन उद्योगावर मार्कचा स्वत:चा असा ठसा आहे. त्याचे एक वैशिष्ट्य म्हणजे तो कधी पुढे जाण्याचे थांबत नाही. त्याला थकवा कसा तो माहीत नाही आणि तो जे काही करतो, त्यावर त्याचे प्रचंड नियंत्रण असते. आम्ही केवळ सहनिर्माते नाही, तर चांगले मित्रही आहोत. आम्ही एकमेकांसमवेत आमचा मोकळा वेळ आनंदाने घालवतो. मी पहिल्यांदा मार्कला भेटलो, तेव्हा त्याने दाखवलेला रोखठोकपणा मला खूप आवडला. त्याच्याजवळ एक कल्पना होती. त्यावर चर्चेसाठी त्याने माझी भेट मागितली, आम्ही त्यासंबंधी करार केला आणि आम्ही कामाला लागलो. दूरचित्रवाणीवर द *अॅप्रेंटिस* कसे सादर केले पाहिजे, याची त्याला स्पष्ट कल्पना होती आणि त्यासंबंधीची तपशीलवार योजना त्याच्याकडे होती. मार्कने अर्थातच या कल्पनेवर खूप विचार केला होता. त्यामुळे मलाही त्यासंबंधी निर्णय घेणे सोपे झाले. त्याने एवढी तयारी केले होती की, मला पटवणे फार अवघड नव्हते. दूरचित्रवाणी क्षेत्रात मार्कने चांगले यश मिळवलेले होते. त्यामुळे त्याच्या अनुभवाबद्दल मला कोणतीही शंका नव्हती आणि आपण काय बोलतो आहोत, याबद्दल त्याची पक्की खात्री होती. मार्कला त्याची कल्पना मला पटवून द्यायला खूप प्रयत्न करावे लागले नाहीत. शिवाय त्यात धोक्याची शक्यता बरीच कमी होती.

त्याचप्रमाणे, रॉबर्ट एक चांगला आणि हुशार गृहस्थ आहे हे मला, त्याला पहिल्यांदा भेटलो तेव्हाच समजले. त्याची पार्श्वभूमी ऐकून आणि व्यवसायासाठी आधी केलेले प्रयत्न पाहून मी भारावून गेलो होतो. त्याच्या पुस्तकांची विक्रीही प्रचंड होती. त्यामुळे त्याच्यासारख्या उत्तम व्यक्तीबरोबर पुस्तक लिहिण्याची कल्पना मला नक्कीच आवडली. तो माझा पहिला भागीदार आहे. २००६मध्ये प्रसिद्ध झालेल्या आमच्या पुस्तकाला मोठे यश मिळाले. शांघायमधल्या सर्वाधिक खपाच्या पुस्तकांच्या यादीत नुकताच त्या पुस्तकाचा समावेश झाला.

लोक विनाकारण त्रास देऊ लागले, तर मी ठोशास प्रतिठोसा देतो. मी लढाऊ वृत्तीचा आहे. तुम्ही प्रत्युत्तर देता, हे जेव्हा लोकांना माहिती असते, तेव्हा तुम्हाला त्रास देण्याआधी ते किमान दोनदा विचार करतात. त्यामुळे खूप वेळही वाचतो आणि कोर्टकचेऱ्यांवर होणारा खर्चही वाचू शकतो. लोकांच्या मागे लागायला मला आवडत नाही, पण कधीतरी ते आवश्यक ठरते. ''यश हाच सूडाचा उत्तम मार्ग असतो'', हे रॉबर्टचे म्हणणे मला पटते.

मी लहानपणापासून वडिलांना काम करताना पाहिले, त्यांच्यासमवेत कामही केले. त्यातून मी जे शिकलो, त्यामुळे मला व्यवसायात फारसे प्रयोग करावे लागले नाहीत. माझा खूप वेळ त्यामुळे वाचला. वडलांबरोबर काम करणे, हे मला मिळालेले सर्वोत्तम शिक्षण होते आणि त्यासाठी मी त्यांच्याप्रती खूप कृतज्ञ आहे. रॉबर्टला त्याच्या आयुष्यात अशी

संधी मिळाली नाही. व्यवसायात त्याला अतिशय कठीण परिस्थितीला व अनुभवांना सामोरे जावे लागले. त्यातून त्याने धडे घेतले आणि खूप परिश्रमाने यश मिळवले. त्यामुळे समोर येणाऱ्या अडथळ्यांवर मात करत पुढे जाणे, हाच त्याच्या यशाचा मंत्र आहे. मलाही व्यवसायात काही अडचणींना सामोरे जावे लागले. परंतु, लहानपणापासून वडिलांच्या प्रभावाखाली वाढल्याने मी खूप लवकर माणसे ओळखायला शिकलो, असे मला वाटते.

संघ व्यवस्थापनाचे शिक्षण

मी महाविद्यालयात शिकत असतानाच वडिलांबरोबर अमेरिकेच्या ओहायो प्रांतातील सिनसिनाटी येथे माझा पहिला प्रकल्प सुरू केला. अमेरिकी संघराज्याच्या आर्थिक साह्याने स्विफ्टन व्हिलेज इथे १२०० सदनिकांची वसाहत उभारण्यात आली होती. त्यातल्या ८०० सदनिका भाडेकरू न मिळाल्याने रिकामीच होती. सरकारने ही वसाहत विकण्याची घोषणा केली. मात्र, वसाहतीची अवस्था इतकी बिकट होती की, त्यासाठी कोणी खरेदीदार पुढे आले नाही. हे काम मोठे होते. पण आम्ही किमान किमतीची निविदा त्यासाठी भरली आणि ती मान्य झाली.

आम्ही वर्षभरातच या प्रकल्पाचे नूतनीकरण केले आणि ही वसाहत अतिशय सुंदर झाली. सर्व सदनिका भाड्याने देण्यात आल्या. मात्र, सांगायचा मुद्दा हा की, या प्रकल्पावर काम करण्यासाठी आम्हाला योग्य व्यक्तीची गरज होती. सहा वेगवेगळ्या व्यक्तींचा अनुभव घेतल्यानंतर आम्हाला हवा तसा प्रकल्प व्यवस्थापक मिळाला. काही व्यवस्थापक प्रामाणिक होते, पण त्यांच्याकडे चातुर्य नव्हते. त्यांच्यातल्या एकाने तर शब्दश: एका सदनिकेमध्ये स्वत:ची कोंडी करून घेतली. मी त्यांचा अंदाज घेण्याचा प्रयत्न करत होतो, पण व्यवस्थापनासाठी आवश्यक हुशारीचा त्यांच्याकडे अभाव होता. अखेर आम्हाला हवी तशी एक व्यक्ती सापडली. ती खरेतर अतिशय थापाडी आणि बदमाश अशी व्यक्ती होती. परंतु, व्यवस्थापक म्हणून काम करण्याची क्षमता तिच्यात होती. तो चांगल्या पद्धतीने काम करत असल्याचे मी अनेकवेळा पाहिले होते. त्याला कसे हाताळायचे, हा माझ्यापुढचा प्रश्न होता. त्याच्यावर शंभर टक्के विसंबून चालणार नाही, याची मला जाणीव होती. त्यामुळे आमच्यातील संबंध थोडेसे सावधगिरीचे; पण एकमेकांचा आदर राखणारे असे होते. ही फारशी आदर्श स्थिती नव्हती. परंतु आमच्या दृष्टीने ती फायदेशीर ठरली. त्याने स्विफ्टन व्हिलेजची देखभाल योग्य प्रकारे केली. तो चोर असेल; पण त्याच्यात क्षमता होती. मी अनेकदा विनोदाने त्याला म्हणतही असे की, '५० हजार डॉलर्स आणि तू जे काही लंपास करू शकशील ते सगळे, हा तुझा पगार.' ही म्हटले तर विचित्र तडजोड होती. पण त्याने वसाहतीची मात्र योग्य प्रकारे काळजी घेतली.

काही वर्षांनी या परिसराचे चित्र बदलले. ते व्यवसायासाठी फार काही चांगले नव्हते. त्यामुळे आम्ही ही वसाहत विकण्याचा निर्णय घेतला. आम्हाला तात्काळ प्रतिसाद मिळाला. पण या व्यक्तीशी सौदा आणि भागीदारी करणे हा माझ्यासाठी मोठा धडा होता. माझा त्याच्यावर पूर्ण विश्वास नव्हता. त्यामुळे मी सावधगिरी बाळगूनच होतो आणि त्याचा मला फायदा झाला.

माझे गट

राष्ट्रीय किंवा आंतरराष्ट्रीय पातळीवरचे कोणतेही प्रकल्प करताना, त्या ठिकाणची रोजची कामे, तिथल्या गरजा हाताळण्यासाठी आमच्याकडे गट असतात. ट्रम्प इंटरनॅशनल हॉटेल अँड टॉवर शिकागोसाठी एक सरव्यवस्थापक आवश्यक आहे. तशीच गरज इतर सर्व प्रकल्पांनाही असते. त्याचबरोबर पूर्ण वेळ काम करणारा कर्मचारी वर्ग आवश्यक असतो. एका परीने असे गट म्हणजे भागीदारीच असते. सर्व गटांनी सहकार्याने आणि समन्वयाने काम करणे अत्यावश्यक असते. विशेषतः हॉटेल उद्योगात लोकांना तुम्ही अत्युच्च दर्जाची सेवा पुरवणे अपेक्षित असल्याने तिथे जास्त खबरदारी घ्यावी लागते. अर्थात, माझ्या सर्वच बांधकाम प्रकल्पांत यालाच प्राधान्य असते. माझे सर्व कर्मचारी आणि व्यवस्थापकांना माझा स्वभाव व कामाची पद्धत माहीत आहे. मी त्यांच्याकडून सर्वोत्तम दर्जाच्या कामाची अपेक्षा करतो; पण मी त्यांना समजूनही घेतो. कोणताही पक्षपात करत नाही, याची जाणीव त्यांना आहे. त्यामुळे तेही दर्जा राखण्यासाठी सर्वशक्तिनिशी प्रयत्न करतात.

द ट्रम्प ऑर्गनायझेशनमध्ये मी नवी टीम उभी केली आहे. या टीममुळे ट्रम्प हॉटेल कलेक्शनचे नाव देशविदेशांत झाले. ही टीम म्हणजे माझी मोठी तीन मुले – डॉन, इव्हान्का आणि एरिक. त्यांनी माझ्या अनेक प्रकल्पांवर काम केले आहे आणि एक भागीदार म्हणून आपल्या क्षमता सिद्ध केल्या आहेत. त्यांनी प्रशिक्षणार्थी उमेदवार म्हणून सुरुवात केली. मात्र, आता ते माझे व्यवसायातले भागीदार आहेत. आता द *अ‍ॅप्रेंटिस* या दूरचित्रवाणी कार्यक्रमात ते माझे सल्लागार म्हणून आले, तरच त्यांना 'अ‍ॅप्रेंटिस' म्हटले जाते.

मी आदर्श भागीदारांचा विचार करतो, तेव्हा त्यांचा त्यात समावेश असतो. ते भरपूर मेहनत करतात आणि त्यांचे त्यांच्या कामावर प्रेम आहे. ते स्वतंत्रपणे काम करतात. कोणत्याही व्यावसायिकाला अभिमान वाटेल, अशीच त्यांची कामगिरी असते. इव्हान्काची स्वतःची दागिने, बूटचपला, हँडबॅग अशा विविध वस्तूंच्या विक्रीची स्वतंत्र दुकाने आहेत. ही जबाबदारी ती अतिशय सफाईदारपणे सांभाळते. तिघेही जण सामाजिक कामांना मदत करण्यातही पुढे आहेत. त्यांनी स्वतःची नीतीमूल्ये आणि कार्यसंस्कृतीही जपली आहे. वडील म्हणून माझ्यासाठी यापेक्षा अभिमानाची दुसरी गोष्ट नाही. त्यामुळे जेव्हा तीन उत्तम भागीदारांचा विषय येतो, तेव्हा मी स्वतःला अतिशय भाग्यवान समजतो.

वाईट भागीदार, चांगले भागीदार

भागीदार निर्णायक असतात. रॉबर्टच्या दृष्टीने भागीदार हा सर्वप्रथम अतिशय विश्वासार्ह असला पाहिजे. अर्थात, व्यवसायासाठी आवश्यक सर्व कौशल्ये आणि प्रतिभा भागीदाराकडे असलीच पाहिजे. पण रॉबर्टसारख्या एके काळी नौसैनिक असलेल्या व्यक्तीसाठी आत्मसन्मान, आदर ही सर्वोच्च गोष्ट असते. रॉबर्ट स्वतः इतरांच्या सन्मानाची काळजी घेतो आणि तशीच अपेक्षा इतरांकडूनही करतो. आणि तुम्ही चांगला भागीदार असाच निवडला पाहिजे. माझ्या मूल्यांशी सुसंगत असलेली व्यक्तीच मी भागीदार म्हणून निवडतो. त्याशिवाय मी पुढे जात नाही.

तुम्ही स्वत:लाच जर उत्तम भागीदार बनू शकाल का, असा प्रश्न विचारला, तर कदाचित त्याचे उत्तर नकारार्थी मिळू शकेल. पारंपरिक चौकटीतून विचार केला, तर प्रत्येक जण काही भागीदार बनण्यासाठी आदर्श किंवा सर्वगुणसंपन्न नसतो. नात्यांची चांगली घडण झाल्याशिवाय कोणताही व्यवसाय यशस्वी होणे, अशक्यप्राय आहे. तुमच्यात जर चांगल्या प्रकारे वाटाघाटी करण्याची आणि हातात घेतलेल्या प्रकल्पांसाठी योग्य माणसे शोधण्याची क्षमता असेल, तर तुम्ही भागीदारांशिवायही व्यवसाय करू शकता. उदाहरणार्थ, मला एक इमारत बांधायची आहे. त्यासाठी मी चांगला वास्तूरचनाकार शोधेन. तो त्याची माणसे निवडून काम करेल. मी चांगले ठेकेदार आणि विकासक असे सगळे शोधेन. ते मी सांगितल्याप्रमाणे काम करतील. हे गुंतागुंतीचे आहे; पण ते फायदेशीरही असू शकते. कारण या सर्व कामांची अंतिम जबाबदारी तुमची असते आणि तुमचे त्यावर नियंत्रण असते. तेव्हा तुम्हाला जर आपण व्यवसायासाठी आवश्यक सुदृढ नाती विकसित करू शकू किंवा नाही, असा प्रश्न पडला असेल, तर तुम्ही आरशात स्वत:चे प्रतिबिंब पाहण्याची वेळ आली आहे. तुम्ही स्वत:लाच या 'का'चे उत्तर विचारा.

चांगला भागीदार होण्याचा एक मार्ग म्हणजे, 'मला कोणत्या प्रकारचा भागीदार आवडेल', असा प्रश्न स्वत:ला विचारणे आणि त्याप्रमाणे बनण्याचा प्रयत्न करा. सचोटीकडे सचोटीलाच आकर्षित करण्याचा मार्ग असतो. पण ते आपोआप घडत नाही. काही लोक वाईट नसतात. परंतु त्यांच्या क्षमताच कमी असतात. तसेच, काही जण खरोखरच वाईटच असतात. ती त्यांची प्रवृत्तीच असते. त्यामुळे भागीदार कसोटीवर खरा उतरेपर्यंत आणि त्यांनी स्वत:ला सिद्ध करेपर्यंत मी सावध असतो.

माझे काही मित्र आणि भागीदार आहेत, जे आता माझे स्पर्धक बनले आहेत. संपत्ती, मालमत्तेचा विषय येतो, तेव्हा लोक वेगळे वागतात. मी ज्या प्रकल्पासाठी प्रयत्न करत आहे, हे माहीत असलेल्या एका मित्रानेच त्यासाठी प्रयत्न सुरू केले. त्याला भागीदारीत नव्हे, तर स्वतंत्रपणे हा प्रकल्प करायचा होता. मला धक्काच बसला. आम्ही एकमेकांना खूप दिवसांपासून ओळखत होतो आणि परस्परांना चांगले मित्र समजत होतो. अखेर सर्व गोष्टी जरी व्यवस्थित झाल्या, तरी मी त्यातून धडा घेतला. या मित्राचे नाव मी घेऊ इच्छित नाही, पण अशा गोष्टी घडतात. जेव्हा व्यवसायाचा विषय येतो, तेव्हा परिचयातले लोकही तुम्हाला आश्चर्यचकित करू शकतात, कुठल्याही प्रकारे.

द *सेलिब्रिटी ॲप्रेंटिस* मालिकेच्या एका भागात निकी टेलर ही प्रकल्प व्यवस्थापक होती आणि तिचा संघ त्यात हरला. अशा वेळी तिने इतर कोणावरही दोषारोप न करता पराभवाची सर्व जबाबदारी स्वत:वर घेतली आणि होणाऱ्या टीकेला ती सामोरी गेली. निकीने मोठे धैर्य आणि सचोटी दाखवली. तिने स्वत:च्या व्यक्तिमत्त्वाचे जे दर्शन घडवले, ते प्रशंसनीय होते आणि तिचा संघही कौतुकपात्र होता. निकीची तिच्या संघाशी असलेले नाते परिपूर्ण आणि एकमेकांचा आदर राखणारे होते. ती आपला आत्मसन्मान शाबूत ठेवून आणि प्रशंसेला पात्र ठरत या मालिकेतून बाहेर पडली.

करार आणि भागीदारी

काही वर्षांपूर्वी रॉबर्टशी झालेले एक संभाषण मला आठवते. भागीदारी किती अवघड असू शकते, यावर आम्ही बोलत होतो. त्यावेळी भागीदाराशी बिनसल्याने रॉबर्ट थोडा अडचणीत होता. मी लोकांशी भागीदारीपेक्षाही व्यवसायासंबंधी करार करणे जास्त पसंत करतो. कारण भागीदारी गुंतागुंतीची असते आणि ती फसण्याचीही शक्यता असते. त्यापेक्षा व्यावसायिक करार सोयीचे ठरतात. तुमचे एकमेकांशी संबंध तर असतात, पण भागीदारीतल्याप्रमाणे अवास्तव अपेक्षांचे ओझे त्यात नसते. भागीदारी विवाहासारखी असते. ती अतिशय चांगली असू शकते किंवा भयंकर मनस्ताप देणारी. शक्य असेल, तर तुम्हाला आवडणाऱ्या व तुमचा विश्वास असलेल्या व्यक्तींशी व्यवसायासंबंधी करार करा. या अनुभवाच्या आधारे तुम्ही पुढच्या कराराकडे जाऊ शकता.

व्यवसायासंबंधी करार करण्यात माझ्या आयुष्यातील अनेक वर्षे खर्ची पडली आहेत. माझी प्रसिद्धी आणि नावलौकिकामुळे मी आता योग्य व्यक्तींना दूरध्वनी करून बोलावतो आणि आम्ही सहजपणे काम करतो. तुमच्याबाबतीत इतक्या सहजपणे गोष्टी घडणार नाहीत, याची मला कल्पना आहे. विशेषत: तुम्ही व्यवसायाची नुकतीच सुरुवात केली असलीत, तर या गोष्टी तशा अवघड आहेत. पण तुम्ही व्यवसायात तुमच्या गतीने प्रगती करताना 'करार' हा शब्द तुमच्या डोक्यात कायम ठेवा, असा माझा तुम्हाला सल्ला आहे. 'ही भागीदारी आहे' किंवा 'हे लग्न आहे', यापेक्षाही 'हा करार आहे', हा विचार तुम्हाला अधिक स्वतंत्र व निर्णयक्षम बनवतो. तुम्ही मुक्तपणे नव्या कल्पनांचा विचार करू शकता. अनेकदा कठीण परिस्थितीला सामोरे जाताना माझा असाच दृष्टिकोन असतो. 'हे तात्पुरते आहे की, हे विनाशकारी आहे', असे मी स्वत:ला विचारतो. बऱ्याचदा त्याचे उत्तर 'हे तात्पुरते आहे', असेच येते. पण या पद्धतीने विचार केल्यास, तुम्ही गोष्टी इतक्या स्पष्टपणे पाहू शकता की, तुमचे तुम्हालाच त्याचे आश्चर्य वाटते.

वाटाघाटींची कला

वाटाघाटी करण्याची कला आत्मसात करणे अतिशय आवश्यक आहे. मी माझ्या वाटाघाटींच्या कौशल्याबद्दल प्रसिद्ध आहे. व्यवसायात तुम्हाला अनेक करार करावे लागतात. चांगले करार त्यात सहभागी प्रत्येकासाठी फायदेशीर ठरतात. त्यातून सर्वांचाच फायदा होतो. वाटाघाटी म्हणजे शक्तिप्रदर्शनापेक्षाही लोकांची मने वळवण्याची किंवा जिंकण्याची कला आहे. राजनैतिक वाटाघाटींसारखेच त्याचे स्वरूप असते. तुम्ही तुमच्या भूमिकेवर ठाम असता, तरी कुशल राजदूताप्रमाणे बोलणी यशस्वी होण्यासाठी प्रयत्न करत राहता. समोरच्या बाजूला काय हवे आहे आणि त्यांची पार्श्वभूमी काय आहे, त्यांच्या मागण्या कशातून पुढे आल्या आहेत, हे तुम्हाला माहीत असणे फायद्याचे ठरते. चर्चा करताना तुम्ही विचारांचा, तर्काचा आधार घ्या; पण थोडे लवचीकही राहा. तुमची पार्श्वभूमी व तुमच्या मागण्यांचे मूळ शक्यतो उघड होऊ देऊ नका. ज्ञान ही शक्ती असते. त्यामुळे तुमची ही शक्ती तुमच्याजवळच राखण्याचा प्रयत्न करा. आणि करारासंबंधीच्या वाटाघाटींचा सुवर्णनियम लक्षात ठेवा, 'ज्याच्याकडे सोने आहे, तो नियम बनवतो'.

याचा अर्थ संधींची समानता नसते, असा होत नाही. परंतु, प्रत्यक्ष व्यवहारात या गोष्टीचा प्रभाव राहतो. त्याचबरोबर तुम्ही भविष्यातील व्यवसायाची, करारांची पायाभरणी करत आहात, ही गोष्ट ध्यानी ठेवा. त्यामुळे तुमचा भर हा सचोटी आणि निष्पक्षपातीपणावर असला पाहिजे.

लोकांना माझ्याशी करार करायला आवडतात. याचे कारण ते त्यांनाही फायदेशीर असतात, मी झटपट कामे करतो आणि त्यांच्याशी निष्पक्षपणे वागतो. हा लौकिक मिळवण्यासाठी आणि टिकवण्यासाठी मी खूप प्रयत्न केले आहेत. याचा अर्थ माझ्याशी करार करणे सोपे असते, असा नव्हे. कारण मी आग्रही आहे. तरीही मी स्वत:ला अपेक्षांमध्ये बांधून घेत नाही. त्यामुळे बहुतांश वेळी सर्वांना फायदेशीर असेच करार होतात. रॉबर्ट आणि मी मिळून पहिले पुस्तक लिहायचे ठरवले, तेव्हा ते फारसे गुंतागुंतीचे नव्हते. तेव्हा फारच थोडी बोलणी झाली. कारण तशी आवश्यकताही नव्हती.

अनेकदा असे प्रसंग उद्‌भवतात की, समोरच्याला किती गोष्टी माहीत नाहीत, यावर तुमचा विश्वासच बसत नाही. त्यांच्या माहितीच्या आणि पूर्वतयारीच्या अभावामुळे आपला फायदाच फायदा होण्याची लक्षणे मला तत्काळ दिसतात. मला याचे खूप आश्चर्य वाटते. पण मी त्याचा गैरफायदा घेत नाही. तुम्हाला जे करायचे आहे, त्याबद्दल तुम्ही शक्य तितकी पूर्वतयारी करणे, तुमच्या हिताचे आहे. आणि काही वेळा मठ्ठपणाने वागणेही चांगले असते. ''योग्य वेळी गप्प राहण्यात खरी हुशारी असते'', असेही कोणीतरी म्हटले आहे. मी गप्प का बसतो? तुमच्याशी वाटाघाटी करणाऱ्यांना काय माहिती नाही, हे समजून घेण्याचा तो एक चांगला मार्ग आहे. तसेच, दुसरी बाजू तुमच्यावर दबाव आणण्याचा प्रयत्न करते आहे का, हे तपासण्याचाही तो एक मार्ग आहे. सांगण्याचे तात्पर्य हे की, तुमचा आतला आवाज किंवा अंतर्दृष्टी पुरेशी विकसित असेल, तर त्यावर विश्वास ठेवा.

नवउद्योजक विचारतील की, अशी अंतर्दृष्टी कशी विकसित करता येते? ती अनुभवातून येते. पण त्याचबरोबर आपल्या सर्वांमध्येच ही आपल्याला सावध करणारी यंत्रणा उपजत असते, असे मला वाटते. तिचे इशारे ऐकायला शिका. तुम्हाला ही भावना कदाचित शब्दांमधून व्यक्त करता येत नाही; पण तुम्हाला इशारा तर मिळालेला असतो. मी अनेकदा लोकांना सल्ला देतो की, जरा भ्रमिष्टासारखे – एखाद्या गोष्टीची भीती बसल्यासारखे वागा. मला शब्दश: तसे अभिप्रेत नसते. पण लोकांनी कायम सावधगिरी बाळगली पाहिजे, असे मला वाटते. दुसरा मार्ग म्हणजे तुम्ही दररोज त्या त्या दिवसाची पूर्वतयारी केली पाहिजे. देशात आणि जगात काय चालले आहे, हे जाणून घेण्यासाठी माध्यमांचा वापर करा. अनेक विषयांची आणि शक्य असेल तर अनेक उद्योगांची परिभाषा समजून घ्या.

टीका आणि संघर्ष

माध्यमांबरोबर असलेले माझे संबंध अत्युत्तम पासून अत्यंत खराब असे सगळ्या प्रकारचे आहेत. माध्यमांबरोबर असलेले माझे संबंध अनेकपदरी आहेत. त्यात काही खूप चांगल्या गोष्टी आहेत. त्यातल्या चांगल्याचा ठसा जास्त काळ राहतो. रेगीस फिलबिन, बार्बरा वॉल्टर्स, लॅरी किंग, नील कॅव्ह्युटो, *ॲक्सेस हॉलीवूड* अशा अनेकांनी दूरचित्रवाणीवर माझ्या

मुलाखती घेतल्या आहेत. मी दूरचित्रवाणीच्या कार्यक्रमांमध्ये अनेकदा सहभागी होतो आणि आम्ही व्यावसायिक संबंध जपले आहेत. अनेकदा ते मैत्रीमध्ये रूपांतरित होतात, कारण आम्ही परस्परांचा आदर राखतो. व्यावसायिक आणि व्यक्तिगत अशा दोन्ही पातळ्यांवर हे संबंध अतिशय निकोप आहेत.

परंतु, वृत्तपत्रांशी माझे संबंध मात्र फारसे जिव्हाळ्याचे नाहीत. वृत्तपत्रांनी अनेकदा मला धारेवर धरले आहे. पण तरीही, अतिशय निष्पक्ष व समतोल बाजू मांडणारे अनेक पत्रकार व लेखक आहेत.

युनायटेड नेशन्स प्लाझा या ठिकाणी ट्रम्प वर्ल्ड टॉवर उभा राहिल्यानंतर माझ्यावर मोठी टीका झाल्याचे मला आठवते. द *न्यू यॉर्क टाइम्समध्ये* हर्बर्ट मुसचॅम्प या वास्तुरचनाकाराने त्यावर समीक्षणात्मक लेख लिहिला होता. त्यात त्याने 'काचेच्या मनोऱ्यातील देखणा गृहस्थ' (हँडसम हंक इन अ ग्लास टॉवर) अशी माझी खिल्ली उडवली होती. मात्र, ''ट्रम्प त्याच्या टीकाकारांकडे लक्ष देतो, त्यापेक्षा तो त्यांच्याकडे दुर्लक्ष करतो, तेव्हा जास्त चांगले काम करतो'', अशी अप्रत्यक्ष प्रशंसाही त्याने केली. जे लोक कोणताही धोका पत्करण्याचे साहस करत नाहीत, त्यांच्यावर सहसा टीका होत नाही, असा विचार केला, तर टीका पचवणे सोपे जाते. त्यामुळे धोका पत्करायला बिचकू नका आणि तुमच्यावर टीका झाली, तर तुम्ही योग्य लोकांच्या संगतीत आहात, याची खात्री बाळगा.

अनेकदा लोक त्यांच्याकडे लक्ष वेधून घेण्यासाठी तुमच्यावर टीका करतील. अनेकदा टीकेला सामोरे जावे लागल्याने अशा प्रत्येक टीकेमागे, हल्ल्यामागे काही वेगळा अर्थ लपलेला असतो, असे मला आता समजले आहे. त्यामुळे अशा टीकेला प्रत्युत्तर न देणे हा टीकाकारांना थंड करण्याचा उत्तम मार्ग असतो. कारण तुम्ही त्यावर काही प्रतिक्रिया व्यक्त करावी, अशीच त्यांची अपेक्षा असते. उलट, अशा लोकांनी तुम्हाला काही का कारणाने प्रकाशझोतात आणलेले असते, ही प्रसिद्धी काही वेळा तुमच्या उपयोगीच ठरते. परंतु, तुमच्यावर जेव्हा टीका होईल, तेव्हा साकल्याने दोन्ही बाजू विचारात घ्या. काही वेळेला स्वसंरक्षणासाठी प्रत्युत्तर देणे आवश्यक असते, हेही ध्यानात ठेवा.

मी अनेक कायदेशीर प्रकरणांमध्येही गुंतलेलो आहे. ते फारसे मला आवडत नाही. परंतु, काही वेळा तसे करण्याशिवाय गत्यंतर नसते. जेव्हा लोक मर्यादा सोडून वागतात आणि अतार्किक बेफाम टीका करतात, तेव्हा तुम्हाला त्यांची दखल घ्यावीच लागते. अन्यथा तुम्हाला कोणीही उठून ढुशा मारतो, असा त्याचा अर्थ होईल. तुम्हाला तुमच्यासाठी ठामपणे उभे राहावेच लागते.

''व्यवसाय करणे सोपे आहे, पण लोकांना हाताळणे महाकठीण'', असे रॉबर्टचा रिच डॅड म्हणतो. हे कौशल्य तुम्हाला अनुभवातून आणि त्याकडे पूर्ण लक्ष दिल्यावरच हस्तगत होते. रॉबर्टप्रमाणे माझ्याही आयुष्यात खूप चांगले लोक आले. हे लोक म्हणजे शंभर नंबरी सोनेच होते. त्यांची पार्श्वभूमी, अनुभव आणि व्यवसायांमध्ये अफाट वैविध्य होते. व्यावसायिक करारांमुळे त्यातील अनेक जण माझे चांगले मित्र झाले. त्यामुळे तुमच्या व्यावसायिक आयुष्याच्या पहिल्या दिवसापासून भागीदारीचे महत्त्व विचारात घ्या. ही भागीदारी व्यावसायिक; तशीच वैयक्तिकही असते.

नात्यांचे शुद्ध रूप

व्यवसाय सोपा आहे. लोकांशी व्यवहार करणे मात्र कठीण आहे. असं म्हणतात की, ''तुम्ही तुमचे कुटुंब निवडू शकत नाही, पण तुम्ही तुमचे मित्र मात्र निश्चितपणे निवडू शकता.'' तुम्ही नोकरदार असाल, तर तुम्ही तुमच्यासमवेत काम करणारे सहकारी निवडू शकत नाही. परंतु, तुम्ही उद्योजक असाल, तर तुम्ही कोणाबरोबर काम करायचे, हे ठरवणे हे तुमचे सर्वांत महत्त्वाचे काम असते. किंबहुना त्यापेक्षा दुसरे मोठे काम नाही. कारण कर्मचारीच तुमचे आणि तुमच्या कंपनीचे समाजात प्रतिनिधित्व करत असतात.

तुमचा व्यक्तिमत्त्व विकास कार्यक्रम

उद्योजक बनणे हा तुमच्यासाठी व्यक्तिमत्त्व विकासाचा सर्वोत्तम कार्यक्रम असू शकतो आणि तुमचा व्यवसाय हेच त्यासाठीचे सर्वोत्तम प्रशिक्षण केंद्र असते. तुम्ही व्यक्तिगतरीत्या समृद्ध झालात, तर तुमचा व्यवसायही समृद्ध होणार आहे. दुर्दैवाने तुम्ही व्यक्तिगतरीत्या समृद्ध झाला नाहीत, तर तुमचा व्यवसाय समृद्ध होणार नाही, हेही कटू सत्य आहे.

उद्योजकता ही गोल्फच्या खेळासारखी आहे. तुम्ही पाच-फूट होलमध्ये चेंडू ढकलू शकला नाहीत, तर त्यासारखी नामुष्की नसते. आणि तुम्ही कोणतीही सबब शोधायचा प्रयत्न केलात, तरी त्यासाठी इतर कोणाचा नाही तर तुमचाच दोष असतो.

इतर लोकांच्या कृतीचा तुमच्या व्यवसायावर आणि उलाढालीवर परिणाम होऊ शकतो; पण लक्षात घ्या की, यातली सर्वाधिक महत्त्वाची बाब म्हणजे ही तुमच्या व्यवसायाची पायाभूत रेषा असते. इतर लोकांमुळे तुमच्या व्यवसायातला पैसा गेला, तरी तो तुमचाच व्यवसाय आणि तुमचाच पैसा असतो. तुमच्या सल्लागारांनी तुम्हाला चुकीचा सल्ला दिला, तरी त्यामुळे होणारे नुकसान तुम्हालाच सहन करावे लागते. तुम्ही त्याला देत असलेल्या सल्लाशुल्कापेक्षा ही रक्कम कितीतरी मोठी असू शकते. तुम्ही तुमच्या नुकसानीबद्दल इतरांवर ठपका ठेवलात, तर तुम्ही पैशांपेक्षाही अधिक काही गमावता. तुम्ही चुकांपासून शिकण्याची, स्वत: वाढण्याची आणि अधिक चांगला उद्योजक बनण्याची संधी गमावता.

अनेक लोक ई किंवा एस वर्गवारीतलेच कर्मचारी किंवा छोटे व्यावसायिक राहण्यात समाधान मानतात, याचे कारण त्यांना इतर लोकांची जबाबदारी घ्यायची नसते. लोक तुमची सर्वांत मोठी संपत्ती अथवा तुमच्यावरचे सर्वांत मोठे ओझेही बनू शकतात.

तुमचे सर्वांत महत्त्वाचे काम

अनेक लोक व्यवसायात चांगली कामगिरी करू शकत नाहीत, याचे एक कारण ते लोकांशी योग्य प्रकारे वागू शकत नाहीत हे असते. तुम्हाला अशा कोणी व्यक्ती माहीत आहेत का? अशी व्यक्ती की जी लोकांशी संबंधच ठेवू शकत नाही? अशा व्यक्ती चांगले अभियंते, लेखापाल, संशोधक, वकील, कलाकार, गायक किंवा अन्य कोणी असू शकतील, परंतु ते लोकांशी नाते जोडू शकत नाहीत. मिडास टच हा फक्त तुम्ही आणि लोकांबरोबरचे तुमचे

संबंध यावरच अवलंबून आहे. लोकांबरोबर काम करता येणे हे तुमचे सर्वांत महत्त्वाचे काम आहे आणि ते तसे सोपे नाही. का? कारण लोक खूप प्रकारचे असतात. त्यांच्या गुणदोषात, रंगरूपात, स्वभावात मोठे वैविध्य असते. तुम्हाला उद्योजक म्हणून ज्यांच्याशी संबंध ठेवावे लागतील, अशा काही लोकांची माहिती पुढे देत आहे.

गुंतवणूकदारांसोबत काम

तुमच्या कल्पनेचे व्यवसायात रूपांतर करण्याची शक्ती असलेले हे लोक असतात. तुमच्या उद्योजकीय कौशल्यांवर त्यांचा विश्वास नसेल, तर ते म्हणतील, ''कल्पना छान आहे; पण नको, धन्यवाद!'' पण ते कदाचित इतक्या नम्रपणे हे सांगणार नाहीत. गमतीची गोष्ट म्हणजे चांगल्या गुंतवणुकीसाठीच्या शोधात असलेले लोक जगात भरपूर आहेत. मात्र, जिथे गुंतवणूक करावी, असे चांगले उद्योग संख्येने खूपच थोडे आहेत. तुमचे काम असे विश्वासार्ह व चांगले उद्योजक बनणे हे आहे. त्यासाठी तुमच्या व्यक्तिमत्त्वात सुधारणा होणे आवश्यक आहे. कारण उद्योजक हा नोकरदार कर्मचाऱ्यापेक्षा वेगळा असतो. इतर अनेकांकडे नसलेली कौशल्ये उद्योजकांकडे असणे आवश्यक असते.

उद्योगासाठी भांडवल उभारण्याचा तुमचा पहिला धडा पुढे वाचा. त्याला आपण 'पैसे उभे करण्याचे १०१ मार्ग' असे नाव देऊ यात. पहिली गोष्ट म्हणजे अनेक लोकांकडे चांगल्या कल्पना असतात. परंतु, ते ती प्रत्यक्षात येण्यासाठी पैसे उभारू शकत नाहीत, याचे कारण ते चुकीच्या बाजूने त्याकडे पाहत असतात. तुम्हाला भांडवल उभे करायचे आहे, तर तुम्ही आय वर्गवारीतील व्यावसायिक गुंतवणूकदाराच्या नजरेतून जगाकडे पाहिले पाहिजे. तुमचे उत्पादन महत्त्वाचे असले, तरी व्यावसायिक गुंतवणूकदाराला त्यात फारसा रस नसतो. तुम्ही कोण आहात, तुमचा अनुभव काय, तुमच्यासोबत कोण लोक आहेत आणि तुमच्या पाठीशी कोण उभे आहे, हे या गुंतवणूकदारांना पहिल्यांदा जाणून घ्यायचे असते. तुमचे भागीदार कोण आहेत, तुमच्या सल्लागार मंडळावर कोण आहेत, तुमची पतपुरवठा करणारी बँक कोणती आहे, तुमच्या प्रकल्पातले इतर गुंतवणूकदार कोण आहेत, याची माहिती त्यांना हवी असते. यातले जाणकार पहिल्यांदा तुमच्याशी संबंधित लोकांकडे पाहतात, याचे कारण व्यवसाय हा लोकांवर अवलंबून असतो, हे त्यांना ठाऊक असते.

नव्या उद्योजकांकडे कोणताही अनुभव नसतो, व्यावसायिक गुंतवणूकदार त्यांच्यात किंवा त्यांच्या व्यवसायात गुंतवणूक करण्यास इच्छुक नसतात. त्यामुळे नव्याने सुरू होणाऱ्या बहुतांश व्यवसायांमध्ये मित्र, कुटुंबीय, नातेवाइकांचा पैसा गुंतलेला असतो. ही मंडळीसुद्धा व्यावसायिक कौशल्यापेक्षा मैत्री व प्रेमामुळेच बहुधा अशी गुंतवणूक करतात. आणि इथेच हे कठीण होते. तुमच्याकडे व्यवसायासाठीची उत्तम कौशल्ये आहेत, हे सिद्ध करण्याची संधी तुम्ही शोधत असता. परंतु, तुम्ही ही कौशल्ये आत्मसात करण्याच्या आधीच तुम्ही उद्योजक असल्याची खात्री लोकांना पटवावी लागते. आणि या कारणासाठीच तुम्हाला पुढील प्रकारातील लोकांची आवश्यकता असते.

भागीदारांसोबत काम

काही उद्योजक एकट्याने काम करतात. परंतु इतर अनेक उद्योजक भागीदारीत काम करतात. भागीदार महत्त्वाचे असतात याचे कारण व्यवसायाशी संबंधित सर्व प्रश्नांची उत्तरे एका व्यक्तीला माहीत असण्याची शक्यता कमी असते किंवा बी-आय त्रिकोणातील प्रत्येक पातळीवरची सर्व कौशल्ये एका व्यक्तीकडे असण्याची शक्यता कमी असते. अनेक नवे व्यवसाय-उद्योग पहिल्या पाच वर्षांतच बंद पडतात. पण चांगला भागीदार मिळाला, तर या काळात तुमचा व्यवसाय टिकून राहण्याची शक्यता वाढते.

भागीदारीतील प्रत्येकजण जेव्हा आपापली कौशल्ये, ज्ञान व प्रतिभा, अनुभव कंपनीच्या फायद्यासाठी वापरतात तेव्हा ती भागीदारी सर्वोत्तम भागीदारी ठरू शकते. उदाहरणार्थ, एखादा भागीदार व्यवसायातल्या बाहेरच्या बाजू सांभाळतो, तर दुसरा कुशलपणे अंतर्गत कामांची जबाबदारी पेलतो. दुसऱ्या एखाद्या प्रकरणात एखाद्या भागीदाराचे कायम व्यवसायाच्या मोठ्या चित्राकडे लक्ष असते, तर दुसऱ्याला त्याच्या तपशीलवार नियोजनात व कार्यवाहीत रस असतो. या उदाहरणांवरून तुम्हाला भागीदारीची कदाचित कल्पना येऊ शकेल. व्यवसायासाठीची भागीदारी ही एखाद्या विवाहासारखीच असते. तुम्ही योग्य भागीदार निवडलात, तर व्यवसाय तुमच्यासाठी स्वर्ग बनू शकतो. परंतु तुम्ही चुकीचा भागीदार निवडलात, तर व्यवसाय तुमच्यासाठी नरक ठरू शकतो.

सर्वोत्तम भागीदारी तीन प्रकारच्या लोकांनी बनते:

१. स्वप्ने पाहणारा

या व्यक्तीच्या नजरेपुढे व्यवसायाचे स्पष्ट चित्र असते. कंपनीच्या उज्वल भविष्याचे चित्रही तो कल्पनेने रेखाटत असतो.

२. व्यावसायिक

ही व्यक्ती व्यवसाय चालवते. व्यवसायासाठी लागणारी प्रत्येक घटकाची जुळवाजुळव ती करते आणि सर्व गोष्टी वेळापत्रकाप्रमाणे पार पडतील, याची दक्षता घेते.

३. पहारेकरी

ही व्यक्ती घराचे रक्षण करणाऱ्या एखाद्या श्वानासारखी असते. तिचा कोणावर विश्वास नसतो. कोणाशी भांडण्याची किंवा कारवाईची वेळ आली, तर हीच व्यक्ती तुमच्या मदतीला पुढे येते.

आम्ही हे तिन्ही प्रकारचे लोक बनण्यास शिकलो आहोत. काही उद्योजक यातल्या एक किंवा दोन प्रकारचे लोक बनू शकतात. तुम्ही अशा तिन्ही प्रकारच्या लोकांच्या क्षमता आत्मसात करू शकता का? ते शक्य नसेल, तर तशा क्षमता असलेले लोक तुमच्या व्यवसायात घ्या. कारण तुम्हाला या तिन्हीची आवश्यकता भासणार आहे.

इथे मी तुम्हाला एक हलका पण मोलाचा कायदेविषयक सल्ला देतो. एखाद्या व्यवसायात अधिकृत भागीदार बनण्याआधी खरेदी-विक्री आणि व्यवसायाच्या महत्त्वाच्या

बाबींसंबंधी वकीलाकडून एक करारनामा तयार करून घ्या. एखाद वेळेस परिस्थिती बिघडली किंवा एखाद्या भागीदाराला व्यवसायातून बाहेर पडण्याची इच्छा झाली, तर कोणत्याही अडचणी निर्माण होऊ नयेत यासाठी. या खरेदी-विक्री कराराची तुलना विवाहापूर्वी करण्याच्या कराराशी करता येईल. जवळपास सर्वच विवाहांमध्ये एकमेकांची साथ आजन्म सोडणार नाही, असे वचन दिले-घेतले जाते. यातल्या ५०% विवाहांत नंतर घटस्फोट होतात याचे एक कारण म्हणजे मरणापेक्षा घटस्फोट बरा अशीच स्थिती या विवाहांमध्ये उद्भवते.

या जोडप्यांप्रमाणे, बऱ्याच इच्छूक भागीदारांना, खरेदी-विक्रीचा करार करताना, आपण एकमेकांना पूरक नाही, असा साक्षात्कार होऊ शकतो. विवाह किंवा व्यवसायाला सुरुवात करण्यापूर्वीच आपापसातील मतभेद आणि दृष्टिकोनातील फरक जाणून घेणे कधीही उत्तम.

एक जुना विनोद सांगतो.

मानसोपचार तज्ज्ञ : ''तुमच्या नात्यांमध्ये इतक्या समस्या का आल्या?''

अशील : ''माझ्याकडे कदाचित अयोग्य पुरुष आकर्षित होत असावेत.''

मानसोपचार तज्ज्ञ : ''ते खरे नाही. तुम्ही तुमचा दूरध्वनी क्रमांक त्यांना देता, तेव्हाच समस्या सुरू होते.''

सांगायचा मुद्दा हा की, तुमचे भागीदार निवडताना पुरेपूर दक्षता घ्या. 'प्रेमात पडणे सोपे असते, पण ते निभावणे तितकेच अवघड', ही म्हण अगदी खरी आहे. मधुचंद्र संपल्यानंतर नात्यातल्या खऱ्या समस्या सुरू होतात. तुम्ही जर एकत्र बसून समस्या सोडवू शकला नाहीत, तर त्या वाढत जातात. तुम्ही कधी काळी ज्यांच्यावर प्रेम केले, त्यांचा तिरस्कार करणे विवाहात आणि व्यवसायात अगदी सोपे असते.

तेव्हा भागीदारी करण्यापूर्वी खरेदी-विक्रीचा करार जरूर करा. आपल्या प्रत्येकाच्या चांगल्या बाजू आहेत, तशाच नकारात्मक बाजूही असतात. खरेदी-विक्रीच्या करारासंबंधी चर्चा करतानाच तुम्हाला संभाव्य भागीदाराची खरी बाजू समजू शकेल आणि तुमचीही खरी बाजू उघड होऊ शकेल.

नाती आनंदाने परिपूर्ण असतात, ती सदैव तशीच असतात, असे फक्त स्वप्नात रममाण असलेली मंडळीच म्हणू शकतात. सर्व प्रकारच्या नात्यांमध्ये मतभेद असतात. तुम्ही चांगले भागीदार असाल, तर मतभेद तुम्ही विधायक करू शकता. अशा गरमागरम चर्चेतून अनेकदा अधिक चांगल्या कल्पना बाहेर येतात. मात्र, तुम्ही फक्त भांडतच राहिलात, मतभेद दर्शवत राहिलात, तर कोणतीही चांगली कल्पना पुढे येणार नाही आणि तुमची भागीदारी वाईट भागीदारी असेल. लॅरी पेज आणि सर्जी ब्रिन पहिल्यांदा भेटले, तेव्हा त्यांचे जवळपास सर्वच गोष्टींवर मतभेद होते. 'गुगल' या एकाच विषयावर त्यांचे एकमत झाले.

चांगले भागीदार कसे बनायचे

द *अॅप्रेंटिस* या दूरचित्रवाणी कार्यक्रमात तुम्ही पाहिले असेल की, डोनाल्ड स्वत: बोलत राहण्यापेक्षा किंवा सल्ले देण्यापेक्षा या कार्यक्रमात तो ऐकून घेतो, निरीक्षण करतो आणि

प्रश्न विचारतो. चांगले नेते हेच करतात. सृष्टीच्या निर्मात्याने आपल्याला दोन डोळे, दोन कान आणि तोंड मात्र एकच दिले आहे. तेव्हा त्याचा संदेश आहे : जास्त ऐका, जास्त निरीक्षण करा आणि कमीत कमी बोला. लोक जर फक्त बडबड करत राहिले आणि कोणीच ऐकत नसेल, तर व्यवसाय मोठ्या अडचणीत सापडणार, हे निश्चित. जे फक्त बोलतात, पण इतरांचे ऐकून घेत नाहीत; ते चांगले नेते होऊ शकत नाहीत.

एखाद्या गुंतवणूकदाराकडे पैशांची मागणी करताना कमीत कमी बोलावे आणि जास्तीत जास्त ऐकावे हेच चांगले. गुंतवणूकदारांना काय अधिक महत्त्वाचे वाटते, हे ऐकून तुम्ही व्यवसायाविषयी खूप काही शिकाल.

सल्लागारांसोबत काम

गुंतवणूकदारांना तुमचे सल्लागार कोण आहेत, हे जाणून घ्यायचे असते. सर्व सार्वजनिक क्षेत्रातल्या कंपन्यांना संचालक मंडळ असणे अनिवार्य असते. तुम्ही तुमचा व्यवसाय जरी वाढवायचा नसला, तरी तुमच्याकडे सल्लागार मंडळ असणे गरजेचे असते. उदाहरणार्थ, तुम्हाला एखादे उपाहारगृह सुरू करायचे आहे, तर त्यातील अनुभव असलेले आणि यशस्वी झालेले लोक तुम्हाला योग्य मार्गदर्शन करू शकतात. तसेच तुम्हाला कायदेशीर सल्ला देणाऱ्यांची आणि आर्थिक बाबतीत सल्ला देणाऱ्यांचीही गरज लागू शकते. तुमचे सल्लागार निवडण्यासाठी आवश्यक तितका वेळ घ्या. आणि लक्षात ठेवा की, सर्व सल्लागार हे चांगले सल्लागार नसतात. सल्लागार मंडळामुळे तुमचा वाया जाणारा खूपसा वेळ, पैसा वाचेल आणि चुकीच्या गोष्टी टळल्यामुळे मनस्तापही कमी होईल. व्यावसायिक गुंतवणूकदार तुमचे सल्लागार आणि त्यांची विश्वासार्हता प्रथम पाहत असतात.

सल्लागार म्हणजे तुमचे व्यवसाय शिक्षण देणारे प्रशिक्षक आहेत आणि तुमचे सर्वोत्तम शिक्षक आहेत, असा विचार करा. स्वत:चा व्यवसाय असणे आणि व्यवसायातले टक्केटोणपे खाल्लेल्या सल्लागारांकडून मार्गदर्शन मिळणे म्हणजे खरे व्यवसाय शिक्षण आहे. मात्र, तुम्हीही चांगल्या विद्यार्थ्याची भूमिका निभावली पाहिजे. तुम्ही त्यांचे म्हणणे ऐकले पाहिजे, शिकले पाहिजे आणि त्यानुसार व्यवसायात सुधारणा केल्या पाहिजेत. सल्लागारांनी सांगितलेली प्रत्येक गोष्ट तुम्ही केलीच पाहिजे असे नाही; पण ते जे सांगताहेत ते मात्र तुम्ही पूर्णपणाने ऐकले पाहिजे. तुम्ही जर काही ऐकून घेण्याच्या मन:स्थितीत नसाल, तर तुम्हाला सल्लागारांची गरज नाही किंवा तुम्हाला सल्लागार बदलण्याची आवश्यकता आहे.

कर्मचाऱ्यांसोबत काम

ज्यांच्यासमवेत काम करायचे, त्यातला हा सर्वांत अवघड असा गट असतो. परंतु, त्यासाठी आवश्यक संयम तुम्ही ठेवला पाहिजे. तुमचे कर्मचाऱ्यांशी चांगले संबंध जुळले, तर ते तुमचे उत्तम शिक्षक बनू शकतात. हिशेब तपासणी, कायदेशीर बाबी, ग्राहक सेवा, विक्री, विपणन व जाहिराती, उत्पादनाचा विकास आणि अशा अनेक गोष्टींची कौशल्ये व्यवसायात लागतात. व्यवसायातले आठ महत्त्वाचे घटक ही कौशल्ये दर्शवतात. त्यामुळे व्यवसाय सांभाळायचा, तर यासंबंधीची विशेष कौशल्ये असलेल्या माणसांना सांभाळणे,

त्यांना योग्य रीतीने हाताळणे आवश्यक आहे. तुमच्या कर्मचाऱ्यांपैकी काही उच्च ध्येयाने प्रेरित असू शकतील, तर काहींना त्याच्याशी काहीही देणेघेणे नसेल. काही प्रामाणिक, सचोटीचे असतील, तर काही तसे नसतील. अशा गटाला व्यवसायाच्या मुख्य उद्दिष्टांवर सर्व लक्ष आणि शक्ती केंद्रित करायला लावण्याचे काम सोपे नाही. लक्षात ठेवा की, एक नासका आंबा सगळी पेटी नासवतो. तुमच्या कर्मचाऱ्यांचे अशा खराब आंब्यांपासून संरक्षण कसे करायचे, हे तुम्हाला शिकणे आवश्यक आहे. तुमच्या व्यवसायात कर्मचाऱ्यांच्या काही समस्या आहेत किंवा तुम्ही व्यवसायाचे सक्षम नेतृत्व करू शकत नाही, असे एखाद्या गुंतवणूकदाराला वाटले, तर तो गुंतवणूक करण्याचे धाडस दाखवणार नाही.

''मला चांगले लोक मिळत नाहीत'', अशी तक्रार तुम्हाला सर्वत्र ऐकायला मिळेल. ज्यांना व्यवसायाचा फार अनुभव नाही, असे नवे उद्योजकही नेहमी म्हणतात की, ''आजकाल चांगले कामगार मिळत नाहीत.'' परंतु, बहुतांश प्रकरणांमध्ये सत्य हे असते की, हा उद्योजक चांगला नेता बनू शकत नाही. उद्योजक जसजशी स्वत:ची नेतृत्वक्षमता वाढवतो, तसतशी त्याच्या कर्मचाऱ्यांच्या गुणवत्तेतही सुधारणा होते.

ग्राहकांसोबत काम

शेवटचे पण महत्त्वाचे म्हणजे – कोणत्याही व्यवसायात ग्राहकांची आवश्यकता असते आणि त्यांच्याशी उत्तम संबंध राखणे उद्योजकाच्या हिताचे असते. तुमचे ग्राहकही तुमचे उत्तम शिक्षक बनू शकतात.

''तुमचा ग्राहक कोण आहे आणि त्याला तुमच्या उत्पादनाची किंवा सेवेची का आवश्यकता आहे?'', असा प्रश्न व्यावसायिक गुंतवणूकदार नेहमी विचारतात. ग्राहकांचे लक्ष वेधण्यासाठी, त्यांचा वेळ मिळवण्यासाठी आणि त्यांचा पैसा आपल्याकडे खेचण्यासाठी जगभर अतिशय तीव्र स्पर्धा सुरू आहे. अशा वातावरणात तुमचा ग्राहक कोण आहे, तुमच्या व्यवसायाची त्याला का आवश्यकता आहे आणि त्याच्याशी तुमचे संबंध कसे आहेत, या गोष्टी तुम्हाला माहीत असल्याच पाहिजेत.

एस वर्गवारीतले विशेषज्ञ किंवा छोट्या व्यावसायिकांचे त्यांच्या ग्राहकांशी अनेकदा एकास एक असे संबंध असतात. डॉक्टरचे रुग्णाशी असलेले नाते किंवा वकिलांचे अशिलाशी असलेले नाते, अशी त्याची काही उदाहरणे सांगता येतील.

बी वर्गवारीतल्या मोठ्या व्यवसायांमध्ये मात्र या संबंधांचे स्वरूप वेगळे असते. ते एकास एक असे नसतात. त्यांच्या व्यक्तिगत गाठीभेटी व संवाद होण्याची शक्यता फार नसते. पण अशा उद्योजकांनी विविध माध्यमांचा उपयोग करून आपल्या ग्राहकांशी व्यक्तिगत नाते विकसित करण्याचा प्रयत्न केला पाहिजे. पुन्हा त्यासाठी वेगळ्या कौशल्याची गरज भासते.

आमची व्यवस्थापक टीम, दूरचित्रवाणी, नभोवाणी, सोशल मीडिया, पुस्तके, सार्वजनिक समारंभांमध्ये उपस्थिती अशा माध्यमांमधून आम्ही आमच्या लाखो ग्राहकांशी संवाद साधतो. अर्थातच, गुंतवणूकदाराला तुम्ही चांगल्या ग्राहकांना कसे आकर्षित करता आणि त्यांच्याशी कसे संबंध ठेवता, हे जाणून घेण्यात रस असतो.

व्यवसाय शिक्षणाची सर्वोत्तम शाळा

या सर्व गोष्टींमुळेच तुमचा स्वत:चा व्यवसाय हाच तुमच्या व्यवसाय शिक्षणाची सर्वोत्तम शाळा तसेच निरंतर चालणारा व्यक्तिमत्त्व विकासाचा कार्यक्रम असतो. तुम्ही स्वत: विकसित होत गेलात, तर प्रत्येक गोष्ट सुधारत जाते. तुम्ही जर महान बनलात, तर पैसा आणि प्रसिद्धी तुमच्यामागे धावतात. आणि तुम्ही जर इतरांवर दोषारोप करत राहिलात, तर वेगळेच चित्र दिसते. या 'ब्लेम' शब्दाची फोड 'बी लेम' अशी आहे. जग अशा 'लेम' म्हणजेच अशक्त, पांगळ्या उद्योजकांनी भरलेले आहे, याचे मुख्य कारण स्वत:चा व्यवसाय हीच शिक्षणाची उत्तम शाळा आहे, हे ते ध्यानात घेत नाहीत.

क्विक पिच

तुम्ही क्विक पिचसाठी तयार आहात का? आवश्यक पैसे उभे करण्यासाठी तुम्हाला त्याची अतिशय गरज आहे. पहिली गोष्ट म्हणजे तुम्हाला काय सांगायचे आहे, हे तुम्हाला माहीत पाहिजे. इथे ब्रँडनिर्मिती, ब्रँडउभारणी आणि नियोजनाचा संबंध येतो. परंतु, एकदा काय सांगायचे हे तुम्ही पक्के केले की, तुम्ही त्याचा सराव, सराव आणि फक्त सराव केला पाहिजे!

आयुष्यातल्या इतर गोष्टींप्रमाणेच जर तुम्हाला उत्तमता मिळवायची आहे, तर सराव करणे आवश्यक आहे. तेव्हा तुमच्या व्यवसायासंबंधी झटपट, आकर्षक व अचूक माहिती देण्यास शिका. तुम्ही यात जेवढे कौशल्य मिळवाल, तेवढे तुमचे व्यक्तिमत्त्व आणि तुमचा व्यवसाय उभारी घेईल.

अंगठा आठवा. हा अंगठा तुमच्या व्यक्तिमत्त्वाची - चारित्र्याची ताकद दर्शवतो. तुमची तर्जनी तुम्हाला कोणत्या लक्ष्यावर मारा करायचा, याची दिशा दाखवते. तुमचे मधले बोट तुम्हाला तुमच्या मूल्यांची आणि तुमच्या ब्रँडची आठवण करून देते. तुमची अनामिका व्यवसायासाठी आवश्यक निकोप संबंधांची - नात्यांची उभारणी करण्याची साद तुम्हाला घालते. तेव्हा सराव करा. तुम्ही जेवढा सराव कराल, तेवढे अधिक तुम्ही शिकाल आणि तुम्ही स्वत:सुद्धा उत्तम बनाल. तुमच्या व्यक्तिमत्त्वात जेवढ्या सुधारणा होतील, तितकीच तुमची नातीही चांगली होतील.

याला 'क्विक पिच' म्हटले जाते, कारण हा वेगवान, नेमका आणि थोडक्यात असतो. थोड्यातच गोडी असते. आपल्याप्रमाणेच गुंतवणूकदारही कामात अतिशय गढलेले असतात. त्यांच्याकडे वेळ नसतो. त्यामुळे लांबलचक आणि कंटाळवाणी भाषणे ऐकण्यात त्यांना रस नसतो. तेव्हा तुमच्या मुद्द्यावर या आणि थेट व नेमकेपणाने, शक्य तेव्हढे झटपट मांडा.

क्विक पिचसाठी मार्गदर्शन

तुमच्या व्यवसायात गुंतवणुकीचे आवाहन करताना पुढील चार मुद्दे प्रामुख्याने विचारात घ्या. महत्त्वाचे म्हणजे तुम्ही व्यवसायाचा आराखडा बनवताना उपयोगी पडलेलेच हे चार प्रमुख मुद्दे आहेत. लक्षात ठेवा की, या प्रत्येक मुद्यासाठी दोन मिनिटांपेक्षा जास्त वेळ घेऊ नका.

१. प्रकल्प

- प्रकल्प काय आहे?
- तो एकमेवाद्वितीय कसा आहे?
- तुमच्या व्यवसायाची गरज का आहे?
- ग्राहकांना तुमचे उत्पादन का आवडावे?

२. भागीदार

- तुम्ही कोण आहात?
- भागीदार कोण आहेत?
- तुमची शैक्षणिक पार्श्वभूमी काय आहे?
- तुम्हाला सर्वांना व्यवसायाचा किती अनुभव आहे?
- प्रकल्प यशस्वी बनवण्यासाठी तुम्ही आणि तुमचे भागीदार कसे पात्र आहात?

३. अर्थपुरवठा

- तुमच्या प्रकल्पाचा एकूण खर्च किती?
- त्यात कर्ज आणि समभागाचे प्रमाण कसे आहे?
- तुमचे भागीदार प्रकल्पात स्वत:चे पैसे गुंतवणार आहेत का?
- गुंतवणूकदारांना ते पत्करत असलेल्या धोक्याबद्दल किती परतावा व बक्षिसी मिळण्याची शक्यता आहे?
- कराचे ओझे किती राहणार आहे?
- तुमचा मुख्य वित्तीय अधिकारी किंवा लेखापाल कोण?
- गुंतवणुकीदारांबरोबरच्या बोलण्यांसाठी कोण व्यक्ती जबाबदार आहे?
- गुंतवणूकदाराला माघार घ्यायची असल्यास त्याची तरतूद काय?

४. व्यवस्थापन

- तुमच्या कंपनीचे व्यवस्थापन कोण सांभाळत आहे?
- त्यांचा अनुभव किती आहे?
- त्यांची आजवरची कामगिरी कशी आहे?
- त्यांना कधी अपयश आले आहे का?
- त्यांचा अनुभव तुमच्या व्यवसायासाठी कसा उपयोगी पडेल?
- व्यवस्थापनाचा सशक्त गट तुम्ही तयार कराल, असा विश्वास तुम्हाला वाटतो का?
- तुम्ही विश्वासाने त्यांना गुंतवून ठेवू शकता का?

व्यवसायात गुंतवणुकीसाठी तुम्ही असे छोटेखानी भाषण तयार करायचे आहे. आठ किंवा त्यापेक्षाही कमी मिनिटांत तुम्हाला ते करता आले पाहिजे. तुम्ही थोडक्यात या चारही मुद्यांची माहिती सांगितल्यानंतर गप्प बसा. प्रश्न विचारायला सांगा, त्यांचे म्हणणे काळजीपूर्वक ऐका आणि अगदी थोडक्यात उत्तरे द्या. आणि लांबलचक उत्तरे देण्यापेक्षा दुसऱ्यांना प्रश्न विचारा.

तुम्हीही संभाव्य गुंतवणूकदारांना काही प्रश्न विचारू शकता. उदाहरणार्थ,

- हा प्रकल्प तुम्हाला आकर्षक वाटतो का?
- नव्यानेच सुरू झालेल्या एखाद्या प्रकल्पात तुम्ही कधी गुंतवणूक केली आहे का?
- तुम्हाला कशाची काळजी वाटते?

गुंतवणूकदार तुमच्या प्रकल्पामध्ये खरोखरच रस दाखवाहेत, असे वाटले तर आणि तरच त्यांच्यापुढे व्यवसायाच्या योजना मांडा आणि इतर जास्तीची माहिती द्या. लक्षात ठेवा की, जी व्यक्ती जास्त बोलते, ती हरते. जी व्यक्ती जास्त ऐकते, ती जिंकते.

दुसऱ्यांचे म्हणणे ऐकणे हे आदर व्यक्त करण्याचे साधन आहे. तुम्हाला समोरच्या व्यक्तीच्या बोलण्यात रस आहे, असे दाखवण्यापेक्षा खरेच त्यात रस घेणे, हेसुद्धा आदर दर्शवण्याचे साधन आहे. इतरांबद्दल योग्य आदर बाळगा, म्हणजे तुम्ही जिंकाल. हे सूत्र फक्त व्यवसायातच नव्हे; तर आयुष्यातही उपयोगी आहे.

भांडवल उभारणीसाठी दोन उपयुक्त सूचना

सूचना १ : तुमचे आवाहनात्मक भाषण तयार करताना तुमचे लेखापाल आणि वकिलांचा सल्ला घ्या.

हा केवळ सावधगिरीचा उपाय नाही, तर त्यातून तुम्हाला शिकण्याचीही उत्तम संधी असते. तुमचे हिशेब तपासनीस/लेखापाल आणि वकील अतिशय हुशार असतील, तर त्यांच्याशी तुमचे जवळकीचे संबंध तयार होतील. तेसुद्धा तुमची चांगल्या व्यक्तींशी ओळख करून देऊ शकतील.

या व्यक्ती जर ढिसाळ, अकार्यक्षम असतील, तर त्याचा तुम्हाला आणि व्यवसायाला फटका बसण्याची शक्यता असते. असे अनेक लोक असू शकतात. तेव्हा तुमचा वकील व लेखापाल निवडताना घाई करू नका आणि योग्य माणसांचीच निवड करा.

सूचना २ : तुम्हाला पैशांची निकड निर्माण होण्याच्या आधीपासूनच पैसे मागायला सुरुवात करा.

''मी पुढच्या काही महिन्यांतच व्यवसाय सुरू करतो आहे'', असे सूतोवाच तुम्ही करू शकता. संभाव्य गुंतवणूकदारांना तुमच्या व्यवसायाची थोडक्यात तोंडओळख करून द्या आणि तुम्ही त्यासाठी का व किती उत्सुक आहात, हे सांगा. हे संभाषण एखाद-दोन मिनिटांपेक्षा जास्त नको. ध्यानात ठेवा की, तुम्ही अनाठायी बडबड करत असाल, तर हरलात म्हणून समजा. थोड्या वेळाने समोरच्याला विचारा की, ''तुम्हाला व्यवसायात रस आहे का? याबद्दल आणखी माहिती ऐकायला आवडेल का?'' समोरच्या व्यक्तीला खरेच

रस आहे, असे वाटले, तर ''संभाव्य गुंतवणूकदारांशी बोलण्याची आमची तयारी झाल्यावर तुमच्याशी संपर्क साधला तर चालेल का?'', असे नम्रपणे विचारा.

समोरच्या व्यक्तीचा त्याला होकार असेल, तर त्यांचे नाव नोंदवून ठेवा. आणि भविष्यात योग्य वेळी त्यांच्याशी संपर्क करण्याचे दिलेले आश्वासन पाळा-लगेचच दुसऱ्या दिवशी नाही तर नंतर.

एक नियम लक्षात घ्या की, ''जेव्हा तुम्हाला पैशांची निकड नसते, तेव्हा पैसे मागणे सोपे असते.'' जरी तुम्हाला पैशांची आत्यंतिक गरज असेल तरी असे कधीच दाखवून देऊ नका. पैसे मिळण्यासाठी दुसऱ्यासमोर तुमचे दुःख उगाळू नका किंवा करूण कहाण्या सांगू नका. अतिशयोक्ती टाळा. गुंतवणुकीवर भरमसाट परताव्याचे आश्वासन कोणालाही देऊ नका. नाटकबाजी व फाजीलपणा न करता कोणी सावधपणे आणि नेहमीच्या पद्धतीने पैसे मागताना आढळले, तर गुंतवणूकदार त्यावर विश्वास ठेवण्याची शक्यता अधिक असते. तेव्हा व्यवसायाच्या भांडवल उभारणीसाठी लवकर प्रयत्न सुरू करा, योग्य सराव करा, जास्तीची आश्वासने देऊ नका आणि हे नियम कसोशीने पाळा.

गुंतवणूकदारांना कशाची भीती वाटते?

अनेक लोक नोकरी सोडून स्वतःचा व्यवसाय सुरू करण्याचे स्वप्न पाहतात, पण त्यांना अपयशी ठरण्याची मोठी भीती वाटते. ही चिंता काही प्रमाणात स्वाभाविकही आहे.

उद्योजक बनणे तसे फार अवघड नाही. अगदी कोणीही उद्योजक बनू शकतो. उदाहरणार्थ, एखाद्या लहान मुलाने किंवा मुलीने दहा डॉलर घेऊन शेजाऱ्याच्या बागेतले गवत कापून दिले, तरी तो किंवा ती उद्योजक होते.

परंतु, तो मुलगा किंवा मुलगी मिळालेल्या पैशांचे काय करतात, यावर ते महान उद्योजक बनू शकतील का नाही, हे अवलंबून असते.

अनेक उद्योजक असे दहा डॉलर सरळ आपल्या खिशात ठेवतात. जगातले अनेक छोटे व्यावसायिक, उद्योजक हेच करतात. जेव्हा असे पैसे कोणत्याही हिशेबाशिवाय एखाद्याच्या खिशात जातात, त्यावर कोणताही कर भरला जात नाही, तेव्हा ते काळ्या पैशांचा भाग होतात.

व्यावसायिक गुंतवणूकदारांना याचीच भीती वाटते. त्यांना भीती असते की, बहुतांश छोटे उद्योजक व्यवसायातून मिळालेले पैसे, व्यवसाय वाढवण्यासाठी आणि गुंतवणूकदारांचे पैसे परत करण्यासाठी न वापरता आपला चरितार्थ चालवायला प्राधान्य देतील. थोडे कठोरपणे सांगायचे, तर कोणत्याही हिशेबाशिवाय असे पैसे स्वतःच्या खिशात ठेवणे, हा गुन्हा आहे. आणि गुंतवणूकदारांना गुन्हेगारांमध्ये गुंतवणुकीची इच्छा नसते.

एस वर्गवारीतले अनेक उद्योजक कर चुकवतात. त्यामुळे ते गुन्हेगार ठरतात आणि काळ्या पैशावर आधारित अर्थव्यवस्थेचा भाग बनतात. जग अशा लोकांनी भरलेले आहे. असे अनेक लोक तुम्हाला नाक्यानाक्यावर दिसतात. गराज सेल मांडणारे, भाजीमंडईत विक्री करणारे, सुटीच्या दिवशी लोकांच्या घरांची साफसफाई करणारे, सिग्नलला उभ्या मोटारींच्या काचा पुसणारे, ग्राहकांकडून मिळणारी टिप खिशात ठेवणारे वेटर व बारटेंडर,

अशी अनेक उदाहरणे तुम्हाला सांगता येतील. ते काही ना काही किरकोळ किंवा छोटीमोठी कामे करून पैसे मिळवत असतात; परंतु त्यांचा कोठेही हिशेब नसतो. एकट्या अमेरिकेतच अशा भूमिगत अर्थव्यवस्थेत सुमारे पंधराशे ते दोन हजार अब्ज डॉलर्सची उलाढाल होते. हा काळा पैसा असतो. त्याची कोठेही नोंद नसते आणि या अर्थव्यवस्थेचे खरे मोजमाप करता येण्याची यंत्रणाच नाही.

अशा करचुकव्या, हिशेबाच्या नोंदी न ठेवणाऱ्या अर्थव्यवस्थेचा भाग बनणार असाल, तर तुम्ही लहान राहणेच बरे. अन्यथा तुम्ही कायद्याच्या कचाट्यात सापडू शकता. अशा भूमिगत अर्थव्यवस्थेचा भाग बनणे म्हणजे खरी श्रीमंती मिळवण्यात अडथळे निर्माण करणे असते. अशा पैशांतून एखाद्याने मोठे घर घेतले, चकाचक मोटार घेतली, क्रेडीट कार्डावर मोठे व्यवहार केले, तर त्यांच्या बिनहिशेबी संपत्तीचे हे वैभव करखात्याच्या नजरेत भरते. त्याची चौकशी सुरू होते. अशी करचुकवेगिरी सापडली, तर व्यवसाय शब्दश: बुडतो-नामशेष होतो. आणि अशा व्यक्तींना स्वत:ला वाचवण्यासाठीच खूप पैसे व वेळ खर्च करावा लागतो.

कोणी अशा समांतर अर्थव्यवस्थेतले उद्योजक बनावे, अशी शिफारस आम्ही अर्थातच करत नाही. काळ्या पैशांची अशी समांतर अर्थव्यवस्था अस्तित्वात आहे, हे तुमच्या निदर्शनास आणण्यासाठी आणि त्यातल्या धोक्यांपासून सावध करण्यासाठीच त्याचा उल्लेख इथे केला. तुम्हाला मिडास टच मिळवायचा असेल, तर या मार्गापासून दूर राहणेच इष्ट.

नोकरी ते स्वयंरोजगार

बहुतांश नोकरदारांना व्यावसायिकांप्रमाणे हिशेब किंवा कर भरल्याच्या नोंदी ठेवण्याची आवश्यकता नसते. ते जिथे काम करतात, त्या कंपन्याच त्यांच्यासाठी ही कामे करतात. काही नोकरदार अशा करांच्या नोंदी ठेवतात, ते बहुधा करसवलतींसाठी. नोकरदारांना त्यासाठी कोणा करसल्लागाराची आवश्यकता नसते. कारण या व्यावसायिकांना त्यात फार काही काम नसते. अगदी थोड्या नोकरदारांना करसवलती मिळतात. आणि भरीस भर म्हणजे नोकरदार जेवढे जास्त पैसे कमावतात, त्या प्रमाणात त्यांना सरकारला जास्त कर द्यावा लागतो.

करांचा भरणा आणि त्यांच्या नोंदींविषयी नोकरदार अज्ञानी असला, तर अजाणता तो अडचणीत येऊ शकतो. जेव्हा एखादी व्यक्ती ई वर्गवारीतून एस वर्गवारीत प्रवेश करते-म्हणजे नोकरदारापासून स्वयंरोजगार करणारी, विशेषज्ञ किंवा लघुव्यावसायिक बनते, तेव्हा त्यांच्यावर करांचा मारा सुरू होतो. फारच कमी नोकरदारांना त्या करांची माहिती असते. त्यामुळेच नव्याने व्यवसाय सुरू करणाऱ्यांना लेखापाल, करसल्लागार, वकील अशांची गरज भासते.

उद्योजकांना पुढे नमूद केलेले जास्तीचे कर चुकवावे लागतात :

- विक्रीकर
- स्वयंरोजगार कर
- सामाजिक सुरक्षा किंवा वैद्यकीय सेवा कर

- राज्य व केंद्रांचे बेरोजगार कर
- फेडरल बेरोजगार कर (हा अमेरिकेतील विशिष्ट कर आहे)
- इतर कर

ही कराची समस्या समजून घेण्यासाठी आपण दहा डॉलरची कमाई करणाऱ्या मुलाचे उदाहरण घेऊ. ई वर्गवारीतल्या नोकरदाराची कमाई जर दहा डॉलर्स इतकी असेल, तर त्याला साधारण ३० टक्के कर द्यावा लागतो. याचा अर्थ त्याच्या हातात फक्त सात डॉलर्स पडतात.

एस वर्गवारीतला लघुव्यावसायिक किंवा स्वयंरोजगार करणारी व्यक्ती जेव्हा दहा डॉलर्स कमावते, तेव्हा तिला साधारण ६० टक्के रक्कम करांपोटी भरावी लागते. याचा अर्थ त्याच्या हातात फक्त चार डॉलर्स शिल्लक राहतात. त्यामुळेच बहुतेक लघुउद्योजक दहा डॉलर्स खिशात ठेवणे पसंत करतात. परंतु, त्यामुळे ते करचुकवेगिरी करतात आणि गुन्हेगार या संज्ञेस पात्र ठरतात. अनेक गुंतवणूकदारांना याचीच धास्ती वाटत असते.

प्रचंड बेकारी

बेकारी, बेरोजगारीचे प्रमाण एवढे प्रचंड का आहे, यावरसुद्धा हे उदाहरण प्रकाश टाकते. सरकार छोटे व्यावसायिक व लघुउद्योजकांवर कराचा इतका बोजा लादते आणि अनेक प्रकारचे निर्बंध, नियम लागू करते, तर उद्योजक बनण्यासाठी कोण प्रवृत्त होईल? सरकारकडून अखेर शिक्षाच भोगायची, तर व्यवसाय उभारण्यासाठी धोके तरी का पत्करायचे? सरकारकडेच जर इतका पैसा जाणार असेल, तर लघुउद्योजकांनी आपले अस्तित्व तरी कसे टिकवायचे? कर्मचाऱ्यांसंबंधीचे नियम आणि त्यांच्यासाठी वेतन व भत्त्यांचे नियम सरकार जर कठोर करत चालले आहे, तर एखाद्या उद्योजकाने नव्या कर्मचाऱ्यांची भरती तरी कशी करायची? तुम्हाला सरकारकडून बेरोजगार भत्त्याच्या रूपाने मोफत व जास्त पैसे मिळत असतील, तर एखाद्याने उद्योजक तरी का बनायचे?

या प्रश्नातच त्याचे उत्तरही दडले आहे. दुसऱ्या शब्दांत सांगायचे, तर कर आणि सरकारी नियम हे जसे प्रश्न आहेत, तसेच त्यातून बाहेर पडण्याचे उत्तरही तेच आहेत. उद्योजक बनण्यातला एक मोठा फायदा म्हणजे सरकार तुम्हाला हिशेब तपासणी, कायदेशीर व करविषयक सल्ला इत्यादी बाबींवर करमाफी देते. नोकरदार कर्मचाऱ्यांना अशी करमाफी कधी मिळत नाही. एखाद्या नोकरदाराने हिशेब तपासनीसाची मदत घेतली, तर कर भरल्यानंतरच्या रकमेतून त्याला त्याचे सल्लाशुल्क द्यावे लागते. उद्योजकाला मात्र हा खर्च करआकारणीपूर्वीच्या खर्चात धरता येतो. म्हणजे हुशार सल्लागार नेमण्यासाठी सरकार उद्योजकांना करमाफी देते. उद्योजकाला इथे व्यावहारिक जगातले शिक्षण मिळते; नोकरदाराला तशी संधी नसते.

अनेक लघुउद्योजक हिशेब तपासनीस, वकील, करसल्लागार इत्यादिंकडे परोपजीवी म्हणून पाहतात. परंतु, त्यांच्या दृष्टिकोनात बदल झाला, तर उद्योजकांना त्यांचा मिडास टच विकसित करण्याच्या प्रक्रियेतील हे भागीदार वाटतील. एस वर्गवारीतल्या अनेकांची समस्या ही असते की, त्यांनी ई वर्गवारीतल्या नोकरदाराची मानसिकता अद्याप

मागे टाकलेली नसते. त्यांनी आधीचे काम सोडलेले असते आणि आता मालक म्हणून ते काम करत असतात. त्यांच्याकडे व्यवसायाची नव्हे, तर कामाची मालकी असते. करांची रचना कामाची मालकी असलेल्यांना नव्हे; तर व्यवसायाचे मालक असणाऱ्यांना फायदेशीर असते.

त्यामुळे एस वर्गवारीतल्या उद्योजकाचे सर्वांत महत्त्वाचे काम कोणते असेल, तर कामाचे किंवा नोकरीचे रूपांतर व्यवसायात करणे. ते करण्यासाठी मिडास टचची साधना करावी लागते आणि त्यातूनच बी आणि आय वर्गवारीतले मोठे उद्योजक होण्याकडे त्यांची वाटचाल होते.

लघुउद्योजक ते मोठे उद्योजक

गमतीचा भाग असा की, करविषयक कायदे हे उद्योजकांना प्रोत्साहित करण्याचे, प्रेरणा देण्याचे कामही करतात. करविषयक कायदे सर्वांनी बी आणि आय वर्गवारीतले मोठे व्यावसायिक किंवा गुंतवणूकदार व्हावे, म्हणून उत्तेजन देतात. त्याच वेळी ई आणि एस वर्गवारीतील नोकरदार आणि लघुउद्योजकांना दंड देण्याचे कामही ते करतात. जगभरात कुठेही गेलात, तरी तुम्हाला हेच चित्र दिसेल.

एस वर्गवारीतले अनेक उद्योजक त्यांचे काम टिकवण्यातच इतके व्यग्र असतात, की त्यांचे खरे काम करण्यात ते अपयशी ठरतात. आपला व्यवसाय बी आणि आय वर्गवारीत जाण्याइतका मोठा करणे, हे त्यांचे खरे काम असते. त्यासाठी त्यांच्याकडे वेळच नसतो! तुम्ही तुमचे हे काम चोख केले नाहीत, तर सरकार तुमच्यावर आणखी कर लादून शिक्षा करण्यासाठी बसलेलेच आहे.

करसवलतींचे गाजर का?

जे काम करण्याची सरकारची इच्छा आहे, अशी कामे करणाऱ्या लोकांना सरकार करमाफी देत असते. अशी कामे पुढे दिल्याप्रमाणे असू शकतात :

१. रोजगारनिर्मिती

२. अन्नधान्याचे उत्पादन

३. गृहनिर्मिती

४. ऊर्जानिर्मिती

तुम्हाला करांविषयी आणखी माहिती घ्यायची असेल, तर त्यासाठी चांगला सल्लागार किंवा वकील नेमा. वर दिलेल्या मुद्द्यांविषयी त्यांना विचारा. जर या क्षेत्रांमध्ये तुम्हाला करसवलती किंवा करमाफी मिळू शकणार नाहीत किंवा त्यात फारच धोके आहेत, असे त्यांनी सांगितले, तर तुम्ही आणखी चांगले सल्लागार शोधा. हे सल्लागार तुमच्याकडून केवळ शुल्क उकळणार नाहीत, तर तुमचे प्रबोधनही करतील. कररचना समजून घेणे खूप महत्त्वाचे आहे. म्हणूनच आपण त्याविषयी इथे बोलत आहोत. परंतु, तुम्हाला उत्कृष्ट सल्लागार मिळाल्याशिवाय अशा अधिकारांचा तुम्ही योग्य फायदा उठवू शकणार नाही.

बी आणि आय वर्गवारीतल्या कररचनेविषयी तुमची समज वाढली की, जनरल इलेक्ट्रिकसारख्या कंपन्या अब्जावधी डॉलर कशा कमावतात आणि तरीही त्यांना करापोटी जवळपास काहीच खर्च कसा येत नाही, याचे इंगित तुम्हाला कळू शकेल. याचे कारण ते सर्वोत्कृष्ट सल्लागार नेमतात आणि त्यांचे सल्लाशुल्क व्यवसायाच्या खर्चातच समाविष्ट असते.

सरकार मोठ्या बँका आणि मोठ्या उद्योगांना वाचवण्यासाठी शर्थीचे प्रयत्न का करते आणि ई व एस वर्गवारीतल्या लोकांवरील कराचा बोजा का वाढवत राहते, याचे उत्तरही त्यात लपलेले आहे. कर हे महसूलनिरपेक्ष असतात. म्हणजे सरकार एका हाताने काही देत असेल, तर ते दुसऱ्या हाताने काढूनही घेते. त्यामुळे सरकारला कराव्याशा वाटणाऱ्या गोष्टी जे करतात, त्यांना करमाफी मिळते आणि सरकारच्या इच्छापूर्तीत ज्यांचा वाटा नाही, अशांवर जादा कर लादून सरकार त्याची भरपाई करते.

कोणत्याही उद्योजकाचे काम ई वर्गवारीतून एस वर्गवारीत जाणे आणि तिथून बी वर्गवारीत जाणे व आय वर्गवारीतील लोकांकडून त्यासाठी भांडवल उभे करणे, हे आहे. सरकारचीही हीच इच्छा असते. ही प्रक्रिया पुढीलप्रमाणे दाखवता येईल :

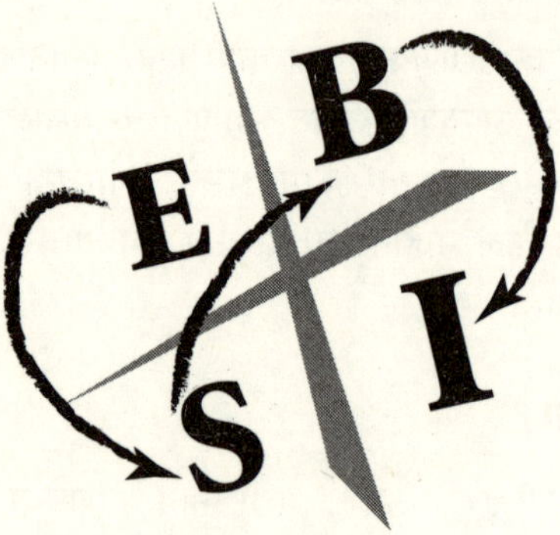

अनेक महान उद्योजकांच्या यशाचा हाच मार्ग असतो.

- हेन्री फोर्ड यांनी फोर्ड मोटार कंपनी एका गॅरेजमध्ये सुरू केली.
- मायकेल डेल यांनी डेल कॉम्प्युटर्सची सुरुवात त्यांच्या महाविद्यालयातल्या वसतिगृहातून केली.
- स्टीव्ह जॉब्स यांनीही ॲपलची सुरुवात गॅरेजमधून केली.
- सर्जी ब्रिन आणि लॅरी पेज यांनी महाविद्यालयात असतानाच गुगल सुरू केले.
- मार्क झुकेरबर्ग यानेही महाविद्यालयातच फेसबुकची सुरुवात केली.
- ह्युलेट आणि पॅकार्ड यांनी त्यांची तंत्रज्ञानविषयक कंपनी गॅरेजमधून सुरू केली.
- बिल गेट्स यांनी संगणक प्रणाली बनवणाऱ्या एका छोट्या कंपनीकडून त्यांची मायक्रोसॉफ्ट प्रणाली विकत घेतली.

या सर्वांनी संपत्तीचा ओघ दर्शवणाऱ्या 'कॅशफ्लो' रचनेप्रमाणेच आपली वाटचाल केली.

जाता जाता...

एस वर्गवारीतले लहान उद्योजक व व्यावसायिक आणि बी वर्गवारीतले मोठे उद्योजक यांच्यात जो मोठा फरक असतो, तो 'नेटवर्क' या शब्दातून व्यक्त होतो. 'नेटवर्क' म्हणजे अनेकांच्या शक्तीची साखळी. ई आणि एस वर्गवारीतल्या अनेकांना अशा नेटवर्कच्या शक्तीची जाणीव नसते. परंतु, श्रीमंत लोक आणि मोठे उद्योग अशा नेटवर्कचे मालक असतात. त्यामुळेच दूरचित्रवाणी, नभोवाणी, नेटवर्क मार्केटिंग, विशिष्ट वस्तूंच्या दुकानांची साखळी, शेअर दलालांचे नेटवर्क आदींची मालकी बहुतांशी श्रीमंतांकडेच असते.

मात्र, आता तंत्रज्ञानामुळे अशी नेटवर्क उभारणे आणि ती एकमेकांशी जोडणे पूर्वीपेक्षा खूप सोपे झाले आहे. या तंत्रज्ञानामुळे बी आणि आय वर्गवारीतील व्यवसायांपर्यंत पोहोचण्याचा उद्योजकांचा मार्ग सोपा झाला आहे. सध्याचे उद्योग जगभरामध्ये कोठेही लगेच पोहोचू शकतात व आपला व्यवसाय उभा करू शकतात. त्यामुळे वयाच्या विशीतच कोट्यधीश, अब्जाधीश बनणाऱ्यांची संख्या आपल्याला वाढताना दिसते.

तंत्रज्ञानाने काही गोष्टी सुलभ केल्या असल्या, तरी उद्योजकांना माणसांची गरज अद्याप लागणारच आहे. चांगला सल्ला देण्यासाठी, मार्गदर्शनासाठी आणि त्यांना बी व आय वर्गवारीत जायला मदत करणारी माणसे उद्योजकांना हवी आहेत. अशी चांगली माणसे स्वत:कडे आकर्षित करण्यासाठी उद्योजकांनी स्वत:ही कायदेशीर, नैतिकदृष्ट्या अधिक चांगली माणसे बनणे आवश्यक आहे. तसेच, त्यांनी अधिक चतुर बनणेही गरजेचे आहे.

तुमच्याकडे उद्योगासाठी फारच थोडे भांडवल असले, तुम्हाला व्यावसायिक जगातला अल्प अनुभव असला आणि अगदी थोडे उद्योजक तुमचे मित्र असले, तरी तुमचा व्यवसाय हीच तुम्ही व्यवसाय शिक्षण व व्यक्तिमत्त्व विकासाची कार्यशाळा बनवू शकता. तुम्हाला अजून खूप काही शिकायचे आहे. तुमची निकोप नाती, जवळची माणसे हेच तुमचे प्रशिक्षक आहेत. तुम्ही स्वत: जेवढे मोठे व्हाल, तेवढा तुमचा व्यवसायही वाढणार आहे.

लक्षात ठेवायचे मुद्दे/करावयाच्या गोष्टी

- प्रत्येकजण भागीदार बनण्यास योग्य नसतो आणि प्रत्येकाला भागीदाराची आवश्यकता नसते. परंतु, तुमच्यापेक्षा निराळी कौशल्ये असलेले भागीदार तुमच्यासाठी अतिशय मौल्यवान ठरू शकतात.
- भागीदार प्रत्येक वेळी आणि प्रत्येक मुद्यावर सहमत होण्याची शक्यता नसते. परंतु, अशा मतभेदांमधून आणि वादांमधून एखादी चांगली कल्पना तुम्हाला मिळाली नाही, तर ही भागीदारी वाईट असू शकते.
- तुम्हाला अनेक प्रकारच्या लोकांबरोबर काम करावे लागू शकते. तुमच्या नव्हे, तर त्यांच्या गरजा लक्षात घेऊन तुमचे वर्तन असू द्यात.
- प्रगती करण्यासाठी तुम्हाला गुंतवणूकदारांची आवश्यकता असते. निकोप आणि सुदृढ नाती विकसित करण्यासाठी इतरांच्या वेळेचा आदर राखा आणि त्यांचे लक्ष वेधून घ्या आणि थोडक्या वेळेत नेमके बोलून परिणाम साधा.

- ई वर्गवारीतून एस वर्गवारीत आणि तेथून बी व आय वर्गवारीत जाताना कररचना विचारात घेणे अत्यंत आवश्यक ठरते. व्यवसायाच्या व्यवस्थापनाशी संबंधित महत्त्वाच्या बाबींकडे दुर्लक्ष करू नका. सर्वोत्तम करसल्लागार शोधा आणि त्यांच्याशी चांगले संबंध विकसित करा.
- तुमच्या सभोवती असलेल्या लोकांच्या सोबतीने तुम्ही स्वत: वाढलात, तर तुमचा व्यवसायही त्या प्रमाणात वाढेल. त्यामुळे भोवतीचे लोक निवडण्याबाबत दक्ष राहा.
- तुमची मूल्ये, स्वभाव, कामाच्या प्रेरणा ज्यांच्याशी जुळतात, अशा लोकांशी भागीदारी करा.
- भागीदारी सुरू करण्यापूर्वी त्याच्याशी संबंधित खरेदी-विक्री कराराचा विचार करा. त्यातून एखादी भागीदारी संपुष्टात येण्याची शक्यता उद्‌भवली, तरी त्याचे नियोजन तुम्ही आधीच केलेले असेल. कदाचित असा करार करण्यापूर्वीच तुमचे सूर जुळणार नाहीत, असे लक्षात येऊ शकते. ते व्यवसायाच्या दृष्टीने लाभदायकच ठरेल.

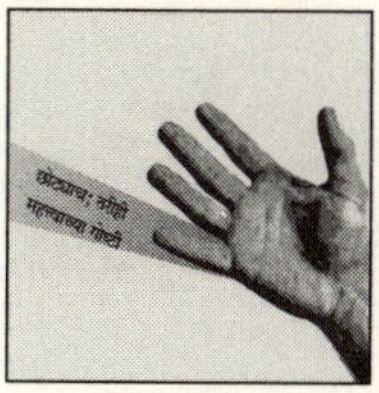

प्रकरण पाचवे

करंगळी

छोट्या; पण महत्त्वाच्या गोष्टी

'आपल्या सर्व क्षमता आपण पूर्णपणे वापरल्या; तर आपण स्वत:लाच आश्चर्याचा धक्का देऊ!'

– थॉमस एडिसन

छोट्या गोष्टी मोठ्या असतात!

रॉबर्ट कियोसाकी

सर्वप्रथम हे लक्षात घ्या की, छोट्या पण महत्त्वाच्या गोष्टी आणि छोटाच (संकुचित) विचार करणे, यात खूप फरक आहे. फक्त थोडे उद्योजकच मिडास टच का विकसित करू शकतात, याचे हे एक मुख्य कारण आहे. बरेचसे उद्योजक छोटा विचार करतात आणि त्यामुळे महत्त्वाच्या ठरू शकणाऱ्या गोष्टींवर शक्ती एकवटण्यात ते कमी पडतात.

द कॅशफ्लो क्वाड्रन्ट (रोखीच्या ओघाची चौकट)

आपण अगदी मूलभूत गोष्टींपासून सुरुवात करू. मी नेहमी द कॅशफ्लो क्वाड्रन्टचे उदाहरण देतो, याचे कारण व्यवसायासाठी आवश्यक अनेक घटकांचे स्पष्टीकरण त्यातून देता येते. अनेक उद्योजकांच्या विचारांचा आवाका खूप मर्यादित का राहतो, हे समजण्यासाठीही ते उपयुक्त ठरते. हा त्यांचा दोष नाही. ई आणि एस वर्गवारीतले नोकरदार किंवा लघुउद्योजक म्हणून ते ठरावीक चाकोरीतच जगत राहतात.

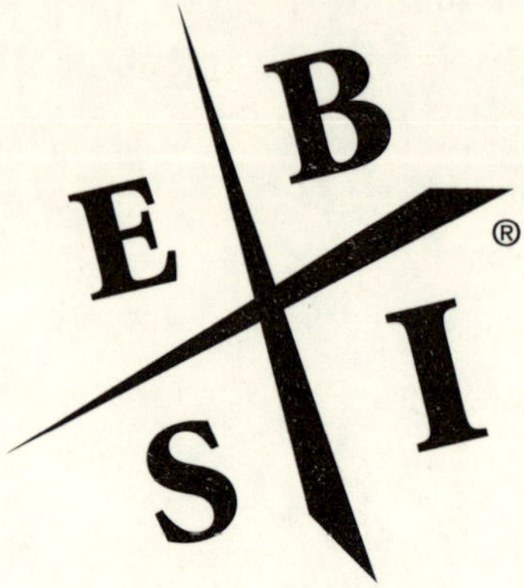

ई वर्गवारीतले नोकरदार अनेकदा त्यांची नोकरी सोडतात आणि स्वत:चा छोटा व्यवसाय सुरू करतात. म्हणजे ते एस वर्गवारीत वर्गांतर करतात. त्यात म्हटले तर वावगे काही नाही. पण नंतर अनेक जण तिथेच थांबतात. एस म्हणजे स्मॉल - लहान आणि स्पेशालिस्ट - विशेषज्ञ, हे तुम्ही आधी वाचले आहेच. त्याप्रमाणे हे व्यवसाय छोटेच असतात. परंतु, एस म्हणजे स्ट्रगल असाही त्याचा अर्थ होतो. कधीतरी एस म्हणजे सेल्फीश असाही त्याचा अर्थ निघू शकतो.

एस वर्गवारीतले अनेक व्यावसायिक तिथेच राहण्यात आनंद मानतात आणि त्यात काही वावगे नाही. परंतु, त्यातील अनेकांना बी वर्गवारीतले मोठे उद्योजक होण्याची - मोठे व्यवसाय उभारण्याची इच्छा असते. तेथून शक्य झाल्यास मोठ्या गुंतवणूकदारांच्या साम्राज्यात - आय वर्गवारीतही पोचण्याचे त्यांचे स्वप्न असते. ही दोन्ही क्षेत्रे स्वातंत्र्य आणि अगणित संपत्तीचे प्रतिनिधित्व करतात. ही क्षेत्रे श्रीमंतांची असतात.

ई आणि एस वर्गवारीतले लोक बी आणि आय वर्गवारीत पोहोचू न शकण्याइतके हुशार नसतात, असे नाही. खरे तर स्वत:चे हित साधण्यात ते खूपच तत्पर आणि हुशार असतात. परंतु, विचारांचा मर्यादित आवाका त्यांना एस वर्गवारीत अडकवून ठेवतो. इथे अडकून पडतात, हो अडकूनच पडतात. एस वर्गवारीतले लघुउद्योजक व विशेष व्यावसायिक बहुधा इतरांपेक्षा जास्त परिश्रम करतात.

त्यांच्या संकुचित विचारांचे काही नमुने :

उदाहरण १ : कष्ट खूप, विचार लहान

माझ्या एका मित्राचे छोटे उपाहारगृह आहे. या व्यवसायात तो गेली अनेक वर्षे आहे. तो रोज पहाटे लवकर उठतो. ताजी फळे, भाजीपाला, मांसमच्छी मिळण्यासाठी तो सूर्योदयापूर्वीच मंडईत पोहोचतो आणि खरेदी उरकतो. सकाळी नऊच्या आत तो उपाहारगृहात पोहोचतो आणि दुपारच्या जेवणाची तयारी व स्वयंपाक सुरू करतो. साडेदहाच्या सुमारास त्याच्याकडे वेटरचे काम करणाऱ्या दोघी येतात. त्या उपाहारगृहाची साफसफाई करतात आणि जेवणासाठी टेबल्स तयार ठेवतात. सकाळी अकरापासून त्याची खानावळ सुरू होते. जेवायला येणाऱ्यांचे मित्र स्वत: स्वागत करतो, त्यांची विचारपूस करतो. त्यांचे जेवण व्यवस्थित होते आहे ना, याची

खबरदारी घेतो. दोन वाजेपर्यंत तो यातच व्यग्र असतो. उपाहारगृहाची भांडी धुणे व इतर सफाईची कामे होईपर्यंत थोडा वेळ तो वामकुक्षी घेतो. पाचच्या सुमारास त्याची पुन्हा रात्रीच्या स्वयंपाकाची गडबड सुरू होते. रात्री अकरा वाजता तो झोपी जातो. आठवड्यातले सहा दिवस त्याचा हाच दिनक्रम असतो.

माझा हा मित्र दिवसभर काम करावे लागत असल्याबद्दल तक्रारीचा सूर लावतो. अन्नधान्य-भाजीपाल्याच्या वाढत्या किमती, वाढते कर, सरकारचे निर्बंध, चांगले कर्मचारी मिळणे आणि ते टिकून राहणे अशा गोष्टींबद्दल तो सतत कुरकुरत असतो. त्याच्या पाच मुलांपैकी कोणीही व्यवसायात मदत करत नसल्यानेही तो नाराज असतो.

आपले कष्ट आणि वैयक्तिक लक्ष असल्यानेच व्यवसाय चांगला चालत असल्याची या मित्राची भावना आहे. स्वत: ताजा भाजीपाला खरेदी करणे, गिऱ्हाईकांचे जातीने स्वागत करणे, त्यांना हवे-नको ते पाहणे, टेबल्सवर शुभ्र कापड पसरलेले असणे, वाजवी किंमत आकारणे या गोष्टींबद्दल तो आणि त्याचे ग्राहकही समाधानी असतात. त्यामुळे ग्राहक त्याच्याकडे पुन्हापुन्हा येत राहतात. या गोष्टींमध्ये नक्कीच तथ्य असेलही.

परंतु, त्याच्या संकुचित विचारसणीमुळेच तो स्वत:ला दिवसभर कामात गुंतवून घेतो आणि त्याच्या मोबदल्यात त्याची कमाईही फार नाही. त्याला ज्या लहानसहान गोष्टी महत्त्वाच्या वाटतात, त्याच त्याच्या संकुचित विचारसरणीच्या द्योतक आहेत.

माझा हा मित्र गरीब नाही. तो पुरेसे पैसे मिळवतो. परंतु, आपला व्यवसाय वाढेल आणि त्यातून खूप संपत्ती मिळेल, अशी आशा त्याला वाटत नाही. तो जोपर्यंत मर्यादित विचारांच्या चौकटीतून बाहेर पडत नाही आणि व्यवसायासाठी खऱ्या महत्त्वाच्या ठरणाऱ्या लहान गोष्टींचा विचार करत नाही, तोवर तो मोठा होणार नाही, याची मलाही खात्री आहे.

उदाहरण २ : खुजे विचार तुम्हाला खुजे बनवतात

माझी एक मैत्रीण बांधकाम क्षेत्रातील खरेदी-विक्रीचे व्यवहार करणारी यशस्वी मध्यस्थ आहे. पण सन २००७मध्ये घरांचे आणि बांधकामांचे भाव कोसळले, तसा तिचा व्यवसायही कोसळला. परंतु, परिस्थितीनुसार आपले विचार बदलण्याऐवजी तिने तिचे कार्यालय बंद केले, कर्मचाऱ्यांना दुसऱ्या नोकऱ्या शोधण्यास सांगितल्या आणि ती घरूनच व्यवसाय सांभाळू लागली. ढासळत्या अर्थव्यवस्थेबरोबर तिने तिच्या व्यवसायाचा आकारही कमी केला.

नुकत्याच एका समारंभात ही मैत्रीण मला भेटली. तिने मला विचारले, ''बांधकाम क्षेत्रातल्या गुंतवणुकीत तुझे किती नुकसान झाले?''

मी हसत उत्तर दिले की, ''नाही. उलट २०१० हे माझ्या कारकिर्दीतले सर्वोत्तम वर्ष ठरले. मी आणि किमने पाच मोठ्या इमारती विकत घेतल्या. या इमारतींमध्ये

भाड्याने देण्यासाठी सुमारे चौदाशे घरे आहेत. त्यात एका रिसॉर्ट हॉटेलचाही समावेश आहे. याशिवाय मी गोल्फची पाच मैदानेही घेतली आहेत. या सर्वांसाठी मी आठ कोटी ७० लाख डॉलर्सची गुंतवणूक केली.''

तिला आश्चर्य वाटले. ''माझा व्यवसाय सुरू आहे. मी बांधकाम क्षेत्रात अजूनही काम करते आहे, हे तुला माहीत आहे. तू जर एवढी मोठी गुंतवणूक करत होतास, तर मला का नाही सांगितलेस?'', अशी पृच्छा तिने केली.

त्यावर, ''मी बांधकाम क्षेत्रात गुंतवणूक करतो, हे तुलाही माहीत आहे. तू मला एखादा दूरध्वनी का केला नाहीस,'' असे मी तिला उलटून विचारले.

''बांधकाम क्षेत्राची स्थिती फारच वाईट आहे आणि कोणीही फारशी खरेदी करण्यास उत्सुक नाहीत, असे मला वाटत होते'', असा तक्रारीचा सूर तिने लावला. ''पण तुला कर्जे तरी कशी मिळाली? आणि खरेदीच्या व्यवहाराआधी टोकन स्वरूपात रोख रक्कम देण्याइतके पैसे तरी तू कोठून मिळवलेस?'', अशी शंका तिने व्यक्त केली.

मैत्रिणीच्या या प्रतिसादामुळे मला लक्षात आले की, आमच्या व्यवसायांमधली दरी आता खूपच रुंदावली आहे. बांधकामांच्या खरेदीविक्री क्षेत्रातला तिचा व्यवसाय कोंडीत सापडला होता आणि माझा व्यवसाय मात्र भरभराटीला होता. समारंभाच्या शेवटी या मैत्रिणीने माझ्याशी पुन्हा बोलण्याचा प्रयत्न केला. जाता जाता ती म्हणाली, ''तू पुन्हा काही खरेदी करणार असशील, त्यावेळी जरूर माझ्याशी संपर्क कर.''

''तुला काही योग्य सापडले, तर तू मला दूरध्वनी कर'', मी तिला सांगितले.

तिच्या दूरध्वनीची मला अद्याप प्रतीक्षा आहे.

उदाहरण ३ : विशेषज्ञातला विशेषज्ञ

माझा एक हुशार वर्गमित्र वैद्यकीय शिक्षणाकडे वळला आणि एक अतिविशेषज्ञ डॉक्टर बनला. ती खूप लांबलचक प्रक्रिया होती; पण अखेर तो एस वर्गवारीतला एक लहान विशेषज्ञ बनला.

तीन वर्षांपूर्वी या मित्राला पोटाचा कर्करोग झाल्याचे निदान झाले. त्यामुळे त्याला त्याचा वैद्यकीचा व्यवसाय थांबवावा लागला. त्याच्या जीवनशैलीवर आजाराचा परिणाम झाला आणि त्याचे उत्पन्नही खालावले. चांगली गोष्ट म्हणजे त्याच्या प्रकृतीत लवकर सुधारणा झाली. त्याने पुन्हा वैद्यकी सुरू केली आणि त्याच्या रुग्णांची संख्या वाढली. पण आता समस्या ही आहे की, त्याची तब्येत तशी तोळामासाच आहे, त्यामुळे तो पूर्वीसारखे जास्त तास काम करू शकत नाही. त्यामुळे त्याचे उत्पन्नही त्यामानाने कमीच आहे.

या मित्राला आता निवृत्ती हवी आहे. परंतु, त्याने रुग्णांना तपासले नाही, त्यांच्यावर उपचार केले नाहीत, तर त्याला उदरनिर्वाहासाठीचे पैसेही मिळणार नाहीत. त्याचा

रोजचा खर्चच भागत नाही, तर निवृत्तीनंतरच्या सुखाच्या आयुष्याची गुंतवणूक तो कशी करणार? तेव्हा झेपेल तेवढे काम आयुष्यभर करायचे, असे त्याने ठरवले आहे. असे किती काळ चालेल, हे त्यालाही माहीत नाही.

वर उल्लेखलेले हे तीन मित्र यशस्वी आहेत; पण एस वर्गवारीत अडकून पडलेल्या उद्योजकांचे प्रतिनिधी आहेत. त्यांच्या विचारांचा आवाका मर्यादित आहे. त्यामुळे ते छोट्या; पण महत्त्वाच्या गोष्टी करण्यात अपयशी ठरले आहेत.

छोट्या; पण महत्त्वाच्या गोष्टी कोणत्या?

छोट्या; पण महत्त्वाच्या गोष्टी ही संकल्पना व्यवसायात इतरांच्या पुढे जाण्याची संधी म्हणूनही ओळखली जाते. ती एखाद्या उद्योजकाकडे असलेली आणि त्याने व्यवसायात चांगल्या पद्धतीने राबवलेली वेगळी गोष्ट असते. केवळ एस वर्गवारीतले लघुउद्योजक आणि विशेषज्ञच नव्हे; तर बी आणि आय वर्गवारीतले मोठे उद्योजक आणि गुंतवणूकदारही ही किमया साधू शकतात.

''पण उपाहारगृहाचा मालक, बांधकामांची खरेदीविक्री करणारी मध्यस्थ आणि डॉक्टर या सर्वांकडे काही ना काही विशेष कौशल्ये होतीच. ते छोट्या गोष्टी करतच होते, पण या छोट्या गोष्टी तितक्याशा महत्त्वाच्या नव्हत्या,'' असे तुमच्यापैकी काही जणांना वाटत असेल.

तुमचे म्हणणे खरे आहे; पण त्यात एक सूक्ष्म फरक आहे. तो म्हणजे, या उद्योजकांकडे ज्या छोट्या गोष्टी होत्या, त्या त्यांच्या व्यक्तिमत्त्वाची वैशिष्ट्ये होती; ती त्यांच्या व्यवसायाची वैशिष्ट्ये ठरली नाहीत. तुम्ही करत असलेल्या छोट्या गोष्टी व्यवसायाच्या दृष्टीने महत्त्वाच्या ठरत नाहीत, तोवर त्यांना फारसे मोल नाही. आणि माझ्या मित्रांची ही वैशिष्ट्ये त्यांच्या व्यवसायांची वैशिष्ट्ये बनत नाहीत, तोवर ते एस वर्गवारीतच अडकून पडणार हे निश्चित. या प्रकरणांमध्ये माझ्या मित्रांची वैशिष्ट्येच - त्यांची खासियतच त्यांच्या पायातल्या बेड्या बनली होती.

या पार्श्वभूमीवर छोट्या; पण महत्त्वाच्या ठरू शकतील, अशा गोष्टींची काही उदाहरणे पुढे दिली आहेत :

छोटी गोष्ट १ : झटपट पिझ्झा

अमेरिकेत आणि जगभरामध्ये पिझ्झा हा लोकप्रिय बनलेला अन्नपदार्थ आहे. अमेरिकेतल्या प्रत्येक शहरामध्ये एखादे तरी खास पिझ्झाचे दुकान आहे. किराणा मालाच्या दुकानांमध्येही फ्रोझन पिझ्झा मिळतो. वर्तमानपत्रांमधून किंवा टपालातूनही एकावर एक मोफत पिझ्झा देणारी जाहिरात पत्रके तुमच्यापर्यंत पोहोचत असतात. हा अतिशय तीव्र स्पर्धा असलेला व्यवसाय आहे. प्रत्येक नाक्यावर एखादा स्पर्धक, अशी स्थिती या व्यवसायात आहे.

काही दशकांपूर्वी डॉमिनोज पिझ्झा कंपनीने या गर्दी झालेल्या व्यवसायात प्रवेश केला. 'अर्ध्या तासात घरपोच पिझ्झा' असा त्यांचा दावा होता. अर्धा तास किंवा त्यापेक्षाही

कमी वेळात पिझ्झा तुम्हाला घरपोच मिळणे, हे छोट्या; पण महत्त्वाच्या गोष्टीचे उत्तम उदाहरण आहे. लोकांना जेव्हा कडकडून भूक लागलेली असते, त्यांना पिझ्झा खायचा असतो, तेव्हा ते फार वेळ वाट पाहू शकत नाहीत, हे डॉमिनोजला ठाऊक होते. त्यामुळे त्यांनी १९७३मध्ये फक्त अर्ध्या तासात पिझ्झा या आश्वासनाभोवती व्यवसायाची फेरबांधणी केली आणि तो बी वर्गवारीत नेला. आधीच यशस्वी ठरलेल्या त्यांच्या व्यवसायाला आणखी झळाळी आली. अर्ध्या तासात घरपोच पिझ्झा पोहोचवणे, ही काही फार मोठी गोष्ट नाही. पण डॉमिनोजसाठी ती मोठा बदल घडवणारी छोटी गोष्ट ठरली.

दुर्दैवाने अर्ध्या तासात पिझ्झा पोहोचवण्याच्या प्रयत्नांमध्ये कंपनीच्या वाहनांचे दोन मोठे अपघात झाले. कंपनीवर लक्षावधी डॉलर्सच्या भरपाईचे दावे ठोकण्यात आले. त्यामुळे अर्ध्या तासात घरपोच पिझ्झाचे आश्वासन त्यांना मागे घ्यावे लागले. तरीही मी जेव्हा केव्हा पिझ्झाचा विचार करतो, तेव्हा डॉमिनोजचे हे आश्वासन माझ्या मनात घर करून असते. ते आता ३० मिनिटांची हमी देत नसले तरी ३० मिनिटांचे त्यांचे आश्वासन मनात येतेच.

डॉमिनोजचे हे अर्ध्या तासात पिझ्झा देण्याचे आश्वासन हे महत्त्वाच्या ठरलेल्या छोट्या गोष्टीचे उदाहरण आहे. बी वर्गवारीतला त्यांचा मोठा व्यवसाय या आश्वासनाभोवती उभारला गेला. आज डॉमिनोजचा जगातल्या सुमारे ६०हून अधिक देशांमध्ये व्यवसाय आहे. ते आजही जगात सर्वांत जास्त पिझ्झा विकतात.

छोटी गोष्ट २ : स्वस्त मालाची हमी

वॉलमार्ट ही अमेरिकेतली सर्वांत जास्त लोकांना रोजगार देणारी कंपनी आहे. ग्राहकांना स्वस्त माल देण्याच्या छोट्या आश्वासनावर या कंपनीचा सर्व व्यवसाय उभा आहे. वॉलमार्टचे संस्थापक सॅम वॉल्टन यांनी फक्त काही वस्तूंच्या किमतीत कपात केली नाही तर त्यांनी एस वर्गवारीतून आपला व्यवसाय बी वर्गवारीत नेला, तो 'स्वस्त मालाची हमी' या एका आश्वासनावर. चांगली उत्पादने स्वस्त किंमतीत देणाऱ्या वॉलमार्टचा व्यवसाय प्रचंड मोठा आणि गुंतागुंतीचा आहे. कमी किंमत हे तत्त्व वॉलमार्टचा जणू आत्माच आहे. त्यासाठी मोठमोठी गोदामे बांधणे, मालाची खरेदी व वाहतुकीची मोठी यंत्रणा उभारणे, त्याला अद्ययावत संगणक यंत्रणेची जोड देणे अशा गोष्टींमधून त्यांनी नेहमीच स्वस्त माल देण्याचे आश्वासन कसोशीने पाळले.

सन २००७मध्ये सुरू झालेल्या आर्थिक मंदीत ग्राहकांना आकर्षित करण्यासाठी अनेक उद्योग-व्यवसायांना त्यांच्या मालाच्या किमती कमी कराव्या लागल्या. दुर्दैवाने, किरकोळ विक्री क्षेत्रातल्या काही व्यवसायांची रचना असा कमी किमतीत वस्तूंचा पुरवठा करण्याच्या दृष्टीने अनुकूल नव्हती. हे व्यवसाय त्यामुळे बंद पडले.

वॉलमार्ट, होम डेपो आणि ॲमेझॉनसारख्या कमी किमतीत ऑनलाइन खरेदीची सुविधा देणाऱ्या कंपन्यांच्या पुढे जगभरातील अनेक लहान व्यवसाय व दुकाने टिकू शकली नाहीत. त्यांना टाळे लागले. अशा छोट्या; पण महत्त्वाच्या गोष्टींमुळे व्यवसाय मोठा होतो.

उद्योजक केवळ मर्यादित विचार व कृती करत राहिल्याने त्यांचे व्यवसायही लहानच राहतात, हे तुमच्या एव्हाना लक्षात आले असेल. व्यवसायाच्या दृष्टिकोनातून या प्रश्नाकडे कसे पाहता येईल, हे आता पाहू या. त्यासाठी बी-आय त्रिकोणाचा पुन्हा उपयोग करू.

व्यवसायाच्या या बी-आय त्रिकोणाचा भर छोट्या गोष्टींवर आहे, हे तुमच्या सहज लक्षात येईल. व्यवसायाचे ध्येयउद्दिष्ट, पुढील वाटचालीची दिशा हे त्याचे गुणसूत्र असते आणि त्याच्या भक्कम पायावरच व्यवसाय उभा राहत असतो. ग्राहकांना जास्तीत जास्त स्वस्त माल द्यायचा, हे उद्दिष्ट सॅम वॉल्टन यांनी निश्चित केले. ते त्यांचे आयुष्यभराचे ध्येय बनले आणि त्यांनी त्या दृष्टीनेच व्यवसायाची संपूर्ण यंत्रणा उभारली.

जेव्हा एस वर्गवारीतले लघुउद्योजक किंवा विशेषज्ञ त्यांच्या वस्तू किंवा सेवांच्या किमती कमी करतात, तेव्हा ते फारसे यशस्वी ठरत नाहीत. याचे कारण ते फक्त वस्तू किंवा सेवांच्या किमती कमी करतात. त्यांच्या व्यवसायातील इतर घटकांमध्ये कोणतेही बदल होत नाहीत. बी-आय त्रिकोणातल्या इतर घटकांचे कार्य पूर्वीप्रमाणेच चालू राहते. असं चालत नाही. जास्त किमतीने विक्री करण्यासाठी कंपनीची रचना झालेली असेल, तर किंमत कमी केल्याने ती मोडकळीस येते. तसे होऊ नये, यासाठी व्यवसायाच्या सर्वच अंगांमध्ये बदल करणे भाग आहे.

छोटी गोष्ट ३ : रातोरात वाहतूक

रातोरात वाहतूक हे आश्वासन घेऊन फेडरल एक्स्प्रेस किंवा फेडएक्स कंपनी उद्योगक्षेत्रात दाखल झाली. एखादी वस्तू रात्रीतल्या रात्रीत एका ठिकाणाहून दूरच्या एखादी ठिकाणी पोहोचवायची, ही छोटी गोष्ट त्यांच्या व्यवसायासाठी मोठी ठरली. त्यामुळे फेडएक्स आज अब्जावधी डॉलर्स उलाढालीचा व्यवसाय बनला आहे.

फेडएक्सचा आता जगभरात विस्तार झाल्याने हे आश्वासन ते जगभरातल्या ग्राहकांना देऊ शकत नाहीत. तरीही कंपनीचा व्यवसाय शक्य तितक्या वेगाने मालाची वाहतूक करण्यावर अवलंबून आहे. कंपनीचे आजही हेच उद्दिष्ट आहे.

छोटी गोष्ट ४ : आज तुम्ही सुटी घ्या

लहान मुलांचे पालक असणे म्हणजे काय हे मॅकडोनाल्डला चांगलेच ठाऊक आहे. मुलांना आनंदी ठेवणे, ही छोटी; पण अतिशय महत्त्वाची गोष्ट आहे. मॅकडोनाल्डच्या दुकानांमध्ये मी आजवर एकही दुर्मुखलेले मूल पाहिलेले नाही. उलट आपले मूल आनंदी झाल्याने तितकेच आनंदी झालेले पालक मी तिथे पाहिले आहेत.

मॅकडोनाल्डमधील अन्नपदार्थ मुलांसाठी कसे चांगले नाहीत, अशी घसाफोड आहारतज्ज्ञ करतात. पण या तज्ज्ञांना मॅकडोनाल्डचा व्यवसाय इतका यशस्वी कसा, हे समजत नाही. याचे कारण मॅकडोनाल्डमध्ये जाणे फक्त खाण्यासाठी नसते. पालकांची नेहमीच्या दिनक्रमातून हवी असणारी सुटका आणि आनंदी मुलं यासाठी मॅकडोनाल्ड आहे. या कंपनीचे घोषवाक्यच आहे, ''आय ॲम लव्हिंग इट! मला हे आवडते.''

व्यवसायासंबंधी बी–आय त्रिकोणावर पुन्हा एक नजर टाकली, तर मॅकडोनाल्डच्या जगभरातल्या यंत्रणेमागची बुद्धिमत्ता आपल्या लक्षात येईल.

जेव्हा एखादी व्यक्ती मॅकडोनाल्डच्या दुकानात जाते आणि, ''मला एक मोठा मॅक, मध्यम फ्राइज आणि एक कोक हवा आहे'' अशी ऑर्डर देते; तेव्हा बी-आय त्रिकोणातल्या हालचालींना खूप वेग येतो. बी-आय त्रिकोणातले उत्पादन म्हणजे बर्गर, फ्राइज आणि कोक. या सर्व वस्तू जगभरातून गोळा केलेल्या असतात. मागणी नोंदवल्यापासून फक्त पाच मिनिटांत हे खाद्यपदार्थ तुमच्यापुढे येतात. हा जर चमत्कार नसेल, तर चमत्कार म्हणजे तरी काय हे मला माहीत नाही आणि त्याहीपेक्षा विशेष गोष्ट म्हणजे जगातील प्रत्येक शहर, उपनगरांमध्ये ही अचूकता व कार्यक्षमता सारख्याच प्रमाणात दिसते. ही बी-आय त्रिकोणातली यंत्रणा आहे.

> तुम्हाला बी-आय त्रिकोणाची खरी शक्ती समजून घ्यायची असेल, तर मॅकडोनाल्डच्या कोणत्याही दुकानात जा आणि तिथे तासभर बसून हालचालींचे निरीक्षण करा. बी-आय त्रिकोणातल्या गोष्टी व्यवस्थितपणे होण्यासाठी कंपनीचे जगभरातील लक्षावधी कर्मचारी काम करत असतात. ग्राहकांना काय हवे आहे, त्यांच्या मुलांना आनंदी कसे राखायचे आणि त्यातून पालकांनाही खूश कसे ठेवायचे, यासाठी त्यांची सगळी धडपड असते. हे सर्व त्यांना फक्त पाच मिनिटांत करायचे असते. आणि जगभर या सर्व गोष्टी एकाच पद्धतीने होतात. एस वर्गवारीतील एकटी व्यक्ती हे करू शकणार नाही; त्यासाठी लक्षावधी लोकांची गरज आहे.
>
> मला याचे आश्चर्य वाटते. जगभरातल्या गव्हाच्या शेतांमधून बेकऱ्यांमध्ये गहू पोचतो. तिथे त्याचे बनपाव तयार होतात. हजारो टन बटाटे विशिष्ट आकारात कापले आणि तळले जातात. जगभरातून मांस जमा करून त्याचा खिमा केला जातो व त्याचे पॅटीस बनवले जातात. कोकचे फसफसणारे शीतपेय बाटल्यांमधून भरलेले असते. मॅकडोनाल्डच्या दुकानात तुम्ही मागणी नोंदवल्याक्षणी या सर्वांची जुळवाजुळव होते आणि पाच मिनिटांत तुमच्यापुढे खाद्यपदार्थ सादर होतात. त्याची चव सर्वत्र सारखी असते. त्यांची स्वच्छतागृहेही स्वच्छ असतात. ज्यांना आपल्या ग्राहकांची आवड माहीत आहे, अशा अतिशय कार्यक्षम आणि बी-वर्गवारीतल्या जगातल्या एका प्रचंड व्यवसायाचे मॅकडोनाल्ड हे उत्तम उदाहरण आहे.
>
> मी या उदाहरणांमधून तुम्हाला काय सांगू इच्छितो, हे डोनाल्डला माहीत आहे. व्यवसायात छोट्या गोष्टीच कशा महत्त्वाच्या-मोठ्या बनतात, हे त्याच्या व्यवसायालाही लागू पडते. लोक ट्रम्प हॉटेलमध्ये राहतात, ट्रम्पची बांधकामे विकत घेतात, ट्रम्पच्या गोल्फ मैदानांवर खेळतात, तेव्हा ट्रम्पचे पैसे, प्रसिद्धी आणि शक्तीही ते जणू खरेदी करत असतात. हा डोनाल्डचा ब्रँड आहे. हे त्याने दिलेले आश्वासन आहे. त्याच्या व्यवसायात मोठा बदल घडवणारी ही छोटी गोष्ट आहे. डोनाल्ड छोट्या गोष्टींचे खूप मोठ्या गोष्टींमध्ये रूपांतर करतो. त्याच्या ग्राहकांच्या दृष्टीने ते महत्त्वाचे असते आणि या सर्व गोष्टींचा एकत्रित परिणाम जगाला दिसतो.

छोटी गोष्ट ५ : आर्थिक शिक्षण; पण सोपे व गमतशीर

माझ्या रिच डॅड कंपनीसाठी महत्त्वाची ठरणारी छोटी गोष्ट म्हणजे आम्ही लोकांना आर्थिक व गुंतवणुकीचे शिक्षण अतिशय सोपेपणाने आणि हसतखेळत देतो. पैसा, वित्तपुरवठा किंवा अगदी साध्या आकडेवारीबद्दल कोणी बोलायला लागले, तरी अनेक लोकांच्या पोटात गोळा येतो. रिच डॅडच्या अनेक स्पर्धक कंपन्या अतिशय गंभीरपणे आणि कंटाळवाण्या पद्धतीने आर्थिक गोष्टींचे शिक्षण देतात. ते एखाद्या हुकूमशहासारखेच वागत असतात. तुम्हाला तंबी देतात, ''क्रेडिट कार्डावरचा तुमचा खर्च कमी करा, पैसे वाचवा आणि मिळणाऱ्या कमाईतच खर्च भागवायला शिका.'' ते मोठ्या लोकांनासुद्धा लहान मुलांप्रमाणेच वागवतात आणि ''हे करा, ते करू नका'', असे बजावतात. ते लोकांना खऱ्या अर्थाने शिक्षित करत नाहीत.

ते सांगतात की, अंथरूण पाहूनच हातपाय पसरले पाहिजेत- जेवढे पैसे मिळतात, तेवढ्यावरच भागवले पाहिजे हे सांगायला सोपे आहे. पण कोणाला असे आयुष्य हवे असते? मला ते आवडत नाही आणि बहुधा तुम्हालाही ते आवडत नसावे. माझ्या मते आहे त्या कमाईतच खर्च भागवण्याचा प्रयत्न म्हणजे मन मारून जगण्यासारखे आहे. अनेक लोक माझ्यासारखे असतात. ते जगण्याचा दर्जा खालावण्यापेक्षा जास्त कमावणे पसंत करतात.

तसेच, नुकत्याच ओढवलेल्या आर्थिक पेचप्रसंगामुळे माझ्या स्पर्धकांचे गुंतवणूकविषयक सल्ले कसे चुकीचे होते, हे अनेकांच्या ध्यानात आले आहे. त्यांचे सल्ले मानणारे लोक श्रीमंत होण्याऐवजी हातचे पैसे घालवून बसले. आता ते गेलेले पैसे परत कसे मिळवायचे आणि आता काय केले पाहिजे, याचे लोकांना सल्ले देत आहेत. त्यांच्याकडे मोठी व महत्त्वाची ठरू शकणारी, अशी कोणती छोटी गोष्ट आहे, याचा मी शोध घेण्याचा प्रयत्न केला. पण ते मला समजू शकले नाही. रिच डॅडचे म्हणाल, तर सोप्या पद्धतीने आणि लोकांना रस वाटेल, अशा रीतीने आर्थिक शिक्षण देणे, ही आमची छोटी गोष्ट आहे.

डोनाल्ड आणि मी *व्हाय वुई वॉंट यू टू बी रिच* हे आमचे पहिले पुस्तक लिहिण्यासाठी २००६ साली एकत्र कसे आलो, याचे अनेकांना आश्चर्य वाटते. आम्ही ते केले याचे कारण अमेरिकेतल्या नामशेष होत चाललेल्या मध्यम वर्गाची आम्हा दोघांनाही चिंता वाटत होती. आम्ही या पुस्तकातून लोकांना सावध केले. अगदी साध्या-सोप्या भाषेत लोकांना समजावले. लोकांनी गरीब नाही, तर श्रीमंत बनले पाहिजे, असे आम्हाला मनापासून वाटते. मध्यम वर्ग जसा घटत जातो, तेव्हा लोकांपुढे दोनच पर्याय उरतात : गरीब होणे किंवा श्रीमंत होणे. तुम्ही श्रीमंत बनावे, अशी आमची इच्छा आहे. त्या दृष्टीने हे पुस्तकही महत्त्वाचे आहे. आधीच्या उदाहरणांमध्ये सांगितलेल्या उपाहारगृहाचा मालक, बांधकाम क्षेत्रातील खरेदी-विक्रीची मध्यस्थ आणि विशेषज्ञ डॉक्टर या माझ्या मित्रांसारखी तुमची अवस्था होऊ नये आणि उद्योजकतेचा खरा मिडास टच तुम्हाला लाभावा, हे आम्ही या पुस्तकातून साध्यासोप्या भाषेत सांगतो आहोत.

छोटी गोष्ट ६ : शिकण्याचा आनंद घ्या

मी नऊ वर्षांचा होतो, तेव्हा रिच डॅडने त्याच्या मुलाला आणि मला मोनोपली (व्यापार) या खेळातून पैशांसंबंधीचे शिक्षण देण्यास सुरुवात केली. रिच डॅडने आमचे शिक्षण आनंदाचे, आव्हानात्मक आणि आम्हाला त्यात रस उत्पन्न होईल, असे केले. आज मी एक श्रीमंत माणूस आहे, याचे कारण मी लहान असताना मोनोपली खेळातली मजा अनुभवली आहे.

सन १९८४मध्ये मी नायलॉन वेल्क्रो पाकिटे बनवायचा उद्योग थांबवायचे ठरवले. मी लोकांना व्यवसाय, गुंतवणूक, उद्योजकता आदी गोष्टींचे विविध खेळांतून रंजक पद्धतीने शिक्षण देऊ लागलो. मला शिक्षक बनायचे होते. किमने आणि मी खेळांचा शैक्षणिक साधन म्हणून वापर करून उत्तम शिक्षक होण्यासाठी दहा वर्षे खर्ची घातली.

माझे *रिच डॅड, पुअर डॅड* पुस्तक प्रसिद्ध होण्याआधी १९९६मध्ये *कॅशफ्लो 101* हा खेळ मी विकसित केला. आज हा खेळ जगातल्या सुमारे पंधराहून जास्त भाषांमधून खेळला जातो.

हा खेळ लोकप्रिय झाला, याचे कारण लोकांना खेळातल्या पैशांशी खेळता खेळता आर्थिक गोष्टींचे शिक्षण घ्यायला मजा वाटते. एकदा हा खेळ खेळल्यानंतर लोक त्यांना आवड असलेल्या आर्थिक विषयांचे नव्याने शिक्षण घेण्यास प्रारंभ करतात.

आता *कॅशफ्लो 101* वर आधारित पटांवरचे खेळ, ऑनलाइन खेळ उपलब्ध आहेत. प्रगत स्वरूपातला कॅशफ्लो *202* हा खेळही आम्ही विकसित केला आहे. तसेच, लहान मुलांसाठीही या खेळाच्या वेगळ्या आवृत्त्या केल्या आहेत. एखादी गुंतागुंतीची व कंटाळवाणी गोष्ट खेळाच्या माध्यमातून शिकणे साधे सोपे आणि आनंदाचे बनते. साधेसोपे आणि आनंददायी शिक्षण ही रिच डॅडची छोटी; पण महत्त्वाची गोष्ट आहे.

सैनिकी शाळेतले दोन धडे

आता तुम्हाला ठाऊक झाले आहे की, डोनाल्ड आणि मी दोघांनीही सैनिकी शाळेत प्रशिक्षण घेतले आहे. डोनाल्डने न्यू यॉर्क मिलिटरी ॲकॅडमीत शिक्षण घेतले आणि मी न्यू यॉर्कमध्येच असलेल्या यूएस मर्चंट मरिन ॲकॅडमीत प्रशिक्षण घेतले. व्यवसायाच्या जगात आम्हाला दोघांनाही या प्रशिक्षणामुळे इतरांच्या तुलनेत खूप फायदा झाला.

सैनिकी शाळांमध्ये छात्रांना संघटनेची ध्येयउद्दिष्टे, नेतृत्व कौशल्ये, सांघिक भावना, धैर्य, एकाग्रता आणि शिस्त यांचे धडे दिले जातात. पारंपरिक शाळांमध्ये असे चित्र नसते. सैनिकी शाळांमध्ये शिकलेले दोन महत्त्वाचे धडे मला व्यवसायाच्या जगातही अतिशय उपयोगी ठरत आहेत. ते असे :

धडा पहिला : डावपेच आणि व्यूहनीतीमधला फरक

डावपेच म्हणजे तुम्ही प्रत्यक्ष करता ती कृती. सोप्या शब्दांत सांगायचे, तर करावयाची ठोस कृती नेत्याने सांगितली पाहिजे आणि त्याने संघटना किंवा पथकापुढे स्पष्ट उद्दिष्ट ठेवले पाहिजे.

ही कृती प्रत्यक्षात उतरण्यासाठी आणि संघटनेचे उद्दिष्ट साध्य होण्यासाठी जे जे करावे लागेल, त्या सगळ्याचा धोरणात - व्यूहनीतीत समावेश होतो.

परंतु, एखाद्या व्यवसायात डावपेचांची आणि व्यूहनीतीची गर्दी झाली की, तो व्यवसाय ढासळू लागतो. एखादी लष्करी मोहीम यशस्वी करण्यासाठी काय केले जाते, हे पुढे दिलेल्या आकृतीप्रमाणे अभ्यासले, तर मला काय म्हणायचे आहे, हे तुमच्या लक्षात येईल.

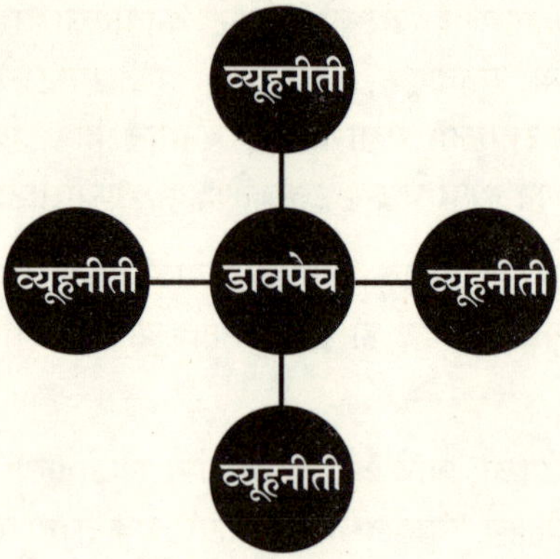

डॉमिनोज पिझ्झाचे नाव घेतले की, त्याचे अर्ध्या तासात घरपोच पिझ्झाचे आश्वासन आठवते. कंपनीची जाहिरात, कायदा सल्ला, हिशेब तपासणी आणि उत्पादन विकासासंबंधी सर्व धोरणांचा समावेश बी-आय त्रिकोणात होतो. कंपनीने ग्राहकाला दिलेले आश्वासन- तिच्या व्यवसायाने ठरवलेले उद्दिष्ट यांच्या पूर्ततेसाठीच्या प्रयत्नांना सर्व धोरणे किंवा व्यूहनीतीचा आधार मिळाला पाहिजे.

परंतु, संघटनेला एकत्र बांधून ठेवणाऱ्या कृतीपेक्षा संघटनेची धोरणे महत्त्वाची ठरतात, त्यावेळी खरी समस्या निर्माण होते.

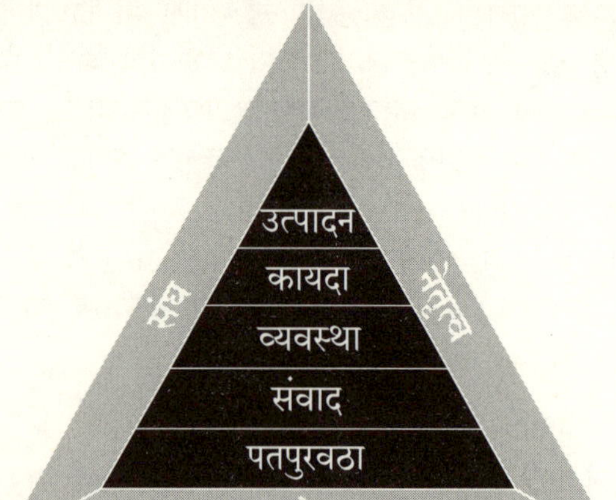

असे घडताना मी खूप वेळा पाहिले आहे. वकीलांना वाटते की, कंपनीच्या ग्राहकांपेक्षाही कायदेशीर बाबी जास्त महत्त्वाच्या आहेत. किंवा कंपनीच्या कार्यसंस्कृतीशी मेळ न बसणाऱ्या कर्मचाऱ्यांची मनुष्यबळ विभाग भरती करते. किंवा गोष्टी अचूक करण्याच्या नादात हिशेब व लेखा विभाग व्यवहाराचा वेग वाढवण्यासाठी फारसे प्रयत्न करत नाही.

जेव्हा धोरणे फसतात तेव्हा त्यातून उद्भवलेले प्रश्न सोडवण्यासाठीच पैसा व वेळ खर्च होतो. त्यामुळे कंपनीने करावयाच्या मूळ कामावरून लक्ष इतरत्र वळते. कंपनीची विक्री घटते, खर्च वाढत जातो आणि नफ्यावरही त्याचा परिणाम होतो. बी-आय त्रिकोणात दर्शवल्याप्रमाणे व्यवसायातल्या विविध घटकांपैकी एखादा घटक इतरांपेक्षा जास्त महत्त्वाचा नसतो, हा पहिला धडा आम्ही लष्करात घेतला.

त्यातूनच आम्ही सैनिकी शाळेत शिकलेल्या दुसऱ्या धड्याच्या दिशेने गेलो.

धडा दुसरा : संपूर्ण बी-आय त्रिकोणावर लक्ष केंद्रित करणे आणि सर्वांना त्यासाठी संघटित करणे हेच नेत्याचे काम

'फोडा आणि झोडा', हा वाक्प्रचार आपल्या सर्वांना माहीत आहे. आपली पारंपरिक शिक्षणव्यवस्था या तत्त्वावरच उभी राहिली आहे. मुलाने शाळेत प्रवेश केल्या क्षणापासून आपली शिक्षणव्यवस्था मुलांची हुशार, मध्यम, ढ किंवा खराब कामगिरी करणारे अशा वर्गवारीत विभागणी करते. (मी शाळेत होतो, तेव्हा माझी बावळट मुलांमध्ये गणना होत होती.) ही विभागणी आणि त्यांच्यावर कायम हुकूमत गाजवणे, यामुळे आपण मुलांना फक्त ई आणि एस वर्गवारीतले नोकरदार किंवा लघुउद्योजक, स्वयंरोजगार करणारे लोक तयार करतो.

ई आणि एस वर्गवारीत नोकरी मिळवण्यासाठी धडपड करणे किंवा पदोन्नती व वेतनवाढ मिळवण्याचा प्रयत्न करणे, एवढ्यापुरतेच आयुष्य मर्यादित राहते. भेदभावपूर्ण वर्तणूक आणि लोकांवर शिक्के मारून त्यांना निरनिराळ्या गटांत ढकलण्याच्या वृत्तीमुळे ई आणि एस वर्गवारीतून बी आणि आय वर्गवारीत जाण्यास अडचण निर्माण होते. कारण मोठे व्यवसाय आणि गुंतवणुकीच्या क्षेत्रात लोकांना संघटित करून उद्दिष्टासाठी प्रेरित करणे अत्यंत आवश्यक असते.

सैनिकी शाळांमध्ये मात्र छात्र दाखल झाल्यापासून त्याला ध्येयउद्दिष्टांचे महत्त्व, सांघिक काम करण्यासाठीची कौशल्ये आणि नेतृत्वाचे प्रशिक्षण दिले जाते. बी-आय त्रिकोणाला ठोस आकार देण्याचे काम या तीन गोष्टी करतात.

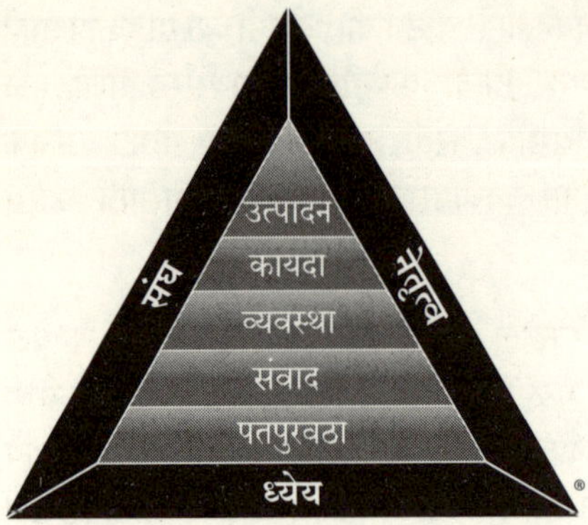

सैनिकी शाळा

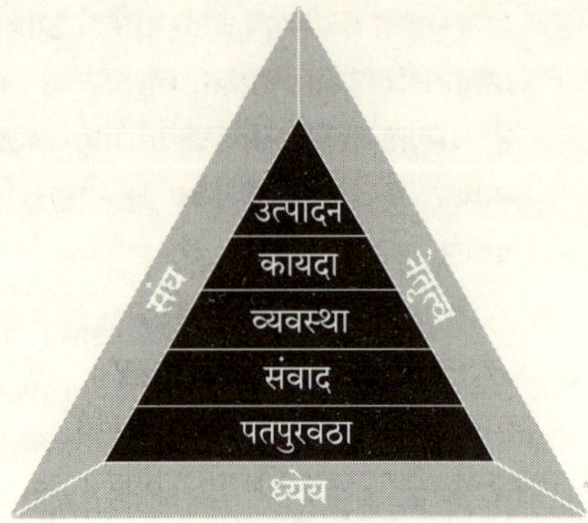

पारंपरिक शाळा

जिंकण्यासाठी एकत्र या आणि वर्चस्व गाजवण्यासाठी शत्रूत फूट पाडा, असे सैनिकी शाळांमधील विद्यार्थ्यांच्या डोक्यात सतत घुसवले जाते. संघटनेची- एकत्र येण्याची कौशल्ये त्यांना शिकवली जातात. आणि या संघटित शक्तीच्या बळाने शत्रूमध्ये फूट पाडून त्याला परास्त करण्याचे प्रशिक्षणही छात्रांना दिले जाते.

मात्र, दुर्दैवाने पारंपरिक शाळांमधील विद्यार्थ्यांनी जिंकण्यासाठी एकत्र येण्याचे शिक्षण दिले जात नाही. तर फक्त फोडा आणि झोडा, ही शिकवणच त्यांच्या अंगवळणी पडते. गुणांसाठी, श्रेणीसाठी, वर्गात वरचा क्रमांक मिळवण्यासाठी, महाविद्यालयात प्रवेशासाठी आपल्या वर्गमित्रांशीच स्पर्धा करण्याचे शिक्षण शालेय विद्यार्थ्यांना मिळते. त्यामुळेच शालेय शिक्षण पूर्ण झाल्यावर ते नोकरी, पदोन्नती व वेतनवाढ मिळवण्यासाठी परस्परांशी स्पर्धा करतात.

अनेक लोक ई आणि एस वर्गवारीत अडकून पडण्याचे हे एक प्रमुख कारण आहे. बी आणि आय वर्गवारीत यशस्वी होण्यासाठी नेतृत्वाची व लोकांना संघटित करण्याची कौशल्ये आवश्यक असतात. रणांगणात आणि व्यवसायातील नेतृत्वासाठी लोकांना संघटित करण्याची शक्ती अतिशय महत्त्वाची असते. एस वर्गवारीतले उद्योजक मागे पडण्याचे दुसरे एक कारण म्हणजे संघटितपणे एका टीमप्रमाणे काम करणाऱ्या संघटनांशी त्यांना मुकाबला करावा लागतो.

उदाहरणार्थ, हार्डवेअरचे साहित्य विकणाऱ्या छोट्या व्यावसायिकाला 'होम डेपो' सारख्या मोठ्या विक्रेत्याशी सामना करणे अवघड असते.

वरचष्मा निर्माण करायचा तरी कसा?

तुम्ही तुमच्या व्यवसायात वरचष्मा निर्माण केला नाही, तर व्यवसायातला मोठा हिस्सा आपल्याकडे खेचणे मुश्कील असते. छोट्या; पण महत्त्वाच्या ठरू शकणाऱ्या गोष्टींमधून तुम्हाला अशी इतरांच्या पुढे ठेवणारी आघाडी संपादित करता येते. मलाही अशाच काही

छोट्या गोष्टींचा फायदा झाला आणि उद्योजकतेचा मिडास टच मिळवण्यास त्यांची मदत झाली. तुम्हालासुद्धा या गोष्टी लाभदायक ठरू शकतात.

- **नेतृत्वकौशल्यांचे विकसन**

  यूएस मर्चंट मरिन अकादमीत कोणताही विद्यार्थी दाखल झाला की, तो तिथून बाहेर पडेपर्यंत त्याला सतत रात्रंदिवस नेतृत्वाचे शिक्षण दिले जाते. मरिन कॉर्प्समध्ये सहा वर्षे अधिकारी आणि वैमानिक म्हणून काम केल्याचा अनुभव हाही माझ्यासाठी प्रशिक्षण देणारा ठरला. व्यवसायासाठी आवश्यक नेतृत्वाचे गुण मी त्यातून संपादन केले.

  तुम्ही अशा सैनिकी शाळेत जाऊ शकला नाहीत, तरी तुम्ही तुमच्या कामाच्या ठिकाणी, क्रीडाप्रकारांमध्ये आणि तुमच्या परिसरातील नागरी चळवळींमध्ये सहभागी होऊनसुद्धा नेतृत्वगुण विकसित करू शकता. नेतृत्व ही एकप्रकारची शैक्षणिक प्रक्रिया आहे. ती तुम्हाला रोज आव्हानांचा सामना करायला लावते. ज्या लोकांना नेतृत्व आणि त्यांच्याबरोबर येणाऱ्या जबाबदाऱ्या टाळायच्या आहेत, ते कधीही उद्योजकतेचा मिडास टच मिळवू शकणार नाहीत. एस वर्गवारीतल्या लघुउद्योजक आणि छोट्या व्यावसायिकांपासून बी आणि आय वर्गवारीतल्या मोठ्या व्यावसायिक आणि गुंतवणूकदारांपर्यंत झेप घेण्यासाठी नेतृत्व अंगी बाणवण्याची आवश्यकता असते.

- **विक्री आणि गुंतवणूक करायला शिका**

  मी १९७३मध्ये व्हिएतनामच्या आघाडीवरून परतलो, तेव्हा मी रिच डॅडच्या पावलांवर चालायचे ठरवले. मला पूअर डॅडप्रमाणे बनायचे नव्हते. मला मरिन कॉर्प्समध्ये आणखी एक वर्ष सेवा करण्याची संधी होती. तेव्हा रिच डॅडने मला एस, बी आणि आय वर्गवारीतल्या व्यवसायांसाठी तयारी सुरू करण्याचा सल्ला दिला.

  माझ्या पुअर डॅडने मला पुन्हा पारंपरिक शाळा–महाविद्यालयात जाऊन पदव्युत्तर शिक्षण घेण्याचा सल्ला दिला होता. पण रिच डॅडला मी वेगळ्या शैक्षणिक मार्गावरून जावे असे वाटत होते. याचे कारण बी आणि आय वर्गवारीतल्या मोठ्या व्यवसायांसाठीची आवश्यक कौशल्ये निराळी होती. मरिन कॉर्प्स सोडण्यापूर्वीच मी बांधकाम क्षेत्रात गुंतवणूक आणि विक्री करायला शिकून घ्यावे, असे त्याचे सांगणे होते. त्याला दोन कारणे होती. पहिले म्हणजे उद्योजकांना त्यांचे ग्राहक, कर्मचारी आणि गुंतवणूकदार यांना वस्तू किंवा कल्पना विकता यायला पाहिजेत. उद्योजक जर विक्री करू शकत नसेल, तर त्याचा व्यवसाय आर्थिकदृष्ट्या अडचणीत सापडतो. रिच डॅडने सांगितलेले दुसरे कारण म्हणजे, बांधकाम क्षेत्रातील गुंतवणूकदाराला, अर्थसाह्य कसे मिळवायचे आणि त्यातून फायदा कसा कमवायचा, हे शिकता येते. आय वर्गवारीत जाऊ शकण्यासाठी ही माझी पूर्वतयारी होती.

त्यामुळे १९७३मध्ये मी बांधकाम क्षेत्रातल्या गुंतवणुकीसंबंधीच्या अभ्यासक्रमाला प्रवेश घेतला. पुढच्याच वर्षी मी मरिन कॉर्प्स सोडले आणि झेरॉक्स कॉर्पोरेशनच्या विक्री विभागात रुजू झालो. मी झेरॉक्ससाठी चार वर्षे काम केले. कंपनीचा प्रथम क्रमांकाचा विक्री प्रतिनिधी बनल्यानंतरच मी ही नोकरी सोडली. या दोन्ही प्रकारच्या शिक्षणामुळे मी आयुष्यात पुन्हा पुन्हा लक्षाधीश होऊ शकलो. ही कौशल्ये शाळा-महाविद्यालयांमध्ये सहसा शिकवली जात नाहीत.

- **मार्गदर्शक मिळवा**

आरोग्य, संपत्ती आणि आनंद या माझ्यासाठी सर्वाधिक महत्त्वाच्या तीन गोष्टी आहेत. या तिन्ही गोष्टींसाठी मला उत्तम मार्गदर्शक लाभले आहेत. असा मार्गदर्शक मिळवणे अवघड असते, याची मला जाणीव आहे. विशेषत: तुमची आर्थिक परिस्थिती जेमतेम असेल, तर ते फारच कठीण ठरते. परंतु, तरीही तुम्हाला खरा उद्योजक बनायचे असेल, तर केवळ पैसे नाहीत, म्हणून मार्गदर्शक मिळवायचे प्रयत्न तुम्ही थांबवू नका. ''मला मार्गदर्शक ठेवणे परवडत नाही'', अशी सबब सांगण्यापेक्षा ते शोधण्यासाठी नव्या कल्पक मार्गांचा वापर करा. कारण उद्योजक बनणे ही तुमच्यासाठी अतिशय महत्त्वाची गोष्ट आहे. मीही ''मला हे परवडत नाही'', असे रडगाणे लावले असते, तर मी आज एक गरीब, दु:खी आणि आजारी अशी व्यक्ती बनलो असतो.

- **पैशांसाठी काम करू नका**

अनेक लोकांना हे विचित्र वाटेल. पण प्रचंड संपत्ती मिळवण्याचा मंत्र त्यात लपला आहे. माझे रिच डॅड, पुअर डॅड पुस्तक तुम्ही वाचले असले, तर रिच डॅडने दिलेला पहिला धडा कदाचित तुमच्या लक्षात असेल. तो सांगतो, ''श्रीमंत लोक पैशांसाठी काम करत नाहीत.'' ई आणि एस वर्गवारीतल्या अनेक लघुउद्योजक व व्यावसायिकांना आर्थिक अडचणींचा सामना करावा लागतो, कारण ते पैशांसाठी काम करतात. तुम्हाला माझे म्हणणे अचंब्यात टाकणारे वाटेल. ''मी जर पैशांसाठी काम केले नाही, तर मी कशासाठी काम करायचे? मी खायचे काय? आणि माझ्या डोक्यावर हक्काचे छत तरी कसे राहणार?'', असे प्रश्नही तुमच्या मनात उभे राहतील. त्यांची उत्तरे अशी आहेत.

बी आणि आय वर्गवारीतले मोठे व्यावसायिक आणि गुंतवणूकदार खूप पैसे मिळवतात, याचे कारण ते नवे काही उभे करण्यासाठी, खरेदी करण्यासाठी किंवा मालमत्ता मिळवण्यासाठी काम करतात. पुढे दिलेले आर्थिक विषयावरील चित्र हा फरक जास्त चांगला स्पष्ट करू शकेल.

ई आणि एस
वर्गवारीतल्या लघुउद्योजक,
विशेषज्ञ आणि
व्यावसायिकांचे पैसे
मिळवण्यावर केंद्रित
झालेले लक्ष

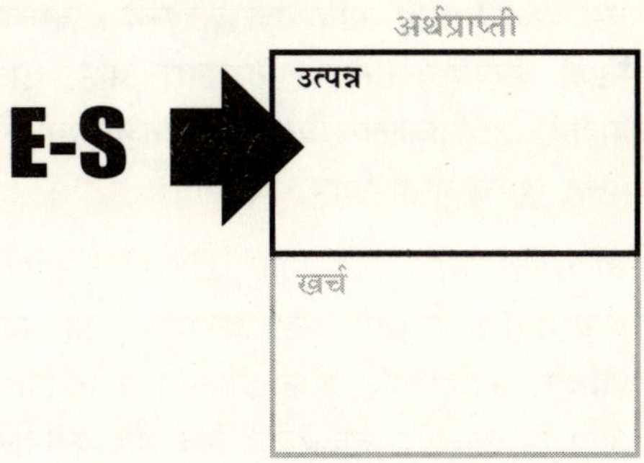

बी आणि आय
वर्गवारीतल्या मोठे व्यावसायिक
आणि गुंतवणूकदारांचे मालमत्ता
तयार करण्यावर केंद्रित
झालेले लक्ष

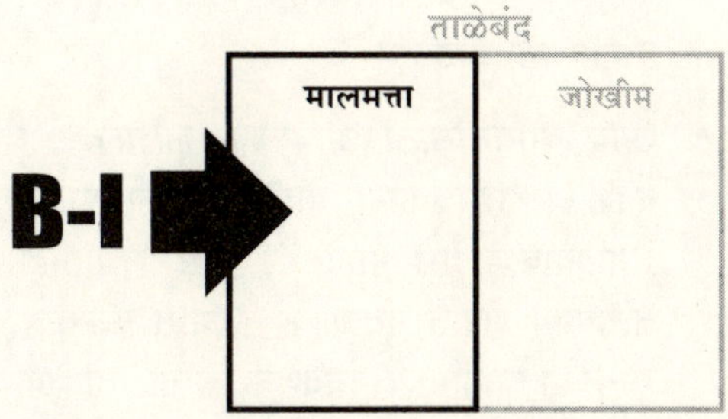

या मालमत्तेत व्यवसाय, ब्रँड, बौद्धिक संपदा हक्क (पेटंट), व्यापारचिन्हे (ट्रेडमार्क), मोकळ्या जागा व बांधकामे, समभाग, रोखे व इतर गुंतवणूक आदींचा समावेश होतो. हे लक्षात घेतले, तर फक्त पैसे मिळवण्याच्या उद्देशापेक्षा मालमत्ता निर्माण करण्याच्या उद्देशाने काम करणे ही छोटी गोष्ट एखाद्या उद्योजकाच्या आयुष्यात खूप मोठा फरक घडवून आणू शकते. ती व्यवसायात इतरांपेक्षा तुमचा वरचष्मा राखते. याचे कारण तुम्ही काम करायचे थांबलात, तरी मालमत्ता तुम्हाला निरंतर उत्पन्न देत राहते आणि विविध प्रकारच्या मालमत्तांद्वारे तुम्हाला एकाच वेळी उत्पन्न मिळत राहते. अशा मार्गानेच खरी संपत्ती निर्माण होते. पैशांसाठी काम करणे म्हणजे तुम्हाला मिळणाऱ्या पैशांच्या मोबदल्यात तितके तास काम करणे. त्यातून संपत्ती उभी राहत नाही.

मिळवलीच पाहिजेत अशी कौशल्ये

या पुस्तकात मी 'कॅशफ्लो' हे संपत्तीचा ओघ दर्शवणारे चित्र अनेकदा वापरले आहे. त्यातील प्रत्येक भागात यशस्वी होण्यासाठी निराळ्या कौशल्यांची आवश्यकता आहे. नोकरदारांच्या ई वर्गवारीत चमकदार कामगिरीसाठी तुम्हाला उत्तम शैक्षणिक पात्रता आणि कॉर्पोरेट पदांच्या वाढत्या श्रेणी मिळवण्यासाठीच्या क्षमता आवश्यक आहेत.

परंतु, तुम्हाला उद्योजक बनायचे असेल आणि एस, बी किंवा आय वर्गवारीत यशस्वी व्हायचे असेल, तर तुम्हाला वेगळी कौशल्ये हवीत. ती उत्तम प्रकारे आत्मसात करा आणि त्यांच्या साह्याने विजय मिळवा. तुम्ही ही कौशल्ये मिळवली नाहीत, तर तुम्ही आहात तसेच लहान राहण्याची शक्यता आहे.

- *एस वर्गवारीसाठी आवश्यक कौशल्ये :* ज्यांच्याकडे विक्रीचे कौशल्य नाही किंवा विक्री करण्याचा ज्यांना तिटकारा आहे, असे फार काळ उद्योजक राहू शकत नाहीत. उद्योजकाला विक्रीचे कौशल्य साधलेच पाहिजे. त्यांच्यासाठी ही छोटी गोष्ट खूपच मोठी आहे.
- *बी वर्गवारीसाठी आवश्यक कौशल्ये :* चांगल्या व्यवस्था किंवा यंत्रणा उभारून व्यवसायाचा विस्तार कसा करायचा, हा मंत्र उद्योजकांनी माहीत करून घेतला पाहिजे. उदाहरणार्थ, मॅकडोनाल्डने अनेकांना फ्रँचायझी स्वरूपात भागीदार करून आपला व्यवसाय वाढवला. रिच डॅड कंपनीने परवान्यांच्या माध्यमातून हे साध्य केले. व्यवसायाचा विस्तार कसा करायचा, ही कला आत्मसात करणे तुम्हाला प्रगतीसाठी बळ देते.
- *आय वर्गवारीसाठी आवश्यक कौशल्ये :* पैसे, भांडवल कसे उभे करायचे, हे कौशल्य उद्योजकांना माहीत असले पाहिजे. ''मला हे परवडत नाही'' किंवा ''माझ्याकडे पैसे नाहीत'', असे कोणताही खरा उद्योजक म्हणत नाही. जेव्हा बांधकाम क्षेत्रात गुंतवणूक करणारा बँकेकडे कर्जासाठी जातो, तेव्हा तो भाड्याने द्यायच्या जागांमध्ये गुंतवणूक करतो. तो एक प्रकारे भांडवल उभे करत असतो.

जेव्हा उद्योजक एस वर्गवारीप्रमाणे विक्रीची कौशल्ये आत्मसात करतात, बी वर्गवारीत व्यवसायाचा विस्तार करण्याची कला शिकतात आणि आय वर्गवारीप्रमाणे भांडवल उभारू लागतात, तेव्हा ते फारच थोड्या लोकांना माहीत असलेल्या अद्‌भूत जगात प्रवेश करतात. तुम्ही उद्योजक बनण्यासंबंधी गंभीर असाल, तर विक्रीकौशल्याचे प्रशिक्षण घ्या, व्यवसाय वाढवण्यासाठी योग्य व्यवस्थांचा-यंत्रणांचा शोध घ्या आणि कर्जाचे किंवा उधारीचे पैसे वापरून बांधकाम क्षेत्रात गुंतवणूक कशी करायची, हे शिकून घ्या.

स्वत:च्या लहरीप्रमाणे वागणे घातक

माझ्या चुकांमधून मी अनेक गोष्टी शिकलो. या अनुभवाच्या आधारावर तुम्हाला मी थोडा सावधगिरीचा सल्ला देत आहे. अनेक उद्योजक अपयशी ठरतात याचे कारण त्यांना स्वत:च्या लहरीप्रमाणे जगायचे असते. स्वत:च्या तालावर वागण्यात त्यांना आनंद वाटतो. मी त्यांच्यातलीच एक अगदी रसातळाला पोहोचलेली व्यक्ती होतो. लहरीपणाने वागण्याची ही अमेरिकी काऊबॉयसारखी मानसिकता दिसायला आकर्षक असते; परंतु व्यवसायातील एस, बी आणि आय वर्गवारीत यशस्वी होण्यासाठी एक प्रकारची शिस्त लागते. स्वत:च्या मर्जीप्रमाणे वागणे, हे बहुतेक वेळा अपयशाकडे किंवा आर्थिक अडचणींच्या मार्गावर नेते.

लघुउद्योजक बनून एस वर्गवारीतला लहान का होईना व्यवसाय टिकवण्यासाठी ई वर्गवारीतल्या नोकरदारापेक्षा जास्त शिस्त लागते. तुम्हाला व्यक्तिगत जबाबदारीचे भान येण्याबरोबरच आर्थिक आणि व्यवसायाच्या जबाबदाऱ्याही उचलाव्या लागतात. जेव्हा तुम्ही नोकरदाराचे मालक बनता, तेव्हा तुमचे जग बदललेले असते. कामगारविषयक कायदे, करप्रणाली, पर्यावरणाशी संबंधित कायदे अशा अनेक गोष्टींचा तुम्हाला अपरिहार्यपणे विचार करावा लागतो.

बी वर्गवारीतल्या उद्योजकांना अर्थातच लघुउद्योजक व विशेषज्ञांपेक्षा जास्त जबाबदारीने व शिस्तीने वागावे लागते. या क्षेत्रात यश मिळवण्यासाठी व्यवस्था बळकट करण्याकडे लक्ष द्यावे लागते. उत्पादन आणि कामाची शैली, हिशेब तपासणी, मनुष्यबळ, अर्थपुरवठा, कायदेशीर बाबी, कामगारांचे पगार व भत्ते अशा अनेक गोष्टींची चोख व्यवस्था त्यांना करावी लागते. त्याचबरोबर व्यवसाय आणखी मोठा होण्यासाठी जास्त क्षमता व गुणवत्तेचे कर्मचारी लागतात. त्यामानाने त्यांना पगारही जास्त द्यावा लागतो.

आय वर्गवारीतल्या गुंतवणूकदारांना शिस्तीची सर्वाधिक आवश्यकता असते. भांडवल उभारताना गुंतवणूकविषयक कायदे व निर्बंधांचे भान राखावे लागते. शेअर बाजारासारख्या नियंत्रण संस्थांच्या नियमांचे पालन करणे आवश्यक असते. त्यासाठी अर्थातच अधिक शिस्त लागते. कायदा मोडल्याची शिक्षा झाल्याने तुरुंगात जावे लागणारे बहुसंख्य उद्योजक या वर्गवारीतले असतात.

थोडक्यात सांगायचे, तर तुम्हाला लहरीप्रमाणे वागायचे असेल, तर लहानच राहा; उद्योजक बनण्याच्या वाटेला जाऊ नका.

खूप काही शिका आणि वेगाने शिका

उद्योजक बनण्यासाठी अनेक गोष्टी शिकून घेण्याची, शिकत राहण्याची वृत्ती लागते. तुम्हाला अनेक गोष्टींबद्दल माहिती घेण्याची व शिकण्याची इच्छा नसेल आणि तुम्ही वेगाने या गोष्टी आत्मसात करू शकत नसाल, तर नोकरदार किंवा लघुउद्योजक बनूनच राहणे चांगले.

माझी एक मैत्रीण उत्तम आचारी - शेफ होती. कॅलिफोर्नियात तिची स्वत:ची केटरिंग कंपनी होती. ती खूप कष्ट करते. तिच्याकडे आठ निष्ठावंत कर्मचारी आहेत. एस वर्गवारीतील लघुउद्योजकाप्रमाणे ती बऱ्यापैकी उत्पन्न मिळवते. मात्र, व्यवसायात प्रगतीसाठी तिने फक्त उत्तम पाककृती कशा बनवायच्या हेच शिकून घेतले. ग्राहकांनी तृप्तीची ढेकर द्यावी आणि त्यांची मने जिंकावीत, असा तिचा प्रयत्न होता. तिच्यासारखेच उत्तम आचारी असलेल्यांच्या स्पर्धेला तिला तोंड द्यावे लागते. व्यवसायाची इतर अंगे किंवा गुंतवणुकीबाबत अधिक काही समजून घ्यावे, यात तिला रस नाही. त्यामुळे ती आता जे करते आहे, तसेच काम आनंदाने आयुष्यभर करत राहण्याची तिची इच्छा आहे. एस वर्गवारीतला छोटा व्यावसायिक म्हणूनच तिची ओळख राहणार.

साध्या शब्दांत सांगायचे, तर या मैत्रिणीला आचारी म्हणून काम करत राहण्यातच रस आहे. ती फक्त तेवढेच काम करते. परंतु, उद्योजक म्हणून ज्या गोष्टी करणे आवश्यक आहे, त्याकडे तिचे दुर्लक्षच आहे.

उद्योजकांच्या आयुष्यात सर्वांत महत्त्वाची छोटी गोष्ट कोणती असेल, तर ती आयुष्यभर शिकत राहण्याची वृत्ती. आयुष्य आणि व्यवसायातल्या इतर कोणत्याही गोष्टींपेक्षा ते महत्त्वाचे असते. व्यावहारिक जगात स्वत:ला आवडतात त्याच गोष्टी करणाऱ्या लोकांपेक्षा व्यवसायासाठी ज्या गोष्टी करणे आवश्यक आहे, त्या करणाऱ्यांची नेहमी सरशी होते.

एखादी गोष्ट करण्याची भले तुमची इच्छा नसली, तरी ती आवश्यक आहे म्हणून करणे, ही छोटी गोष्ट खूप मोठा फरक घडवते. तुम्हाला आवडत असो किंवा नाही, पण आवश्यक

गोष्टींचा अभ्यास करणे व शिकणे प्रगतीसाठी महत्त्वाचे आहे. एक गोष्ट लक्षात घ्या की, तुम्हाला त्या विषयातले तज्ज्ञ बनायचे नाही. त्या विषयाची परिभाषा आणि मर्म तुम्हाला समजले पाहिजे. तुमच्या देखरेखीखाली नंतर या गोष्टी करण्यासाठी तुम्ही विषयातील तज्ज्ञ माणसे नेमू शकता. व्यवसायाशी संबंधित अनेक गोष्टींबद्दल शिक्षण-प्रशिक्षण देणारी अनेक महाविद्यालये अवतीभोवती असतात. त्यांचे शुल्कही फार नसते. याशिवाय अनेक विषयांवर पुस्तके व ऑनलाइन संदर्भ उपलब्ध आहेत. या सर्वांचा तुम्ही चांगला उपयोग करू शकता.

तुम्हाला उद्योजकतेचा मिडास टच मिळवायचा असेल, तर त्यासाठी पूर्वतयारी म्हणून तुम्ही पुढे दिलेले विषय सतत शिकत रहा, अशी माझी शिफारस आहे.

- **विक्रीचे कौशल्य**

  विक्रीचे कौशल्य देणाऱ्या अनेक संस्था व व्यक्ती आहेत; पण ब्लेअर सिंगरचे प्रशिक्षण काही वेगळ्याच उंचीचे आहे. तो विक्रीची तंत्रे शिकवतो आणि आणखी बरेच काही शिकवतो. त्याचीही बऱ्याच उद्योजकांना खरी आवश्यकता असते. इतरांना कदाचित नेटवर्क मार्केटिंगमध्ये काम केल्यानंतर व्यवसाय सुरू केल्याचा फायदा झाला असेल, तर तुम्ही मात्र स्वत:चा व्यवसाय करताना विक्रीकौशल्य आत्मसात करण्याचा चांगला अनुभव घ्याल.

- **व्यवसायविषयक कायदे**

  व्यवसाय आणि कंपनीविषयक कायद्यांची मूलभूत माहिती असणे खूप फायद्याचे ठरू शकते. बौद्धिक संपदा हक्क, कामगारविषयक कायदे, पर्यावरणविषयक कायदे, करप्रणाली, कंत्राटी सेवेसंबंधी नियम अशा गोष्टींचा तुमच्या व्यवसायाशी नेहमी संबंध येतो. तेव्हा त्यांची तुम्हाला योग्य माहिती असल्यास पुढे होऊ शकणारे मन:स्ताप टळतात आणि अनाठायी खर्च होणारे पैसेही वाचतात. याचा अर्थ तुम्हाला वकिलाच्या सल्ल्याची गरज नाही, असे नाही. पण ही परिभाषा व नियम तुम्हाला समजले पाहिजेत.

- **हिशेब तपासणी व लेखा परीक्षण**

  कंपनीचा ताळेबंद, उत्पन्नाच्या नोंदी यांचे महत्त्व मी लोकांना शिकवतो. ही चांगली सुरुवात आहे. हिशेब कसे ठेवावेत, ताळेबंद कसा मांडावा, यासंबंधी मूलभूत ज्ञान देणारा शिकवणी वर्ग तुम्हाला फायद्याचा ठरेल. व्यवसाय योग्य पद्धतीने सुरू कसा करायचा किंवा तुम्ही व्यवसायात आधीपासूनच असाल, तर आर्थिक बाबींची जुळवणी कशी करायची, हे तुम्हाला त्यातून समजेल. असे असले तरी तुम्हाला चांगला हिशेब तपासनीस आणि लेखापाल आवश्यकच आहे.

- **विपणन आणि जाहिरात**

  विपणन आणि जाहिरातीच्या योजनांवर खर्च करण्याआधी या गोष्टी कशा चालतात, याची आधी माहिती करून घ्या. त्यासाठी अनेक पुस्तके, शिकवणी वर्ग उपलब्ध आहेत. त्यासंबंधी ऑनलाइन माहितीही उपलब्ध आहे.

- **वेब, इंटरनेट आणि सोशल नेटवर्किंग**

  शिकवणी वर्ग लावा आणि आजूबाजूला घडणाऱ्या ताज्या घडामोडींबाबत जागरूक राहा. या क्षेत्रात सतत बदल होत आहे. या बदलांशी जुळवून घेण्यासाठी त्यासंबंधी रोजचे वाचन पाहिजे.

- **लोकांशी संवादाची कौशल्ये**

  लोकांशी कसा संवाद साधायचा, वेगवेगळ्या परिस्थितीत त्यांच्याशी कसे वागायचे, हे समजून घेण्यासाठी सामाजिक संघटना, नेटवर्किंग गटांमध्ये सहभागी व्हा. तुम्हाला विविध लोकांशी आणि भिन्न व्यावसायिक कौशल्ये असलेल्या लोकांशी संवाद साधता आला पाहिजे, त्यांच्याशी व्यवहार करता आला पाहिजे.

- **गुंतवणुकीसंबंधी तंत्रज्ञान**

  शेअर बाजार, वायदेबाजार व त्यांच्याशी संबंधित तांत्रिक बाबी व तंत्रज्ञानाचीही तुम्हाला माहिती पाहिजे. त्यासाठी आवश्यकता भासल्यास शिकवणी वर्गही लावा. शेअरबाजार तेजीत असो किंवा मंदी, त्याचा स्वतःच्या व्यवसायासाठी कसा फायदा करून घ्यायचा, या गोष्टी आता उद्योजकाला समजल्याच पाहिजेत. शेअरबाजार कायम तेजीतच राहील, असे मानणे म्हणजे निव्वळ भाबडेपणा आहे.

या विषयांचे ज्ञान तुम्ही मिळवत राहायचे, याचा अर्थ तुम्ही सर्व या विषयांमधले 'अ' श्रेणीचे विद्यार्थी व्हा, असा नाही. या विषयांचे तुमच्या व्यवसायाशी नाते कसे आहे, हे फक्त समजून घ्या. तसेच, या गोष्टींची एकाच वेळी शिकवणी लावण्याचीही गरज नाही. या विषयांचा तुम्ही आयष्यात जसा आणि जेव्हा वेळ मिळेल, तसा अभ्यास करत रहा, एवढेच माझे सांगणे आहे. सतत शिकत राहण्याशी आयुष्यभराची बांधिलकी ही खूप मोठा फरक पडणारी छोटी गोष्ट आहे. अनेक लोक आपण सतत शिकत राहू, असे आश्वासन देतात, परंतु ते पाळण्यात अपयशी ठरतात. हे आश्वासन पाळता येणे, ही खूप मोठी गोष्ट आहे. तुम्ही कोणत्या शाळेत शिक्षण घेतले, हे उद्योजकाच्या दृष्टीने फारसे महत्त्वाचे नसते. औपचारिक शिक्षण संपल्यानंतरही शिकत राहणाऱ्या उद्योजकांना यश मिळतेच मिळते.

औदार्याबद्दल थोडेसे

ई आणि एस वर्गवारीतले नोकरदार आणि लघुउद्योजक त्यांच्या पैशांच्या बाबतीत अतिशय दक्ष असतात. ते हातचे राखून खर्च करतात. मात्र, बी आणि आय वर्गवारीतले मोठे उद्योजक आणि गुंतवणूकदार तुलनेने अतिशय उदार असतात. खरे सांगायचे, तर यश मिळवण्यासाठी त्यांना उदार रहावेच लागते. नोकरदार आणि लघुउद्योजकांना त्याची फारशी गरज नसते. बी वर्गवारीतला मोठा उद्योजक बनण्यासाठी इतर अनेक लोकांना श्रीमंत बनवण्याची इच्छा असली पाहिजे; तरच तो स्वतःही श्रीमंत होऊ शकतो.

आय वर्गवारीतला श्रीमंत बनण्यासाठी तुमची संपत्ती इतर गुंतवणूकदारांशी वाटून घ्यावीच लागते.

तुम्ही जर उदार अंत:करणाचे नसाल, तर तुम्हाला त्यासाठी व्यक्तिमत्त्व विकासाचे धडे गिरवावेच लागतील. इतर लोकांनाही चांगले पैसे मिळाले पाहिजेत आणि तुम्ही जो व्यवसाय उभारू इच्छिता, त्यात त्यांचाही समावेश करण्यात तुम्हाला आनंद वाटला पाहिजे. असे झाले, तर उद्योजकतेचा मिडास टच मिळवण्याच्या दिशेने तुमचे एक पाऊल पुढे पडले, असे म्हणता येईल.

जाता जाता...

उद्योजकतेच्या वाटेवर मला इतक्या गोष्टी शिकाव्या लागतील, याची आधी कल्पना आली असती, तर मी कदाचित हा प्रवास सुरूच केला नसता. त्यापेक्षा नोकरदार बनून राहणे खूप सोपे आहे. तरीही आता सिंहावलोकन करताना असे वाटते की, उद्योजकतेचा हा प्रवास माझ्यासाठी सर्वोत्तम शिक्षण बनले आणि हे शिक्षण यापुढेही सुरू रहावे, अशी माझी इच्छा आहे.

पण ही गोष्ट खरेच इतकी मोलाची आहे का? उद्योजकता अतिशय खडतर आहे आणि यापुढेही सुरूच राहील. माझ्यासाठी ती लाभदायकही ठरली. या प्रवासात मला काय मिळाले, याची यादी केली, तर ती पुढीलप्रमाणे होईल :

- *अगणित संपत्ती*
  सुरुवातीला पैसे मिळवणे अतिशय अवघड होते; पण आज किम व माझ्याकडे आम्हाला ज्या तऱ्हेचे आयुष्य जगायचे आहे, त्यासाठी खूप पैसे आहेत.

- *जागतिक स्वातंत्र्य*
  आंतरराष्ट्रीय पातळीवरचा उद्योजक बनल्याने मला जगभरात कोठेही व्यवसाय करण्याचे स्वातंत्र्य लाभले आहे.

- *महान मित्र*
  मी उद्योजक बनलो नसतो, तर डोनाल्ड ट्रम्प, स्टीव्ह फोर्ब्स, ओप्रा विन्फ्रे यांच्यासारखे महान उद्योजक मला भेटले नसते आणि मी त्यांचा मित्र बनू शकलो नसतो.

- *मनाची शांतता*
  पुअर डॅडसारखी मला सतत पैशांची आणि नोकरी गमावण्याची चिंता करावी लागत नाही. मी आता पैशांचा गुलाम नाही.

रिच डॅड मला नेहमी म्हणायचा, ''तुम्ही जगातल्या प्रत्येकाला दहा लाख डॉलर्स दिलेत आणि त्यांना ते एका वर्षात खर्च करायला सांगितलेत, तर बहुतेक सर्वच जण हे काम खात्रीने पूर्ण करतील.''

नंतर तो सांगायचा की, ''याउलट तुम्ही जगातल्या प्रत्येकाला सांगितले की, एका वर्षात तुम्ही शून्यातून दहा लाख डॉलर्स उभे करा. तर फारच थोडे जण ते करू शकतील आणि हे थोडे लोक केवळ उद्योजकच असतील.''

खरेतर जगातल्या बहुसंख्य लोकांनी संपत्तीची निर्मिती केली पाहिजे. त्यातून आज आपल्याला भेडसावत असलेल्या अनेक समस्यांवर मात करता येईल. त्यासाठी भगीरथ प्रयत्नांची आवश्यकता आहे. खरे उद्योजक पैशांसाठी क्वचितच काम करतात. त्यांना त्यापेक्षा उच्च ध्येय साद घालत असते. परंतु, ते मोठ्या प्रमाणावर संपत्तीची निर्मिती करतात, तेव्हा त्याच्याबरोबर येणारे स्वातंत्र्य त्यांना आणखी पुढे वाटचाल करण्याची प्रेरणा देते. त्यातून ते आणखी नव्या प्रकल्पांची आखणी करत पुढे जातात.

मी जरी माझे सर्व पैसे गमावले, तरीही आपण पैसे परत मिळवू शकू, असा आत्मविश्वास मला आहे. या आत्मविश्वासानेच मी ध्येयाच्या दिशेने जात राहीन. हे ज्ञान आणि भान असणे, ही अनेक लोकांना किरकोळ गोष्ट वाटू शकते, पण माझ्यासाठी ही शक्ती खूप महत्त्वाची होती.

अशीच शक्ती तुम्हालाही लाभो, अशी प्रार्थना मी करतो.

विलासपूर्ण जीवन आणि तपशीलाचे महत्त्व

मोठी गोष्ट बनलेली एक छोटी गोष्ट

डोनाल्ड ट्रम्प

ट्रम्प टॉवरचे बांधकाम पूर्ण होत आले होते. पण त्याला काय नाव द्यायचे, हे मला सुचत नव्हते. मी एका मित्राला सांगितले की, ''जवळच टिफनीचे प्रसिद्ध दुकान असल्याने टिफनी टॉवर असे नाव देण्याचा विचार मनात घोळत आहे.'' पण, ''स्वतःच्या नावाऐवजी मी इतरांचे नाव का वापरत आहे'', असा सवाल मित्राने मला केला. मुद्दा पटण्यासारखा होता. त्याचा उच्चारही फारसा वेगळा नव्हता. मी इमारतीचे नाव ट्रम्प टॉवर असेच ठेवले. ही छोटीशी गोष्ट होती. पण त्याचा मी आधी विचारच केला नव्हता. परंतु, तीच गोष्ट माझ्यासाठी खूप मोठी ठरली. माझे नाव त्यामुळे प्रसिद्ध झाले आणि त्यातून माझा ब्रँड लोकांच्या मनावर ठसायला सुरुवात झाली.

ट्रम्प हे मोठे नाव बनले, याचे कारण ट्रम्प टॉवरच्या निमित्ताने त्याने कंपनीला वेगळी ओळख दिली. एका परीने मी सार्वजनिक ठिकाणच्या मोठ्या इमारतीला नाव देऊन माझी व व्यवसायाची जाहिरात करत होतो. प्रसिद्धीला कधी कमी लेखू नका. त्यासाठी प्रत्येक वेळी मोठी मोहीमच आखावी लागते, असे नाही. ती कोणत्याही रूपात समोर येऊ शकते, पण ती तुमचे भाग्य उजळवते. ट्रम्प टॉवरचे भव्यदिव्य उद्‌घाटन झाले. या सोहळ्यात दिमाख, ऐषोराम झळकत होता. ट्रम्प ब्रँडची पुढे विलासपूर्ण, सुखसुविधांनी युक्त जगण्याशी सांगड घातली गेली, त्याची ही सुरुवात होती. या प्रसिद्धीने माझी कीर्तीही वाढली आणि आमचा ब्रँड पैसा, विलासपूर्ण जीवन आणि सामर्थ्याचे प्रतीक बनला. तुमचा ब्रँड तुमचे भाग्य उजळवणारा ठरू शकतो. तेव्हा तुम्हाला कशासाठी ओळखले जावे, याची निवड अत्यंत काळजीपूर्वक करा.

जेव्हा छोटे मोठे असते

महत्त्वाच्या ठरू शकणाऱ्या छोट्या गोष्टींवर लक्ष केंद्रित करा, असे रॉबर्ट सांगतो, हे अगदी खरे आहे. प्रसिद्ध लोकांसारखे राहणीमान, कीर्ती आणि सामर्थ्याचे दर्शन अशा गोष्टींनी परिपूर्ण छान, सुंदर जीवन जगण्याची लोकांची आकांक्षा असते. ही आकांक्षाच ट्रम्प ब्रँडसाठी छोटी, पण महत्त्वाची गोष्ट ठरली. आम्ही बांधलेल्या इमारती आणि आमचा छाप असलेल्या उत्पादनांमुळे प्रसिद्धीच्या झगमगाटातील लोकप्रिय व्यक्तींच्या सुखासीनतेचे कवडसे आपल्यालाही लाभल्याचे जणू या ग्राहकांना वाटते. ही छोटीशी गोष्ट माझ्यासाठी आणि ट्रम्प ऑर्गनायझेशनसाठी खूप मोठी ठरली. लोकांची विलासपूर्ण जगण्याची छोटीशी आकांक्षा आमच्या कंपनीचा मजबूत पाया रचणारी ठरली. तुमच्या व्यवसायासाठी अशा एखाद्या छोट्या गोष्टीची तुम्ही कल्पना केली आहे का?

जेव्हा रॉबर्ट लहान विचारांबद्दल बोलतो, तेव्हा मला हसूच येते. कारण मला सतत मोठे, भव्य असे काही हवे असते. संकुचित, छोट्या विचारांचा आरोप माझ्यावर कधी झाला

नाही आणि मी ही गोष्ट भूषणावहच मानतो. मोठ्या गोष्टींमध्ये मी रमतो खरा; पण त्यातल्या बारीकसारीक तपशीलाचाही मी विचार करतो. मोठ्या गोष्टी करावयाच्या तर त्यासाठी असंख्य छोट्या गोष्टींकडेही लक्ष द्यावे लागते. किंबहुना, तुम्हाला खऱ्या अर्थाने यशस्वी व्हायचे असेल, तर कोणतीही गोष्ट छोटी नसते. प्रत्येक गोष्ट महत्त्वाची असते. विशेषत: तुमचा ब्रँड जेव्हा उच्च प्रतीच्या सुखसुविधांसाठी ओळखला जातो, तेव्हा ही दक्षता घ्यावीच लागते. कोणीतरी म्हटलेच आहे ना की, ''लहानसे छिद्रही मोठे जहाज बुडवू शकते.''

ज्याप्रमाणे रॉबर्ट म्हणतो की त्याने त्याचे सर्व पैसे गमावले, तरी ते परत मिळवण्याचा त्याला ठाम विश्वास आहे. हे त्याच्या सामर्थ्याचे निदर्शक आहे. आर्थिक विषयांमध्ये चांगले शिक्षण घेतले असल्याने आणि अनेक कठीण प्रसंगांमधून धडा घेतल्याने त्याने हे सामर्थ्य मिळवले आहे.

रॉबर्टला अशा प्रसंगांमध्ये काय वाटले असेल, याची मी कल्पना करू शकतो. मीसुद्धा १९९०च्या दशकाच्या पूर्वार्धात मोठ्या आर्थिक वादळाला तोंड दिले. मी त्यातून बचावलो. पण या संकटातून बाहेर पडल्यानंतर मी पूर्वीपेक्षाही जास्त यशस्वी झालो. याचे कारण मी त्या परिस्थितीतून शिकलो. अशा परिस्थितीला पुन्हा सामोरे जाण्याची माझी इच्छा नाही; पण आपल्या जगण्याला नवा उद्देश मिळाल्याची जाणीव मला त्यातून झाली.

माझा मुख्य वित्तीय अधिकारी ॲलेन वेसेलबर्ग माझ्याबरोबर तीस वर्षांपेक्षा जास्त काळ काम करत आहे. ''कठीण प्रसंग कधीही उद्‌भवू शकतो, या विचारांनीच व्यवसायातली रोजची कामे करा'', असा सल्ला तो नेहमी देतो. सदैव दक्ष राहण्याचा हा सल्ला अनमोल आहे.

जेव्हा मोठे मोठेच असते

जेव्हा तुम्ही मोठा विचार करता, तेव्हा त्याचे असंख्य तपशील तुमच्या नजरेसमोर आपोआप उभे राहतात. कारण अनेक छोट्या गोष्टींनी मिळूनच एखादी मोठी गोष्ट बनलेली असते. उच्च गुणवत्ता आणि मजबूत सामर्थ्य मिळवण्यासाठीच्या वाटेतल्या त्या पायऱ्या आहेत.

मी बहुतेक वेळा बांधकामाच्या परिभाषेतच विचार करतो. कोणत्याही व्यवसायाला सुरुवात करतानाही 'ब्ल्यूप्रिंट' किंवा नियोजनाचा आराखडा आवश्यक असतो. हा आराखडा फारच लहान आहे का? त्याचा विस्तार करता येईल का? मोठा आराखडा नजरेसमोर ठेवूनच काम केल्याने वेळेची बचत होणार नाही का? असे असंख्य प्रश्न माझ्या मनात उभे राहतात. खूप वर्षांपूर्वी मी एकदा म्हणालो होतो की, ''तुम्ही असा ना तसा विचार करणारच आहात, तर तुम्ही मोठा विचारही करू शकता.'' लहानपणापासूनच माझे स्वप्न गगनचुंबी इमारती बांधण्याचे होते. आणि अशा इमारती बांधण्यासाठी तुम्हाला मोठा विचार करावाच लागतो. माझ्या दृष्टीने मोठा विचार करणे ही अगदी स्वाभाविक गोष्ट होती.

''छोट्या; पण महत्त्वाच्या ठरू शकणाऱ्या गोष्टी'' आणि ''विचारच लहान असणे'', यात फरक असल्याचे रॉबर्ट म्हणतो. तो बरोबर आहे. मी जेव्हा ट्रम्प टॉवरचे बांधकाम करत होतो, तेव्हा त्यासाठी मी विटांऐवजी काचा का वापरतो आहे, हे माझ्या वडिलांना समजू शकत नव्हते. याचे कारण त्यांनी विटांची बांधकामे केली होती आणि ती अगदी स्वस्त

होती. परंतु मला उंच, शिडशिडीत मनोरा बांधायचा होता. आणि ही इमारत अतिशय सुंदर व इतरांपेक्षा वेगळी दिसण्यासाठी माझ्या तपशीलानुसार तिथे काचच गरजेची होती. ट्रम्प टॉवरचे बांधकाम पूर्ण झाले आणि त्याच्या सौंदर्याची वाखाणणी झाली, तेव्हा माझे वडीलही भारावून गेले. त्यांना माझा अभिमानच वाटला. परंतु, मी पहिल्यांदा त्यांना माझा आराखडा दाखवला, तेव्हा त्यांना विटांपेक्षा काच वापरणे उत्तम आहे, हे पटवून देण्याचा माझ्याकडे कोणताच मार्ग नव्हता. मी फक्त माझ्या योजनेवर ठाम राहिलो. माझ्या नजरेसमोर भव्य दृश्य होते आणि मी ते बदलायला तयार नव्हतो. न्यू यॉर्क शहराच्या उच्चभ्रू मॅनहटनमध्ये सर्वोत्तम इमारत उभी करण्याचे माझे स्वप्न होते.

लोकांना पिझ्झा लगेच हवा असतो, हे डॉमिनोजला जसे माहीत होते, तसेच लोकांना निवासाभोवती उच्च दर्जाच्या सुखसुविधा, अगदी स्वत:चा असा खास अनुभव व सेवा हवी असते, हे मला माहीत होते. आणि लहानातल्या लहान गोष्टींवर निगुतीने लक्ष देऊन मी लोकांना हे सुख देऊ शकतो, असा विश्वास मला होता.

प्रत्येक मोठे चित्र असंख्य लहान गोष्टींनी भरलेले असते. प्रत्येक मोठ्या वाद्यवृंदात अनेक प्रकारची वाद्ये असतात आणि त्यातल्या लहानसहान तपशीलांमुळेच अत्युत्तम संगीत तयार होते. मी नेहमीच मोठा विचार करतो. जेव्हा मी असा विचार करतो, तेव्हा त्यातल्या अगदी किरकोळ वाटणाऱ्या गोष्टींचीही मला काळजी असते. तुम्ही एखाद्या इमारतीचे बांधकाम पाया खोदण्यापासून ते ती पूर्ण होईपर्यंत पाहिलेत, तर आपण किती गोष्टी गृहित धरतो, याची तुम्हाला चांगलीच कल्पना येईल. इमारतीचा पाया मजबूत राहण्यासाठी असंख्य गोष्टी कराव्या लागतात, तसेच त्याला देखणे, सुंदर रूप देण्यासाठीही दक्षता घ्यावी लागते. मी अनेकदा माझ्या उंच बहुमजली इमारतींच्या पायऱ्या चढून वर जातो, याचे कारण मला ती इमारत अनुभवायची असते. आणि अर्थातच मला इमारतींचे जिने व इतर लहान गोष्टींचीही जातीने पाहणी करायची असते. कारण प्रत्येक गोष्ट महत्त्वाची असते, याची मला जाणीव आहे. त्यामुळे माझा आणि माझ्या सुरक्षारक्षकांचा चांगला व्यायाम होतो, हा फायदा निराळाच.

द ट्रम्प हॉटेल कलेक्शनलाही अतिशय चांगले यश मिळाले आहे. न्यू यॉर्कमधल्या ट्रम्प इंटरनॅशनल हॉटेल अँड टॉवरला मोबिल फाइव्ह स्टार अ‍ॅवॉर्ड मिळाले आहे. तसेच, ट्रम्प इंटरनॅशनल हॉटेल अँड टॉवर शिकागोला अमेरिका व कॅनडातील सर्वोत्तम हॉटेल म्हणून गौरवण्यात आले आहे. ट्रॅव्हेल + लीझर नियतकालिकातर्फे हा सन्मान दिला जातो. न्यू यॉर्कमधील ट्रम्प सोहो हॉटेलचीही या नियतकालिकाने सर्वोत्तम नवे हॉटेल म्हणून वाखाणणी केली. त्यांच्या यादीत समावेश असलेले न्यू यॉर्कमधले ते एकमेव हॉटेल होते.

आमच्या हॉटेल्सची इतकी दखल घेतली जाण्याचे, त्यांना मानाचे पुरस्कार मिळण्याचे कारण काय? येणाऱ्या पाहुण्यांना उच्च दर्जाच्या सोयीसुविधा व विलासपूर्ण जीवनाचा अनुभव देण्याशी असलेली बांधिलकी त्यामागे आहे. त्यासाठी अनेक लहानसहान गोष्टींचाही आम्ही विचार करतो. सर्व पातळ्यांवर घेतली जाणारी दक्षता आणि अत्याधुनिक सुखसुविधा यामुळे हे घडते. आमच्यासाठी कोणतीही गोष्ट लहान नाही. त्यामुळेच असे मोठे पुरस्कार मिळतात. हो, आमची हॉटेल्स खूप मोठी आहेत. तरीही पाहुण्यांना पुरवण्यात

येणारी व्यक्तिगत सेवा अतिशय चोख व आपुलकीची असते. अतिथींना विशिष्ट दर्जाच्या सेवेची अपेक्षा असते आणि आम्ही ती पुरवतो. हॉटेलमध्ये एकदा राहिलेल्या व्यक्ती पुन्हा येतात, तेव्हा त्यांची सर्व माहिती आमच्याकडे असल्याचे पाहून ते अचंबित होतात. आमचे कर्मचारी लहान मुलांना सांभाळायला कोणी आया हवी आहे का, यासारखे आणि त्यांच्या व्यक्तिगत आवडीनिवडीशी संबंधित प्रश्न विचारतात, तेव्हा ते अवाक होतात. अतिथी सेवेचा एक सुवर्णदर्जा आम्ही गाठला आहे. त्यामुळे कोणतीही तथाकथित लहान गोष्ट आमच्यासाठी लहान असत नाही.

माझ्या सर्व धनादेशांवर मी स्वतःच स्वाक्षरी करतो, हे ऐकून अनेकांना आश्चर्य वाटते. आठवड्याला असे धनादेश ढिगाने असतात. पण ही लहान गोष्टही माझ्या दृष्टीने महत्त्वाची आहे. माझे पैसे कुठे जातात, हे माहीत असणे मला आवश्यक वाटते.

माझ्या प्रकल्पातील एका कामावर झालेला खर्च मला अवाजवी वाटला. त्या कामाची जबाबदारी अन्य व्यक्तीकडे होती आणि त्याचे धनादेशही स्वाक्षरीसाठी माझ्याकडे येत नसत. खूपच जास्त खर्च झाल्याचे लक्षात आल्याने मी संतापलो आणि, ''यापुढे या कामाचे धनादेश माझ्या स्वाक्षरीशिवाय पुढे जाणार नाहीत'', असे मी त्यांना बजावले. मी ही सूचना केल्यानंतर त्या कामाचा खर्च आपोआप पंधरा टक्क्यांनी कमी झाला. आता मी सर्वच धनादेशांवर स्वाक्षरी करतो.

पुस्तके आणि उंच इमारती

माझ्याकडे सतत सुरू असलेले भव्य प्रकल्प पाहता अनेकदा लोक मला विचारतात की, तुम्ही पुस्तके लिहिण्यात वेळ का घालवता? पुस्तके लिहिणे ही मला लहान गोष्ट वाटत नाही. लोकांना शिक्षित करणे, हे मला माझे कर्तव्य वाटते. रॉबर्टचीही अशीच भावना आहे. पुस्तके लिहिणे म्हणजे अनुभवांचे आदानप्रदान असते. अनेक लोकांना त्यांचे अनुभव इतरांशी वाटून घ्यायचे नसतात. त्यासाठी एक प्रकारच्या आत्मविश्वासाचीही गरज असते. लोकांना आम्ही कसा विचार करतो, कसे काम करतो, याबद्दल उत्सुकता वाटते. त्यांच्यापर्यंत आमचे म्हणणे योग्य रीतीने पोहोचवण्याचा विश्वास मला आणि रॉबर्टला आहे. माझ्या यशाचे मंत्र लोकांना सांगण्यास मला हरकत नाही. याचे कारण मी माझे काम करत राहणार आहे आणि त्यात यशस्वीही होणार आहे. पुस्तके ही शिक्षणाची साधने असतात. मी बांधत असलेल्या बहुमजली इमारती, गोल्फची मैदाने यांच्या तुलनेत ती लहान वाटत असतील, पण त्यांची शक्ती खूप मोठी आहे.

द आर्ट ऑफ द डील हे माझे पहिले पुस्तक १९८७ मध्ये प्रसिद्ध झाले. मार्क बर्नेट, रॉबर्ट आणि त्याची पत्नी किम अशा लोकांवर त्याचा प्रभाव पडला. मार्क कॅलिफोर्नियातील व्हेनिस किनाऱ्यावर टीशर्ट विकत होता, त्यावेळी त्याने हे पुस्तक वाचले. रॉबर्ट आणि किम हेसुद्धा प्रतिकूल परिस्थितीचा सामना करत होते. त्यांनी नुकताच नवा व्यवसाय सुरू केला होता. या पुस्तकाचा आपल्यावर खूप परिणाम झाला आणि आपल्याला यशाकडे नेण्यासाठी ते उपकारक ठरले, असे या तिघांनीही म्हटले आहे. एका पुस्तकातले सकारात्मक विचार लोकांवर कसा परिणाम करू शकतात, याची फक्त तीन उदाहरणे दिली आहेत.

सन २००८ च्या शरद ऋतूत कॅनडातील एका महिलेने मला ब्रिटिश कोलंबियातील कामलूप्समध्ये प्रसारित होणाऱ्या स्थानिक वृत्तपत्राचे कात्रण पाठवले. त्यात एका निराधार, बेघर व्यक्तीचे छायाचित्र होते. इतस्तत: पसरलेल्या सामानाच्या गराड्यात ही व्यक्ती *द आर्ट ऑफ द डील* हे पुस्तक वाचत होती. या व्यक्तीला आपण तातडीने मदत केली पाहिजे, असे मला वाटले.

मी या बेघर माणसाची कहाणी वाचल्याची माहिती त्याच्यापर्यंत पोहोचवण्यात आली, तेव्हा त्याने ते थट्टेवारी नेले. ''मला त्यांनी धनादेश पाठवला आहे का'', अशी विचारणा त्याने गमतीने केली. मी आधीच धनादेश पाठवल्याचे त्याला माहीत नव्हते. हा धनादेश हातात पडल्यावर तो स्तब्ध झाला. तो म्हणाला, ''आयुष्यात पहिल्यांदाच मी नि:शब्द झालो आहे. भावना व्यक्त करण्यासाठी माझ्याकडे शब्द नाहीत. खरे तर मी खूप बडबड्या आहे, पण आता काय बोलावे, हेच मला समजत नाही!''

या निराधार, बेघर व्यक्तीपर्यंत माझा संदेश पोहोचवण्यास मी सांगितले होते. त्याच्यासाठी मी सदिच्छा व्यक्त केल्या होत्या. आयुष्य सोपे नसले, परिस्थिती अतिशय कठीण असली, तरी त्यातून बाहेर पडण्यासाठी त्याने खूप परिश्रम केले पाहिजेत, असा संदेश मी त्याला दिला होता. माझ्या परीने अल्पशी मदत म्हणून मी धनादेश पाठवला होता. ही लहानशी कृती होती; पण तिच्यात खूप काही अर्थ होता. लहान गोष्टीही महत्त्वाच्या असतात.

एका रविवारी रात्री मी दूरचित्रवाणीवर *सिक्स्टी मिनट्स* हा कार्यक्रम पाहत होतो. त्यात आयोवा प्रांतातील न्यूटन शहरातून मेटॅग कंपनी मेक्सिकोत स्थलांतरित होणार असल्याची माहिती देण्यात येत होती. त्याचा या शहरातील कष्टकऱ्यांवर कसा विदारक परिणाम होणार आहे, हे दाखवले जात होते. त्यात प्रसारित झालेल्या तीन मुलाखती मला अतिशय भावल्या. त्यातला एक जण युद्धावरून परत आलेला माजी सैनिक होता, दुसरा डॉमिनोज पिझ्झाच्या स्थानिक दुकानाचा मालक होता आणि तिसऱ्याची जाहिरात कंपनी होती. मला त्यांचा कामाकडे पाहण्याचा दृष्टिकोन आवडला. मेटॅगच्या स्थलांतरामुळे आर्थिक संकट कोसळणार असले, तरी त्यामुळे खचून न जाण्याचा त्यांचा निर्धार होता. मला तो आवडला. मी सदिच्छा म्हणून त्यातल्या दोघांना छोट्या रकमेचे धनादेश पाठवले. पिझ्झा दुकानदाराला त्यातून व्यवसाय सावरता येणार होता, तर दुसऱ्याच्या मुलीचा महाविद्यालयाचा खर्च त्यातून भागवता येणार होता. तिसऱ्या व्यक्तीला मी व्यवसायात सहभागी करून घेतले. ट्रम्प ब्रँडची निशाणी असलेल्या उच्च दर्जाच्या वस्तूंचा पुरवठा करण्यास मी त्याला सांगितले. ही माझी लहानशीच कृती होती. परंतु या व्यक्तींच्या आयुष्यात त्यावेळी त्याचा विधायक परिणाम झाला.

माझ्या कार्यालयाची भेट

अनेक लोक माझ्या कार्यालयात भेटीला येतात, तेव्हा दूरध्वनीवरून मी खुर्च्या, दिवे, आरसे, न्हाणीघरातले साहित्य आदींच्या किमतींबाबत वाटाघाटी करताना ते ऐकतात. त्यांना याचे खूप आश्चर्य वाटते. मला या वस्तूंच्या बाजारातल्या सध्याच्या किमती

माहीत असतात, विक्रेते माहीत असतात आणि त्यांच्याशी वाटाघाटी कशा करावयाच्या हेही माहीत असते. मला गोल्फ मैदानांवरील खोल्यांसाठी काही आरसे खरेदी करायचे होते. त्यासाठी माझ्या कार्यालयातील भिंतींवर वीस प्रकारचे आरसे टांगून ठेवले होते. त्यातून मी अंतिम निवड करणार होतो. काही वेळा खुर्च्या किंवा फर्निचरचे साहित्य माझ्या कार्यालयात असेच मांडून ठेवलेले असते. इमारतींमध्ये वापरल्या जाणाऱ्या अनेक सुशोभनाच्या व उपयोगी वस्तूंच्या निवडींबाबत मी खूप चोखंदळ आहे. माझ्यासाठी फक्त त्यांची किंमत महत्त्वाची नसते किंवा त्या कशा दिसतात हे महत्त्वाचे नसते; तर त्यांचा अनुभवही तितकाच महत्त्वाचा असतो.

ट्रम्प ऑर्गनायझेशनमधला माझा लेखापाल जेफ्री मॅककोनी याने कारकीर्दीच्या सुरुवातीलाच एक मोठा धडा घेतला. त्याला माझ्याबरोबर काम करायला सुरुवात करून सहा-आठ महिनेच झाले असतील. तो दर आठवड्याला मला कंपनीच्या आर्थिक स्थितीची थोडक्यात माहिती देत असे. एका आठवड्यात तो असाच माझ्या कार्यालयात आला. आधीच्या आठवड्यात कंपनीच्या खात्यातील रक्कम खूपच खाली गेल्याचे त्याने मला सांगितले. त्याच वेळी दूरध्वनी वाजला आणि माझें पलीकडच्या व्यक्तीशी संभाषण सुरू झाले. हे संभाषण सुरू असताना मध्येच मी जेफ्रीकडे पाहिले आणि ''तुला कामावरून काढले आहे'', असे निष्ठूरपणे सांगितले. काही मिनिटांनी मी त्याला पुन्हा कामावर घेतले; पण त्याला मिळायचा तो संदेश मिळाला होता. हे माझे पैसे होते आणि त्यांचे संरक्षण करणे हे त्याचे काम होते. आता जेफ्री माझ्याबरोबर पंचवीसहून अधिक वर्षे काम करत आहे.

द ॲप्रेंटिसचे अंतरंग

द ॲप्रेंटिस आणि *द सेलेब्रिटी ॲप्रेंटिस* या मालिकांमध्ये मी दर आठवड्याला संचालक मंडळाच्या बैठकीत किंवा इतर ठिकाणी दर्शन देतो व नावापुरता सहभाग घेतो, असे काही जणांना वाटत असेल. परंतु, या मालिकांच्या दर आठवड्याच्या भागांसाठी प्रत्येक गोष्ट तपशीलवार ठरवावी लागते आणि या प्रक्रियेत माझा तितकाच सहभाग असतो. पात्रांची निवड, चित्रिकरणाचे ठिकाण ठरवणे, लोकांवर विविध जबाबदाऱ्या सोपवणे अशा अनेक गोष्टींच्या निर्णयात माझा सहभाग असतो. प्रत्येक पर्वासाठीची तयारी अतिशय गुंतागुंतीची असते. त्यासाठी मालिकेचे निर्माते आणि मला समन्वयाने काम करावे लागते. कार्यक्रमाच्या शुभारंभापासून ते त्याची प्रचार-प्रसिद्धी, पात्रांची निवड, त्यासाठीच्या चाचण्या अनेक गोष्टींवर देखरेख ठेवावी लागते. पात्रांची निवड आणि निर्मितीपूर्व कामेही खूप महत्त्वाची असतात. त्यासाठी काही महिने लागतात. प्रत्यक्ष चित्रीकरणाला सुरुवात होण्याच्या दोन महिने आधी निर्मितीची कामे सुरू होतात. निर्मितीपश्चात कामे शेवटचा भाग प्रसारित होईपर्यंत सुरू असतात.

या सगळ्यात काही अनपेक्षित, नाट्यमय घटना घडण्याची शक्यताही लक्षात घ्यावी लागते. एकदा मला सकाळी सहा वाजताच एक दूरध्वनी आला. मालिकेतील एका सदस्याला फसवणुकीच्या एका प्रकरणात पोलिसांनी पकडले होते. अशा प्रसंगात भूमिका ठरवावी लागते. काही वेळा संचालक मंडळाची बैठक पाच-पाच तास चालते. त्यातला

काही भागच संकलन करून प्रसारित केला जातो. एकदा मी काळा टाय घालूनच संचालक मंडळाच्या बैठकीत बसल्याचे दृश्य प्रसारित झाले. मला चित्रिकरणानंतर लगेचच एका कार्यक्रमाला जाण्यासाठी मी हा टाय घातला होता. परंतु, त्यावेळी ते लक्षात आले नाही. आता इतक्या वर्षांत मला एका वेळी अनेक गोष्टी करण्याची सवय झाली आहे. चित्रीकरणादरम्यानच मला व्यवसायासंबंधी गाठीभेटीही घ्याव्या लागतात. त्याचे भान राखावे लागते. ट्रम्प टॉवरमध्येच आम्ही बरेचसे चित्रीकरण करत असल्याने मी त्यात सहभागी होऊन कार्यालयातली नेहमीची कामेही सांभाळू शकतो. काही वेळा माझ्या कार्यालयातच चित्रीकरण होते. माझ्या कार्यालयातील सहकाऱ्यांनाही अशा चित्रीकरणांची आता सवय झाली आहे. त्याचा आमच्या नेहमीच्या कामांवर कोणताही परिणाम होत नाही.

दूरचित्रवाणी कार्यक्रमाच्या चित्रीकरणासाठी अनेक लहानसहान गोष्टींचा विचार करावा लागतो, त्यासाठी वेळ द्यावा लागतो, हे त्याच्या प्रेक्षकांना बहुधा माहीत नसते. दूरचित्रवाणी क्षेत्रातल्या लोकांनाच या कष्टांची कल्पना असते. द *अॅप्रेंटिस* मालिकेच्या पृष्ठभूमीला आम्ही न्यू यॉर्क शहरच घेतले आहे. चित्रीकरणासाठी इथे अनेक आदर्श ठिकाणे उपलब्ध आहेत. परंतु, ते निवडल्यानंतरही त्यासाठीच्या परवानग्या, स्थानिक वाहतूक, हवामान, साहित्याची ने-आण, कलाकारांची वेळेवर उपस्थिती अशा अनेक गोष्टींची जुळवाजुळव करावी लागते. मी फक्त पाहुण्या कलाकारासारखा मालिकेत दर्शन देत नाही, तर संपूर्ण पर्व ठरल्यापासून ते पार पडेपर्यंत निर्माता मार्क बर्नेटसमवेत समन्वयाने कामे करत असतो. नवे पर्व सुरू झाल्यानंतर त्याच्या प्रसिद्धीसाठी मुलाखती, इतर दूरचित्रवाणी कार्यक्रमांमध्ये सहभाग अशा गोष्टीही कराव्या लागतात. ही सतत चालणारी प्रक्रिया असते आणि पुन्हा सांगतो की, कोणत्याही गोष्टीकडे ती लहान समजून दुर्लक्ष करता येत नाही.

एकदा मला सुमारे दहा हजार श्रोत्यांपुढे भाषण करायचे होते. हा माझ्या कारकिर्दीचा सुरुवातीचाच टप्पा होता. कार्यक्रमाच्या ठिकाणी जाताना मी सहजच वाहनचालकाला विचारले, ''मी कशावर बोलणार होतो रे?'' तो एकदम चमकला आणि म्हणाला, ''साहेब, तुम्हाला हे खरेच माहीत नाही का? तिथे तर हजारो माणसे तुमची वाट पाहत आहेत.'' मी भाषणाची तयारी केली असल्याचे त्याला सांगितले. पण माझ्या उत्तराने त्याचे समाधान झाल्याचे वाटत नव्हते.

आपण हजारोंच्या समुदायाशी बोलतो आहोत, याऐवजी त्यातल्या प्रत्येक व्यक्तीशी संवाद साधतो आहोत, अशा पद्धतीने बोलण्याचा मी विचार केला होता. या व्यक्तींना माझ्याकडून काय ऐकायला आवडेल, याचा मी विचार केला. खरे तर मी खूप मोठा विचार करण्याऐवजी, लहान गोष्टीचा विचार करत होतो. अर्थातच, माझे भाषण चांगले झाले, त्याला उत्तम प्रतिसाद मिळाला. मी कोठून आलो आहे, यापेक्षाही माझ्या सभेला आलेले लोक कोठून आले आहेत, याला मी जास्त महत्त्व दिले होते आणि त्यांच्याशी संवादाचा पूल बांधला होता. या गोष्टीचा मला पुढे व्यवसायातही फायदा झाला. सार्वजनिक सभासमारंभांमध्ये भाषणे करणाऱ्यांनाही ही गोष्ट उपयोगी ठरू शकेल.

ध्वज देशाचा उंच धरा रे...

कॅलिफोर्नियातील लॉस एंजेलिस इथल्या ट्रम्प नॅशनल गोल्फ क्लबचे काम मी पूर्ण केले. प्रशांत महासागराच्या किनाऱ्यालगत असलेल्या या गोल्फ मैदानावर अमेरिकेचा राष्ट्रध्वज फडकला पाहिजे, अशी माझी इच्छा होती. माझ्या मते देशाचा ध्वज उभारण्यासाठी ती एक आदर्श जागा होती आणि खरेच ती तशी होती. परंतु, स्थानिक समुदायाचे म्हणणे मात्र वेगळे होते. ''तो फारच मोठा होईल'', असे स्थानिकांचे म्हणणे होते. त्यावर ''तो कशासाठी मोठा ठरेल'', असे मी म्हटले, ''समोर तर प्रशांत महासागर आहे.'' अखेर सर्व जण माझ्या पाठीशी उभे राहिले आणि आता या जागेत अमेरिकेचा ध्वज गौरवाने फडकत आहे. मोठे विरुद्ध छोटे आणि छोटे विरुद्ध मोठे याचे हे एक उत्तम उदाहरण आहे.

आपण इथे लहान-मोठ्याची चर्चा करत आहोत. तुमच्यासमोर उभ्या राहणाऱ्या आव्हानात्मक प्रसंगांचे वर्णन मी क्षणिक आणि विध्वंसक अशा दोन प्रकारांत करतो. एका बाजूला प्रत्येक लहानसहान तपशील तुमच्या दृष्टीने महत्त्वाचा असतो. परंतु, त्याच वेळी युद्ध, भूकंप, त्सुनामी, दहशतवादी हल्ले अशा विध्वंसक घटनांकडे तुम्ही व्यापक प्रतलावरच पाहिले पाहिजे. अशा प्रसंगांमध्ये तेच शहाणपणाचे असते. अशा गोष्टींचा सारासार विचार करणे - काय मोठे, काय लहान हे निश्चित करता येणे, हा तुमच्या बुद्धिमत्तेचा एक भाग असतो.

उदाहरणार्थ, माझ्या व्यवसायातला तोटा अचानक वाढला, तर मी प्राधान्याने त्याकडे लक्ष देणे आवश्यक असते. त्यावेळी बांधकाम साहित्याची निवड, खरेदी अशा लहान बाबींमध्ये गुंतून पडणे हितकारक ठरत नाही. तरीही असा तोटा काही त्सुनामीसारखा विध्वंसक नसतो. त्यावर तुम्हाला उपाययोजना करावी लागते आणि ती करणे शक्य असते. त्यामुळे प्राथमिकता - प्राधान्यक्रम ठरवण्याचे कौशल्य हे उद्योजकांनी विकसित केलेच पाहिजे.

जहाजावरची रम्य सफर

एकदा मॅनहटन परिसराचे विलोभनीय दर्शन घडवणाऱ्या जहाजाच्या सायंकालीन सफरीवर माझा कार्यक्रम योजण्यात आला होता. या कार्यक्रमात मी उपस्थित राहून छोटेखानी भाषण करायचे होते. त्यानुसार मी सूर्यास्ताला जहाजावर दाखल झालो. उपस्थितांपुढे मी छोटे भाषण ठोकले आणि तिथे जमलेल्यांशी थोड्या गप्पा मारल्या. या गप्पांच्या नादात जहाजाने किनारा कधी सोडला, हे माझ्या लक्षात आले नाही. जहाज आता हडसन नदीच्या मुखात शिरले होते. मला लगेच परत जायचे होते; पण कोणी मला त्याची आठवण करून दिली नाही. त्यामुळे मी थोडा नाराज झालो. मॅनहटनभोवतीच्या समुद्रात तीन तासांची सफर करण्याचा माझा कोणताही इरादा नव्हता. परंतु, आता त्याबद्दल मी काही करू शकत नव्हतो. तेव्हा मी सफरीचा, न्यू यॉर्क शहराच्या सुंदर दृश्याचा आणि लोकांशी गप्पा मारण्याचा आनंद घ्यायचे ठरवले. ही संध्याकाळ माझ्यासाठी खरेच एक रम्य आणि संस्मरणीय अशी संध्याकाळ ठरली. लखलखत्या दिव्यांनी उजळलेले मॅनहटन हडसन नदीतून पाहणे हा अपूर्व अनुभव आहे. त्याचे मोल करता येणार नाही. मी जहाजावरून वेळेवर माघारी फिरलो असतो, तर कदाचित या परिसराचे समग्र मोठे चित्र नजरेत आणि मनात

साठवण्यास मुकलो असतो. ही लहानशी – क्षणभराचीच चूक होती, पण मी त्याच्याबद्दल पश्चाताप करत नव्हतो.

एका तपशिलाची चर्चा

तुम्ही बांधकाम व्यावसायिक किंवा उद्योजक असाल, तर निरनिराळी ठिकाणे पाहणे आणि त्यातून अचूक निवड करता येणे, हे एक महत्त्वाचे कौशल्य आहे. एखादा तपशील किती महत्त्वाचा ठरू शकतो, त्याबद्दल आपण बोलू या. मला आठवते की, न्यू यॉर्कमध्ये आता जिथे जेव्हिट्स कन्व्हेन्शन सेंटर आहे, त्या जागेवर एखादा प्रकल्प विकसित करण्याचा पर्याय माझ्यासमोर होता. या जागेवर जेव्हिट्स सेंटर उभे रहावे असे मला खूप वाटत होते. माझी कंपनी हा प्रकल्प सुमारे ११ कोटी डॉलर्समध्ये पूर्ण करू शकेल, असा माझा तेव्हाचा अंदाज होता. प्रत्यक्षात या प्रकल्पासाठी न्यू यॉर्क शहर प्रशासनला सुमारे ७५ कोटी ते एक अब्ज डॉलर्स इतका खर्च आला.

मी प्रस्तावित प्रकल्पासाठी वर सांगितलेली रक्कम देण्याचा प्रस्ताव ठेवला होता. परंतु, तो मान्य झाला नाही. त्यामुळे शहराला मोठा आर्थिक फटका बसण्याबरोबरच पर्यटकांचेही एकप्रकारे नुकसान झाले. पहिली गोष्ट म्हणजे खर्चाची ही अवाढव्य रक्कम हास्यास्पद होती आणि इतका खर्च करूनही त्यातून उभे राहिलेले बांधकाम धक्कादायक होते. जेव्हिट्स सेंटर ही मॅनहटनमधली एक मध्यवर्ती जागा आहे. हडसन नदीला लागूनच असलेल्या या जागेतून तिचे अप्रतिम दर्शन होते. परंतु, या बांधकामात इमारतीचे तोंड नदीकडे न ठेवता रस्त्याच्या दिशेने ठेवण्यात आले! ज्या कोणी हे केले, त्याच्या विचारांमध्ये एकतर स्पष्टता नसावी किंवा त्याने विचारच केलेला नसावा. ही जागा नदीच्या काठावर असणे आणि तेथून नदीचे सुंदर दृश्य दिसणे हा इतका क्षुल्लक आणि विचारात न घ्यावा असा मुद्दा होता काय? त्याकडे दुर्लक्ष कसे झाले? त्यामुळे प्रत्यक्ष साकारलेले बांधकाम भयंकर आहे. अशा जागेचे मोल समजणे, त्यावरील बांधकामाच्या शक्यता विचारात घेणे, ही बाब दुर्लक्ष करण्यासारखी नाही. कदाचित अनेक लोक त्यात सहभागी राहिल्याने तसे झाले असावे; तरीही जे घडले ते विश्वास बसण्यासारखे नाही.

ट्रम्प टॉवरला तेच नाव देणे, ही साधी बाब व्यवसायासाठी मोठी ठरली. न्यू यॉर्कमधल्या उंच, बहुमजली व देखण्या इमारतीला आमचेच नाव दिल्याने माझी ब्रँडओळख प्रस्थापित झाली. त्यातून माझ्या भविष्यातील यशाचा पाया रचला गेला. पुढे एका मुलाखतकाराने मला थेट सांगितले की, ‘‘तुम्ही स्वत:च एक ब्रँड बनला आहात’’. आणि त्यात मला काहीही वावगे वाटत नाही. तसे का वाटावे? माझा ब्रँड सर्वोत्तम आहे. मी सर्वोत्तम ठरलो, तर त्याने अस्वस्थ होण्याचे कारणच काय?

एक उद्योजक म्हणून तुम्ही स्वत:शी अत्यंत प्रामाणिक व खरे असले पाहिजे. तुमचा स्वत:वर व तुमच्या उत्पादनावर ठाम विश्वास पाहिजे. आत्मविश्वासाने वागा, भरपूर कष्ट करा आणि समग्रतेचे भान ठेवतानाच लहान; पण महत्त्वाच्या गोष्टींकडेही लक्ष द्या. रॉबर्टसाठी हाच यशाचा मंत्र ठरला आणि मलाही त्यानेच यश मिळवून दिले. तुमच्यासाठीसुद्धा हा यशाचा मंत्र ठरेल.

उद्योजकतेचे मर्म : छोट्या; तरीही मोठ्या गोष्टी

''तुम्ही इतरांपेक्षा कोणती गोष्ट चांगली करता'', हा प्रश्न तुम्ही स्वत:लाच विचारा. हा एक महत्त्वाचा प्रश्न आहे. आणि तुमच्या व्यवसायासाठी महत्त्वाच्या ठरू शकणाऱ्या छोट्या गोष्टीचे बीज त्यात असू शकते. तुमचे लक्ष योग्य ठिकाणी वळवणे व केंद्रित करणे ही काही मोठी गोष्ट नाही. ते व्यवस्थित समजण्यासाठी काही मोठ्या कंपन्यांची उदाहरणे आपण पाहू. हे मुद्दे समजण्यासाठी इतरही काही पूरक उदाहरणे देता येतील. खरे तर लहान गोष्टींवर लक्ष केंद्रित केल्याने मोठा फायदा झाल्याची छोट्या कंपन्यांची अनेक उदाहरणे आहेत. पण, मोठ्या कंपन्यांची उदाहरणे मुद्दा समजावून सांगण्यासाठी जास्त उपयोगी ठरू शकतील.

मोठ्या कंपन्यांसाठी महत्त्वाच्या ठरलेल्या छोट्या गोष्टींचा हा धावता आढावा :

वॉलमार्ट : नेहमीच स्वस्त

सर्वांत स्वस्त किंमत या एका तत्त्वावर सॅम वॉल्टन यांनी वॉलमार्टचे साम्राज्य उभे केले. त्यांनी फक्त किमती कमी केल्या नाहीत, तर अमेरिकेतल्या अर्कान्सस येथील सवलतीच्या मालाच्या दुकानापासून सुरुवात करून जगभर व्यवसायाचे जाळे विणले. त्यांची ही योजना इतकी साधी होती की, ती प्रत्येकाला सहज समजली. ''नेहमीच कमी किंमत – नेहमीच'' (ऑलवेज लो प्राइसेस – ऑलवेज) ही वॉलमार्टची तब्बल वीस वर्षे कायम राहिलेली घोषणा होती. या घोषणेत १२ सप्टेंबर २००७ रोजी बदल झाला. ''पैसे वाचवा, अधिक चांगले जगा!'' (सेव्ह मनी, लिव्ह बेटर), अशी त्यांची नवी घोषणा आहे. घोषणा बदलली, लहान गोष्ट तीच आहे.

डॉमिनोज : अर्ध्या तासात पिझ्झा

पिझ्झाच्या व्यवसायात मोठी उलथापालथ घडवणाऱ्या लहान गोष्टीचा उल्लेख रॉबर्टने केला आहे. सन १९६०मध्ये बाजारपेठेत पिझ्झा विकणाऱ्यांची मोठी झुंबड असताना टॉम मोनाघन यांनी मिशिगन प्रांतातील सिलांटी इथले डॉमिनिक्स पिझ्झा हे छोटे दुकान घेतले. ७५ डॉलरची अनामत रक्कम देऊन पाचशे डॉलर्स महिना भाडे देण्याचा करार त्यांच्यात झाला. टॉमने पिझ्झाचा व्यवसाय व त्यातल्या खाचाखोचा आधी समजून घेतल्या. त्यानंतर ''फक्त तीस मिनिटांत पिझ्झा; वेळेत न मिळाल्यास मोफत'', या ग्राहकांना दिलेल्या वचनाभोवती व्यवसाय उभा केला. त्याची जाहिरात करणारी जिंगल अशी होती. ''फक्त एक नंबर फिरवा आणि डॉमिनोज पिझ्झा तुमच्यापर्यंत! अर्धा तास थांबा, नाहीतर फुकट पिझ्झा खा!'' (पिझ्झा इन *30* मिनिट्स ऑर लेस, ऑर इट्स फ्री) डॉमिनोजच्या या आश्वासनाने पिझ्झा व्यवसायाचे संपूर्ण चित्रच पालटले.

मेरी केची सौंदर्यातील शक्ती

मेरी के ॲश हिने मेरी के कॉस्मेटिक्स सुरू केले, त्यामागे महिलांना सबळ बनवण्याची तिची प्रबळ इच्छा होती. ती म्हणते, ''आपण किती महान आहोत, हे महिलांना समजावे, यासाठी मदत करणे हेच माझे ध्येय आहे.'' ती नवऱ्यापासून वेगळी झालेली

एका मुलाची आई होती. तिने जिद्दीने महाविद्यालयीन शिक्षण पूर्ण केले. अमेरिकेतल्या कॉर्पोरेट विश्वात ती यशस्वीही झाली. परंतु, व्यावसायिक जगात महिलांना कसे मागे खेचले जाते, हे पाहून ती हताश झाली.

मेरीने १९६०मध्ये मुलाच्या साथीने मेरी के कॉस्मेटिक्स सुरू केले. त्यासाठी तिने शिलकीत ठेवलेली पाच हजार डॉलर्सची रक्कम वापरली. सन २००१मध्ये मेरी हे जग सोडून गेली, त्या वेळी तिच्याकडे जगभरातले चार लाख ७५ हजार सौंदर्यविषयक सल्लागारांचे जाळे होते. तिच्या उत्पादनांची एकूण विक्री दोन अब्ज डॉलर्सवर पोचली होती. मेरी तिच्या व्यवसायात लक्षणीय विक्री करणाऱ्या प्रतिनिधींना गुलाबी रंगाची कॅडिलॅक मोटार भेट देत असे. १९९७या एका वर्षांत तिने आठ हजारांपेक्षा जास्त कॅडिलॅक्स प्रतिनिधींना भेट दिल्या. या मोटार कंपनीची ती सर्वांत मोठी कॉर्पोरेट खरेदीदार बनली. *फॉर्च्युन* नियतकालिकाच्या 'नॅशनल बिझनेस हॉल ऑफ फेम' या प्रसिद्ध व्यक्तींच्या यादीत मेरीने स्थान मिळवले होते. बेलर विद्यापीठाने 'इतिहासातील सर्वांत महान उद्योजिका' म्हणून तिचा गौरव केला. मानाचा 'होराशियो अल्गेर पुरस्कार' ही तिला देण्यात आला. असे असंख्य पुरस्कार व मानसन्मान मेरीने मिळवले. ती एक धार्मिक वृत्तीची महिला होती. ती म्हणे, *क्षमताहीन नगण्य व्यक्ती* बनवण्यासाठी देवाकडे वेळच नव्हता, तो फक्त काही ना काही *क्षमता असलेल्या व्यक्तीच* बनवतो. आपल्यापैकी प्रत्येकाकडे देवाने दिलेली कोणती ना कोणती प्रतिभा आहे. ती ओळखून आपण तिचा पूर्णपणे उपयोग केला पाहिजे.' महिलांना सक्षम बनवण्याची क्षमता ही मेरीची मोठी ठरलेली छोटी गोष्ट होती.

फेसबुकचे शेअरिंग

मार्क झुकेरबर्ग याने हॉवर्ड विद्यापीठाच्या वसतिगृहातील खोलीतून २००४मध्ये फेसबुक सुरू केले. आज मितीला या कंपनीचे मूल्य अब्जावधी डॉलर्सचे आहे. मार्कने महाविद्यालयात असतानाच 'झुक नेट' नावाची प्रणाली विकसित केली होती. त्याच्या वडिलांचा दंतवैद्यकीचा व्यवसाय आणि घर यांना जोडणारी ही प्रणाली होती. ''खुलेपणा : लोकांना एकमेकांशी जोडणे आणि त्यांना ज्या महत्त्वाच्या गोष्टी एकमेकांशी वाटून घ्यायला – शेअर करायला आवडतात, त्यासाठी मदत करणे'', हे मार्कचे जीवनध्येय होते. मार्क हाच फेसबुकच्या संकल्पनेचा जनक होता की नाही, यावरून मोठे वाद झडले असले, तरी त्याने व त्याच्या व्यवसायाने लक्षावधी लोकांना परस्परांशी जोडले आहे, हे सत्य नाकारता येत नाही. या माध्यमातून लोक बऱ्याच महत्त्वाच्या गोष्टी मित्रांशी शेअर करतात. इतर कशाहीपेक्षा लोकांना परस्परांशी जोडण्याची ही अद्भुत शक्ती ही मार्कला मोठे बनवणारी छोटी गोष्ट आहे.

या व्यवसायांवर तुम्ही नजर टाका. या प्रत्येकाची सुरुवात एस वर्गवारीतल्या छोट्या व्यवसायातून झाल्याचे तुमच्या लक्षात येईल. त्यांना महत्त्वाच्या वाटलेल्या छोट्या गोष्टीभोवती व्यवसाय उभारल्याशिवाय ते गप्प बसले नाहीत. नंतर या व्यवसायातून त्यांनी साम्राज्य उभे केले आणि बी वर्गवारीत अढळ स्थान मिळवले. बी वर्गवारीत त्यांनी प्रवेश

केल्यानंतर आय वर्गवारीतील मोठ्या गुंतवणूकदारांनी त्यांच्या व्यवसायात गुंतवणुकीची सुवर्णसंधी गमावली नाही.

लोभी विरुद्ध उदार

मेरी के ॲशने म्हटल्याप्रमाणे, ''क्षमताहीन नगण्य व्यक्ती बनवण्यासाठी देवाकडे वेळच नव्हता, तो फक्त काही ना काही क्षमता असलेल्या व्यक्तीच बनवतो. आपल्यापैकी प्रत्येकाकडे देवाने दिलेली कोणती ना कोणती प्रतिभा आहे. ती ओळखून आपण तिचा पूर्णपणे उपयोग केला पाहिजे.'' तिचे हे बोल आपल्या सर्वांना लागू आहेत. तेव्हा प्रत्येक उद्योजकाने आत्मपरीक्षण केले पाहिजे आणि स्वत:ला विचारले पाहिजे की, ''मला मिळालेली देवदत्त देणगी कोणती? मी जगाला काय देऊ शकतो?'' लक्षात घ्या की, पैसे मिळवण्यासाठी किंवा खूप श्रीमंत होण्यासाठी व्यवसाय सुरू करण्यापेक्षाही मिडास टच मिळवण्याची साधना खूप महान आहे.

लोकांना वाटते की, खूप श्रीमंत लोक लोभी व पैशाला हपापलेले असतात. हा समज खोटा आहे. उलट खूप श्रीमंत होण्यासाठी उद्योजकांनी खूप उदार होणे आवश्यक आहे. त्यांना मिळालेली देवदत्त प्रतिभा त्यांनी इतरांसोबत वाटून घेतली पाहिजे आणि आपल्याकडे जे सर्वोत्तम आहे, ते इतरांना दिले पाहिजे. मिडास टच मिळवलेले उद्योजक केवळ त्यांच्या ग्राहकांना देत नाहीत. व्यवसायात योगदान देणाऱ्या, त्यासाठी कष्ट करणाऱ्या सर्वांना ते संपत्ती आणि वैभव मिळवून देतात. हे उद्योजक मोठ्या प्रमाणावर रोजगार निर्माण करतात आणि त्या माध्यमातून स्थिर अर्थव्यवस्था आणि स्थिर जगासाठी आवश्यक अशी संपत्ती निर्माण करतात.

''तुम्ही इतरांना दिलेत, तर तुम्हालाही काहीतरी मिळते'', अशी धर्मभीरू लोकांची श्रद्धा असते. अनेक लोक श्रीमंत बनत नाहीत, याचे कारण इतरांना देण्यापेक्षा आपल्याला अधिक मिळण्याची अपेक्षा ते धरतात. ''तुम्ही मला किती पगार देणार? मला याचे फायदे काय? मी जास्त वेळ काम केले, तर मला किती पैसे मिळतील? या नोकरीत मला किती सुट्या मिळतील? माझ्या निवृत्तीवेतन योजनेत कंपनीचे योगदान काय असेल? आजारपणाच्या रजा मिळणार का? किरकोळ रजा किती मिळणार?'', असे प्रश्न विचारण्याचेच प्रशिक्षण बहुधा अनेकांना मिळालेले असते.

तर एस वर्गवारीतले व्यावसायिक, ''माझे शुल्क तासाला दीडशे डॉलर्स आहे. याशिवाय जाण्यायेण्याचा खर्च वेगळा. मी आठवड्याच्या सुटीच्या दिवशी काम करत नाही. मी गृहभेटी देत नाही. तुमच्या प्रकल्पावर मी किती वेळ खर्च केला, हे लक्षात घेतले तर मला अधिक पैसे मिळाले पाहिजेत. मी कामात खूप व्यग्र असल्याने तुम्हाला महिनाभर तरी भेटू शकणार नाही'', अशा असंख्य गोष्टी तुम्हाला सांगतील. लोकांना फक्त पैसे मिळवण्यासाठीच प्रशिक्षित केले जाते, तेव्हा अशाच गोष्टी घडतात. लक्षावधी लोकांची सेवा करण्याची प्रेरणा त्यांच्या व्यवसायात नसते. विचार करण्याच्या दोन पद्धतींमधला हा खूप मोठा फरक आहे. एक आपल्याला जास्तीत जास्त कसे मिळेल, यावर लक्ष केंद्रित करते; तर दुसरी इतरांना अधिकाधिक देण्यावर शक्ती केंद्रित करते.

तुम्ही केल्याच पाहिजेत अशा छोट्या; पण महत्त्वाच्या गोष्टी

बी आणि आय वर्गवारीतले मोठे व्यावसायिक किंवा गुंतवणूकदार होण्याचा विचार करण्यापूर्वी तुम्ही स्वत:ला पुढील प्रश्न विचारा :

- तुम्ही उदार आहात का?
- जगाला देण्यासाठी तुमच्याकडे काही आहे का?
- बी आणि आय वर्गवारीत व्यवसाय वाढवण्यासाठीची जिद्द, प्रेरणा आणि झोकून देण्याची वृत्ती तुमच्याकडे आहे का?
- इतरांचे आयुष्य अधिक समृद्ध व्हावे, यासाठी प्रयत्न करण्यास तुम्ही तयार आहात का?

या प्रश्नांना तुमचे उत्तर 'हो' असेल, तर एक महान उद्योजक बनण्यासाठी आवश्यक व्यक्तिमत्त्व तुमच्याकडे आहे. बी वर्गवारीतील मोठा व्यवसाय उभारण्याची जिद्द व झोकून देण्याची वृत्ती तुमच्याकडे असेल, तर तुम्ही पुढे दिलेल्या काही 'छोट्या गोष्टी' अवश्य केल्या पाहिजेत.

हे केलेच पाहिजे– १ : उद्योग–व्यवसायाचे आजन्म विद्यार्थी बना.

उद्योजकाला व्यवसायात खराखुरा रस नसेल, तर अनेक छोटे व्यवसाय अपयशी ठरतात किंवा रडतखडत चालतात. अशा उद्योजकांना फक्त त्यांच्या तज्ज्ञतेच्या विशेष क्षेत्रातच रस असतो. फक्त उत्तम स्वयंपाक बनवण्यावर लक्ष केंद्रित केलेला उपाहारगृहाचा मालक तुमच्या लक्षात आहे का? त्याच गोष्टीबद्दल आम्ही बोलत आहोत. डोनाल्डला त्याच्या प्रकल्पांमध्ये रुची आहे; परंतु एकंदर व्यवसायातच त्याला रस आहे. रॉबर्टचेही तसेच आहे.

एस वर्गवारीतले अनेक लघुउद्योजक हे तंत्रज्ञ – तंत्र किंवा तंत्रज्ञान माहीत असलेले लोक असतात; ते व्यावसायिक नसतात. उदाहरणार्थ, डॉक्टर हे उच्च प्रशिक्षित तंत्रज्ञच असतात. ते त्यांचा खासगी दवाखाना चालवतात; पण त्यांच्या वैद्यकीय कौशल्यावर आधारित व्यवसाय करण्यावर त्यांनी लक्ष केंद्रित केलेले नसते. ते फक्त रुग्णांना तपासतात. डॉक्टरांनी वैद्यकीय क्षेत्राशी संबंधित नियतकालिके वाचली पाहिजेत, अशी अपेक्षा केली जाते. परंतु, व्यवसायाशी संबंधित नियतकालिके वाचणारे किती डॉक्टर असतात? अनेक डॉक्टर वैद्यकीशी संबंधित नवे तंत्र, नव्या पद्धती समजून घेण्यासाठी वैद्यकीय परिषदांना हजेरी लावतात, पण फारच थोडे डॉक्टर उद्योग–व्यवसायविषयक परिषदा किंवा गुंतवणूकविषयक चर्चासत्रांना उपस्थित असतात.

आजन्म शिकत राहणे म्हणजे उद्योजकांनी इतर उद्योजकांसमवेत आवर्जून वेळ घालवला पाहिजे, अनुभवांची देवाणघेवाण केली पाहिजे. एकमेकांपासून शिकत त्यांनी व्यवसाय वाढवला पाहिजे. उद्योजकांच्या संघटना किंवा परिषदा या अशा एकमेकांना भेटण्याच्या व अभ्यास करण्याच्या चांगल्या जागा असतात. 'आंत्रप्रुनर्स

ऑर्गनायझेशन' (ईओ) या संघटनेच्या जगभरातील अनेक महत्त्वाच्या शहरांमध्ये शाखा आहेत. संघटनेतर्फे उद्योजकांसाठी नियमित प्रशिक्षण वर्गांचे आयोजन केले जाते. महिन्यातून एकदा त्या त्या भागातल्या उद्योजकांची एकत्र भेट होते. छोट्या गटांच्या अशा भेटींना 'फोरम' म्हटले जाते. त्यात व्यवसायविषयक अनुभवांची देवाणघेवाण होते, महत्त्वाच्या प्रश्नांची चर्चा होते. हे उद्योजक एकत्र येऊन त्यांच्यापुढचे प्रश्न सोडवतात आणि त्यांचा व्यवसाय आणखी पुढे नेतात. त्यांच्या आयुष्याचा पोतही त्यातून सुधारतो. 'आंत्रप्रुनर्स ऑर्गनायझेशन'मधील असंख्य कंपन्यांची सुरुवात एस वर्गवारीतल्या छोट्या स्वरूपापासून झाली; परंतु त्या आता बी वर्गवारीतला मोठा व्यवसाय बनल्या आहेत.

रिच डॅड कंपनीनेही 'ग्लोबल आंत्रप्रुनर्स ऑर्गनायझेशन' (जीईओ) नावाने महत्त्वाकांक्षी कार्यक्रम हाती घेतला आहे. एस वर्गवारीतले छोटे व्यवसाय सुरू करण्यासाठी आवश्यक प्रशिक्षण, कौशल्यशिक्षण आणि अनुभव देण्यापासून त्याची सुरुवात होईल. हे व्यवसाय नंतर बी आणि आय वर्गवारीत जाण्यासाठी आवश्यक प्रशिक्षण व साह्याची योजनाही त्यात अंतर्भूत आहे. उद्योजक बनण्याचा एक मोठा फायदा म्हणजे तुमचा व्यवसायच तुमचे व्यवसाय प्रशिक्षण केंद्र बनते. तुमची कंपनी तुमची प्रयोगशाळा असते. तेव्हा न घाबरता व्यवसाय सुरू करा आणि आजन्म शिक्षणाच्या पायवाटेवरून चालू लागा.

आउटलायर्स : द स्टोरी ऑफ सक्सेस हे माल्कम ग्लॅडवेलचे पुस्तकही सर्व उद्योजकांनी आवर्जून वाचले पाहिजे. बिल गेट्ससारख्या व्यक्ती किंवा द बीट्लससारखे गट कल्पनेच्या पलीकडचे यश संपादन करू शकतात, याचे स्पष्टीकरण त्यात दिले आहे. रात्रीतल्या रात्रीत यश क्वचितच एखाद्याला मिळते. उलट ग्लॅडवेल म्हणतो, ''आपली ओळख निर्माण करणारा आणि यश मिळवून देणारा सांस्कृतिक वारसा, अभूतपूर्व संधी आणि एखाद्या जादुनगरीप्रमाणे मदत करणाऱ्या अनेक छुप्या शक्ती या सर्वांच्या सहयोगातून आपण घडतो.'' त्यामुळे आपल्या आयुष्यातल्या अशा गोष्टी हुडकून त्यांच्यापासून शिकण्याचा प्रयत्न करणे सार्थ ठरते. तेव्हा वैविध्यपूर्ण अनुभवांना तुम्ही खुलेपणाने सामोरे जा, व्यवसायाचे आयुष्यभराचे विद्यार्थी बना. म्हणजे तुम्ही इतर अनेक उद्योजकांपेक्षाही खूप यशस्वी होऊ शकाल.

हे केलेच पाहिजे- २ : तुम्ही कोण आहात, याचा शोध घ्या.

सर्व उद्योजक हे एकमेवाद्वितीय असतात. त्यामुळे एखादा व्यवसाय उभारणं व त्याचे ब्रँडमध्ये रूपांतर करणे हा स्वत:ला समजून घेण्याचा एक मार्ग आहे.

मार्गारेट मार्क आणि कॅरोल एस. पीअरसन यांनी लिहिलेले *द हिरो अँड द आउटलॉ: बिल्डिंग एक्स्ट्राऑर्डिनरी ब्रँड्स थ्रू द पॉवर ऑफ आर्चटाइप्स* हे पुस्तकही अभ्यासण्यासारखे आहे. उद्योजकांना ते स्वत:विषयी आणि त्यांच्या उद्योग-व्यवसायाविषयी योग्य जाणीव करून देण्यासाठी हे पुस्तक उपयुक्त आहे.

या पुस्तकात पुराणातली आणि व्यवसायातील काही प्रातिनिधिक रूपे – नमुने मांडले आहेत. उद्योजक आणि त्यांचे ब्रँड या कोणत्या ना कोणत्या रूपाचे प्रतिनिधित्व करतात, असे लेखकांचे म्हणणे आहे. या पुस्तकात उल्लेख केलेली काही पात्रे आणि त्यांची मार्गदर्शक तत्त्वे पुढे दिली आहेत. त्यातून आपले व्यक्तिमत्त्व कोणाशी अधिक जुळते हे तुम्हाला शोधता येईल का?

- **राज्यकर्ता :** राजा-राणी, कॉर्पोरेट क्षेत्रातील मुख्य कार्यकारी अधिकारी, अध्यक्ष, सिनेट सदस्य, महापौर आणि घरातली सर्व कामे लीलया सांभाळणाऱ्या माता अशी त्याची काही उदाहरणे सांगता येतील. राज्यकर्त्यांनी सर्व गोष्टींवर नियंत्रण राखलेच पाहिजे. राज्य करणे म्हणजे केवळ लोकांची काळजी घेणे नाही. या प्रकारच्या व्यक्तींना लोकांना नियंत्रणात ठेवण्याची प्रचंड इच्छा असते. आपण नियम बनवू शकतो आणि त्यांची प्रभावी अंमलबजावणी करू शकतो, यावर त्यांचा विश्वास असतो. आयबीएम हा असा राज्यकर्त्या वर्गातला ब्रँड आहे; तर ॲपल हा बंडखोर वर्गातला ब्रँड आहे. तुमचे जर राज्यकर्त्या वर्गाशी साधर्म्य असेल, तर तुम्ही आयबीएमशी नाते जोडता. पण तुम्ही बंडखोर वृत्तीचे असाल, तर तुम्हाला ॲपल अधिक भावते.

  राज्यकर्त्या वर्गाचे बोधवाक्य आहे : सत्ता म्हणजे सर्व काही नाही. सत्ता हीच एकमेव गोष्ट आहे.

- **बंडखोर :** हे लोक प्रस्थापित सामाजिक चौकटींच्या बाहेर असतात. अशा बंडखोर व्यक्तींमध्ये लोकांना आकर्षित करण्याची अनोखी शक्ती असते. त्यांचे व्यक्तिमत्त्व भारलेले असते, याचे कारण त्यांची स्वत:मध्ये खोलवर रुजलेल्या तत्त्वांशी बांधिलकी असते. बाह्यत: ते कायदा झुगारून देणारे असले, तरी ते स्वत:च्या तत्त्वांशी प्रामाणिक असतात. झोरो, रॉबिनहूड ही त्याची आदर्श उदाहरणे आहेत. चीनच्या थिआनमेन चौकात निदर्शने करणारे हे चांगले बंडखोर मानले गेले कारण त्यांना स्वातंत्र्य अधिक प्रिय होते. चीन सरकारच्या दृष्टीने हे निदर्शक हे कायदा न पाळणारे गुन्हेगार होते. असे अनेक तथाकथित बंडखोर हे प्रस्थापित यंत्रणेविरुद्ध आवाज उठवत असतात.

  अमेरिकी लोकगीतांमधले बॉनी आणि क्लाइड हे असेच बंडखोर होते. ते बँकांवर दरोडे टाकणारे जरी होते, तरी लोकांना त्यांच्याबद्दल आकर्षण होते. बिली द किड आणि जेस्सी जेम्स यांच्याबद्दलही असेच म्हणता येईल. जॉन विल्कीस बूथ याने अमेरिकेचे अध्यक्ष अब्राहम लिंकन यांच्यावर गोळी झाडली, तेव्हा आपण समाजाचे नायक बनू अशीच त्याची भावना होती. प्रत्यक्षात त्याच्या शोधासाठी मानवी इतिहासातली सर्वांत मोठी मोहीम हाती घेण्यात आली.

  मार्क झुकेरबर्ग हा असाच एक बंडखोर आहे. *हॅकर्स : हिरोज् ऑफ द कॉम्प्युटर रिव्होल्युशन* या पुस्तकाचे लेखक स्टीव्हन लेव्ही यांनी स्पष्टपणे म्हटले आहे

की, ''झुकेरबर्ग स्वत:ला हॅकरच समजत होता.'' ''वस्तू किंवा परिस्थिती अधिक चांगल्या करण्यासाठी त्यांची मोडतोड करणे केव्हाही चांगलेच'', असे झुकेरबर्ग म्हणतो. फेसबुक 'हॅकॅथॉन्स' नावाने एक अनोखी स्पर्धा घेते. त्यात संगणक प्रणालीशी संबंधित अल्गॉरिदमच्या काही समस्या सोडवायच्या असतात. विजेत्यांचा गौरव करण्यासाठी एक हॅकर चषक आणि रोख पारितोषिके देणारी स्पर्धाही आहे.

बंडखोर वर्गातल्या व्यक्तींना नियम तोडणे आवडते. बहुतांश उद्योजकांमध्ये काही ना काही प्रमाणात बंडखोर वृत्ती असते, असे निश्चितपणे म्हणता येईल.

द पायरेट्स ऑफ सिलिकॉन व्हॅली नावाचा एक सुंदर चित्रपट आहे. ही बिल गेट्स आणि स्टीव्ह जॉब्स या दोन तरुण उद्योजकांच्या कहाणीवर तो बेतलेला आहे. त्यावेळी जगावर अधिराज्य गाजवणाऱ्या आयबीएम आणि झेरॉक्स या बड्या कंपन्यांकडून त्यांनी व्यवसाय कसा चोरला आणि आपले व्यवसाय कसे उभे केले, याची गोष्ट त्यात मांडली आहे. (या चित्रपटाचा आठ मिनिटांचा ट्रेलर तुम्हाला यू-ट्यूबवर पाहता येईल. तो नक्की पहा.)

बंडखोर वर्गाचे बोधवाक्य आहे : नियम हे मोडण्यासाठीच असतात.

- **सेवाव्रती :** आरोग्यसेवा, नर्सिंग, पाळणाघरे, वृद्धाश्रम, औषधनिर्मिती व विक्री, पुनर्वसन आदि क्षेत्रांमध्ये काम करणाऱ्या व्यक्ती, संघटना या वर्गात मोडतात. रेड क्रॉस, मेयो क्लिनिक, युनायटेड हेल्थकेअर, जॉन्सन अँड जॉन्सन अशांचा त्यात समावेश होतो. ज्यांना आरोग्य आणि संबंधित क्षेत्रांमध्ये रस आहे, अशा उद्योजकांनी वैद्यकीय सेवा, गृहशुश्रुषा, जैववैद्यकीय कंपन्या, ज्येष्ठ नागरिकांची सेवा आदि गोष्टींशी संबंधित उद्योग-व्यवसाय उभारावेत. सेवाव्रती वर्गाचे बोधवाक्य आहे : शेजाऱ्यांवर स्वत:इतकेच प्रेम करा.

- **नायक :** धैर्याने संकटांचा सामना करणाऱ्या, संघर्ष करणाऱ्या व्यक्ती या प्रकारात मोडतात. लष्कर, पोलिस, अग्निशमन दले अशी त्यांची काही उदाहरणे सांगता येतील. ११ सप्टेंबर २००१ रोजी झालेल्या दहशतवादी हल्ल्यानंतरच्या परिस्थितीशी झुंजलेले न्यू यॉर्क पोलिस, अग्निशामक दलाचे जवान यांचा आणि नेव्ही सील्सच्या कमांडोंचाही त्यात खात्रीपूर्वक समावेश होईल. अशा नायक वर्गाचे बोधवाक्य असते : इच्छा तिथे मार्ग.

- **सात्विक :** शुद्ध सात्विक भावाने स्वत:च्या व लोकांच्या मुक्तीसाठी धडपडणाऱ्या लोकांचा यात समावेश करता येईल. चर्च, मठमंदिरे, मशिदी व त्यांचे धर्मप्रसारक ही त्याचीच उदाहरणे आहेत. 'साल्व्हेशन आर्मी' ही संघटनाही त्यातलीच. 'आयव्हरी स्नो', या साबणाच्या ब्रँडने असाच शुद्धता, स्वच्छता व सात्विकता या गुणांशी स्वत:ला जोडण्याचा प्रयत्न केला होता.

सात्विक वर्गाचे मर्म पुढीलप्रमाणे सांगता येईल : मी, तुम्ही, आपण सारे मुक्तीच्या मार्गाचे प्रवासी.

- **प्रेमिक :** प्रणय, शृंगार आदि भावनांचे ते प्रतिनिधित्व करतात. व्हिक्टोरियाज सीक्रेट हा ब्रँड या वर्गवारीत मोडू शकतो. खाद्यपदार्थांमधले गोडिव्हा चॉकलेट्स, हेजन दाझ आइस्क्रीम अशी त्याची उदाहरणे सांगता येतील. जेनिफर लोपेझ, बियॉन्से अशा पॉप गायिकाही त्याचीच रुपे आहेत.

  प्रेमिकांचे बोधवाक्य असते : हे नयन तुझ्यासाठी!

- **शोधक :** स्वतंत्र बाण्याच्या साहसी व्यक्तींचा या वर्गात समावेश होतो. पॅटागोनिया क्लोदिंग कंपनी आणि द नॉर्थ फेस असे ब्रँड या वर्गवारीतले म्हणून सांगता येतील. गिर्यारोहक, सायकलपटू, दर्यावर्दी, भटकंतीची अत्यंत आवड असलेल्या लोकांचा हा वर्ग आहे. अशा शोधक वर्गाचे सांगणे असते : 'मला अडवू नका.'

- **विदूषक :** मौजमजा, लोकांना आनंद वाटणे हेच यांचे काम असते. हास्यसम्राट, विनोदी कलाकार या वर्गात मोडतात. अनेक उत्पादने विनोदी, मजेदार जाहिरातींच्या माध्यमातून ग्राहकांना आकर्षित करण्याचा प्रयत्न करतात. गुगल, याहू या सध्याच्या प्रसिद्ध इंटरनेट कंपन्यांनीही सुरुवातीला हा मार्ग अवलंबिला होता.

  या वर्गाचे तत्त्व असते : मला मौजमजेचे – नाचण्याचे स्वातंत्र्य नसेल, तर तुमच्या क्रांतीबिंतीत मला काही रस नाही.

- **सामान्य नागरिक :** सर्वसामान्यांचे प्रतिनिधित्व करणारा हा वर्ग. पृथ्वीतलावर हाच वर्ग बहुसंख्येने आहे. सर्वसामान्यांची नाडी ओळखणारे राजकीय नेते अशा वर्गात लोकप्रिय ठरतात. अमेरिकेतल्या सारा पॉलिन यांनी त्यांची व्यक्तिगत व राजकीय कारकीर्द घडवण्यासाठी याच तत्त्वाचा आधार घेतला. स्थानिक सणसमारंभ, उत्सवांमध्ये सहभागी होणे, लोकप्रिय कार्यक्रमांचे आयोजन करणे, कामगार संघटनांचे नेतृत्व करणे अशा अनेक गोष्टी ही मंडळी करतात. सामान्य नागरिकांच्या या वर्गाचे बोधवाक्य आहे : सर्व स्त्री आणि पुरुष जन्माने समान आहेत.

- **ऋषी :** हे शिक्षक वर्गवारीत मोडणारे लोक आहेत. रॉबर्ट आणि माझा समावेश याच वर्गात होतो. आम्ही उद्योजकता आणि आर्थिक शिक्षणाच्या क्षेत्रातील शिक्षक आहोत. जॉर्ज वॉशिंग्टन कार्व्हर, अल्बर्ट आइनस्टाइन, सॉक्रेटिस, कन्फ्युशियस, गौतम बुद्ध आणि ओप्रा विन्फ्रे आदी ऋषी मंडळी जगाचे शिक्षक आहेत. विविध व्यक्ती, समुदायांसाठी वेगेवेगळे मार्गदर्शक असू शकतात. अमेरिकेच्या कॉर्पोरेट विश्वातील बड्या व्यवसायांना मार्गदर्शन करणारे पीटर ड्रकर असेच गुरू आहेत. आय वर्गवारीतल्या गुंतवणूकदारांसाठी वॉरेन बफे हे असेच प्रेषित

आहेत. लोकांच्या शिकण्याच्या आणि स्वत:चा विकास करण्याच्या क्षमतेवर या ऋषींचा विश्वास असतो. त्यातूनच अधिक चांगले जग निर्माण होईल, अशी आशा त्यांना वाटत असते.

या ऋषी वर्गाचे आश्वासन असते : सत्य हाच मुक्तीचा मार्ग आहे.

मनुष्यस्वभाव व व्यक्तींचे असे विविध प्रकार पाहिल्यानंतर आता स्वत:ला प्रश्न विचारा :

- माझे व्यक्तिमत्त्व कोणत्या प्रकारचे आहे?
- माझ्या व्यक्तिमत्त्वाचा व्यवसायाच्या विकासासाठी मी कसा उपयोग करू शकेन?

या ठिकाणी 'हे केलेच पाहिजे – १ : उद्योग–व्यवसायाचे आजन्म विद्यार्थी बना' ही शिकवण महत्त्वाची ठरते. द *हिरो अँड आउटलॉ* यासारखी पुस्तके एस वर्गवारीतले उद्योजक सहसा वाचत नाहीत. आपल्या स्वत:च्या क्षेत्राशी संबंधित काही माहिती असल्याशिवाय ते अशा वाचनाच्या फंदात पडत नाहीत. मात्र, व्यवसायाचा अभ्यास म्हणजे लोकांचा व नेतृत्वशैलीचा अभ्यास असतो. हे पुस्तक याच प्रकाराचे आहे. तुम्हाला काही वाचायचे नसेल, अभ्यास करायचा नसेल, तर बी आणि आय वर्गवारीतला मोठा व्यवसाय, गुंतवणूक उभी करण्याच्या तुमच्या प्रयत्नांमध्ये अनंत अडचणी येतील.

हे केलेच पाहिजे – ३ : पैशांसाठी नाही; मालमत्ता निर्माण करण्यासाठी काम करा. मिडास टच मिळवणारे उद्योजक फक्त पैशांसाठी काम करत नाहीत. ते मालमत्ता निर्माण करण्यासाठी किंवा मिळवण्यासाठी काम करतात. तुम्हाला जर या पुस्तकातून कोणती तरी एखादीच शिकवण घ्यायची असेल, तर ती, 'पैशांवर नव्हे; तर मालमत्ता निर्माण करण्यावर शक्ती एकवटा,' ही असू दे.

अनेक उद्योजकांना हे लक्षात येत नाही की, संपत्ती कामातून नाही, तर तुम्ही उभारत असलेल्या मालमत्तांमधून ती निर्माण होत असते. उदाहरणार्थ, बहुसंख्य लोकांना हे माहीत आहे की, डोनाल्ड हा बांधकाम क्षेत्रातला उद्योजक आहे. उच्च सुविधायुक्त इमारती, गोल्फची मैदाने, कसिनो अशा मालमत्ता त्याने बांधल्या आहेत. मात्र, केवळ अशी बांधकामे हीच त्याची मालमत्ता नाही. डोनाल्डचा दूरचित्रवाणीवरचा कार्यक्रम द *ॲप्रेंटिस* हीदेखील त्याची मालमत्ता आहे. हे पुस्तकदेखील त्याची आणि रॉबर्टची संयुक्त मालमत्ता आहे. बांधकाम क्षेत्राव्यतिरिक्त डोनाल्डच्या अनेक मालमत्ता आहेत.

शैक्षणिक खेळ, चर्चासत्रांचे आयोजन, पुस्तके लिहिणे आदि गोष्टी या रॉबर्टच्या मालमत्ता आहेत. रॉबर्टच्या बांधकाम क्षेत्र, खनिज तेल व्यवसायातील गुंतवणुकीमुळे त्याला प्रत्यक्ष काम न करताही दर महिन्याला पैसे मिळत असतात. रॉबर्टने गुंतवणूक करून अनेक निवासी इमारती, सोनेचांदी व तांब्याच्या खाणी, गोल्फची मैदाने, तेलविहीरी संपादन केल्या आहेत. या सर्व गोष्टी म्हणजे त्याची मालमत्ता आहे.

एस वर्गवारीतले अनेक उद्योजक हे पैसे मिळवण्यासाठी काम करतात. त्यामुळेच ते कामाचे मालक असतात व्यवसायाचे नाही. अनेक प्रसंगी अशा उद्योजकांनी काम

करणे थांबवले, तर त्यांची पैशांची आवकही थांबते. याउलट तुम्ही जर बी आणि आय वर्गवारीतले मोठे व्यवसाय किंवा मोठी गुंतवणूक यासाठी प्रयत्न केलेत, तर तुम्ही खऱ्याखुऱ्या मालमत्ता निर्माण करता. मालमत्ता हाच एस आणि बी वर्गवारीतल्या उद्योजकांमधला मोठा फरक असतो.

हे केलेच पाहिजे – ४ : माणसे आणि त्यांच्या जबाबदाऱ्यांचा योग्य मेळ घाला.

अनेक व्यवसायांमध्ये एखाद्या कामासाठी अयोग्य व्यक्तींची निवड केली जाते. एखाद्या व्यक्तीला त्याच्या क्षमतांना साजेशी जबाबदारी दिली जात नाही किंवा अयोग्य, क्षमता नसलेल्या व्यक्तीकडे कामे सोपवली जातात. औद्योगिक युगामध्ये कर्मचाऱ्यांना फारसे महत्त्व दिले जात नव्हते. उद्योजक त्याचा कारखाना उभारत असे. तिथे सुट्या भागांची निर्मिती व जुळणी ठरावीक क्रमाने होईल, अशी उत्पादन साखळी तयार केली जात असे आणि त्यासाठी कर्मचाऱ्यांची नेमणूक केली जात असे. नटबोल्ट आवळणे, टायर चढवणे किंवा उत्पादनाशी संबंधित एखादे काम एवढीच संबंधित कर्मचाऱ्याची जबाबदारी असे. उत्पादनात खीळ पडू न देणे, हे तिथल्या पर्यवेक्षकाचे काम असे. दुसऱ्या शब्दांत सांगायचे, तर उत्पादनाची साखळी कशी आहे, त्यावर निर्मितीचा वेग ठरत असे. कर्मचाऱ्यांच्या गुणवत्तेचा त्यावर फारसा परिणाम होत नसे. सध्याच्या माहितीच्या युगात मात्र हे चित्र बदलले आहे. आता माणसे- कर्मचारी ही अधिक महत्त्वाची आहेत. औद्योगिक युगासारखा वस्तूंच्या उत्पादनाचा वेग हा फारसा महत्त्वाचा नाही. तर वेगाने आणि उच्च दर्जाचा विचार करू शकणारी माणसे ही महत्त्वाची झाली आहेत. एखादे सामूहिक ध्येयउद्दिष्ट साध्य करण्यासाठी माणसे कसा विचार करतात व त्यांचे योगदान कसे देतात, या गोष्टी महत्त्वाच्या ठरत आहेत.

औद्योगिक युगात यंत्राच्या गीयरमध्ये वाळू अडकली तर संपूर्ण उत्पादन ठप्प होत असे. माहितीच्या युगात मानवी विचारप्रक्रियेत आणि त्यांच्या परस्परांशी संवादात अशी वाळू अडकली, तरी कंपनीच्या निर्मितीक्षमतेवर परिणाम होतो. इथे वाळूचे उदाहरण रूपक म्हणून दिले आहे. कर्मचाऱ्यांमधील भावनिक चढउतार सध्याच्या काळात त्यांच्या कार्यक्षमतेवर आणि एकूण व्यवसायावर परिणाम करू शकतात, हे इथे लक्षात घेतले पाहिजे.

लोकांना अस्वस्थ बनवणे, हे तसे सोपे असते, विशेषत: व्यवसायांत. उदाहरणार्थ, तुमच्या कंपनीत दोन कर्मचारी ताशी शंभर मैल जाणारे आहेत, तीनजण ताशी वीस मैल वेगाने प्रवास करणारे आहेत आणि एखादा प्रवासाच्या किंवा काम करण्याच्या मन:स्थितीतच नाही, अशा वेळी त्याचा कामावर व लोकांच्या मनावर परिणाम होणारच. एखाद्या प्रकल्पात कोणाला तरी तातडीने काम सुरू करण्याची इच्छा आहे; पण इतरांना मात्र प्राथमिक संशोधन व चर्चेनंतर काम सुरू करावे, असे वाटत असेल, तर त्यातून प्रकल्पात अडथळेच निर्माण होणार. अशा गोष्टींमुळे विचारांच्या वेगाने चालणारी कामे मंदावतात आणि विचार करण्याऐवजी परस्परांवर दोषारोप करणे, वाद

घालणे, यातच कार्यशक्ती खर्च होते. त्यातून मिडास टच मिळवण्याचे प्रयत्न तर दूरच; सर्व प्रक्रियाच ठप्प होतात.

माणसे म्हणजे यंत्रे नव्हेत. माणसे वेगवेगळ्या गतीने कामे करत असतात. तुम्ही एखाद्या यंत्रावर विशिष्ट ठिकाणी दाब देऊन त्याची गती वाढवू शकता, तसे माणसांच्या बाबतीत करता येत नाही. तसा प्रयत्न तुम्ही केलात, तर त्याचा उलटा परिणाम होण्याची शक्यताच अधिक असते. त्यामुळे कंपन्या, व्यवसायांचा विकास होण्यासाठी माणसांनी एकदिलाने, एकजुटीने काम करणे अत्यंत गरजेचे आहे.

मिडास टचची साधना केलेल्या उद्योजकांना या गोष्टीची जाणीव असते. असे हुशार उद्योजक आधी स्वत:चा शोध घेतात. त्यानंतर आपल्या शक्ती व कौशल्यांना पूरक सहकारी शोधतात आणि ज्यांच्याशी आपले सूर जुळतील, अशांचा संघ उभा करतात. ही छोटीच; पण महत्त्वाची क्षमता तुमच्याकडे नसेल, तर इतर कोणत्याही गोष्टीचा उपयोग होत नाही.उद्योजकांना स्वत:चा व त्यांचे कर्मचारी व सहकाऱ्यांचा असा शोध घेण्यासाठी उपयुक्त असे एक साधन 'कोल्बे कॉर्पोरेशन'ने विकसित केले आहे. हे 'कोल्बे निर्देशांक' नावाचे साधन रॉबर्टचे अतिशय आवडते आहे. अशा पद्धतीने कर्मचाऱ्यांच्या व्यक्तिमत्त्वाचे व क्षमतांचे विश्लेषण करू शकणारी अनेक साधने बाजारात आहेत, पण उद्योजकांसाठी कोल्बे निर्देशांक महत्त्वाचा आहे, असे मला वाटते. या साधनात इतरांपेक्षा निराळ्या - एकमेवाद्वितीय अशा काही बाबी आहेत. या साधनाद्वारे मनाच्या तीन क्षमता मोजण्याचा प्रयत्न केला जातो. आतापर्यंत अनेक तत्त्वज्ञ आणि आधुनिक शरीरशास्त्रज्ञांनी त्यासाठी प्रयत्न केले आहेत. या तीन महत्त्वाच्या क्षमता म्हणजे, विचारशक्ती, भावना आणि कार्यशक्ती.

विचारशक्ती

शाळामहाविद्यालयांमध्ये विद्यार्थ्यांचा बुद्ध्यांक तपासला जातो. त्यातून विद्यार्थ्यांची विचार करण्याची क्षमता ओळखता येते.

भावना

व्यक्तीच्या भावना, इच्छाआकांक्षा, वृत्ती, प्राधान्यक्रम, मूल्ये इत्यादींचे प्रतिबिंब यात उमटते.

कार्यशक्ती

प्रत्यक्ष एखादी कृती करण्यामागच्या व्यक्तीच्या प्रेरणा, ते पूर्ण करण्यासाठीची प्रतिभा, जिद्द आणि मानसिक शक्ती यांची ही गोळाबेरीज असते.

कोल्बे निर्देशांकाचे महत्त्वाचे वैशिष्ट्य हे की, मानवी मनाचा हा तिसरा भाग- त्याची कार्यशक्ती त्याच्या साह्याने मोजता येते. एखादी व्यक्ती किती नैसर्गिकरीत्या आणि उत्स्फूर्तपणे कार्यप्रवण होते, हे त्यातून ओळखता येते. व्यक्तींच्या काम करण्याच्या पद्धती, त्यांच्या प्रेरणा आणि त्यांच्यातील वैशिष्ट्यपूर्ण गुणवत्ता-प्रतिभा त्याच्या मदतीने शोधता येते.

पॉपाय हे जुन्या व्यंग्यचित्रमालिकेतले एक पात्र नेहमी म्हणायचे की, ''मी जसा आहे, तसा आहे.'' कोल्बे निर्देशांक तुम्ही खरे कोण आहात, हे ओळखण्यासाठी मदत करतात. 'स्व'विषयीची ही जागृती किंवा हे आत्मभान तुम्हाला सर्वोत्तम कामगिरी बजावण्यास उपकारक ठरते. त्याचबरोबर तुम्हाला असे सहकारी ओळखायला आणि स्वत:भोवती गुंफायलाही ते मदत करते. असे सहकारी तुमच्या क्षमतांना पूरक ठरतात आणि तुम्ही एकमेकांच्या कमकुवत बाजूंना बळ देत पुढे जाता. कोल्बे निर्देशांकाच्या मदतीने तुम्ही तुमच्या सहकाऱ्यांच्या संघातील सदस्यांच्या क्षमता ओळखल्यात की, योग्य व्यक्तीकडे योग्य जबाबदारी सोपवणे तुमच्यासाठी सोपे बनते.

उद्योग-व्यवसायात बहुतांश वेळा एखाद्या व्यक्तीकडे त्याच्या क्षमतांशी विसंगत कामे, जबाबदाऱ्या सोपवल्या जातात. उदाहरणार्थ, ते प्रकल्प व्यवस्थापकाला कामावर घेतात; पण प्रत्यक्षात त्याला विक्री प्रतिनिधी म्हणून काम करण्यास सांगतात. ते एखाद्याला विक्री प्रतिनिधी म्हणून घेतात आणि त्याला प्रशासक बनवण्याचा प्रयत्न करतात. किंवा ते भरती करतानाच अशी चुकीची व्यक्ती निवडतात की, जी कंपनीच्या एकूण वातावरणाशी, कार्यसंस्कृतीशी मेळ खाणारी नसते. त्यामुळे तुम्हीसुद्धा असा पॉपाय निवडण्यापूर्वी तो खराच कसा आहे, याचा शोध घेण्याचा प्रयत्न करा.

तुम्ही कोण आहात आणि तुम्ही उत्स्फूर्त व नैसर्गिक प्रेरणेने कोणत्या गोष्टी करता, तुमच्यातील वैशिष्ट्यपूर्ण गुण कोणते आहेत, हे समजून घेण्यासाठी तुम्ही कोल्बे डॉट कॉम या संकेतस्थळाला भेट देऊ शकता. तिथे ऑनलाइन स्वरूपात कोल्बे ए इंडेक्सची चाचणीही तुम्ही घेऊ शकता. अगदी थोडासा वेळ आणि पैसे खर्च करून तुम्ही स्वत:बद्दलच खूप महत्त्वाची माहिती तत्काळ मिळवू शकता. तुम्हाला एकदा स्वत:बद्दलची जागृती वाढली की, तुम्ही तुमच्या सहकाऱ्यांची आणि संघाची गुणवत्तासुद्धा या प्रकारे पडताळू शकता. तुमची कंपनी व व्यवसाय यांवर प्रकाश टाकण्यास ही माहिती नक्कीच उपयोगी ठरेल.

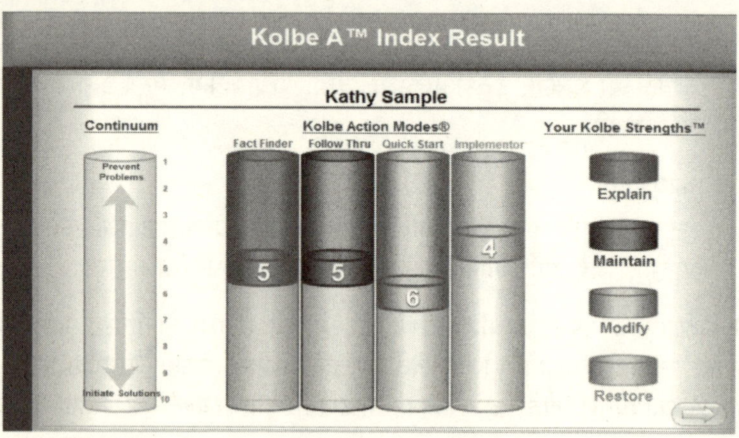

कोल्बे कॉर्पोरेशनच्या संस्थापक कॅथी कोल्बे म्हणतात की, प्रत्येकाकडे कृती करण्याच्या चार पद्धती असतात. आपल्या प्रत्येकाचा निर्देशांक वेगवेगळा असतो. त्याने आपल्या क्षमता समजतात आणि आपल्या वर्तनातील ठळक बाबीही समजतात. आपल्या क्षमतांनुसार कसे काम करायचे आणि एकजुटीने काम करू शकणारा आपला संघ कसा विकसित करायचा, याची दिशा कोल्बे निर्देशांकामुळे आपल्याला समजते.

कर्मचाऱ्यांना आपण कोणाबरोबर काम करायचे, हे निवडण्याची संधी व स्वातंत्र्य नसते. परंतु उद्योजकाला मात्र ते निश्चितच असते. किंबहुना हेच त्यांचे सर्वांत महत्त्वाचे काम असते. दुर्दैवाने अनेक उद्योजक साधारण एकाच प्रकारच्या क्षमता असलेल्या व्यक्ती निवडण्याची चूक करतात आणि त्यातून त्यांना उत्तम संघ बांधता येत नाही.

'क्विक स्टार्ट' – वेगवान प्रारंभ या कृतीनिकषावर उद्योजक इतरांपेक्षा खूप पुढे असतात. पण एखाद्या उद्योजकाने किंवा व्यवसायाने असे अनेक वेगवान प्रारंभ करणारेच निवडले, तर ते नक्कीच खूप चांगल्या कल्पना मांडू शकतील, त्यांची चटकन सुरुवातही करू शकतील; पण यातल्या फारच कमी गोष्टी शेवटापर्यंत जातात. अशा आरंभशूरांमुळे कंपनीविषयी ग्राहकांच्या तक्रारी वाढू शकतात. कामाच्या नोंदी अर्धवट राहतात, काम पूर्ण करण्यासाठी शॉर्टकट शोधले जातात आणि खर्च खूपच अवाजवी झाला, तर कदाचित सरकारकडून फौजदारी चौकशीही सुरू होण्याची शक्यता निर्माण होते. याच्या उलट एखाद्या व्यवसायात सर्वच जण तत्त्यशोधनाचा वसा घेतलेले असतील, तर त्यांना कोणत्याही गोष्टीवर वेगवान कृती करणे शक्य होणार नाही. काम सुरू करण्याचा निर्णय घेण्याएवढी माहिती संकलन आणि संशोधन झाले आहे असे त्यांना कधी वाटणारच नाही.

त्यामुळे योग्य व्यक्तीकडे योग्य काम हे सूत्र व्यवसायात सांभाळणे आवश्यक आहे. त्यासाठी कॅथी कोल्बे यांनी सांगितलेल्या चारही कृतीनिकषांवर खऱ्या उतरणाऱ्या लोकांची निवड उद्योजकांनी केली पाहिजे. त्याशिवाय कोणत्या तरी एकाच एका कृतीनिकषावर प्रभुत्व असलेले लोक व्यवसायात राहणार नाही, याची खबरदारी घेणेही आवश्यक ठरते. अनेक छोटे व्यवसाय बऱ्याचदा एका व्यक्तीच्या बळावर सुरू असतात. अशा व्यवसायात चारही कृतीनिकषांना समतोल स्थान मिळणे कठीण असते. मोठ्या संघटनांमध्ये काही वेळेस एखाद्या कृतीनिकषाला इतरांपेक्षा जास्त महत्त्व दिले जाते. त्यामुळे व्यवसाय छोटा असो की मोठा समतोल राखून सर्वांगीण विकास करण्याच्या दृष्टीने त्यांचे बळ अपुरे ठरते. उदाहरणार्थ, विद्यापीठांमध्ये कोणताही निर्णय घेण्यापूर्वी संशोधनात पुढे असणाऱ्या 'फॅक्ट फाइंडर्स'ना स्वाभाविकपणे अधिक महत्त्व दिले जाते. मागचा-पुढचा विचार न करता धाडसाने सुरुवात करणाऱ्या 'क्विक स्टार्ट'वाल्यांना ते महत्त्व देत नाहीत.

मिडास टचची साधना

मिडास टच मिळवण्यासाठी महत्त्वाच्या तत्त्वांची माहिती एव्हाना तुम्हाला झाली आहे. कोणतीही मौल्यवान गोष्ट मिळवण्यासाठी आयुष्यात खूप झगडावे लागते. संपत्ती मिळवण्याचा झटपट आणि सोपा मार्ग कोणी शोधत असेल, तर त्यांनी जरूर शोधावा आणि त्यांना जेव्हा केव्हा असा मार्ग सापडेल, तेव्हा त्यावर त्यांनी जरूर एखादे पुस्तक लिहावे. परंतु, आम्हाला दोघांना विचाराल, तर वैध आणि योग्य मार्गाने संपत्ती मिळवण्याचा कोणताही झटपट आणि सोपा मार्ग अस्तित्वात नाही.

तुम्हाला बी आणि आय वर्गवारीतले मोठे व्यावसायिक किंवा गुंतवणूकदार बनण्यासाठी पुढे दिलेल्या चार पायऱ्या महत्त्वाच्या आहेत. त्याला आम्ही 'मिडास टच' मिळवण्याची प्रक्रिया म्हणतो.

१. विशेष बना; वरदायक व्हा!

एस वर्गवारीतल्या उद्योजकांनी व्यवसायात त्यांना इतरांच्या पुढे नेऊ शकणारी गोष्ट शोधलीच पाहिजे. बी वर्गवारीतला मोठा व्यवसाय बनण्यासाठी उद्योजकांना त्यांच्याकडे असलेल्या विशेष प्रतिभेचा किंवा गुणांचा उत्तम वापर करता आला पाहिजे.

त्याची काही उदाहरणे पुढीलप्रमाणे सांगता येतील :

- गायक त्यांच्या संगीताच्या रेकॉर्ड बनवतात आणि त्यांची विक्री करतात.
- व्यायामाचे वैयक्तिक प्रशिक्षक त्यांच्या नव्या व्यायामप्रकारांच्या डीव्हीडी बनवतात आणि त्यांची दूरचित्रवाणीवर विक्री करतात.
- विविध क्षेत्रांतील तज्ज्ञ व्यक्ती त्यांचे ज्ञान 'पॉडकास्ट'मधून प्रसारित करतात आणि लोकांना त्याचा मोफत लाभ देतात. मात्र, प्रायोजक कंपन्यांकडून त्यांना चांगले उत्पन्न मिळू शकते.
- प्रोग्रॅमर व्यक्ती नव्या प्रणाली किंवा सॉफ्टवेअर प्रोग्रॅम तयार करून ग्राहकांना परवान्याच्या स्वरूपात उपलब्ध करून देतात.

तुमच्याकडे असलेली प्रतिभा किंवा विशेष गुण ही जगाला अधिक सुंदर, अधिक चांगले बनवू शकते. तेव्हा तुम्हाला मिळालेल्या या देणगीचा जास्तीत जास्त लोकांना लाभ देण्याची जबाबदारी तुमची आहे. हे काम तुम्ही एकट्याने करू शकत नाही. दिवसात खूपच कमी तास असतात आणि तुम्ही जेवढे जास्त काम कराल, तेवढा करही तुम्हाला जास्त द्यावा लागेल.

''माझ्याकडे असलेल्या प्रतिभेचा उत्तम वापर मी आणखी लोकांना सेवा देण्यासाठी कसा करू शकतो?'' असा प्रश्न स्वत:ला विचारा.

२. विस्तारक्षम व्हा!

एखादी गोष्ट जर न्यू यॉर्क, फिनिक्स, कोलंबससारख्या अमेरिकेतल्या शहरांमध्ये चालू शकते, तर ती जगात कोणत्याही ठिकाणी चांगली चाललीच पाहिजे.

ही विस्तार पावण्याची क्षमता आहे. डोनाल्डने जगभरात अनेक ठिकाणी सुखसुविधांनी संपन्न बांधकाम प्रकल्प उभारले आहेत. रॉबर्ट जगभरातल्या लोकांना पैशांचा योग्य वापर, गुंतवणुकीसंबंधी शिक्षण देतो. या दोघांचीही पुस्तके जगात सर्वत्र खपतात. एस वर्गवारीतल्या छोट्या व्यवसायांची खरी समस्या विस्ताराची क्षमता नसणे हीच असते. अनेकदा हा एस- स्पेशालिस्ट म्हणजे डॉक्टर, वकील, बांधकाम क्षेत्रातला दलाल, मसाजाचा उपचार करणारा असे परवानाधारक व्यावसायिक असतात. या आणि यासारख्या इतर अनेक पेशांमध्ये काम करण्यासाठी परवान्याची - सरकारच्या परवानगीची गरज भासते. एखाद्या शहरात, राज्यात किंवा देशात त्यांना योग्य परवाना नसेल, तर ते व्यवसाय करू शकत नाहीत. एखाद्या कारणाने त्यांचा परवाना जप्त झाला, तर त्यांचा व्यवसाय बंद पडतो. अशा विशेष व्यावसायिकांना एकाच वेळी दोन ठिकाणी काम करणे व्यवहारत: शक्य नसते. मात्र, बी वर्गवारीतला मोठा उद्योजक त्याला लाभलेल्या वरदानाचा जगात सर्वत्र आणि कोठेही उपयोग करू शकतो. 'इच्छा तेथे मार्ग' हे त्यांचे ध्येयवाक्य असते.

तेव्हा स्वत:ला प्रश्न विचारा की, ''माझ्या व्यवसायाचा जगभरात विस्तार करण्यासाठी काय केले पाहिजे?''

३. आश्वासक व्हा

तुमच्या व्यवसायाबद्दल जेवढ्या खात्रीने अंदाज वर्तवता येईल, तेवढे त्याचे मोल वाढेल. कोणत्याही व्यवसायात त्याचा खर्च, उत्पन्न, वाढ आणि भविष्यातील महसूल व नफा यांचा निश्चित अंदाज बांधता यायला हवा. या पुस्तकात उल्लेख झालेल्या बहुतांश कंपन्यांच्या भविष्याबद्दल खात्रीने अंदाज बांधता येतात. तशी आश्वासकता त्यांनी मिळवली आहे. काही प्रकरणांमध्ये या कंपन्या सार्वजनिक क्षेत्रातील असल्याने त्यांच्या भविष्यातल्या कामगिरीबद्दल अंदाज वर्तवता येणे अत्यावश्यक असते. शेअर बाजारातील उलाढालीबद्दल तुम्ही ऐकता-वाचता ते त्या कंपन्यांबद्दलचे अंदाज असतात. उदाहरणार्थ, ''ॲपल कंपनीने अपेक्षेपेक्षा जास्त चांगली कामगिरी केल्याने त्यांच्या समभागांचे मूल्य विक्रमी पातळीवर पोचले आहे'', असे विश्लेषण केलेले असते.

एखाद्या ब्रँडच्या अनुभवातील सातत्यामुळे, सततच्या चांगल्या कामगिरीमुळे अशी आश्वासकता निर्माण होते. पुन्हा मॅकडोनाल्डने यात तज्ज्ञता मिळवली आहे. जगात तुम्ही कोठेही गेलात, तर मॅकडोनाल्डमध्ये तुम्हाला सारख्याच दर्जाची सेवा, विशिष्ट चव आणि वातावरण अनुभवास येईल. एस वर्गवारीतल्या व्यवसायांची एक समस्या ही असते की, त्याचा उद्योजक हाच व्यवसायाचा एकमेव आधार असतो. त्यामुळे या व्यवसायाच्या भविष्याबद्दल अंदाज बांधणे अवघड होते. हा उद्योजक आजारी पडला, जखमी झाला, त्याची क्षमता संपली किंवा तो म्हातारा झाला, तर काय असे प्रश्न त्यामुळे उभे राहतात. कंपनीच्या पुढे वाटचाल

करण्याच्या क्षमतेवर प्रश्नचिन्ह उभे राहते आणि तिची आश्वासकता हवेत विरते. या अनिश्चिततेचा एस वर्गवारीतील कंपन्यांच्या विस्तारावरही परिणाम होतो. ज्या छोट्या गोष्टींवर त्यांचा डोलारा उभा असतो, त्यावर नियंत्रण राखणेही या कंपन्यांना कठीण होते. त्यामुळे भविष्यातील कामगिरीचा अंदाज वर्तवणे कठीण होते आणि त्यातून अनागोंदीची स्थिती उद्भवते. आश्वासकता ही एखाद्या व्यवसायासाठी फक्त शोभेची गोष्ट नसते. व्यवसायासाठी भांडवल उभे करण्यातही ती कळीची गोष्ट असते.

तेव्हा स्वत:ला विचारा की, ''माझ्या व्यवसायातल्या भविष्यातल्या कामगिरीचा पक्का अंदाज वर्तवणे किती शक्य आहे आणि ते साध्य करण्यासाठी मी आणखी काय केले पाहिजे?''

४. अर्थचुंबक बना

तुमच्याकडे असलेल्या विशेष गोष्टीच्या आधारे व्यवसाय स्थिरावला व त्याने क्षमता सिद्ध केली की, तो इतरांच्या पुढे धाव घेऊ लागतो. तेव्हा गुंतवणूकदारांचे तुमच्या व्यवसायाकडे लक्ष वेधले जाते. जेव्हा तुमचा व्यवसाय वाढू लागतो आणि त्याची क्षितिजे रुंदावू लागतात तेव्हा, गुंतवणूकदारांना त्यात रस वाटू लागतो. तुमच्या व्यवसायाच्या आश्वासक भविष्याची खात्री निर्माण झाली की, गुंतवणुकीसाठी आकाश जणू ठेंगणे होते. या आश्वासकतेमुळेच वॉलमार्ट, मॅकडोनाल्ड, ॲपल, मायक्रोसॉफ्ट आणि गुगल या शेअर बाजारातील गुंतवणूकदारांच्या लाडक्या कंपन्या आहेत.

आता स्वत:ला प्रश्न विचारा की, ''भांडवल स्वत:कडे आकर्षित करण्याइतकी माझ्या कंपनीची तयारी झाली आहे का? तसे झाले नसेल, तर त्यात कोणती कमतरता राहिली आहे?''

सर्वांत महत्त्वाची गोष्ट

आपल्याकडील सर्व क्षमता आणि गुणसंपदेचा उपयोग करून आणि छोट्या पण महत्त्वाच्या ठरणाऱ्या गोष्टींकडे लक्ष देऊन उद्योजक जागतिक पातळीवरचा व्यवसाय उभारू शकतात. त्यांच्या या महत्त्वाच्या व ज्यांचा गौरव केला पाहिजे अशा अनेकानेक क्षमतांमध्ये आणखी एक छोटी पण महत्त्वाची गोष्ट आवर्जून लक्षात घेतली पाहिजे; ती म्हणजे उद्योजकांवरील जबाबदारीचे भान. जगात असंख्य लोक सुरक्षित, लाभदायक आणि आश्वासक भविष्याचे भुकेले आहेत, त्यांना रोजगार देण्याची मोठी जबाबदारी उद्योजकांवर आहे. ही जबाबदारी प्रचंड आहे आणि मिडास टच मिळवलेले उद्योजक तिच्याकडे अतिशय गांभीर्याने पाहतात. नोकरी जाणे हे एखाद्या कर्मचाऱ्यावर ओढवणारे महाभयंकर संकट असते. अशा वेळी त्याची भावनिक तडफड होते. त्याच्या कुटुंबासाठीही ते चांगले नसते. अशा बेरोजगारांची संख्या मोठ्या प्रमाणावर वाढली, आपण राहतो तो समाज, आपला देश आणि जगावरच त्यांचा परिणाम होतो.

आपल्या यशाचे खरे गमक हे आपण मिळवलेल्या प्रचंड संपत्तीत किंवा घराचा आकार किती मोठा आहे, यात नाही, याची सर्वोत्तम उद्योजकांना जाणीव असते. तुमच्या व्यवसायातून किती जणांना रोजगार मिळाला, हा त्याच्या यशाची सर्वात महत्त्वाची गोष्ट असते. स्टीव्ह जॉब्ससारख्या महान उद्योजकाची कामगिरी जरा नजरेसमोर आणा. त्याच्या व्यवसायामुळे केवळ ॲपल कंपनीत असंख्य नोकऱ्या निर्माण झाल्या नाहीत, तर ॲपलच्या उत्पादनांशी जोडलेल्या असंख्य छोट्यामोठ्या व्यवसायांमध्येही हजारोंच्या संख्येने रोजगारसंधी निर्माण झाल्या, हाच तो मिडास टच.

सरकार खऱ्या नोकऱ्या निर्माण करू शकत नाही, हे आपण समजून घेतले पाहिजे. फक्त उद्योजकच ही किमया साधू शकतात. त्यामुळे आपल्या सर्वांवर त्यासाठी ठोस कृती करण्याची आणि जग अधिक चांगले, सुंदर बनवण्याची जबाबदारी आहे.

लक्षात ठेवायचे मुद्दे/करावयाच्या गोष्टी

- ग्राहकांसाठी अतिशय महत्त्वाची व मोठी ठरेल अशी तुमच्या उद्योगातली छोटी गोष्ट शोधून काढा. तुम्हाला मिळालेल्या देणगीचा शोध घ्या.
- तुमचे डावपेच ठरवा आणि ते यशस्वी होण्यासाठी योग्य धोरणांची निवड करा. ते सहजसाध्य असले पाहिजेत, याची दक्षता घ्या.
- व्यवसायाचा बी-आय त्रिकोण नजरेसमोर ठेवून ठरवलेले ध्येयउद्दिष्ट पूर्ण करण्यासाठी प्रयत्नांची पराकाष्ठा करणे ही तुमची जबाबदारी आहे.
- उद्योजकतेचा मिडास टच मिळवण्यासाठी शिस्त आवश्यक असते. तुम्ही बंडखोर असू शकाल; पण लक्षात ठेवा की, तुम्हाला नव्या पातळीवरच्या व्यक्तिगत, आर्थिक आणि व्यावसायिक जबाबदाऱ्या पार पाडावयाच्या आहेत.
- तुमची ऊर्जा आणि तुमच्या यशाबद्दल उदार राहा. इतरांनाही तुमच्या यशाच्या प्रवासात सहभागी करून घ्या आणि त्यांच्या परिश्रमांचे भरपूर मोजमाप त्यांच्या पदरात टाका. मिडास टच मिळवणे हा काही एकट्याचा खेळ नाही. त्यासाठी सांघिक प्रयत्नांची गरज असते.
- कोणतीही गोष्ट छोटी नाही; प्रत्येक गोष्ट महत्त्वाची असते. तेव्हा तुमचे कर्मचारी व सहकारी शहाणपणाने निवडा आणि तुमच्या स्वप्नाने तुमच्या संघाला भारून टाका. तुमचे स्वप्न तेच साकार करतील आणि तेच तुमचे प्रतिनिधी बनतील.
- मोठा विचार करा. भव्यदिव्य स्वप्ने पाहा आणि ती साध्य करण्यासाठी अथक प्रयत्न करा. तुम्ही प्रयत्न करत राहाल, तेव्हा तुम्हालाच अचंबा वाटेल अशी कामगिरी तुम्ही कराल.
- एखादी गोष्ट मोलाची असेल, तर ती मिळवण्यासाठी संघर्ष करणेही तितकेच अनमोल असते. अनेक लोक तुमच्या मार्गात आडवे येतील, तुमच्या वाटेत अनेक अडथळे येतील; पण ते ओलांडून पुढे जा, काम करत राहा आणि संघर्ष करत राहा.

- कोणत्याही गोष्टीला विलंब करू नका. निश्चित उद्दिष्टाशिवाय, निश्चित योजनेशिवाय आणि एखाद्या गोष्टीचा खरेच उपयोग होतो आहे, हे सिद्ध झाल्याशिवाय तुम्ही काम केलेला प्रत्येक दिवस व्यर्थच असतो. तो तुमचे यश दिवसागणिक लांबणीवर टाकतो.
- तुमच्या अंतरंगाचा – खऱ्या 'स्व'चा शोध घ्या. तुमच्या क्षमता, गुणवत्ता आणि कार्यपद्धतीला पूरक सहकाऱ्यांचा संघ तुमच्याभोवती उभा करा. आयुष्यभर विद्यार्थी बना. यशस्वी उद्योजक व त्यांच्या व्यवसायांचा अभ्यास करा. त्यांच्या व्यवसायात महत्त्वाच्या ठरलेल्या छोट्या गोष्टी समजून घ्या.
- तुमच्या व्यवसायाची पहिल्या दिवसापासून व्यवस्थित आखणी करा. तुमचा व्यवसाय वरदायक, विस्तारक्षम, भविष्यातील प्रगतीचा अंदाज बांधता येईल असा आश्वासक आणि स्वत:कडे गुंतवणूक खेचू शकणारा असा बनवा.
- मोठ्या प्रमाणात रोजगार निर्माण करणे, सुरक्षिततेची हमी देणे आणि अनेकांचे कल्याण ही उद्योजकाला मिळालेली सर्वांत महत्त्वाची देणगी होय.
- जगाला खूप मोठ्या संख्येने उद्योजक हवे आहेत. त्या दृष्टीने प्रत्येकजण तुमच्याकडे आशेने पाहत आहे, हे लक्षात घ्या.

हितगुज आजच्या व उद्याच्या उद्योजकांशी

जग अनेक शतके अमेरिकेकडे 'अनंत संधींचा देश' म्हणून पाहत आहे. न्यू यॉर्क बंदरातील एलिस बेट जगभरातील असंख्य स्त्रीपुरुषांसाठी आशेचा दीपस्तंभ बनून उभे आहे. येथे झुंडीने येणाऱ्या लोकांना मुक्त अवकाशात मनमोकळा श्वास घ्यायचा असतो; खरेखुरे स्वातंत्र्य अनुभवायचे असते.

दडपशाही, छळ, यातना यांपासून सुटका करून घेण्यासाठी असोत किंवा अमेरिकी स्वप्नाच्या मोहाने आलेलो असोत, हे स्थलांतरित मोठ्या आशेने इथे आलेले असतात. कोणाला आपल्या अस्तित्वाचे कारण शोधायचे असते, कोणाला तिच्यावर आपल्या कर्तृत्वाचा ठसा उमटवायचा असतो, कोणाला स्वतंत्र आयुष्याचा झेंडा उभारायचा असतो, कोणाला स्वत:साठी आणि त्यांच्या मुलांसाठी आनंद हवा असतो. अनेक अडथळ्यांचा सामना करत पोचलेले हे स्थलांतरित मनाने कणखर असतात आणि उरात दुर्दम्य आकांक्षा घेऊन आलेले असतात. इथे पाय रोवण्यासाठी वाटेल ते कष्ट सोसण्याची त्यांची तयारी असते. कोणतेही काम त्यांना स्वीकारार्ह असते. त्यांना बस्स, सुरुवात करायची असते आणि त्या पायावर आपल्या स्वप्नांचे इमले उभारायचे असतात.

असंख्य आघात-प्रतिघात सहन करत त्यांच्या जीवनाचा प्रवाह वाहत राहतो. एका पिढीकडून दुसऱ्या पिढीकडे जगणे असेच वाहत जाते. त्यातून पुनरावृत्त होणाऱ्या काही आकृत्या ठळक होतात. पहिल्या पिढीतल्या स्थलांतरितांची इथे स्थायिक होण्यासाठी कोणतेही कष्ट झेलायची तयारी असते, वाट्टेल ती किंमत मोजायची तयारी असते. मिळेल ती नोकरी ते स्वीकारतात, खांद्यावरून ओझे वाहतात, आणि विकासाची छोटीशी संधी मिळताच घट्ट पाय रोवून उभे राहतात. जे करायलाच हवे, ते सर्व काही ते करतात. आपल्या स्वप्नात दिसणारे जग उभारण्याची संधी त्यांना सोडायची नसते. आपल्याला जे कधीही मिळाले नाही, ते आपल्या मुलांना मिळावे, यासाठी त्यांची धडपड असते. त्यासाठी मोजावी लागणारी कोणतीही किंमत मोठी नसते, कोणतेही आव्हान अशक्य नसते आणि कोणतेही ओझे प्रचंड नसते.

ते आपल्या मुलांना कुशीत घेतात, तेव्हा मुलांच्या खुशीचीच स्वप्ने त्यांच्या कवेत असतात. आपल्यासारखे कष्टाचे आयुष्य मुलांच्या वाट्याला येऊ नये, असे त्यांना वाटत असते. त्यांनी स्वातंत्र्यासाठी खूप मोठी किंमत मोजलेली असते. स्वप्नांच्या जगात आलेल्या या पहिल्या पिढीतल्या मुलांना मिळालेले स्वातंत्र्य निराळे असते. हे स्वातंत्र्य आणि त्यातून मिळणारे बळ त्यांच्या हक्काचे असते. आपले पालक अस्तित्वाशी झगडा करत टिकून राहिले, त्यांनी प्रगती केली आणि आपल्यासाठी संधीची असंख्य दारे खुली केली, याची

जाणीव त्यांना असते. स्थलांतरितांची मुले - म्हटली तर दुसरी पिढी स्वातंत्र्याची फळे खऱ्या अर्थाने चाखते. त्यांच्या स्वप्नांचा त्यांना मागोवा घेता येतो, ती पूर्ण व्हावीत यासाठी सर्वशक्तिनिशी प्रयत्न करता येतात. या स्वप्नांमध्येच उद्योजक बनण्याचीही स्वप्ने लपलेली असतात. उद्योजक बनण्यासाठी आवश्यक त्या सर्व गोष्टी ते करतात आणि आपले आयुष्य आपणच घडवण्याचा ध्यास घेतात.

उद्योजकांची ही पहिली पिढी आपल्या श्रमांचे सार्थक झाल्याचे पाहते. आपल्या कष्टांचे झाड फळांनी लगडताना ती पाहते. आपण आणि आपल्या पालकांनी कधी पाहिल्याच नाहीत, अशा गोष्टी आपल्या मुलांना मिळाव्यात, अशी आकांक्षा त्यांच्या मनात असते. आपल्या मुलांनी महाविद्यालयांत शिकून मोठ्या पदव्या मिळवाव्यात; डॉक्टर, वकील बनावे आणि समाजात प्रतिष्ठा मिळवावी, असे त्यांना वाटत असते. बदलाचे चक्र असे सतत फिरत असते. मुलांनी खूप शिकावे आणि मोठ्या पगाराची नोकरी करावी, अशी इच्छा उद्योजकच बाळगतात. असे सुख त्यांनी स्वत:च्या आयुष्यत कधी अनुभवलेले नसते. स्वातंत्र्याची भूक सुरक्षित आयुष्याच्या उबेत आणि मानमरातब व प्रतिष्ठेच्या छायेत कशी लपेटली जाते, हे कोणालाच कळत नाही.

अशा डॉक्टर, वकिलांची मुले-नातवंडे पुन्हा संधीचा शोध घेतात आणि उद्योजकतेतून मिळणाऱ्या स्वातंत्र्याची लालसा धरतात. ती 'जैसे थे' स्थिती नाकारतात आणि स्वप्नांच्या शोधात प्रसंगी आपले आईबाप आणि आजीआजोबांचा विरोधही सहन करतात.

बहुतांश लोकांना जिथे अडथळे दिसतात, तिथे उद्योजकांना मात्र आशा आणि नव्या शक्यता दिसतात. सुरक्षिततेऐवजी ते संधी हस्तगत करतात. कितीही अडचणी आल्या, कोणतीही किंमत मोजावी लागली, तरी ते आपला ध्यास सोडत नाहीत.

आज संपूर्ण जग व्यवसायासाठी खुले आहे. तंत्रज्ञानामुळे उद्योगाचं वैश्विक मैदान समतल झालं आहो, त्यामुळे सर्वांना वेगवान विकासाची समान संधी उपलब्ध आहे. आधीच्या पिढ्यांना अडवणाऱ्या भौगोलिक सीमांची बंधने आता जवळपास नामशेष झाली आहेत. अमर्याद संधींचा प्रदेश त्या जागी उभा राहिला आहे. आपण आपले भविष्य घडवू शकतो आणि त्याला हवा तसा आकार देऊ शकतो, असा आत्मविश्वास ठासून भरलेल्या उमद्या व महत्त्वाकांक्षी उद्योजकांसाठीच हे जग जणू आकाराला आले आहे.

नवा दृष्टिकोन लाभलेली आणि नव्या जिद्दीने प्रेरित अशी उद्योजकांची पिढी जगात भांडवलशाही व उद्यमविकासाची स्वप्ने अजूनही जिवंत व रसरशीत असल्याची ग्वाही देत आहेत. परिवर्तनाच्या उंबरठ्यावर असलेल्या आणि अस्थिरतेने भोवंडून गेलेल्या जगात आजचे आणि उद्याचे उद्योजक नव्या दमाने घोडदौड करतील व जगाचे नेतृत्व करतील, अशी आशा आम्ही बाळगून आहोत.

डोनाल्ड जे. ट्रम्प

डोनाल्ड जे. ट्रम्प हे अमेरिकेतील यशस्वी उद्योगांची एक कथाच बनून राहिलेल्या 'द ट्रम्प ऑर्गनायझेशन'चे अध्यक्ष व कार्यकारी अध्यक्ष आहेत. ट्रम्प ऑर्गनायझेशन बांधकाम, क्रीडा व मनोरंजन क्षेत्रात व्यवसायाचा विस्तार करत असून, उत्तमता आणि गुणवत्तेचे नवे मापदंड त्यांनी विकसित केले आहेत. उत्तम दर्जाच्या बांधकामांबद्दल डोनाल्ड ट्रम्प यांची जगात ख्याती असून, त्यांचा 'द ट्रम्प' हा ब्रँड सोन्यासारखा ब्रँड म्हणून ओळखला जातो.

ट्रम्प फक्त बांधकाम व्यवसायातील उत्तमतेबद्दल प्रसिद्ध नसून, मनोरंजन उद्योगातही त्यांनी वेगळी उंची गाठली आहे. 'एनबीसी' या अमेरिकी दूरचित्रवाणी वाहिनीवरील *द अॅप्रेंटिस* आणि *द सेलेब्रिटी अॅप्रेंटिस* या गाजलेल्या मालिकांमधील त्यांच्या भूमिका नावाजल्या गेल्या आहेत. या मालिकांचे ते सहनिर्मातेही आहेत. गगनचुंबी देखण्या इमारतींबरोबरच त्यांची गोल्फची मैदानेही अनेक पुरस्कारांनी गौरवण्यात आली आहेत. त्यांचे व्यावसायिक कौशल्य अतुलनीय आहे.

ट्रम्प उत्तम लेखक असून, सर्वाधिक खपाच्या पुस्तकांच्या यादीत त्यांच्या दहाहून अधिक पुस्तकांचा समावेश आहे. *द आर्ट ऑफ द डील* हे व्यावसायिक जगतावर प्रकाश टाकणारे त्यांचे पहिले पुस्तक अभिजात मानले जाते. 'हॉलिवूड वॉक ऑफ फेम'च्या २००७ मधील पुरस्कार सोहळ्यात त्यांना गौरविण्यात आले. ट्रम्प हे एक आदर्श व्यावसायिक असून वाटाघाटीच्या अभूतपूर्व कौशल्याबद्दल ख्यातनाम आहेत. गरजू व्यक्ती व संस्थांना तळमळीने मदत करणारे दानशूर म्हणूनही ते प्रसिद्ध आहेत.

रॉबर्ट टी. कियोसाकी

'व्यक्तिगत गुंतवणूक व नियोजनासंबंधी मार्गदर्शन करणारे सार्वकालिक महान पुस्तक' म्हणून गाजलेल्या *रिच डॅड पुअर डॅड*चे लेखक म्हणून रॉबर्ट कियोसाकी प्रसिद्ध आहेत. जगभरातील लक्षावधी लोकांची पैशासंबंधी विचार करण्याची पद्धतच त्यांनी बदलली. ते स्वत: यशस्वी उद्योजक, प्रशिक्षक आणि गुंतवणूकदार आहेत. जगाला मोठ्या संख्येने उद्योजकांची गरज आहे, असा त्यांचा ठाम विश्वास आहे. पैसा आणि त्याची गुंतवणूक याकडे पाहण्याचा त्यांचा दृष्टिकोन पारंपरिक समजुतींना धक्का देणारा आहे. कोणाचीही भीड न बाळगता परखड बोलण्याबद्दल आणि अतुलनीय धैर्याबद्दल कियोसाकी प्रसिद्ध आहेत.

डोनाल्ड ट्रम्प आणि रॉबर्ट कियोसाकी यांनी एकत्रितपणे लिहिलेले *व्हाय वुई वॉंट यू टू बी रिच* हे पहिले पुस्तक चांगलेच गाजले. द न्यू यॉर्क टाइम्सच्या सर्वाधिक खपाच्या पुस्तकांच्या यादीत त्याने पदार्पणातच पहिले स्थान पटकावले. या पुस्तकाचा निव्वळ अमेरिकेतील खप पाच लाखांच्या घरात आहे.